ವಿಶ್ವಕಥಾಕೋಶ

ಸಂಪುಟ – ೧೫

ಪ್ರಧಾನ ಸಂಪಾದಕ
ನಿರಂಜನ

ಡೇಗೆ ಹಕ್ಕಿ

ಇಟಲಿ – ಆಸ್ಟ್ರಿಯ ಕಥೆಗಳು

ಅನುವಾದ
ಎಸ್. ಅನಂತನಾರಾಯಣ

ನವಕರ್ನಾಟಕ ಪ್ರಕಾಶನ

DEGE HAKKI (Kannada)

An anthology of short stories from Italy and Austria, being the fifteenth volume of Vishwa Kathaa Kosha, a treasury of world's great short stories in 25 volumes in Kannada. Translated by S. Ananthanarayana. Editor-in-Chief : Niranjana. Editors : S. R. Bhat, C. R. Krishna Rao, C. Sitaram. Secretary : R. S. Rajaram.

Fourth Print : 2021 Pages : 152 Price : ₹ 125
Paper : 70 gsm Maplitho 18.6 Kg (1/8 Demy Size)

ಮೊದಲನೇ ಮುದ್ರಣ : 1981
ಮರುಮುದ್ರಣಗಳು : 2011, 2012
ನಾಲ್ಕನೇ ಮುದ್ರಣ : 2021

ಪ್ರಧಾನ ಸಂಪಾದಕ : ನಿರಂಜನ
ಸಂಪಾದಕರು : ಎಸ್. ಆರ್. ಭಟ್, ಸಿ. ಆರ್. ಕೃಷ್ಣರಾವ್, ಸಿ. ಸೀತಾರಾಮ್
ಕಾರ್ಯದರ್ಶಿ : ಆರ್. ಎಸ್. ರಾಜಾರಾಮ್
ಕಲಾ ಸಲಹೆಗಾರರು : ಎಸ್. ರಮೇಶ್, ಕಮಲೇಶ್, ಅಮಿತ್

ಕೃತಿಸ್ವಾಮ್ಯ : ಆಯಾ ಕಥೆಗಳ ಲೇಖಕರದ್ದು / ಲೇಖಕರ ವಾರಸುದಾರರದ್ದು

ಬೆಲೆ : ₹ 125

ಮುಖಚಿತ್ರ : ಪ. ಸ. ಕುಮಾರ್

ಪ್ರಕಾಶಕರು
ನವಕರ್ನಾಟಕ ಪಬ್ಲಿಕೇಷನ್ಸ್ ಪ್ರೈವೆಟ್ ಲಿಮಿಟೆಡ್
ಎಂಬೆಸಿ ಸೆಂಟರ್, ಕ್ರೆಸೆಂಟ್ ರಸ್ತೆ, ಬೆಂಗಳೂರು – 560 001
ದೂರವಾಣಿ : 080–22161900 / 22161901 / 22161902

ಶಾಖೆಗಳು/ ಮಳಿಗೆಗಳು
ನವಕರ್ನಾಟಕ, ಕ್ರೆಸೆಂಟ್ ರಸ್ತೆ, ಬೆಂಗಳೂರು – 1, ✆ 080–22161913/14, Email : nkpsales@gmail.com
ನವಕರ್ನಾಟಕ, ಕೆಂಪೇಗೌಡ ರಸ್ತೆ, ಬೆಂಗಳೂರು – 9, ✆ 080–22203106, Email : nkpkgr@gmail.com
ನವಕರ್ನಾಟಕ, ಕೆ.ಎಸ್. ರಾವ್ ರಸ್ತೆ, ಮಂಗಳೂರು – 1, ✆ 0824–2441016, Email : nkpmng@gmail.com
ನವಕರ್ನಾಟಕ, ಬಲ್ಮಠ, ಮಂಗಳೂರು – 1, ✆ 0824–2425161, Email : nkpbalmatta@gmail.com
ನವಕರ್ನಾಟಕ, ರಾಮಸ್ವಾಮಿ ವೃತ್ತ, ಮೈಸೂರು–24, ✆ 0821–2424094, Email : nkpmysuru@gmail.com
ನವಕರ್ನಾಟಕ, ಸ್ಟೇಷನ್ ರಸ್ತೆ, ಕಲಬುರಗಿ – 2, ✆ 08472–224302, Email : nkpglb@gmail.com

ಮುದ್ರಕರು : ಪ್ರಿಂಟ್‌ಒನ್ ಸಲ್ಯೂಶನ್ಸ್, ನವಿ ಮುಂಬಯಿ – 400703

0402215657 **ISBN 978-81-8467-214-5**

Published by Navakarnataka Publications Private Limited, Embassy Centre Crescent Road, Bengaluru - 560 001 (India). Email : navakarnataka@gmail.com

ಅರ್ಪಣೆ

~~~~~

ನಿರಂಜನ
(1924–1991)

ಇವರ ನೆನಪಿಗೆ

ಪರಿವಿಡಿ

ಪ್ರಕಾಶಕರ ನುಡಿ

ವಿಶ್ವಕಥಾಕೋಶದ ಮೊದಲ ಹನ್ನೆರಡು ಸಂಪುಟಗಳನ್ನು ಮೂರು ಕಂತುಗಳಲ್ಲಿ ನಾವು ಈಗಾಗಲೇ ಓದುಗರ ಕೈಗಿತ್ತಿದ್ದೇವೆ.

ಈಗ ಮತ್ತಿದೋ ನಾಲ್ಕು ಸಂಪುಟಗಳು. ಇವು ಈ ವರ್ಷದ–1981ರ–ದೀಪಾವಳಿಯ ಕಾಣಿಕೆ.

ಈ ನಾಲ್ಕರಲ್ಲೊಂದು 'ಡೇಗೆ ಹಕ್ಕಿ'. ಇದರಲ್ಲಿ ಇಟಲಿ ಮತ್ತು ಆಸ್ಟ್ರಿಯಗಳ ಕಥಾ ಸಾಹಿತ್ಯದಿಂದ ಆಯ್ದ ಹೃದಯಂಗಮವಾದ ಹನ್ನೆರಡು ಕಥೆಗಳಿವೆ. ಇದು ಕಥಾಕೋಶದ ಹದಿನೈದನೆಯ ಸಂಪುಟ. ಈ ಸಂಪುಟವನ್ನು ಕನ್ನಡಕ್ಕೆ ಅನುವಾದಿಸಿದವರು ಶ್ರೀ ಎಸ್. ಅನಂತನಾರಾಯಣ ಅವರು.

ಈ ಸಂಪುಟಕ್ಕೆ ಅಂದವಾದ ಮುಖಚಿತ್ರವನ್ನು ಬರೆದು ಕೊಟ್ಟವರು ಖ್ಯಾತ ಕಲಾವಿದ ಶ್ರೀ ಪ. ಸ. ಕುಮಾರ್. ಹಿಮ್ಮೈ ವಿನ್ಯಾಸ ಶ್ರೀ ಕಮಲೇಶ್ ಅವರದು. ಇದನ್ನು ಸೊಗಸಾಗಿ ಮುದ್ರಿಸಿದ ಶ್ರೇಯಸ್ಸು ಜನಶಕ್ತಿ ಮುದ್ರಣಾಲಯದ ನಮ್ಮ ಬಂಧುಗಳಿಗೆ ಸಲ್ಲಬೇಕು. ಇದರ ರಕ್ಷಾ ಕವಚದ ಮುದ್ರಣಕಾರ್ಯವನ್ನು ನಿರ್ವಹಿಸಿದವರು ಶಿವಕಾಶಿಯ ಜೇಯೆಮ್ ಆಫ್‌ಸೆಟ್ ಪ್ರಿಂಟರ್ಸ್ ಅವರು. ಇವರಿಗೆಲ್ಲ ಈ ಸಂದರ್ಭದಲ್ಲಿ ನಮ್ಮ ಹೃತ್ಪೂರ್ವಕ ಕೃತಜ್ಞತೆಗಳು ಸಲ್ಲುತ್ತವೆ.

ಇವರಲ್ಲದೆ ಈ ಸಂಪುಟವನ್ನು ಹೊರತರಲು ಇನ್ನೂ ಅನೇಕ ಮಂದಿ ಮಿತ್ರರು ನಮಗೆ ನೆರವಾಗಿದ್ದಾರೆ. ಸಂಪುಟದ ಕೊನೆಯಲ್ಲಿ ಅವರಿಗೆ ನಮ್ಮ ವಿಶೇಷ ಕೃತಜ್ಞತೆಗಳನ್ನು ಸಮರ್ಪಿಸಲಾಗಿದೆ.

ಈ ಸಂಪುಟದಲ್ಲಿ ಬಳಸಲಾದ, ಕೃತಿಸ್ವಾಮ್ಯವನ್ನು ಹೊಂದಿರುವ ಎಲ್ಲ ಕಥೆಗಳ ಕರ್ತೃಗಳಿಂದ ಅಥವಾ ಅವರ ವಾರಸುದಾರರಿಂದ ಅವುಗಳ ಪ್ರಕಟಣೆಗೆ ಅನುಮತಿ ಪಡೆಯಲು ನಾವು ಆದಷ್ಟು ಪ್ರಯತ್ನಿಸಿದ್ದೇವೆ. ಅವರೆಲ್ಲರಿಗೂ ನಾವು ಋಣಿಗಳು. ಆದರೆ ಒಂದು ವೇಳೆ ಯಾರದಾದರೂ ಅನುಮತಿ ಬಿಟ್ಟುಹೋಗಿದ್ದರೆ, ಈ ಯೋಜನೆಯ ಮಹತ್ವವನ್ನು ಮನಗಂಡು ಅವರು ನಮ್ಮನ್ನು ಕ್ಷಮಿಸುವರೆಂದು ನಂಬಿದ್ದೇವೆ.

ಕಥಾಕೋಶದ ಒಟ್ಟು ಸಂಪುಟಗಳು 25. ಈ ಸಲದ ಬಿಡುಗಡೆಯೂ ಸೇರಿದಂತೆ, ಇವುಗಳಲ್ಲಿ 16ನ್ನು ನಾವೀಗ

ಹೊರತಂದಿದ್ದೇವೆ. ಇನ್ನು 4 ಸಂಪುಟಗಳು ಮುಂದಿನ ವರ್ಷದ ಯುಗಾದಿಯ ಸಮಯದಲ್ಲಿ ಪ್ರಕಟವಾಗಲಿವೆ. ಉಳಿದ 5 ಸಂಪುಟಗಳ ಬಿಡುಗಡೆ 1982ರ ದೀಪಾವಳಿಯಂದು.

ಶ್ರೀ ನಿರಂಜನರ ಪ್ರಧಾನ ಸಂಪಾದಕತ್ವದಲ್ಲಿ ಕಾರ್ಯಗತ ವಾಗುತ್ತಿರುವ ಈ ಯೋಜನೆ, ಕನ್ನಡ ಓದುಗರಿಗೆ ನವಕರ್ನಾಟಕ ಪ್ರಕಾಶನದ ಹೆಮ್ಮೆಯ ಕೊಡುಗೆ. ಬೆಲೆ ಏರಿಕೆಯ ಇಂದಿನ ದಿನಗಳಲ್ಲಿ 25 ಸಂಪುಟಗಳ ಇಂಥ ಬೃಹತ್ ಯೋಜನೆಯ ಪ್ರಕಟಣೆ ಬಹಳ ಕಷ್ಟಸಾಧ್ಯವಾದ ಕಾರ್ಯ. ಆದರೂ ಓದುಗರ ಹಿತದೃಷ್ಟಿಯನ್ನು ಗಮನದಲ್ಲಿರಿಸಿಕೊಂಡು ಕಥಾಕೋಶದ ಬೆಲೆಯನ್ನು ನಾವು ಏರಿಸಿಲ್ಲ. ಬಿಡಿ ಸಂಪುಟಗಳ ಬೆಲೆ ರೂ. 10–00. 25 ಸಂಪುಟಗಳಿಗೆ ರೂ. 250–00. ಹೀಗೆಯೇ, ಇಡೀ ಕೋಶವನ್ನು ಕೊಳ್ಳಬಯಸುವವರಿಗೆ ಹಿಂದಿನಂತೆ ರೂ. 50/–ರ ರಿಯಾಯಿತಿಯೂ ಇದೆ. 'ನವಕರ್ನಾಟಕ ಪಬ್ಲಿಕೇಷನ್ಸ್ (ಪ್ರೈ) ಲಿಮಿಟೆಡ್'– ಈ ಹೆಸರಿಗೆ 200 ರೂ.ಗಳನ್ನು ಡ್ರಾಫ್ಟ್ ಮೂಲಕ ಇಂದೇ ಕಳುಹಿಸಿಕೊಡಿ. ಈಗ ಪ್ರಕಟವಾಗಿರುವ ಸಂಪುಟಗಳನ್ನು ತಕ್ಷಣ ಮತ್ತು ಮುಂದಿನ ಸಂಪುಟಗಳನ್ನು ಅವು ಪ್ರಕಟವಾದಂತೆ ನಮ್ಮ ವೆಚ್ಚದಲ್ಲಿ ನಿಮ್ಮ ಮನೆ ಬಾಗಿಲಿಗೆ ತಲಪಿಸಲಾಗುವುದು.

ಕೊನೆಯಾಗಿ ಕಥಾಕೋಶದ ಮೊದಲ ಹನ್ನೆರಡು ಸಂಪುಟಗಳಿಗೆ ಓದುಗರು ನೀಡಿದ ಆದರದ ಸ್ವಾಗತ ಈ ಸಂಪುಟಗಳಿಗೂ ದೊರೆಯುವುದೆಂದು ನಾವು ನಂಬಿದ್ದೇವೆ.

ದೀಪಾವಳಿ, 1981
ಬೆಂಗಳೂರು

ಆರ್. ಎಸ್. ರಾಜಾರಾಮ್
ಕಾರ್ಯದರ್ಶಿ
ನವಕರ್ನಾಟಕ ಪಬ್ಲಿಕೇಷನ್ಸ್ (ಪ್ರೈ) ಲಿಮಿಟೆಡ್

ಪ್ರಕಾಶಕರ ನುಡಿ

(ಎರಡನೇ ಮುದ್ರಣ)

ನವಕರ್ನಾಟಕ ಪ್ರಕಾಶನದ 50ರ ಸಂಭ್ರಮದಲ್ಲಿ 'ವಿಶ್ವಕಥಾಕೋಶ'ದ ಇಪ್ಪತ್ತೈದು ಸಂಪುಟಗಳನ್ನು ಪುನರ್ಮುದ್ರಿಸಿ ಓದುಗರ ಕೈಗಿಡುತ್ತಿದ್ದೇವೆ. ಮೂವತ್ತು ವರ್ಷಗಳ ಕಾಲ ಅಲಭ್ಯವಾಗಿದ್ದ ಜಗತ್ತಿನ ಸಾಹಿತ್ಯ ಕಥಾ ಕಣಜ ಬೆಳಕು ಕಾಣುವ ಈ ಸಮಯದಲ್ಲಿ ಈ ಯೋಜನೆಯ ಹೊಣೆ ಹೊತ್ತ ಶ್ರೇಷ್ಠ ಕಥೆಗಾರ, ಸಾಹಿತಿ ನಿರಂಜನರು ನಮ್ಮೊಂದಿಗೆ ಇದ್ದಿದ್ದರೆ, ನವಕರ್ನಾಟಕದ ಚಿನ್ನದ ಹಬ್ಬ ಹೆಚ್ಚು ಅರ್ಥಪೂರ್ಣವಾಗುತ್ತಿತ್ತು. ಈ ಸಂಪುಟಗಳನ್ನು ಅವರಿಗೆ ಅರ್ಪಿಸಿ, ಅವರನ್ನು ನೆನೆಯುತ್ತೇವೆ.

ಸಂಪುಟಗಳನ್ನು ಅನುವಾದಿಸಿ ನೆರವಾದ ಅನೇಕ ಲೇಖಕ ಮಿತ್ರರು ಈ ಮೂರು ದಶಕಗಳಲ್ಲಿ ನಮ್ಮನ್ನು ಅಗಲಿದ್ದಾರೆ. 'ವಿಶ್ವಕಥಾಕೋಶ'ದ ಎಲ್ಲಾ ಅನುವಾದಗಳನ್ನು ಓದಿ, ಪರಿಷ್ಕರಿಸಿ, ಮುದ್ರಣಕ್ಕೆ ಸಿದ್ಧಗೊಳಿಸಿದ ಸಂಪಾದಕರಲ್ಲಿ ಒಬ್ಬರಾದ ಶ್ರೀ ಎಸ್. ಆರ್. ಭಟ್ಟರ ಅಗಲಿಕೆಯ ನೆನಪು ಈ ಸಂದರ್ಭದಲ್ಲಿ ನಮ್ಮನ್ನು ಕಾಡುತ್ತಿದೆ.

ಮೂವತ್ತು ವರ್ಷಗಳ ಹಿಂದೆ 25 ಸಂಪುಟಗಳನ್ನು ರೂ. 250ಕ್ಕೆ ನೀಡಿದ್ದೆವು. ಬೆಲೆಯೇರಿಕೆಯ ಇಂದಿನ ದಿನಗಳಲ್ಲಿ ಮರುಮುದ್ರಿಸಿದಲ್ಲಿ, ಅದರ ಬೆಲೆಯನ್ನು ಎಂಟು-ಹತ್ತು ಪಟ್ಟು ಏರಿಸಬೇಕಾಗಬಹುದು ಎನ್ನುವ ಭೀತಿಯೂ ವಿಳಂಬಕ್ಕೆ ಕಾರಣವಾಯಿತು. ಈ ಸಂದರ್ಭದಲ್ಲಿ ಈ ಸಂಪುಟಗಳನ್ನು ಸುಲಭ ಬೆಲೆಗೆ ನೀಡಲು ನೆರವಾದವರು ಇನ್ಫೋಸಿಸ್ ಫೌಂಡೇಷನ್‌ನ ಅಧ್ಯಕ್ಷೆ ಶ್ರೀಮತಿ ಸುಧಾ ಮೂರ್ತಿಯವರು. ಅವರಿಗೆ ನಾವು ಕೃತಜ್ಞರಾಗಿದ್ದೇವೆ.

ಈ ಯೋಜನೆಯ ಲೇಖಕರು ಈ ಅವಧಿಯಲ್ಲಿ ಸಾಕಷ್ಟು ಹೊಸ ಬರೆಹಗಳನ್ನು ಮಾಡಿದ್ದಾರೆ, ಗೌರವ ಪುರಸ್ಕಾರಗಳಿಗೆ ಪಾತ್ರರಾಗಿದ್ದಾರೆ. ಕೆಲವರು ನಮ್ಮೊಂದಿಗಿಲ್ಲ. ಈ ಎಲ್ಲ ಲೇಖಕರ ಪರಿಚಯಗಳಿಗೆ ಹೊಸ ಸೇರ್ಪಡೆಗಳನ್ನು ಮಾಡಿಕೊಟ್ಟ ಡಾ॥ ಆರ್. ಪೂರ್ಣಿಮಾ ಮತ್ತು ಶ್ರೀಮತಿ ರೋಸಿ ಡಿ'ಸೋಜಾ ಅವರ ನೆರವನ್ನು ಸ್ಮರಿಸುತ್ತೇವೆ.

ಮರುಮುದ್ರಣದ ಈ ಕಾರ್ಯದಲ್ಲಿ ನೆರವಾದ ಎಲ್ಲರನ್ನೂ ನೆನೆಯುತ್ತೇವೆ.

ಯುಗಾದಿ, 2011 — **ಆರ್. ಎಸ್. ರಾಜಾರಾಮ್**
ಬೆಂಗಳೂರು — ವ್ಯವಸ್ಥಾಪಕ ನಿರ್ದೇಶಕ, ನವಕರ್ನಾಟಕ ಪ್ರಕಾಶನ

ಪ್ರಸ್ತಾವನೆ

1

'ಬೈಸಿಕ್‌ಲ್ ಥೀಫ್' ಜಗತ್ತಿನ ಹೊಸ ಅಲೆಯ ಚಲಚ್ಚಿತ್ರಗಳ ಮಾಲಿಕೆಯಲ್ಲಿ ಮೊದಲಿನದು. ವಿತ್ತೋರಿಯೊ ದೆ ಸಿಕನ ಈ ಕಲಾ ಸೃಷ್ಟಿಯ ವಸ್ತು. ಕಳೆದ ಮಹಾಯುದ್ಧಾನಂತರದ ಇಟಲಿಯ ಜನತೆಯ ದುರ್ಭರ ಬದುಕು. ಜರ್ಜರಿತ ಸ್ಥಿತಿಯಿಂದ ಬಹಳ ಬೇಗನೆ ಅವರು ಚೇತರಿಸಿಕೊಂಡರು. ಚಲನೆ ಅವರ ಜೀವನದ ಮುಖ್ಯ ಪ್ರವೃತ್ತಿ. ಛಲವಾದಿಗಳು. ಒಂದೆರಡು ದಶಕ ಕಳೆಯುವುದರೊಳಗೆ ಅವರು ತಯಾರಿಸುತ್ತಿದ್ದ ವಾಹನಗಳ ರಫ್ತು ಮುಗಿಲು ಮುಟ್ಟಿತು: ಸೈಕಲು, ಸ್ಕೂಟರು, ಕಾರು...

ಇಪ್ಪತ್ತಮೂರು ಶತಮಾನ ಹಿಂದೆಯೂ ಅವರು ವಾಹನಗಳನ್ನು ಸೃಷ್ಟಿಸಿದ್ದರು. ಜಲಯಾನಕ್ಕಾಗಿ ದೋಣಿಗಳು, ಹಡಗುಗಳು, ಭೂಮಧ್ಯ ಸಮುದ್ರದಲ್ಲಿ ಈಜಾಡಿ ಗ್ರೀಕ್ ಪಟ್ಟಣಗಳನ್ನು ವಶಪಡಿಸಿಕೊಳ್ಳುವುದಕ್ಕೆ, ಸಿಸಿಲಿ–ಸಾರ್ದಿನಿಯ ದ್ವೀಪಗಳನ್ನು ಜಯಿಸಿ ಆಳುವುದಕ್ಕೆ ಆ ವಾಹನಗಳು ಅಗತ್ಯವಾಗಿದ್ದವು.

ಅಲ್ಲಿನ ಒಂದು ಪ್ರಾಚೀನ ಬುಡಕಟ್ಟಿನವರ ಭಾಷೆಯಲ್ಲಿ 'ಇಟಲಿ' ಎಂದರೆ 'ಎಳೆಗರು ಭೂಮಿ'. ಅಂದಿನಿಂದ ಇಂದಿನವರೆಗೂ ದಕ್ಷಿಣ ಇಟಲಿಯ ವಿಸ್ತಾರ ನೆಲ, ಕೃಷಿ ಪ್ರದೇಶ. 'ಎಳೆಗರು ಭೂಮಿ'ಯಲ್ಲಿ ಉತ್ತನೆಗಾಗಿ ಮುಂದೆ ಹಲವು ಸಹಸ್ರ ಹೋರಿಗಳು ಓಡಾಡಿದುವು.

3000 ವರ್ಷ ಹಿಂದೆ ಅಲ್ಲಿದ್ದುವು ದಟ್ಟ ಅಡವಿಗಳು, ಕಡಿದ ಬೆಟ್ಟಗಳು. ಅಲ್ಲಲ್ಲಿ ಬುಡಕಟ್ಟುಗಳ ವಾಸ. ಅದು ಕಂದು ಕಂಚು ಯುಗದ ಪ್ರಾಚೀನ ಸಂಸ್ಕೃತಿ. ಪಟ್ಟಣಗಳು ರೂಪುಗೊಂಡದ್ದು ನಾಗರಿಕರು ವಲಸೆ ಬಂದ ಬಳಿಕ. ಎಲ್ಲಿಂದಲೋ ಬಂದವರು ಎತ್ರೂಸ್ಕರು. (ಪ್ರಾಯಶಃ ಪಶ್ಚಿಮ ಏಷ್ಯದಿಂದ ಜಲಮಾರ್ಗವಾಗಿ ಆಗಮಿಸಿರ ಬೇಕು.) ಮುಂದೆ ರೋಮ್ ರೂಪುಗೊಂಡ ಸ್ಥಳದಲ್ಲಿ ಮಧ್ಯ ಯೂರೋಪಿನಿಂದ ಬಂದು ಕೃಷಿನಿರತರಾಗಿದ್ದ ಕೆಲ ಲ್ಯಾಟಿನ್ ಬುಡಕಟ್ಟುಗಳಿದ್ದವು. ಆ ಜನರಿದ್ದ ಪ್ರದೇಶಗಳನ್ನೂ ಒಳಗೊಂಡ ಮಧ್ಯ ಇಟಲಿಯಲ್ಲೆಲ್ಲ, ಎತ್ರೂಸ್ಕರು ತಮ್ಮ ಪ್ರಭುತ್ವ ಸ್ಥಾಪಿಸಿದರು. ಇವರು ಕಲಾವಂತರು, ಕುಶಲ ಕರ್ಮಿಗಳು, ಸಮರ್ಥವರ್ತಕರು. ಸಿಸಿಲಿಯಿಂದ

ಆರಂಭಿಸಿ ಉತ್ತರದಲ್ಲಿ ನೇಪ್‌ಲ್ಸ್ ತನಕ, ಗ್ರೀಕರು ಶಹರು–ಬಂದರುಗಳನ್ನು ನಿರ್ಮಿಸಿದರು. ವಾಡಿಕೆಯಲ್ಲಿರುವ ದಂತಕಥೆಯ ಪ್ರಕಾರ ರೋಮ್ ನಗರ ತಿಬೆರ್ ನದೀತೀರದಲ್ಲಿ ಏಳು ಪುಟ್ಟ ಗುಡ್ಡಗಳ ಮೇಲೆ ಸ್ಥಾಪಿತವಾದದ್ದು ಕ್ರಿ.ಪೂ. 753ರಲ್ಲಿ, ವೀರ ರೊಮುಲಸ್‌ನಿಂದ. ಕ್ರಿ.ಪೂ. 11ನೇ ಶತಮಾನದಲ್ಲಿ ಟ್ರಾಯ್ ಯುದ್ಧದಲ್ಲಿ ಹೋರಾಡಿದ್ದ ಇಟಲಿಯ ಧೀರ ಈನಸ್‌ನ ವಂಶಜರಂತೆ ರೊಮುಲಸ್ ಮತ್ತು ಅವಳಿ ಸೋದರ ರೀಮಸ್. ತಬ್ಬಲಿ ಮಕ್ಕಳಿಗೆ ಹೆಣ್ಣು ತೋಳ ಮೊಲೆಯೂಡಿಸಿತಂತೆ. ಮುಂದೆ ತಮ್ಮನನ್ನು ಮುಗಿಸಿ, ರೊಮುಲಸನೇ ಜನನಾಯಕನಾದನಂತೆ. ನದಿಗಡ್ಡವಾಗಿ ಸೇತುವೆ ಕಟ್ಟಿದ್ದೊಂದೇ ರೋಮ್ ಸುತ್ತಲ ಆಗಿನ ಜನರ ಗಣನೀಯ ಸಾಧನೆ.

ಎತ್ರೂಸ್ಕ ನಾಯಕನೊಬ್ಬ ರೋಮನ್ನು ಗೆದ್ದ, 'ಅರಸ'ನಾದ. ಪ್ರಜೆಗಳ ಸ್ವಾಭಿಮಾನ ಕೆರಳಿತು. ಕ್ರಿ. ಪೂ. 509ರಲ್ಲಿ ಅವರು ಬಂಡಾಯ ಹೂಡಿ 'ಪರಕೀಯ'ರನ್ನು ಓಡಿಸಿ, 'ರೋಮ್ ಇನ್ನು ಗಣರಾಜ್ಯ'–ಎಂದು ಸಾರಿದರು. ಇಬ್ಬರು ನಾಯಕರ ಆಯ್ಕೆ. ಒಬ್ಬನ ವಾಸ ನಗರದೊಳಗೆ; ಇನ್ನೊಬ್ಬನದು ಹೊರಗೆ, ಸೈನ್ಯದೊಂದಿಗೆ. ಸಮಾಜದಲ್ಲಿ ಮೂರು ವರ್ಗಗಳು: ಪ್ರತಿಷ್ಠಿತರು, ಸಾಮಾನ್ಯರು, ಗುಲಾಮರು. ಜ್ಯೂಪಿತರ್ ದೇವರ ಆರಾಧನೆ, ಉತ್ಸವ, ಭವಿಷ್ಯ ನುಡಿಯುವುದು ಮತ್ತಿತರ ಧಾರ್ಮಿಕ ವಿಷಯಗಳೂ ನಗರದ ಆಡಳಿತವೂ ಪ್ರತಿಷ್ಠಿತರ ಕೈಯಲ್ಲಿದ್ದವು. ಆಡಳಿತದಲ್ಲಿ ಸಾಮಾನ್ಯರಿಗೂ ತುಸು ಪ್ರಾತಿನಿಧ್ಯವಿತ್ತು. ಗುಲಾಮರಿಗೆ ಮಾತ್ರ ಯಾವ ಹಕ್ಕೂ ಇರಲಿಲ್ಲ.

ರೋಮ್ ನಿವಾಸಿಗಳ ಧಾರ್ಮಿಕ ನಂಬುಗೆಗಳು ಎತ್ರೂಸ್ಕರ ಬಳುವಳಿ. (ಮುಂದೆ ಗ್ರೀಸಿನಿಂದಲೂ ಈಜಿಪ್ಟಿನಿಂದಲೂ ಕೆಲ ಧಾರ್ಮಿಕ ಆಚರಣೆಗಳನ್ನು ರೋಮನ್ನರು ಅಳವಡಿಸಿಕೊಂಡರು.) ಉತ್ತರ ಇಟಲಿಯಲ್ಲೂ ದಕ್ಷಿಣದಲ್ಲೂ ಎತ್ರೂಸ್ಕರ ವಸಾಹತುಗಳು ವ್ಯಾಪಕವಾಗಿದ್ದವು. ಅವರು ಕಬ್ಬಿಣ ತಾಮ್ರಗಳ ಬಳಕೆ ಅರಿತಿದ್ದರು. ಕಟ್ಟಿದ ದೊಡ್ಡ ಪಟ್ಟಣಗಳು ಹನ್ನೆರಡು. ಚರಂಡಿ, ಒಳ ಚರಂಡಿ, ಮಾರ್ಗಗಳಿದ್ದ ಯೋಜಿತ ನಿರ್ಮಾಣ. ತಮ್ಮ ವಾಸಕ್ಕೆ ಮರ ಇಟ್ಟಿಗೆಗಳಿಂದ ಕಟ್ಟಿದ ಮನೆ. ಶಾಶ್ವತ ನೆಲೆ – ಗೋರಿ – ಕಲ್ಲಿನದು. ಅದರಲ್ಲಿ ಚಿತ್ತಾರಗಳು. ಕುದುರೆ ಪಂದ್ಯ, ಮಲ್ಲಯುದ್ಧ, ಮನುಷ್ಯ–ಮನುಷ್ಯ ಕಾಳಗ, ಮನುಷ್ಯ–ಮೃಗ ಕಾಳಗ ಇವೆಲ್ಲ ಎತ್ರೂಸ್ಕರ ಕೊಡುಗೆ.

ಕಠಿನ ಶಿಸ್ತಿನ ರೋಮನ್ ಯೋಧರ ಧ್ವಜ ಎತ್ತರದಲ್ಲಿ ಹಾರಾಡಿತು. ನಡುವೆ ಕೊಡಲಿ ಇದ್ದ ಸರಳುಗಳ ಕಟ್ಟು (ಫಾಶಿಸ್) ಆ ಧ್ವಜದಲ್ಲಿದ್ದ ಲಾಂಛನ. ಅದು ಅಧಿಕಾರದ ಮತ್ತು ಐಕ್ಯದ ಸಂಕೇತ. ಎರಡೂವರೆ ಶತಮಾನ ದಂಡುಗಳು ದೌಡಾಯಿಸಿದುವು. ಎತ್ರೂಸ್ಕರು

ಮರೆಯಾದಾಗ ಕಂಡುಬಂದದ್ದು ರೋಮ್ ಗಣರಾಜ್ಯವಲ್ಲ, ರೋಮ್ ಸಾಮ್ರಾಜ್ಯ. ಸಾಮ್ರಾಜ್ಯವೆಂದರೆ – ಆಗಲೂ ಅನಂತರವೂ – ಇಟಲಿಯ ವಿವಿಧ ನಗರಗಳ ಸಮುಚ್ಚಯ. ಜತೆಗೆ ಸಿಸಿಲಿ, ಸಾರ್ದಿನಿಯ, ಕೊರ್ಸಿಕ ದ್ವೀಪಗಳ ಒಡೆತನವೂ ದೊರೆಯಿತು. ಆಫ್ರಿಕದ ಉತ್ತರ ದಂಡೆಯಲ್ಲೊಂದು ಪ್ರಬಲ ರಾಜ್ಯವಿತ್ತು. ಫಿನಿಷಿಯರು ಸ್ಥಾಪಿಸಿದ ವರ್ತಕ ರಾಷ್ಟ್ರ ಕಾರ್ಥೇಜ್. ಸಾಮ್ರಾಜ್ಯ ಕಟ್ಟಲು ಹೊರಟವರಿಗೆ ಅದರ ಮೇಲೆ ಕಣ್ಣು. ಆಗಾಗ್ಗೆ ಯುದ್ಧಗಳಾದುವು. ಕ್ರಿ.ಪೂ. 202ರಲ್ಲಿ ಕಾರ್ಥೇಜಿನ ಸಾಹಸಿ ಸೇನಾನಿ ಹಾನ್ನಿಬಾಲ್ ಆನೆಗಳಿದ್ದ ಸೈನ್ಯದೊಡನೆ ಇಟಲಿಯ ಉತ್ತರ ದಿಕ್ಕನ್ನು ತಲಪಿ, ಆಲ್ಪ್ಸ್ ಪರ್ವತಗಳನ್ನು ದಾಟಿ, ಒಳಕ್ಕೆ ನುಗ್ಗಿದ. ಅಲ್ಲಿಂದ ದಕ್ಷಿಣದ ತನಕ, ದಕ್ಷಿಣದಿಂದ ಉತ್ತರದವರೆಗೆ, ಪುನಃ ಕೆಳಕ್ಕೆ ಮೇಲಕ್ಕೆ–ಹೀಗೆ ಓಡಾಡಿದ. ಕಾರ್ಥೇಜಿಗೆ ಗಂಡಾಂತರ ತಟ್ಟಿದಾಗ ತಾಯ್ನಾಡಿಗೆ ಹಿಂತಿರುಗಿದ. ಕ್ರಿ.ಪೂ. 146ರಲ್ಲಿ ನಡೆದ ಕೊನೆಯ ಯುದ್ಧದಲ್ಲಿ ರೋಮನರು ವಿಜಯಿಗಳಾದರು. ಕಾರ್ಥೇಜ್ ಅವರ ಸಾಮ್ರಾಜ್ಯದ ಒಂದು ಪ್ರಾಂತವಾಯಿತು.

ಗ್ರೀಕ್ ಪಟ್ಟಣಗಳ ಮೇಲೆ ವಿಜಯ ಸಾಧಿಸಿದಾಗ ಸೆರೆ ಸಿಕ್ಕವರ ಸಂಖ್ಯೆ ದೊಡ್ಡದು. ಬಂದಿಗಳು ಗುರುಗಳಾದರು. ರೋಮನರಿಗೆ ತಮ್ಮ ಭಾಷೆ ಕಲಿಸಿದರು; ಸಂಸ್ಕೃತಿಯ ಪರಿಚಯ ಮಾಡಿಕೊಟ್ಟರು. ಸಾಮ್ರಾಜ್ಯ ಕಟ್ಟುತ್ತಿದ್ದವರಿಗೆ ಅಧಿಕಾರದ ಅಮಲು ಏರಿದಂತೆ, ಸಮಾಜದಲ್ಲಿ ಅಂತಃಕಲಹ ಕೆನ್ನಾಲಿಗೆ ಚಾಚಿತು. ಈ ಘರ್ಷಣೆ ಪ್ರತಿಷ್ಠಿತರು ಮತ್ತು ಸಾಮಾನ್ಯರ ನಡುವೆ. ಇದರಲ್ಲಿ ಐದು ಲಕ್ಷ ಜನ ಬಡವರು ಸತ್ತರು. ಸಾವಿಗೆ ಅಂಜುವವರು ಹೇಡಿಗಳು ಮಾತ್ರ. ಕ್ರಿ. ಪೂ. 73ರಲ್ಲಿ 1,20,000 ಗುಲಾಮರು ತಮ್ಮವನೇ ಒಬ್ಬನ–ಸ್ಪಾರ್ಟಕಸ್–ನೇತೃತ್ವದಲ್ಲಿ ದಂಗೆ ಎದ್ದು, ರೋಮ್‌ನತ್ತ ಸಾಗಿದರು.* ಈ ಯುದ್ಧ ಮೂರು ವರ್ಷ ನಡೆಯಿತು. ಪ್ರಬಲ ಸೇನಾನಿ ಕ್ರಾಸ್ಸಸ್ ಗುಲಾಮರನ್ನು ಹತ್ತಿಕ್ಕಿದ. ರೋಮ್‌ನಿಂದ ದಕ್ಷಿಣಕ್ಕೆ ಮಲಗಿದ್ದ ಹೆದ್ದಾರಿಯುದ್ದಕ್ಕೂ ಆರು ಸಾವಿರ ಗುಲಾಮರನ್ನು ಶಿಲುಬೆಗಳಿಗೇರಿಸಿ ಮೊಳೆ ಹೊಡೆಸಿದ. ರೋಮ್‌ನ ಅಪ್ರತಿಮ ದಂಡನಾಯಕ ಜೂಲಿಯಸ್ ಸೀಜರ್ ಯೇಸುವಿಗಿಂತ ನೂರು ವರ್ಷ ಮೊದಲು ಹುಟ್ಟಿದವನು. ಸಿರಿಯದ ಮೇಲೆ ದಂಡೆತ್ತಿಹೋದಾಗ, ಅಲ್ಲಿಂದ ಆತ ಕಳಿಸಿದ್ದು ಅತ್ಯಂತ ಚುಟುಕು ವರದಿ: "ನಾನು ಬಂದೆ, ನಾನು

---

* ಈ ಬಂಡಾಯವನ್ನು ಚಿತ್ರಿಸುವ ಶ್ರೇಷ್ಠ ಕಾದಂಬರಿ 'ಸ್ಪಾರ್ಟಕಸ್'. ಕರ್ತೃ–ಹವರ್ಡ್ ಫಾಸ್ಟ್.

ನೋಡಿದೆ. ನಾನು ಗೆದ್ದೆ." ಕಡಲ್ಗಾಲುವೆ ದಾಟಿ ಬ್ರಿಟಿಷ್ ದ್ವೀಪದಲ್ಲಿ ಕಾಲಿರಿಸಿದಾಗ ಎಡವಿಬಿದ್ದ. ಬಿದ್ದರೇನಂತೆ? ಹಿಡಿ ಮಣ್ಣನ್ನು ಬಾಚಿ ಎದ್ದು ನಿಂತು, ಅಂಗೈಯನ್ನು ಸೈನಿಕರಿಗೆ ತೋರಿಸಿ, "ಇದೋ ! ಈ ದ್ವೀಪ ನಮ್ಮದು !" ಎಂದ. ಈಗ ಫ್ರಾನ್ಸ್ ಇರುವ ಭೂಭಾಗ, ಆಸ್ಟ್ರಿಯವಿರುವ ಪ್ರದೇಶ, ಅವನ ವಶವಾದುವು. ಇತ್ತ ಈಜಿಪ್ಟನ್ನೂ ಗೆದ್ದು ರಾಣಿ ಕ್ಲಿಯೊಪಾತ್ರಳ ತೋಳ ತೆಕ್ಕೆಯಲ್ಲಿ ಸ್ವಲ್ಪಕಾಲ ಬಂದಿಯಾದ. ತಾನು ಜ್ಯೂಪಿತರ್ ದೇವರ ವಂಶದವನೆಂದು ಹೇಳಿಕೊಂಡ ಜೂಲಿಯಸ್ ಸೀಜರನಿಗೆ, ಕಿರೀಟಧಾರಣೆಯ ಕನಸು. ಒಂದು ಸೆನೆಟ್ ಅಪಾರ ಭೂಭಾಗವನ್ನು ಆಳುವುದೆಂದರೇನು ? ಸಮ್ರಾಟನಿಲ್ಲದೆ ಅದೆಂಥ ಸಾಮ್ರಾಜ್ಯ ? "ಉಘೇ ಸೀಜರ್ !" ಎಂದರು ಕೆಲವರು. "ಗಣರಾಜ್ಯವೇ ಸರಿ !" ಎಂದರು ಬೇರೆ ಕೆಲವರು. ಸೀಜರ್ ರೋಮ್‌ನತ್ತ ಸಾಗಿ ಬಂದ. ಜಯಿಸುವ ದಂಡು ನಗರದ ಹೊರಗಿರಬೇಕೆಂಬ ಕಟ್ಟಳೆಯನ್ನು ಉಲ್ಲಂಘಿಸಿದ. ಬ್ರೂಟಸನ ಕಠಾರಿಗೆ ಆಹುತಿಯಾದ (ಕ್ರಿ. ಪೂ. 44).

ತನ್ನ ಬಳಿಕ ಅಧಿಕಾರಕ್ಕೆ ಹಕ್ಕುದಾರ ಎಂದು ಸೀಜರ್ ಸಾರಿದ್ದಾತ ಅಕ್ಟೇವಿಯನ್. ಹದಿನೆಂಟರ ಹರೆಯದವನಾದರೂ ಬಲು ಧೈರ್ಯಶಾಲಿ. ಅವನಿಗೆ ಅಡ್ಡಿಯಾಗಿದ್ದವರು ಇಬ್ಬರು, ಸೀಜರನ ಪ್ರತಿಸ್ಪರ್ಧಿ ಪಾಂಪೇ; ಗೆಳೆಯ ಆಂಟನಿ. ಇವರಿಬ್ಬರನ್ನೂ ಇಲ್ಲವಾಗಿಸಿ, ಆಗಸ್ಟಸ್ (ಘನತೆವತ್ತವನು) ಎಂಬ ಬಿರುದಿನೊಂದಿಗೆ, ಅಕ್ಟೇವಿಯನ್ ಸಮ್ರಾಟನಾದ. ದಂಡುಗಳು ಜಯಿಸಿದ್ದ ವಿಸ್ತಾರ ಪ್ರದೇಶ ಈಗ ನಿಜವಾದ ಸಾಮ್ರಾಜ್ಯವೆನಿಸಿತು. ಆಗಸ್ಟಸ್‌ನದು 42 ವರ್ಷಗಳ ಸಾಕಷ್ಟು ದೀರ್ಘ ಆಳ್ವಿಕೆ. ನ್ಯಾಯಸಮ್ಮತವೆನಿಸುವ ಕಾನೂನುಗಳು ರಚಿತವಾದುವು. ಹೇರಳವಾಗಿದ್ದ ಸಂಪನ್ಮೂಲ ನಿರ್ಮಾಣ ಕಾರ್ಯ ಗಳಿಗಾಗಿ ವಿನಿಯೋಗವಾಯಿತು. ಕೊನೆಕಾಣದ ನೇರ ರಸ್ತೆಗಳು, ನೀರ ಕಾಲುವೆಗಳು, ರಂಗಮಂದಿರಗಳು, ಗ್ರಂಥ ಭಂಡಾರಗಳು, 82 ದೇವಾಲಯಗಳು ನಿರ್ಮಾಣಗೊಂಡವು. ಈಗ ಪೂಜೆಗಳ ಪಟ್ಟಿಗೆ ಹೊಸತೊಂದು ಸೇರಿತು. ಅದು, ಚಕ್ರವರ್ತಿಯ ಆರಾಧನೆ. ಆತನೂ ದೇವರೇ !

ಆಗಸ್ಟಸ್‌ನ ಆಸ್ಥಾನಕ್ಕೆ ಪಾಂಡ್ಯ ದೊರೆ ರಾಯಭಾರಿಗಳನ್ನು ಕಳಿಸಿದ್ದ. ಭಾರತ, ಚೀನಗಳೊಡನೆ ರೋಮ್ ಸಾಮ್ರಾಜ್ಯಕ್ಕೆ ವಾಣಿಜ್ಯ ಸಂಬಂಧವಿತ್ತು.

ಆಗಸ್ಟಸ್‌ನ ಅನಂತರ ಪಟ್ಟಕ್ಕೆ ಬಂದವನು ತಿಬೆರಿಯಸ್. ಆತನ ಅವಧಿಯಲ್ಲಿ, ಸಾಮ್ರಾಜ್ಯದ ಪೂರ್ವ ಭಾಗದ ಪುಟ್ಟ ಪ್ರಾಂತದಲ್ಲಿ ಸಣ್ಣದೇನೋ ಗಲಭೆಯಾಯಿತು. ಯೇಸು ಎಂಬವನನ್ನು

ಶಿಲುಬೆಗೇರಿಸಿದರು. ಇಂಥ ದಂಡನೆ ರೋಮನರ ದೃಷ್ಟಿಯಲ್ಲಿ ಸರ್ವಸಾಮಾನ್ಯ ಸಂಗತಿ. ಆ ಸುದ್ದಿ ರೋಮ್ ನಗರವನ್ನು ತಲಪಿತು. ಆದರೆ ಒಬ್ಬ ನಿವಾಸಿಯೂ ಆಗ ನಿದ್ದೆ ಕೆಡಲಿಲ್ಲ.

ಈ ಸಾಮ್ರಾಜ್ಯದ ಉತ್ಕರ್ಷದ ಕಾಲಾವಧಿ ನಾಲ್ಕು ಶತಮಾನ. ತಿಬೆರ್ ನದೀ ತಟದಲ್ಲಿ ಆರಂಭವಾದ ಪುಟ್ಟ ಊರು ರೋಮ್ 800 ವರ್ಷಗಳಲ್ಲಿ 20 ಲಕ್ಷ ಚ. ಮೈಲು ವಿಸ್ತೀರ್ಣದ, 10 ಕೋಟಿ ಜನಸಂಖ್ಯೆಯ ಬೃಹತ್ ಸಾಮ್ರಾಜ್ಯದ ರಾಜಧಾನಿಯಾಯಿತು. ಜನಾಂಗ ಯಾವುದೇ ಇರಲಿ ಅಧಿಕಾರದ ಅಮಲು ನೆತ್ತಿಗೇರಿದ ಮೇಲೆ, ಅವನತಿ ಶುರುವಾದಂತೆಯೇ. ರೋಮ್ ಸಾಮ್ರಾಜ್ಯಕ್ಕೂ ಅದೇ ಗತಿಯಾಯಿತು. ರೋಮನರು ಪಾನಪ್ರಿಯರೂ ವಿಷಯಲೋಲುಪರೂ ಕ್ರೀಡಾಸಕ್ತರೂ ಆದರು. ಜನರಿಗೆ ಸರ್ಕಸಿನ ಹುಚ್ಚು. 50,000 ಪ್ರೇಕ್ಷಕರಿಗೆ ಸ್ಥಳಾವಕಾಶವಿದ್ದ ಭಾರೀ ಕ್ರೀಡಾಂಗಣದಲ್ಲಿ, ಮನುಷ್ಯ–ಮೃಗಗಳ ಕಾಳಗದಲ್ಲಿ ಒಂದೇ ದಿನದಲ್ಲಿ 5000 ಪ್ರಾಣಿಗಳ ರಕ್ತ ಹರಿಯುವುದೂ ಇತ್ತು. ಆಗಸ್ಟಸ್‌ನದೇ 'ಸ್ವರ್ಣಯುಗ'. ಅನಂತರ ಬಂದ 10 ಜನ ಸೀಜರರಲ್ಲಿ 7 ಮಂದಿ ಕೊಲೆಯಾದರು ಅಥವಾ ನಿರುಪಾಯರಾಗಿ ಆತ್ಮಹತ್ಯೆ ಮಾಡಿಕೊಂಡರು. ಕಾಲಿಗುಲ, ನಿರೊರಂಥ ಹುಚ್ಚರು–ಅರೆ ಹುಚ್ಚರು ಹಾಗೆ ಹತರಾದವರು.

ಯೇಸುವಿನ ಒಸಗೆ ರೋಮನ್ನು ಮುಟ್ಟಿದಾಗ ಆಳುವವರು ಸಿಟ್ಟು ಬೆಂಕಿಯಾದರು. ಚಕ್ರವರ್ತಿಯನ್ನು ಆರಾಧಿಸಲು ಕ್ರಿಸ್ತಾನುಯಾಯಿಗಳು ಒಪ್ಪದ್ದೇ ಇದಕ್ಕೆ ಕಾರಣ. ಜಗತ್ತಿನ ಅತ್ಯಂತ ಪ್ರಬಲ ಸಾಮ್ರಾಜ್ಯದಲ್ಲಿ ಕ್ರಿಸ್ತಮತ ಭೂಗತ ಚಟುವಟಿಕೆಯಾಯಿತು. ಬಲಾಢ್ಯರ ಡಂಭಾಚಾರಕ್ಕೆ ಬೇಸತ್ತಿದ್ದ ಬಡವರಲ್ಲಿ ಶಿಲುಬೆಗೇರಿದ ಯೇಸು ಜನಪ್ರಿಯನಾದ. ದಬ್ಬಾಳಿಕೆ ತೀವ್ರವಾದಷ್ಟೂ ಪ್ರಾಣದಂಡನೆ ಹೆಚ್ಚಿದಷ್ಟೂ ಕ್ರಿಸ್ತಾನುಯಾಯಿಗಳ ಬಣ ಬಲಿಯಿತು. ಕ್ರಿ. ಶ. 312ರಲ್ಲಿ ಸಮ್ರಾಟ ಕಾನ್‌ಸ್ಟಾಂಟಿನ್ ಹೊಸ ಮತಕ್ಕೆ ಮನ್ನಣೆ ನೀಡುವುದೇ ವಿವೇಕ ಎಂದು ತೀರ್ಮಾನಿಸಿದ. 'ಭೂಗತ'ರು ಬಹಿರಂಗವಾಗಿ ಉಸಿರಾಡಿದರು. ಮುಂದೆ ಸಾಮ್ರಾಜ್ಯದ ರಾಜಧಾನಿಯನ್ನು ಭೂಮಧ್ಯ ಸಮುದ್ರದ ಪೂರ್ವ ದಂಡೆಯಲ್ಲಿದ್ದ ಬೈಜಾಂಟಿಯಮಿಗೆ ಕಾನ್‌ಸ್ಟಾಂಟಿನ್ ಸ್ಥಳಾಂತರಿಸಿದ. ಅಂದಿನಿಂದ ಆ ನಗರ ಕಾನ್‌ಸ್ಟಾಂಟಿನೋಪ್‌ಲ್ ಆಯಿತು. ಕೆಲ ವರ್ಷಗಳ ಬಳಿಕ ಸ್ವತಃ ಸಮ್ರಾಟ ಕ್ರಿಸ್ತಮತಾವಲಂಬಿಯಾದ. ಬರಬರುತ್ತ ಪಶ್ಚಿಮದವರಿಗೆ ರೋಮನ್ ಕ್ಯಾಥಲಿಕರೆಂಬ ಹೆಸರು ಬಂತು. ಪೋಪ್ ಅವರ ಹಿರಿಯ ಧರ್ಮಾಧಿಕಾರಿ. (ಬೈಜಾಂಟಿಯಮಿನವರು 'ನಮ್ಮದು ಸಂಪ್ರದಾಯಬದ್ಧ ಇಗರ್ಜಿ' ಎಂದರು.) ವಿವಿಧ ಬರ್ಬರರು–ಗೋಥರು, ವಾಂಡಾಲರು,

ಮುಖಕ್ಕೆ ಬಣ್ಣ ಬಳೆದುಕೊಳ್ಳುತ್ತಿದ್ದ ಹೂಣರು – ಇಟಲಿಯನ್ನು ಹೊಕ್ಕು ರೋಮನ್ನು ಸೂರೆ ಮಾಡಿದರು. ಇದರೊಂದಿಗೆ (476ರಲ್ಲಿ), ಪಶ್ಚಿಮದ ರೋಮ್ ಸಾಮ್ರಾಜ್ಯ ಕೊನೆಗಂಡಿತು.

ಯಾರು ಹೆಚ್ಚು? ಸಮ್ರಾಟನೊ, ಮಹಾ ಅರ್ಚಕನೊ? (ಧರ್ಮಾಧಿಕಾರಿಗಳೊ, ಆಳುವವರೊ ?) ಇದು ಇತಿಹಾಸದುದ್ದಕ್ಕೂ ತೆವಳುತ್ತ ಬಂದಿರುವ ಸಮಸ್ಯೆ. ಆಳುವವ ತನ್ನ ಆಜ್ಞಾಧಾರಕನಾಗಿರ ಬೇಕೆಂದು ಪ್ರತಿಯೊಬ್ಬ ಪೋಪನೂ ಬಯಸಿದ. ಇಟಲಿಯನ್ನು ಗೆದ್ದ ಇನ್ನೊಬ್ಬ, ಫ್ರಾಂಕರ (ಜರ್ಮನರ) ನಾಯಕ ಶಾರ್ಲಮೇನ್. 800ನೆಯ ವರ್ಷದ ಕ್ರಿಸ್‌ಮಸ್ ದಿನ ಅವನ ಪಟ್ಟಾಭಿಷೇಕ. ಪಶ್ಚಿಮ ಸಾಮ್ರಾಜ್ಯ ಮತ್ತೆ ಜೀವ ತಳೆಯುವಂತೆ ಮಾಡಲು ಅವಕಾಶ. ಪೋಪ್‌ನ ಪ್ರತಿನಿಧಿ ಥಟ್ಟನೆ ಆತನ ತಲೆಯ ಮೇಲೆ ತಾನು ತಂದಿದ್ದ ಬಂಗಾರದ ಕಿರೀಟವನ್ನಿಟ್ಟ. ಶಾರ್ಲಮೇನ್ ಧರ್ಮಹಸ್ತದ ಸ್ಪರ್ಶ ಭಾಗ್ಯದಿಂದ 'ಪವಿತ್ರ ರೋಮನ್ ಸಮ್ರಾಟ'ನಾದ ಎಂದಾಯಿತಲ್ಲ? ಆದರೆ ಎಲ್ಲ ಆಕ್ರಮಣಕಾರರೂ ಕ್ರಿಸ್ತರಾಗಲಿಲ್ಲ. ಉದಾಹರಣೆಗೆ ಮುಸಲ್ಮಾನರು. ಕೆಲವರು ಕ್ರಿಸ್ತ ಮತಾನುಯಾಯಿಗಳಾದರೂ, ಪೋಪರನ್ನು ಅತ್ಯಂತ ಗೌರವದಿಂದ ಕಾಣಲಿಲ್ಲ; ತಾವು ಆರಿಸಿದಾತನೇ ಪೋಪ್ ಎಂದರು. ಒಬ್ಬ ಪೋಪನನ್ನಂತೂ ಫ್ರಾನ್ಸಿಗೆ ಹಿಡಿದೊಯ್ದರು. ಆಗ ಇಬ್ಬರು ಪೋಪರು ! ಮುಂದೆ ಮೂವರಾದದ್ದೂ ಉಂಟು !

ಸೀಜರನೊ ಪೋಪನೊ–ಯಾರಿದ್ದರೇನು ಬಡ ರೈತರಿಗೆ, ಗುಲಾಮರಿಗೆ? ಅವರದು ಅಗ್ಗದ ದುಡಿಮೆ, ಬಿಟ್ಟಿ ಸೇವೆ. ಭವ್ಯ ಸೌಧಗಳು ನಿರ್ಮಾಣವಾದುವು. 1084ರಲ್ಲಿ ಕಟ್ಟಿದ ಒಂದು ಆರಾಧನಾ ಮಂದಿರದಲ್ಲಿ ಗುಲಾಮರು ಸ್ತಂಭವನ್ನು ಎಳೆದು ಸಾಗಿಸುತ್ತಿರುವ ಭಿತ್ತಿ ಚಿತ್ರವಿದೆ. ಅದರ ಕೆಳಗೆ ಬರೆದಿದೆ: "ಶಿಲೆಯನ್ನೆಳೆಯುವುದು ನಿಮಗೆ ಬಹಳ ತಕ್ಕುದು... ಎಳೆಯಿರಿ, ದುರುಳರೇ..." (ಆಗ ಒಬ್ಬ ಮನುಷ್ಯನ ಪೋಷಣೆಗಿಂತಲೂ ಒಂದು ಕತ್ತೆಯನ್ನು ಸಾಕಲು ಹೆಚ್ಚು ವೆಚ್ಚ ತಗಲುತ್ತಿತ್ತು.) ಧಾರ್ಮಿಕ ವಿಷಯಗಳ ಬಗ್ಗೆ ಯಾರಿಗೂ ಭ್ರಮೆ ಇರಲಿಲ್ಲ. ಆ ಸಮಯದಲ್ಲಿ ವಾಡಿಕೆಯಲ್ಲಿದ್ದ ಮಾತು: "ಧರ್ಮ ಇಲ್ಲಿ ತಯಾರಾಗುತ್ತದೆ; ಬೇರೆಡೆ ಇದನ್ನು ನಂಬುತ್ತಾರೆ."

ಯಾತ್ರಿಕನಾಗಿ ಜರ್ಮನಿಯಿಂದ ರೋಮ್‌ಗೆ ಹೋದ ಪಾದ್ರಿ ಮಾರ್ಟಿನ್ ಲೂಥರನಿಗೆ ಧರ್ಮ ಪ್ರಭುತ್ವದ ಭ್ರಷ್ಟ ರೂಪ ಕಂಡಿತು. ಆತ ಬಂಡಾಯವೆದ್ದ. 16ನೆಯ ಶತಮಾನದಲ್ಲಿ ಕ್ರಿಸ್ತರದೇ ಆದ ಪ್ರೊಟೆಸ್ಟೆಂಟ್ ಮತ ರೂಪು ತಾಳಿತು.

ಪೋಪರು – ಸಮ್ರಾಟರ ಕಿತ್ತಾಟ ನಡೆಯುತ್ತಿದ್ದಂತೆ, ನೌಕಾ ವಾಣಿಜ್ಯ ಪ್ರಧಾನವಾದ ನಗರಗಳು ತಲೆ ಎತ್ತಿದುವು. ಆಕ್ರಮಣಗಳು

ನಿಲ್ಲಲಿಲ್ಲ. ಪೂರ್ವದಿಂದ ಮಾಗ್ಯರ್ ಜನಾಂಗ, ಉತ್ತರದಿಂದ ವೈಕಿಂಗರು, ಆಸ್ಟ್ರಿಯವನ್ನಾಗಲೇ ವಶಪಡಿಸಿಕೊಂಡಿದ್ದ ಜರ್ಮನ್ ಮಾತನಾಡುವ ಹಾಬ್ಸ್‌ಬರ್ಗ್ ಮನೆತನದವರು – ಎಲ್ಲರೂ ಇಟಲಿಯನ್ನು ಹೊಕ್ಕು, ಒಡೆತನಕ್ಕಾಗಿ ತಮ್ಮತಮ್ಮೊಳಗೆ ಹೋರಾಡಿದರು. ತುರ್ಕಿ, ಸ್ಪೇನ್ ಮತ್ತು ಫ್ರಾನ್ಸ್, ಇಟಲಿಯನ್ನು ಕುಕ್ಕತೊಡಗಿದ ಇತರ ಡೇಗೆ ಪಕ್ಷಿಗಳು.

ನೆಪೋಲಿಯನನ ದಂಡಯಾತ್ರೆ 18ನೆಯ ಶತಮಾನದ ಕೊನೆಯ ದಶಕದಲ್ಲಿ ನಡೆಯಿತು. ಕೆಲವೇ ವರ್ಷಗಳಲ್ಲಿ ಇಟಲಿಯ ಅರಸನೆಂದು ಅವನು ಕಿರೀಟ ಧರಿಸಿದ.

ಈ ಸಮ್ರಾಟ ಪದಚ್ಯುತನಾದ ಮೇಲೆ, ಏಕತೆಯ ಬಯಕೆ, ಸ್ವಾತಂತ್ರ್ಯದ ದಾಹ ಇಟಲಿಯನ್ನು ಆವರಿಸಿತು. ಇದರ ಫಲಶ್ರುತಿ 1831ರಲ್ಲಿ 'ಯುವ ಇಟಲಿ' ಎಂಬ ಕ್ರಾಂತಿಕಾರಿ ಸಂಘಟನೆಯ ಸ್ಥಾಪನೆ. ಪ್ರಜಾಪ್ರಭುತ್ವವಾದಿ ಗಣರಾಜ್ಯ ಸ್ಥಾಪನೆ ಅದರ ಗುರಿ. ಚಳವಳಿಯ ಮೂವರು ಪ್ರಮುಖರು: ಮಾತ್ಸಿನಿ, ಗಾರಿಬಾಲ್ದಿ, ಕಾವೂರ್. ವಿದ್ಯಾವಂತರು, ನಿರುದ್ಯೋಗಿಗಳು, ಅರೆಉದ್ಯೋಗಿಗಳು – ಇವರೆಲ್ಲಾ ಚಳವಳಿ ಸೇರಿದರು. ಸ್ವಲ್ಪಕಾಲ ತಲೆಮರೆಸಿಕೊಂಡು ದಕ್ಷಿಣ ಅಮೆರಿಕಕ್ಕೆ ಹೋದ ಗಾರಿಬಾಲ್ದಿ ಸಿಸಿಲಿಯ ಮಾರ್ಗವಾಗಿ ಮರಳಿದ. 1848ರಲ್ಲಿ ನಗರ ರಾಜ್ಯಗಳು ಆಸ್ಟ್ರಿಯ ಅರಸೊತ್ತಿಗೆಯ ಬಿಗಿ ಹಿಡಿತದ ವಿರುದ್ಧ ಬಂಡಾಯವೆದ್ದುವು. ಉತ್ತರ ಇಟಲಿಯಲ್ಲಿ ಮಾತ್ಸಿನಿ ಮುಖಂಡತ್ವದಲ್ಲಿ ಗಣರಾಜ್ಯ ಘೋಷಿತವಾಯಿತು. ನೇಪ್‌ಲ್ಸ್ ದಕ್ಷಿಣದಿಂದ ಬಂದ ಗಾರಿಬಾಲ್ದಿಯ ಪಕ್ಷ ಸೇರಿತು. ಹಳೆಯ ಅರಮನೆಯಲ್ಲಿ ಗಾರಿಬಾಲ್ದಿಯ ಶಿಬಿರ. ಆದರೆ ಸಾಮಾನ್ಯ ಸೈನಿಕನಂತೆ ಹುಲ್ಲಿನ ಮೇಲೆ ಆತನ ಶಯನ. ಕುದುರೆಯ ಜೀನೇ ತಲೆದಿಂಬು. ತನ್ನ ಉಡುಪನ್ನು ತಾನೇ ಒಗೆಯುತ್ತಿದ್ದ. ರಾಷ್ಟ್ರೀಯ ಏಕತೆಯ ಕನಸು ಕಂಡ ಈ ಆದರ್ಶವಾದಿ ತಾನು ಜಯಿಸಿದ್ದ ದಕ್ಷಿಣ ಇಟಲಿಯನ್ನು ಗಣರಾಜ್ಯದ ಆಡಳಿತಕ್ಕೆ ಒಳಪಡಿಸಿದ. ಮೂವರು ನಾಯಕರಲ್ಲಿ ಕಾವೂರ್ ಪಟ್ಟಭದ್ರರ ಪಕ್ಷಪಾತಿ. ಸಾರ್ದಿನಿಯದ ಅರಸನನ್ನೇ ಇಟಲಿಯ ಸಾಂಕೇತಿಕ ದೊರೆಯಾಗಿ ಸ್ವೀಕರಿಸಲಾಯಿತು.

ಸಿಸಿಲಿಯಲ್ಲಿ ಮಾಫಿಯಾ ಹುಟ್ಟಿದ್ದು ಮುಂದಿನ ಕಾಲಾವಧಿಯಲ್ಲಿ. ಮಾಫಿಯಾ ಎಂದರೆ ಬಾಡಿಗೆಯ ಗುಂಡರ ತಂಡ. ದುಡ್ಡು ತೆತ್ತರೆ ಯಾವ ಕೆಲಸ ಮಾಡುವುದಕ್ಕೂ ಇವರು ಸಿದ್ಧರು: ಧ್ವನಿ ಏರಿಸಿ ಮಾತನಾಡಿದ ರೈತರನ್ನು ಸಾಯಬಡೆಯುವುದು, ಕಾರ್ಮಿಕರ ಸಂಘಟನೆಗಳನ್ನು ಮುರಿದಿಕ್ಕುವುದು, ಇತ್ಯಾದಿ, ಇತ್ಯಾದಿ.

ಯೂರೋಪಿನ ಅತ್ಯಂತ ಕಂಗಾಲ ಜೀವಿ ದಕ್ಷಿಣ ಇಟಲಿಯ ರೈತ. 19ನೇ ಶತಮಾನದಲ್ಲಿ ಕಾಡಿದ ಮಲ + ಏರಿಯ (ಕೆಟ್ಟಗಾಳಿ) =

ಮಲೇರಿಯ ಜ್ವರ ಲಕ್ಷಾಂತರ ಮಂದಿಯನ್ನು ಬಲಿತೆಗೆದುಕೊಂಡಿತು. ಉದ್ಯೋಗವಿಲ್ಲದೆ ಉಣ್ಣುವುದಕ್ಕಿಲ್ಲದೆ ಬಡವರು ತೊಳಲಾಡಿದರು. ಅಮೆರಿಕ ಮತ್ತಿತರ ದೇಶಗಳಿಗೆ ಇಟಲಿಯ ಜನ ಬಹು ಸಂಖ್ಯೆಯಲ್ಲಿ ವಲಸೆಹೋಗತೊಡಗಿದರು.

ಇಂಥದರಲ್ಲೂ ಇಟಲಿಗೆ ರೈಲು ಬಂತು. ಸುರಂಗಗಳ ಮೂಲಕ ರೈಲು ಸಾಗುವುದನ್ನು ಪೋಪ್ ವಿರೋಧಿಸಿದರು. ಸುರಂಗಗಳಲ್ಲಿ ಗಾಡಿ ಓಡುವಾಗ ಪ್ರಯಾಣಿಕರು 'ಅನೈತಿಕ ಕಾರ್ಯ'ದಲ್ಲಿ ನಿರತರಾಗ ಬಹುದೆಂಬ ಶಂಕೆ ಅವರಿಗೆ !

20ನೆಯ ಶತಮಾನದ ಮೊದಲ ದಶಕದಲ್ಲಿ, ಶೋಷಿತರ ಕೈವಾರಿ ತಾನು ಎನ್ನುತ್ತ, ಹೊಸ ಧುರೀಣನೊಬ್ಬ ಮುಖ ತೋರಿಸಿದ. ಅವನ ಅಕ್ಕಸಾಲಿಗ ತಂದೆ ಸಮಾಜವಾದದ ಪ್ರತಿಪಾದಕನಾಗಿದ್ದ. 'ವರ್ಗಕ್ರಾಂತಿಯೇ ಸರಿ' ಎಂದು ಮಗನೂ ಧ್ವನಿಕೂಡಿಸಿದ. ಹೆಸರು ಬೆನಿತೋ ಮುಸೋಲಿನಿ. 'ಬೆನಿತೋ' ಪದ ಮೆಕ್ಸಿಕೋದ ಕ್ರಾಂತಿಕಾರಿ ಬೆನಿತೋ ಜುಆರೆಸ್‌ನಿಂದ ಎತ್ತಿಕೊಂಡದ್ದು. 1914ರಲ್ಲಿ ಮಹಾಯುದ್ಧ ಆರಂಭವಾದೊಡನೆ, ಕದಡಿದ ನೀರಿನಲ್ಲಿ ಮೀನು ಹಿಡಿಯಲು ಮುಸೋಲಿನಿ ಚಡಪಡಿಸಿದ. ಆವರೆಗೆ ಅಮೂರ್ತವಾಗಿದ್ದ ಕಮ್ಯೂನಿಸಂ ರಷ್ಯದಲ್ಲಿ ಪ್ರತ್ಯಕ್ಷವಾಯಿತು, 1917ರಲ್ಲಿ. ಮುಸೋಲಿನಿಗೆ ಎಂಥ ಅವಕಾಶ ! ಕಮ್ಯೂನಿಸಮಿಗಿದಿರು ಧರ್ಮರಕ್ಷಕನಾಗಿ ಪೋಪರ ಮೈತ್ರಿಗಳಿಸಬಹುದು. ಆ ನೆಲೆಯಿಂದ ಇಟಲಿಯ ಗದ್ದುಗೆ ಹತ್ತಿರವಾಗುತ್ತದೆ. ಹತ್ತಾರು ದೇಶಗಳ ಅರಸೊತ್ತಿಗೆಗಳಿಗೆ ತಾನಿನ್ನು ಆತ್ಮೀಯ. ಇಟಲಿಯ ಬಂಡವಾಳಗಾರರೂ ಭೂಮಾಲಿಕರೂ ತನಗೆ ಬೆಂಬಲ ನೀಡುತ್ತಾರೆ. ಮುಸೋಲಿನಿ ಸಮಾಜವಾದದ ಮುಖವಾಡ ತೆಗೆದೆಸೆದು ಸೀಜರನಾದ. ಇಟಲಿ ಭಾಷೆಯಲ್ಲಿ ಸೀಜರ್ ಅಂದರೆ ದೂಚೆ. ದೂಚೆ ಮುಸೋಲಿನಿ. ಸೀಜರರಂತೆ ತೋಳೆತ್ತಿ ವಂದನೆ. ಲಾಂಛನ ರೋಮನರ ಫಾಶಿಸ್. ಅವನದು ಫಾಶಿಸ್ಟ್ (ಫಾಸಿಸ್ಟ್) ಪಕ್ಷ. ಆರ್ತರು ಅವನ ಪೊಳ್ಳು ಭರವಸೆಗಳಿಗೆ ಮರುಳಾದದ್ದೊಂದು ದುರಂತ. ಮುಸೋಲಿನಿ ಉವಾಚ: "ಜನಮಂದೆ ಬಲಿಷ್ಠನನ್ನು ಇಷ್ಟಪಡ್ತದೆ; ಜನಮಂದೆ ಹೆಂಗಸಿದ್ದ ಹಾಗೆ." ಫಾಸಿಸ್ಟ್ ಭಟರೊಡನೆ ರೋಮ್‌ಗೆ ಬರುತ್ತಿದ್ದೇನೆ ಎಂದು ಮುಸೋಲಿನಿ ಮಿಲಾನ್‌ನಿಂದ ರೋಮ್‌ಗೆ ಸಂದೇಶ ಕಳಿಸಿದ. ಸ್ವಾಗತಿಸಲು ಅರಸ ಸಿದ್ಧನಾದ. 39ನೆಯ ವಯಸ್ಸಿನಲ್ಲಿ ಪ್ರಧಾನಿ ಪದವಿ ಸ್ವೀಕರಿಸಿದ ದೂಚೆ ಬೇಗನೆ ಪಾರ್ಲಿಮೆಂಟನ್ನು 'ಶುದ್ಧೀಕರಿಸಿ'ದ. ಆಗ ಪ್ರಾಣ ನೀಗಿದವನು ಇಟಲಿಯ ಪ್ರಗತಿಪರ ನಾಯಕ ಮಾತ್ತೆಓತ್ತಿ. 1925ರಲ್ಲಿ ಮುಸೋಲಿನಿ ಸರ್ವಾಧಿಕಾರಿಯಾಗಿ, ಫಾಸಿಸಮಿನ ವಿಜಯವನ್ನು ಸಾರಿದ. ಹತ್ತು

ವರ್ಷಗಳ ಬಳಿಕ ಇಥಿಯೋಪಿಯದ ಮೇಲೆ ದಾಳಿ ನಡೆಸಿ ಗೆದ್ದ. ಶೌರ್ಯಪ್ರದರ್ಶನ ಅದು.

ಜರ್ಮನಿಯಲ್ಲಿ ಗುಡುಗುಡು ಗುಮ್ಮಟನಾಗಿ ಪ್ರವರ್ಧಮಾನನಾದವನು ಹಿಟ್ಲರ್. ಅವನದೂ ಮುಸೋಲಿನಿಯದೇ ಕಾರ್ಯವಿಧಾನ. ಅವನ ನಾಜಿ (ರಾಷ್ಟ್ರೀಯ ಸಮಾಜವಾದಿ) ಪಕ್ಷ, ಇವನ ಫಾಸಿಸ್ಟ್ ಪಕ್ಷ – ಇವೆರಡರ ನಡುವೆ ವ್ಯತ್ಯಾಸವಿಲ್ಲ. ಆರಂಭದಲ್ಲಿ ಹಿಟ್ಲರನನ್ನು ಮುಸೋಲಿನಿ ಗೇಲಿ ಮಾಡುತ್ತಿದ್ದ: "ನನ್ನ ಸೆಲ್ಯೂಟನ್ನೇ ಬಳಸ್ತಾನೆ. ದೂಚೆ (ಜರ್ಮನಿಯಲ್ಲಿ ಫ್ಯೂರೆರ್) ಅಂತಲೇ ಕರಕೊಳ್ತಾನೆ." ಕ್ರಮೇಣ ಗೇಲಿ ನಿಂತಿತು. "ಹಿಟ್ಲರ್ ನನ್ನ ತಮ್ಮ" ಎಂದ. ಬರಬರುತ್ತ ತಮ್ಮನೇ ಅಣ್ಣನಾದ !

ಎರಡನೇ ಮಹಾಯುದ್ಧದಲ್ಲಿ ಇವರು ಸಹಭಾಗಿಗಳು. 1943ರಲ್ಲಿ ಸೋಲಿನ ಭೀತಿ ಕಾಡಿದಾಗ ಮುಸೋಲಿನಿ ಗದ್ದುಗೆಯಿಂದಿಳಿದ. ಹಿಟ್ಲರನ ಪಡೆಗಳ ಇಟಲಿಯನ್ನು ಆಕ್ರಮಿಸಿದುವು. ಆದರೆ ಜನ ನಾಜಿಗಳಿಗಿದಿರು ಗೆರಿಲಾ ಯುದ್ಧ ನಡೆಸಿದರು. (ಇದರಲ್ಲಿ ಕಮ್ಯೂನಿಸ್ಟರದು ಮುಖ್ಯ ಪಾತ್ರ.) 1945ರಲ್ಲಿ ಪರಾರಿಯಾಗಲೆತ್ನಿಸುತ್ತಿದ್ದ ಮುಸೋಲಿನಿಯನ್ನು ಫಾಸಿಸ್ಟ್ ವಿರೋಧಿ ತುಕಡಿ ಬಂಧಿಸಿ ಮರಣದಂಡನೆ ನೀಡಿತು.

ಜಗತ್ತಿಗೆ ಮುಸೋಲಿನಿಯ ಕೊಡುಗೆಗಳು ಎರಡು. ಎರಡೂ ದೀರ್ಘ ಪರಿಣಾಮಕಾರಿ. ಒಂದು ಫಾಸಿಸ್ಟ್ ಆಡಳಿತ ವಿಧಾನ; ಇನ್ನೊಂದು 53 ಕೋಟಿ ಜನತೆಯ ಧರ್ಮಪ್ರಭುವಾದ ಪೋಪನ ಆವಾಸ ಪ್ರದೇಶಕ್ಕೆ (108.7 ಎಕರೆ) – ವಾಟಿಕನ್‌ಗೆ – ಸ್ವತಂತ್ರ ರಾಷ್ಟ್ರದ ಸ್ಥಾನಮಾನ ನೀಡಿಕೆ.

ವಿವಾಹ ವಿಚ್ಛೇದನ, ಗರ್ಭಪಾತ ವಾಟಿಕನ್‌ಗೆ ಇಷ್ಟವಿಲ್ಲ. ಆದರೆ, ರೋಮನ್ ಕ್ಯಾಥಲಿಕರೇ ಬಹುಸಂಖ್ಯೆಯಲ್ಲಿರುವ ಇಟಲಿಯಲ್ಲಿ ಅವೆರಡೂ ಮಾನ್ಯ. ಸ್ತ್ರೀಯರಿಗೆ ಮತನೀಡುವ ಹಕ್ಕು ದೊರೆತಿದ್ದು ಮೊನ್ನೆ ಮೊನ್ನೆ, 1947ರಲ್ಲಿ. ದಕ್ಷಿಣ ಇಟಲಿಯಲ್ಲಿ ಈಗಲೂ ಕಡುಬಡತನವನ್ನು ಕಾಣಬಹುದು. ಸಿಸಿಲಿ–ಕಂಪಾನಿಯಗಳಲ್ಲಿ ಅನೇಕ ಕಡೆ ಜನರದೂ ಕತ್ತೆಗಳದೂ ಸಹ–ವಾಸ, ಗವಿ ಮನೆಗಳಲ್ಲಿ. 'ನೋಡಿ ಸಾಯಬೇಕಾದ' ಸುಂದರ ನಗರ ನೇಪ್‌ಲ್ಸ್‌ನಲ್ಲೂ ಗವಿವಾಸಿಗಳು ಇದ್ದಾರೆ. ಬೆನೆವೆಂತೋನಲ್ಲಿ ಮಕ್ಕಳನ್ನು ಹೊಲ–ತೋಟಗಳ ದುಡಿಮೆಗಾಗಿ ಹರಾಜುಹಾಕುತ್ತಾರೆ... ಸೊಬಗನ್ನಷ್ಟೇ ಸವಿಯಲು ಪ್ರತಿ ವರ್ಷ ಎರಡು ಲಕ್ಷ ಪ್ರವಾಸಿಗರು ಈ ದೇಶಕ್ಕೆ ಬರುತ್ತಾರೆ.

ಇಟಲಿಯದು ಈಗ ಅರಸನಿಲ್ಲದ ಪಾರ್ಲಿಮೆಂಟರಿ ಪದ್ಧತಿ. ಮೂರು ಪ್ರಮುಖ ಪಕ್ಷಗಳು: ಕ್ರಿಶ್ಚಿಯನ್ ಡೆಮೊಕ್ರಾಟ್, ಸೋಶಿಯಲಿಸ್ಟ್, ಕಮ್ಯೂನಿಸ್ಟ್. ಪಶ್ಚಿಮ ಯೂರೋಪಿನಲ್ಲೇ ಅತ್ಯಂತ ದೊಡ್ಡದು

ಇಟಲಿಯ ಕಮ್ಯೂನಿಸ್ಟ್ ಪಕ್ಷ; ಅದರ ಸದಸ್ಯ ಸಂಖ್ಯೆ ಇಪ್ಪತ್ತು ಲಕ್ಷ. ದೇಶದ ವಿಸ್ತೀರ್ಣ 116,303 ಚ. ಮೈಲು. ಭವಿಷ್ಯತ್ತಿನ ರೂವಾರಿಗಳು ಆರು ಕೋಟಿ ಜನ. ಸಾಮ್ರಾಜ್ಯ ಮಣ್ಣುಮುಕ್ಕಿದ ಮೇಲೆ, ಸಂಘಟಿತ ದೇಶವಿಲ್ಲದೆಯೇ ಸಾಹಿತ್ಯ-ಕಲೆಗಳಲ್ಲಿ ಪುನರುದಯ ಸಾಧಿಸಿದವರು, 19ನೆಯ ಶತಮಾನದಲ್ಲಿ ರಾಜಕೀಯ ಪುನರುತ್ಥಾನ ವನ್ನೂ ಸಾಧ್ಯಗೊಳಿಸಿದವರು, ಫಾಸಿಸಮಿನ ಹಿಮಯುಗದಿಂದಲೂ ಪಾರಾದವರು. ಮುಂದೆಯೂ ಎಂಥ ಸವಾಲನ್ನಾದರೂ ಇದಿರಿಸಲು ಇವರು ಸಮರ್ಥರು.

* * *

ವಿಯೆನ್ನಾ ಎಂದರೆ ಸಾಕು, ಸಂಗೀತಪ್ರಿಯರು ಕುಳಿತ ಪೀಠ ಜೋಕಾಲಿಯಾಗುತ್ತದೆ. ಆದರೆ ಈ ಹೆಗ್ಗಳಿಕೆ ಈಚಿನದು, ಕಳೆದ ಮೂರು ಶತಮಾನಗಳದ್ದು. ದಾನ್ಯೂಬ್ ನದೀತಟದ ವಿಯೆನ್ನಾ ರಾಜಧಾನಿಯಾಗಿರುವ ಆಸ್ಟ್ರಿಯ (ಆಸ್ಟ್ರಿಯ ಎಂಬ ಹೆಸರು ಹೊತ್ತ ಪ್ರದೇಶ) ಮಂಜುಪರದೆಯಾಚೆಗೂ ಮನುಷ್ಯನ ಚಟುವಟಿಕೆಗಳ ತಾಣವಾಗಿತ್ತು. ಆತ, ಬದುಕನ್ನು ರೂಪಿಸತೊಡಗಿದ್ದ ಶಿಲಾಯುಗದ ಮನುಷ್ಯ. ಸದ್ದು ಕರ್ಕಶ. (ಅವನಿಗೆ ಅದೇ ಸಂಗೀತ.) ಕ್ರಿ. ಪೂ. 500ರಲ್ಲಿ ಇಲ್ಲಿ ಕಬ್ಬಿಣ ಯುಗದ ಸಮೃದ್ಧ ನಾಗರಿಕತೆ ಇತ್ತು. ಮುಂದೆ ಈ ದಾರಿಯಾಗಿ ಆರ್ಯರನ್ನೂ ಒಳಗೊಂಡು ವಿವಿಧ ಬುಡಕಟ್ಟುಗಳ ಜನ ಬಂದರು. ನೆಲೆನಿಂತವರೆಷ್ಟೊ? ಮುಂದೆ ಹೋದವರೆಷ್ಟೊ? ಇಲ್ಲಿ ನೆಲೆಸಿದ ಬಹ್ವಂಶ ಎಲ್ಲ ಜನ ಆಡತೊಡಗಿದ ಭಾಷೆ ಜರ್ಮನ್.

ಕ್ರಿಸ್ತಶಕೆಯ ಆರಂಭಕ್ಕೆ ತುಸು ಮುನ್ನ ಈ ಪ್ರದೇಶವನ್ನು ರೋಮ್‌ನ ಬಲಿಷ್ಠ ಪಡೆಗಳು ಗೆದ್ದುವು. 'ಆಸ್ಟ್ರಿಯ'ದ ಪದಶಃ ಅರ್ಥ- 'ಸಮ್ರಾಟರ ಶಾಸನಸಭೆಯಲ್ಲಿ ಪ್ರಾತಿನಿಧ್ಯವಿರುವ ಪ್ರದೇಶ.' ರೋಮ್ ಸಮ್ರಾಟನ ಆಸ್ಥಾನದಲ್ಲಿ ಇಲ್ಲಿನ ಪ್ರದೇಶದ ಪ್ರತಿನಿಧಿ ಇದ್ದನೆಂದು ಆ ಹೆಸರು ಬಂದಿರಬೇಕು. 8ನೆಯ ಶತಮಾನದಲ್ಲಿ ಜರ್ಮನ್ ಮುಖಂಡ ಶಾರ್ಲ್‌ಮೇನನ ವಶವಾಯಿತು ಆಸ್ಟ್ರಿಯ. ಬಳಿಕ, ಆಕ್ರಮಣಕಾರರಾಗಿ ಬಂದ ಮಾಗ್ಯರರು ಅದನ್ನು ಆಳತೊಡಗಿದರು. 13ನೆಯ ಶತಮಾನದ ಅಂತ್ಯದಲ್ಲಿ ಹಾಬ್ಸ್‌ಬರ್ಗ್ ಮನೆತನದ ಪಾಳೆಯಗಾರ ರುಡಾಲ್ಫ್ ಆಸ್ಟ್ರಿಯದ ಮೇಲೆ ಪ್ರಭುತ್ವ ಸ್ಥಾಪಿಸಿದ. 'ಹಾಬ್ಸ್‌ಬರ್ಗ್' ಎಂದರೆ 'ಹದ್ದುಕೋಟೆ'. ಪ್ರಚಂಡ ಹದ್ದುಗಳು ಈ ಭೂಮಾಲಿಕರು. ಇವರು ಹುಬ್ಬು ಕುಣಿಸತೊಡಗಿದ್ದು ಸ್ವಿಟ್ಜರ್‌ಲೆಂಡಿನಲ್ಲಿ. 11ನೆಯ ಶತಮಾನದಲ್ಲಿ ಮಾಂಸಖಂಡಗಳು ಬಲಿತಾಗ, ಆಸ್ಟ್ರಿಯವನ್ನು ಕಬಳಿಸುವುದು ಕಷ್ಟವಾಗಲಿಲ್ಲ . ಬರಿಯ ಆಸ್ಟ್ರಿಯ ಮಾತ್ರವಲ್ಲ. ಸುತ್ತಮುತ್ತಲ ಹಲವು ದೇಶಗಳೂ ಜನಾಂಗಗಳೂ ಅವರ ಅಧೀನಕ್ಕೆ ಬಂದವು; ಸ್ಲಾವರು

ಇವರ ಅಡಿಯಾಳುಗಳಾದರು. "ಸ್ಲಾವ್ ಜನಾಂಗದ ಜೇಲರರು"ಎಂಬ 'ಖ್ಯಾತಿ' ಆಸ್ಟ್ರಿಯದ ದೊರೆಗಳಿಗೆ. ಬೈಜಾಂಟಿಯಮನ್ನು ಜಯಿಸಿ ಒಟ್ಟೊಮಾನ್ (ಉಸ್ಮಾನ್) ಸಾಮ್ರಾಜ್ಯ ಸ್ಥಾಪಿಸಲು ಹೊರಟ ತುರ್ಕರ ಕೈಯಲ್ಲಿ ಹಾಬ್ಸ್‌ಬರ್ಗ್ ಅರಸರು ಸ್ವಲ್ಪ ಹಣ್ಣಾದದ್ದು ನಿಜ. ತುರ್ಕರಿಗೆ ಒಮ್ಮೆ ಕಾಣಿಕೆಯನ್ನೂ ತೆರಬೇಕಾಗಿ ಬಂತು. ಆದರೆ ಒಪ್ಪಂದ ಮಾಡಿ ಕೊಂಡು, ಪುನಃ ಬಲಸಂವರ್ಧನೆಗೆ ತೊಡಗಿದರು. ಇಟಲಿಯ ಮೇಲೆ ಅಧಿಕಾರ ಚಲಾಯಿಸಿದರು. ಯೂರೋಪಿನ ರಾಜಕುಟುಂಬಗಳ ಜತೆಗೆಲ್ಲ ಹಾಬ್ಸ್‌ಬರ್ಗ್ ಮನೆತನದ ಸಂಬಂಧ. ಹೆಣ್ಣು ಕೊಡುವುದು, ಹೆಣ್ಣು ತರುವುದು. 'ಮದುವೆ ರಾಜನೀತಿ.' ಆಸ್ಟ್ರಿಯ-ಹಂಗರಿ ಜಂಟಿ ಅರಸೊತ್ತಿಗೆಯೂ ಸ್ಥಾಪಿತವಾಯಿತು. ವಿಯೆನ್ನಾ, ಬುಡಾಪೆಸ್ಟ್ ಎರಡು ರಾಜಧಾನಿಗಳು. ಎಲ್ಲರೂ ಹೇಳುವವರೇ : "ಬಯಸಿದ ಏನನ್ನೂ ಬೇಕಾದರೂ ಆಸ್ಟ್ರಿಯ ಸಾಧಿಸಬಲ್ಲುದು !" 17ನೆಯ ಶತಮಾನದಲ್ಲಿ ಆಸ್ಟ್ರಿಯ ವಿಸ್ತಾರವಾದ ಪ್ರಬಲವಾದ ಸಾಮ್ರಾಜ್ಯವಾಯಿತು. ಮುಂದಿನ ಶತಮಾನ ಮರೀಯ ಥೆರೀಸ ಆ ರಾಷ್ಟ್ರದ ಕೀರ್ತಿಶಾಲಿನಿ ಸಮ್ರಾಜ್ಞಿಯಾದಳು. ಪೋಲೆಂಡಿನ ಮೊದಲ ವಿಭಜನೆಯಾದದ್ದು ಇವಳ ಕಾಲದಲ್ಲಿ. ಆ ವಿಭಜನೆ ಪ್ರಷ್ಯದ ಯೋಜನೆ; ರಷ್ಯ-ಆಸ್ಟ್ರಿಯಗಳ ರಾಣಿಯರು ಪಾಲುಗಾರ್ತಿಯರು. ತನ್ನ ಪಾಲನ್ನು ಕಬಳಿಸುತ್ತ ಥೆರೀಸ ಅಂದಳು: "ನಂಬಿಕೆ ವಿಶ್ವಾಸ ಇನ್ನು ಯಾವತ್ತೂ ಸಾಧ್ಯವಿಲ್ಲವಪ್ಪ !"

ಥೆರೀಸಳ ಬಳಿಕ ಆಸ್ಟ್ರಿಯದ ದೊರೆಯಾದ ಎರಡನೆಯ ಜೋಸೆಫ್ ಗ್ರಾಮೀಣ ಜೀತದಾಳುಗಳಿಗೆ ಮುಕ್ತಿ ನೀಡಿ, 'ಜನತೆಯ ಸಮ್ರಾಟ' ಎಂಬ ಪ್ರಶಂಸೆ ಗಳಿಸಿದ. (ದುಡಿಯುವ ಕೈಗಳಿಗೆ ನಗರಗಳಲ್ಲಿ ಆಗ ವಿಪರೀತ ಬೇಡಿಕೆ.)

ಫ್ರೆಂಚ್ ಕ್ರಾಂತಿ ಹಲವು ಅರಸೊತ್ತಿಗೆಗಳ ಕಣ್ಣು ತೆರೆಸಿತು. ತಲೆಕಳೆದುಕೊಂಡ ಫ್ರಾನ್ಸಿನ ರಾಣಿ ಆಂಟಿಯೊನೆಟ್ ಆಸ್ಟ್ರಿಯದ ಅರಸನ ಸೋದರಿ.

ಹಲವು ಜನಾಂಗಗಳ ಎಲುಬುಗೂಡುಗಳ ಮೇಲೆ ಕಟ್ಟಿದ 'ಹದ್ದು ಕೋಟೆ ಸಾಮ್ರಾಜ್ಯ' ಎಷ್ಟು ಕಾಲ ಭದ್ರವಾಗಿರುವುದು ಸಾಧ್ಯ ? ಇಟಲಿ ತನ್ನತನವನ್ನು ಮರಳಿ ಪಡೆಯಿತು. ಬೇರೆಡೆಗಳಲ್ಲೂ ಪ್ರತಿಭಟನೆಯ ಕಹಳೆ ಮೊಳಗಿತು. 1914ರಲ್ಲಿ ಅಧೀನ ಪ್ರಾಂತ ಬೊಸ್ನಿಯಕ್ಕೆ ಹೋಗಿದ್ದ ಆಸ್ಟ್ರಿಯದ ಯುವರಾಜ ಫರ್ಡಿನೆಂಡ್ ಒಬ್ಬ ಸ್ವಾತಂತ್ರ್ಯ ಪ್ರೇಮಿಯ ಗುಂಡಿಗೆ ಬಲಿಯಾದ. ಮೊದಲನೆಯ ಮಹಾಯುದ್ಧದ ಸ್ಫೋಟಕ್ಕೆ ಅದೇ ನೆಪವಾಯಿತು. 1918ರಲ್ಲಿ ಯುದ್ಧ ಮುಗಿದಾಗ, ಹಾಬ್ಸ್‌ಬರ್ಗ್ ಸಾಮ್ರಾಜ್ಯದ ಮುಕ್ತಾಯವೂ ಆಯಿತು. ಉಳಿದದ್ದು, ಗಣರಾಜ್ಯವೆಂದು ಇನ್ನೊಂದು ಅಧ್ಯಾಯ ಆರಂಭಿಸಲು ಅಣಿಯಾದ ಆಸ್ಟ್ರಿಯ ದೇಶ ಮಾತ್ರ.

ಹಿಟ್ಲರ್ ಆಸ್ಟ್ರಿಯ ಮೂಲದವನು. ಎರಡನೆಯ ಮಹಾಯುದ್ಧಕ್ಕಾಗಿ ಭೇರಿ ಬಾರಿಸತೊಡಗಿದವನು. 1938ರಲ್ಲಿ ಆಸ್ಟ್ರಿಯವನ್ನು ಆತ, ಸುಲಭವಾಗಿ, ತಾನು ಕಟ್ಟತೊಡಗಿದ್ದ ಸಾಮ್ರಾಜ್ಯದ ಒಂದು ಪ್ರಾಂತವಾಗಿ ಮಾಡಿದ.

1945ರಲ್ಲಿ ಸೋವಿಯೆತ್ ಒಕ್ಕೂಟದ ಕೆಂಪು ಪಡೆಯೂ ಇತರ ಮಿತ್ರ ರಾಷ್ಟ್ರಗಳ ಪಡೆಗಳೂ ಆಸ್ಟ್ರಿಯವನ್ನು ಬಂಧಮುಕ್ತಗೊಳಿಸಿದುವು. ತಾಟಸ್ಥ್ಯದ ಆಶ್ವಾಸನೆ ಪಡೆದು ಕೆಂಪು ಸೇನೆ ಮರಳಿತು. ಉಳಿದ ಪಡೆಗಳೂ ಅಲ್ಲಿ ನಿಲ್ಲಲಿಲ್ಲ.

ಈಗ ಹಲವು ಶಾಂತಿ ಮಾತುಕತೆಗಳಿಗೆ ಆತಿಥ್ಯ ನೀಡುವ ಪುಟ್ಟ ದೇಶ – ಆಸ್ಟ್ರಿಯ. ಇಟಲಿ, ಜರ್ಮನಿ, ಸ್ವಿಟ್ಜರ್ಲೆಂಡ್, ಹಂಗರಿ, ಯುಗೊಸ್ಲಾವಿಯ, ಚೆಕೊಸ್ಲೊವಾಕಿಯಗಳಿಂದ ಅದು ಆವೃತವಾಗಿದೆ. 80 ಲಕ್ಷಕ್ಕೂ ತುಸು ಕಮ್ಮಿ ಜನಸಂಖ್ಯೆ; 32,366 ಚದರ ಮೈಲು ವಿಸ್ತೀರ್ಣ. ಪ್ರವಾಸಿಗಳಿಗೆ ಆಸ್ಟ್ರಿಯ ಇಷ್ಟ. ಅಮದು ಮಾಡಿ ಹಣಗಳಿಸುವ ಕೆಲ ಸಾಮಗ್ರಿಗಳೂ ಅಲ್ಲಿ ಉತ್ಪಾದನೆಯಾಗುತ್ತವೆ.

2

ಪೈಲ್ವಾನರ ಮೈಗೆ ಎಣ್ಣೆ ತೀಡಿದಂತೆ, ರಾಷ್ಟ್ರನಾಯಕರ ಒರಟು ಕೋನಗಳಿಗೆ ಸಾಹಿತ್ಯ ಕಲೆಗಳ ಲೇಪನ. ಕೆಲವರಿಗೆ ಕವಿಗಳ ಹೊಗಳಿಕೆಯೊಂದೇ ಸಾಕು; ಬೇರೆ ಕೆಲವರಿಗೆ ಸ್ವತಃ ತಾವೂ ಬರೆಯುವ ಹುಚ್ಚು. ಕ್ರಿ. ಪೂ. ಮೊದಲ ಶತಮಾನದಲ್ಲಿ ರೋಮ್ ಸಾಮ್ರಾಜ್ಯಕ್ಕೆ ಅಡಿಪಾಯ ಹಾಕಿದ ವೀರ ಜೂಲಿಯಸ್ ಸೀಜರ್ ಲ್ಯಾಟಿನ್ ಭಾಷೆಯಲ್ಲಿ ಒಂದು ಗ್ರಂಥ ರಚಿಸಿದ – ನಾನಾ ವಿಷಯಗಳ ಬಗೆಗೆ 'ವ್ಯಾಖ್ಯೆಗಳು'. ಅದು ಸರಳ ಶೈಲಿಯ ಗದ್ಯ. ಅವನ ಸಮಕಾಲೀನ ಚಿಚೆರೊ ಮಹತ್ವದ ಬರೆಹಗಾರ. ಗ್ರೀಕ್ ವೈಚಾರಿಕತೆ ಇವನ ಮೂಲಕ ಮುಂದಿನ ಪೀಳಿಗೆಗೆ ಮುಟ್ಟಿತು. ಈತನ ಭಾಷಣಗಳಲ್ಲಿ ಪತ್ರಗಳಲ್ಲಿ, ಕೇವಲ ಒಂದು ಬುಡಕಟ್ಟಿನ ಭಾಷೆಯಾಗಿದ್ದ ಲ್ಯಾಟಿನ್, ಭಾಷಾ ಸಂಸತ್ತಿನ ಅಗ್ರ ಶ್ರೇಣಿಯಲ್ಲಿ ಸ್ಥಾನ ಪಡೆಯಿತು. ಚಿಚೆರೊ ಗಣರಾಜ್ಯ ವ್ಯವಸ್ಥೆಯ ಪಕ್ಷಪಾತಿ. ಸೀಜರನ ಮಹತ್ವಾಕಾಂಕ್ಷೆಯನ್ನು ಆತ ವಿರೋಧಿಸಿದ; ಮಹತ್ವಾಕಾಂಕ್ಷಿಯ ಹತ್ಯೆಯನ್ನು ಸಮರ್ಥಿಸಿದ. ಪರಿಣಾಮವಾಗಿ, ಆಂಟನಿಯ ಆಜ್ಞೆಯಂತೆ ವಧಿಸಲ್ಪಟ್ಟ. ಆಗಸ್ಟಸ್ ಚಕ್ರವರ್ತಿಯ ಕಾಲದಲ್ಲಿ, ರೋಮನರ ಪ್ರಾಚೀನರನ್ನು ಕುರಿತ ಸತ್ಯಮಿಥ್ಯಗಳ ಮಿಶ್ರಣವಾದ 'ಈನೀಡ್' ಮಹಾಕಾವ್ಯವನ್ನು ರಚಿಸಿದವನು ವರ್ಜಿಲ್. ನಿತ್ಯಬದುಕಿನ ಚಿತ್ರವನ್ನು ಕಾವ್ಯದಲ್ಲಿ ಮೂಡಿಸಿದವರು ಹೊರೇಸ್, ಒವಿಡ್. ನಾಟಕ ಬರೆದ ಸೆನೆಕಾ ರಾಜನೀತಿಜ್ಞ, ತತ್ವಜ್ಞಾನಿ. ಇವನು ಕ್ರಿ. ಶ. ಒಂದನೆಯ ಶತಮಾನದವನು.

ವಿಡಂಬನಾತ್ಮಕ ಕಥೆಗಳನ್ನು ಪೆಟ್ರೋನಿಯಸ್ ಬರೆದ. ಹನ್ನೆರಡು ಸೀಜರರ ಜೀವನ ಚರಿತ್ರೆ ಸ್ವೆತೋ ನಿಯಸನ ಕೃತಿ–ಎರಡನೆಯ ಶತಮಾನದ್ದು.

ಲ್ಯಾಟಿನ್‌ನದು ಗ್ರೀಕ್ ಲಿಪಿಯನ್ನು ಆಧರಿಸಿದ ಅಕ್ಷರಮಾಲೆ. ಮುಂದೆ ಆಧುನಿಕ ಇಟಲಿ, ಫ್ರಾನ್ಸ್, ಸ್ಪೇನ್, ಪೋರ್ಚುಗಲ್‌ಗಳ ದೇಶೀಯ ಭಾಷೆಗಳಿಗೆ ಲ್ಯಾಟಿನ್ ಮಾತೃಕೆಯಾಯಿತು.

ಮುಂದಿನ ಒಂದು ಸಾವಿರ ವರ್ಷ ಹೇಳಿಕೊಳ್ಳುವಂಥ ಯಾವ ಸಾಹಿತ್ಯವೂ ಲ್ಯಾಟಿನ್ ಹುಟ್ಟಿದ ಭೂಮಿಯಲ್ಲಿ ಸೃಷ್ಟಿಯಾಗಲಿಲ್ಲ. ದೇಶ ಎಂಬುದೇ ಇರಲಿಲ್ಲ. ಅಲ್ಲಲ್ಲಿ ಜನಸಮುದಾಯಗಳು. ವಿವಿಧ ಭಾಷೆಗಳ ಬೇರೆ ಬೇರೆ ಹಿನ್ನೆಲೆಗಳ ಹಲವಾರು ಆಕ್ರಮಣಕಾರರು. ಧರ್ಮಪ್ರಭುತ್ವ ತನ್ನ ನೆಲೆಯನ್ನು ಭದ್ರಗೊಳಿಸಲು ಶತಮಾನ ಗಳುದ್ದಕ್ಕೂ ಹೆಣಗಿತು. ಧರ್ಮದ ಭಾಷೆಯಾಯಿತು, ಘನರೂಪ ತಳೆದ ಲ್ಯಾಟಿನ್. ಜನತೆಗೂ ಅದಕ್ಕೂ ಸಂಬಂಧ ಶಿಥಿಲವಾಯಿತು. ತಸ್ಕನಿಯಲ್ಲಿ ಜನಪದದ ಭಾಷೆ ಒಂದು ವಿಶೇಷ ಬಗೆಯ ಲ್ಯಾಟಿನ್. ಹಸಿಮಣ್ಣಿನ ಒಳ್ಳೆಯ ವಾಸನೆ ಇತ್ತು ಅದಕ್ಕೆ. 14ನೆಯ ಶತಮಾನದಲ್ಲಿ ಆ ಭಾಷೆಯಲ್ಲಿ ಶ್ರೇಷ್ಠ ಕೃತಿಗಳನ್ನು ರಚಿಸಿದ ಅದೇ ನೆಲದ ಮೂವರು: ದಾಂತೆ, ಪೆತ್ರಾರ್ಕ್, ಬೊಕ್ಕಾಚ್ಚೊ. ಇವರು ಬಳಸಿದ ತಸ್ಕನಿಯ ಲ್ಯಾಟಿನ್ ಭಾಷಾ ಪ್ರಭೇದವೇ ಕ್ರಮೇಣ ಇಡೀ ಇಟಲಿಯ ಸಾಹಿತ್ಯದ, ವ್ಯವಹಾರದ ಭಾಷೆಯಾಗಿ ಸ್ವೀಕೃತವಾಯಿತು.

ಅದೇ ಕಾಲದಲ್ಲಿ ಬಲಿಷ್ಠ ನಾಯಕರ ಕೆಳಗೆ ನಗರ ರಾಜ್ಯಗಳು ಮತ್ತೆ ಪ್ರಗತಿಹೊಂದಿದುವು. ಇಲ್ಲಿ ಸಂಪತ್ತು ಸಂಗ್ರಹವಾಯಿತು. ಸಾಹಿತ್ಯ ಕಲೆಗಳಿಗೆ ಪ್ರೋತ್ಸಾಹ ದೊರೆಯಿತು. ಈ ಪುನರುದಯಕ್ಕೆ ಬೆಂಬಲ ನೀಡಿದವರಲ್ಲಿ ಪ್ರಮುಖರು ಫ್ಲಾರೆನ್ಸಿನ ಮೆದಿಚಿ ಮನೆತನದವರು.

ದಾಂತೆಯ ಮಹಾಕಾವ್ಯ 'ಕಾಮಿಡಿಯಾ' ಪರಲೋಕ ಪ್ರವಾಸ ಕಥನ. ಮುಂದೆ ಪ್ರಕಾಶಕನೊಬ್ಬ ಅದಕ್ಕೆ 'ಡಿವೈನ್' ವಿಶೇಷಣವನ್ನು ಸೇರಿಸಿದ! ಪರಲೋಕದ್ದಾದರೂ ತನ್ನನ್ನು ಕಾಡಿದವರನ್ನೆಲ್ಲ ರಂಗುರಂಗಾಗಿ ತನ್ನ ಕೃತಿಯಲ್ಲಿ ದಾಂತೆ ಚಿತ್ರಿಸಿದ್ದಾನೆ. ವ್ಯಕ್ತಪಡಿಸುತ್ತಿದ್ದ ನಿಷ್ಠುರ ಅಭಿಪ್ರಾಯಗಳಿಗಾಗಿ ಆತ ರಾಜ್ಯದಿಂದ ರಾಜ್ಯಕ್ಕೆ ತಲೆಮರೆಸಿಕೊಂಡು ಹೋಗಬೇಕಾಗುತ್ತಿತ್ತು. ಕಂಡಲ್ಲಿ ಅವನನ್ನು ಕೊಲ್ಲಬೇಕೆಂಬ ಆಜ್ಞೆಯೂ ಇತ್ತು. ಅಂಥ ಅವಧಿಯಲ್ಲಿ, ಸ್ಥಿತಿಯಲ್ಲಿ ನಿರ್ಮಿಸಿದ ಕೃತಿ 'ಕಾಮಿಡಿಯಾ'. ಪೆತ್ರಾರ್ಕ್ 207 ಪ್ರೇಮ ಗೀತೆಗಳನ್ನು, ಸುನೀತಗಳನ್ನು, ಬರೆದ ಕವಿ. "ದಾಂತೆ ಬರೆದುದನ್ನು ನಾನು ಓದುವುದಿಲ್ಲ; ಅವನಿಂದ ಪ್ರಭಾವಿತನಾಗಬಾರದು," ಎನ್ನುತ್ತಿದ್ದ. ಪೆತ್ರಾರ್ಕ್‌ನನ್ನು 'ಗೌರವಾನಿತ್ವ ಗುರು' ಎಂದು ಕರೆದ

ಬೊಕ್ಕಾಚ್ಚೊ ಆರಂಭದಲ್ಲಿ ಕವಿತೆಗಳನ್ನು ರಚಿಸಿದನಾದರೂ, ಮುಖ್ಯ ಅಭಿವ್ಯಕ್ತಿಗೆ ಕಥೆಯ ಪ್ರಕಾರವನ್ನು ಆರಿಸಿಕೊಂಡ. ಹೃದ್ಯವಾದ ಗದ್ಯ. 'ದೆಕಾಮಿರನ್' ಪರಸ್ಪರ ಕುಣಿಕೆ ಹಾಕಿದ ನೂರು ಕಥೆಗಳ ಸಂಗ್ರಹ – ವಿಶ್ವಕಥಾ ಸಾಹಿತ್ಯಕ್ಕೆ ಬೊಕ್ಕಾಚ್ಚೊನ ಕೊಡುಗೆ. ಈ ಸಂಪುಟದ ಕೆಲವು ಕಥೆಗಳು ಎರಡು ಶತಮಾನಗಳ ಬಳಿಕ ನಾಟಕ ಬರೆಯಲು ಶೇಕ್ಸ್‌ಪಿಯರನಿಗೆ ವಸ್ತು ಒದಗಿಸಿದುವು.

ಭಾರತದ ಚಾಣಕ್ಯ ಪ್ರತಿಪಾದಿಸಿದ ರಾಜನೀತಿಯನ್ನು ನೆನಪಿಗೆ ತರುವಂಥ ಕೃತಿ 'ರಾಜಕುಮಾರ'. ಬರೆದವನು ಮಾಕೆಅವೆಲ್ಲಿ. ಸೊಗಸಾದ ಗದ್ಯದಲ್ಲಿ ಆತನೆಂದ: "ಯುದ್ಧ ಒಳ್ಳೆಯದು; ಯಾಕೆಂದರೆ, ಅದು ಸಮಾಜವನ್ನು ಭದ್ರಪಡಿಸುತ್ತದೆ." "ಯುದ್ಧಕ್ಕೆ ಹೋಗುವ ಆಸಕ್ತಿಯನ್ನು ಒಂದು ರಾಜ್ಯ ಕಳೆದುಕೊಂಡರೆ, ಅದರ ಅವಸಾನ ಸನ್ನಿಹಿತವಾದಂತೆಯೇ." "ಯಶಸ್ಸು ಗಳಿಸುವುದಕ್ಕೋಸ್ಕರ ದೇಶದ ಪ್ರಭು ನಿರ್ದಯನಾಗಿರಬೇಕು."

13ನೆಯ ಶತಮಾನದಲ್ಲಿ ತಸ್ಕನಿಯ ಹುಡುಗ ಜೊತ್ತೊನಿಂದ ಆರಂಭವಾದ ಇಟಲಿಯ ಚಿತ್ರಕಲೆ ಮುಂದಿನ ಶತಮಾನಗಳಲ್ಲಿ ಬೊತ್ತಿಚೆಲ್ಲಿ, ವಿನ್ಚಿ, ಮೈಕೆಲೆಂಜೆಲೊ, ತಿತಿಯನ್, ರಾಫೇಲ್‌ರಂಥ ಪ್ರತಿಭಾನ್ವಿತರ ಕುಂಚಗಳನ್ನು ಹಾದು ಪರಾಕಾಷ್ಠೆ ಮುಟ್ಟಿತು. ಪ್ರಾಚೀನ ಗ್ರೀಕರಿಗಿಂತ ತಾವು ಒಂದು ಕೈ ಮೇಲು ಎನ್ನುವಂತೆ ಅದ್ಭುತ ಶಿಲ್ಪಕೃತಿಗಳನ್ನು ರಚಿಸಿದ ದೊನ್ನಾತೆಲ್ಲೊ, ಮೈಕೆಲೆಂಜೆಲೊ, ಚೆಲ್ಲಿನಿ ಆಗ ಯೂರೋಪಿನ – ಮುಂದೆ ಇಡೀ ಜಗತ್ತಿನ ಮನ್ನಣೆಗೆ ಪಾತ್ರರಾದರು. ಕಲೆಯ ಲೋಕದಲ್ಲಿ ಇಬ್ಬರು ವಿಶೇಷ ಪ್ರಶಂಸೆಗೆ ಅರ್ಹರು. ದ ವಿನ್ಚಿ ಮತ್ತು ಮೈಕೆಲೆಂಜೆಲೊ. ಇಟಲಿಯಲ್ಲಿ ಅವಿಶ್ರಾಂತ ಮನುಷ್ಯನನ್ನು 'ಮಿಲಾನಿ' ಎಂದು ಕರೆಯುವುದುಂಟು. ಅವಿಶ್ರಾಂತ ಮಿಲಾನ್ ನಗರದ ಕೂಸು ವಿನ್ಚಿ. ಗಣಿತ, ಶಿಲ್ಪ, ಸಂಗೀತ, ಚಿತ್ರಕಲೆ, ಎಂಜಿನಿಯರಿಂಗ್, ಸಂಶೋಧನೆ – ಹೀಗೆ ಬಹುಮುಖ ಪ್ರತಿಭೆ. "ಯಾರು ಹಣ ಕೊಡುತ್ತಾರೊ ಅವರಿಗೆ ನನ್ನ ಸೇವೆ," ಎನ್ನುತ್ತಿದ್ದ. ಚಿತ್ರಕಾರ, ಶಿಲ್ಪಿ ಮೈಕೆಲೆಂಜೆಲೊ ಕವಿಯೆಂದೂ ಪ್ರಖ್ಯಾತನಾಗಿದ್ದ. ರಚಿಸಿದ ಕೃತಿಗಳಿಗೆ ಹೆಚ್ಚು ಪ್ರತಿಫಲ ಕೊಡಿ – ಎಂದು ಪೋಪರೊಡನೆ ಜಗಳವಾಡುತ್ತಿದ್ದ. ಗಣರಾಜ್ಯದ ಆರಾಧಕ. ಫ್ಲಾರೆನ್ಸ್‌ನ ಸ್ವಾತಂತ್ರ್ಯಕ್ಕಾಗಿ ಶಸ್ತ್ರಧಾರಿಯಾಗಿ ಹೋರಾಡಿದ. ವೃದ್ಧಾಪ್ಯದಲ್ಲಿ ಸಾಯುವ ಘಳಿಗೆಯಲ್ಲಿ "ಈ ಬದುಕಿನಲ್ಲಿ ನಾನು ಸಾಧಿಸಿದ್ದು ಏನೂ ಇಲ್ಲ" ಎಂದು ಕೊರಗಿದ.

15–16ನೆಯ ಶತಮಾನಗಳಲ್ಲಿ ಸಾಗರಯಾನ ಕೈಕೊಂಡು ದೂರ ದೇಶಗಳಿಗೆ ಹೋದ ಕೊಲಂಬಸ್, ಅಮೆರಿಗೊ ವೆಸ್‌ಪುಚ್ಚಿ, ಜಾನ್ ಕಾಬಟ್, ಮೆಗೆಲನ್ – ಇವರೆಲ್ಲ ಇಟಲಿ ಮೂಲದವರು. ಯಾನದ ವೆಚ್ಚ ನಿರ್ವಹಿಸಿದವರ ಆಸ್ಥಾನಗಳಲ್ಲಿ ಇವರು ಮೆರೆದರು.

ಕಲೆಯ ಲೋಕದಲ್ಲಿ ಅನೈತಿಕ ಕೃತಿಗಳು ಸೃಷ್ಟಿಯಾಗುತ್ತಿವೆ ಎಂದು ಕೂಗಾಡಿದ 'ಧರ್ಮರಕ್ಷಕ'ರಿದ್ದರು. ಆ ಬಗೆಯ ದಬ್ಬಾಳಿಕೆ ಹೆಚ್ಚಿದಾಗ, ವಾದ್ಯ ಸಂಗೀತದಲ್ಲಿ ಆಪೆರಾಗಳಲ್ಲಿ ಹಾಡುಗಾರಿಕೆಯಲ್ಲಿ ಪ್ರತಿಭೆ ಅವಿತುಕೊಂಡಿತು.

ಪ್ರೊವತೋರಿ ಇಟಲಿಯ ಜಾನಪದ ಹಾಡುಗಾರರು. ಈ ಹಾಡು ಗಳನ್ನು ಜಾನಪದ ಕವಿಗಳು ಬರೆಯುತ್ತಿದ್ದುದು ಪ್ರಾದೇಶಿಕ ಭಾಷಾ ಪ್ರಭೇದಗಳಲ್ಲಿ. ರಾಷ್ಟ್ರೀಯ ಭಾಷೆಗಳು ರೂಪುಗೊಳ್ಳಲು ಇದರಿಂದ ಪುಷ್ಟಿದೊರೆಯಿತು.

ಸಂಗೀತಗಾರರು, ನರ್ತಕರು, ಸಂಗೀತ ನಾಟಕಗಳ ಕಲಾವಿದರು ದೇಶದೊಳಗೂ ಹೊರಗೆ ಆಸ್ಟ್ರಿಯ, ಫ್ರಾನ್ಸ್, ಸ್ಪೇನ್‌ಗಳಲ್ಲೂ ದುಡಿದರು.

ಒಬ್ಬ ಪೋಪ್ ಕೂಡ 'ಮೈಲಿಗೆಯದು' ಎನ್ನುವಂಥ ಒಂದು ಕಾದಂಬರಿ ಬರೆಯಲು ಪ್ರೇರಕವಾದ ಪುನರುದಯ 16ನೆಯ ಶತಮಾನದಲ್ಲಿ ಇಟಲಿಯಲ್ಲಿ ಮುಕ್ತಾಯಗೊಂಡಿತು. ಅಲ್ಲಿಂದ ಅಲೆಗಳು ಫ್ರಾನ್ಸ್, ಇಂಗ್ಲೆಂಡ್, ಸ್ಪೇನ್, ಪೋರ್ಚುಗಲ್‌ಗಳಿಗೆ ಚಲಿಸಿದುವು. ಪುನರುದಯಕ್ಕೆ ಕಸುವು ನೀಡಿದ ಘಟನೆ ಜರ್ಮನಿಯಲ್ಲಿ ಮುದ್ರಣ ಯಂತ್ರದ ಸಂಶೋಧನೆ ಮತ್ತು ಯೂರೋಪಿನ ಎಲ್ಲ ಮುಖ್ಯ ನಗರಗಳಿಗೆ ಅದರ ಪಯಣ.

16ನೇ ಶತಮಾನದಲ್ಲಿ ಇಟಲಿಯಲ್ಲಿ ಚಳವಳಿ ಇರಲಿಲ್ಲವಾದರೂ ಸಾಹಿತ್ಯ ರಚನೆ ಪೂರ್ತಿ ನಿಲ್ಲಲಿಲ್ಲ. ವಿಜ್ಞಾನಿ ಗೆಲಿಲಿಯೊ ಇತಿಹಾಸ ನಿರ್ಮಿಸುತ್ತಿದ್ದಾಗ ಕಲೆ ಮೌನವಾಗಿರುವುದು ಸಾಧ್ಯವೆ? ಗೊಲ್ಡೊನಿ, ಆಲ್ಫೆರಿ, ಪರಿನಿ ಒಳ್ಳೆಯ ನಾಟಕಗಳನ್ನು ಬರೆದರು. ಮಾನ್‌ತ್ಸೊನಿ ಮೊದಲ ಕಾದಂಬರಿ ಬರೆದ. 'ಮದುವೆ ಗೊತ್ತಾದವರು.' ಜರ್ಮನಿಯ ಗಯಟೆ ಇಂಗ್ಲೆಂಡಿನ (ಸ್ಕಾಟ್ಲೆಂಡಿನ) ವಾಲ್ಟರ್‌ಸ್ಕಾಟ್‌ರಿಂದ ಮೆಚ್ಚುಗೆ ಪಡೆದ ಕೃತಿ ಅದು. ಮುಂದಿನ ಕೃತಿ ಕಳಪೆಯಾಗಿ ಆವರೆಗೆ ಗಳಿಸಿದ ಕೀರ್ತಿಗೆ ಧಕ್ಕೆ ತಗಲಬಹುದೆಂದು, ನಲ್ವತ್ತನೆಯ ವಯಸ್ಸಿನ ಬಳಿಕ ಮಾನ್‌ತ್ಸೊನಿ ಲೇಖನಿ ಸನ್ಯಾಸ ಕೈಗೊಂಡ !

19ನೆಯ ಶತಮಾನದಲ್ಲಿ ರೂಢಮೂಲ ನಂಬುಗೆಗಳಿಗೆ ಸವಾಲು ಹಾಕುತ್ತ ಬರೆದವನು ನಾಸ್ತಿಕ ಕವಿ ಲಿಯೊಪಾರ್ದಿ.

ಮತ್ತೆ ನೆಲೆಗಂಡ ರಾಷ್ಟ್ರೀಯತೆಯ ಹೊಂಬೆಳಕಿನಲ್ಲಿ, 19ನೆಯ ಶತಮಾನದ ಕೊನೆಯ ಹಾಗೂ 20ರ ಆರಂಭದ ದಶಕಗಳಲ್ಲಿ ಬದುಕಿಗೆ ಸ್ಪಂದಿಸುವ ಸಾಹಿತ್ಯ ಚಟುವಟಿಕೆ ಪುನಃ ತೀವ್ರವಾಯಿತು. ಜೊವಾನ್ನಿ ವೆರ್ಗ, ಗ್ರಾತ್ಸಿಅ ದೆಲೆದ್ದ, ಪಿರಾಂದೆಲ್ಲೊ, ಇಗ್ನಾತ್ಸಿಒಸಿಲೋನ್ ('ಫಂತಮಾರ' ಖ್ಯಾತಿ) ಮೊಂತೇಲ್, ಮೊರಾವಿಯ, ಕಾರ್ಲೊ ಲೆವಿ ಕಥೆಕಾದಂಬರಿ–ಕಾವ್ಯ ಕ್ಷೇತ್ರಗಳಲ್ಲಿ ಪ್ರಖ್ಯಾತರಾದರು. (ಇವರಲ್ಲಿ ದೆಲೆದ್ದ, ಪಿರಾಂದೆಲ್ಲೊ, ಮೊಂತೇಲ್ ನೊಬೆಲ್ ಪಾರಿತೋಷಕ ವಿಜೇತರು.)

ಮುಂದೆ ಆಪತ್ತು ಕಾದಿತ್ತು, ಕಪ್ಪು ಅಂಗಿ ಧರಿಸಿ, ಫಾಸಿಸಂ. ಕಾರ್ಲೊ ಲೆವಿ ದಕ್ಷಿಣಕ್ಕೆ ಗಡಿಪಾರು ಮಾಡಲ್ಪಟ್ಟ. ಅಲ್ಲಿ ಆತ ಬರೆದ ಕಾದಂಬರಿಯ ಪ್ರಕಟಣೆ 1946ರಲ್ಲಷ್ಟೇ ಸಾಧ್ಯವಾಯಿತು. ಹಲವರು ಫಾಸಿಸಮಿಗಿದಿರು ಹೋರಾಡುತ್ತ ಮಡಿದರು. ಕೆಲವರು ಸರ್ವಾಧಿಕಾರತ್ವದ ಆರಾಧಕರಾದರು. ಬೇರೆ ಕೆಲವರು ಬರೆಯುವುದನ್ನೇ ಬಿಟ್ಟರು.

ಕಳೆದ ಮಹಾಯುದ್ಧದ ಅನಂತರ ಹೊಸ ಬದುಕು ಆರಂಭಿಸಿದ ಇಟಲಿಯಲ್ಲಿ ಈಗ ಪ್ರತಿ ವರ್ಷವೂ 14,000 ಪುಸ್ತಕಗಳು ಪ್ರಕಟವಾಗುತ್ತಿವೆ.

* * *

ಜಗದ್ವಿಖ್ಯಾತ ಸಂಗೀತಗಾರ ಮೊಜಾರ್ಟ್ ಹುಟ್ಟಿದ್ದು ಆಸ್ಟ್ರಿಯದಲ್ಲಿ. 18–19–20ನೇ ಶತಮಾನಗಳಲ್ಲಿ ವಿಯೆನ್ನಾದಲ್ಲಿ ಬೆಳಗಿದ ಸಂಗೀತ ಲೋಕದ ಇತರ ಪ್ರಮುಖರು–ಬೆಥೋವನ್, ಷೂಬರ್ಟ್, ಬ್ರಾಹ್ಮ್ ಮತ್ತು ಯೊಹಾನ್ ಸ್ಟ್ರಾಸ್. ನಗರ ತುಂಬ ಅರಮನೆಗಳು, ಇಗರ್ಜಿಗಳು, ವಸ್ತು ಸಂಗ್ರಹಾಲಯಗಳು. ಇವಕ್ಕೆ ಸಂಗೀತದ ಅಲೆಗಳನ್ನೂ ಆಡ್ಲರ್–ಫ್ರಾಯ್ಡ್–ಯೂಂಗ್ ನಡೆಸಿದ ಮನೋವೈಜ್ಞಾನಿಕ ಪ್ರಯೋಗಗಳನ್ನೂ ಸೇರಿಸಬೇಕು. ಆಸ್ಟ್ರಿಯ ಹಾದು ಬಂದಿರುವ ಈ ದಾರಿ ಥಳಥಳಿಸುತ್ತದೆ.

ಆಸ್ಟ್ರಿಯದಲ್ಲಿ ಬಳಕೆಯ ಭಾಷೆ ಜರ್ಮನ್. ಹೀಗಾಗಿ ಅಲ್ಲಿನ ಸಾಹಿತ್ಯ ಕೃತಿಗಳನ್ನು ಎಷ್ಟೋ ಸಲ ಜರ್ಮನ್ ಸಾಹಿತ್ಯ ರಾಶಿಗೆ ಸೇರಿಸುವುದುಂಟು. ಆದರೆ ಸಂಸ್ಕೃತಿ ರೂಪಿಸುವ ಮನೋಭೂಮಿಕೆಯೊಂದಿದೆಯಲ್ಲ ? ಅದರಿಂದ ಲೇಖಕ ಸಂಪೂರ್ಣವಾಗಿ ಹೇಗೆ ಪಾರಾಗಬಲ್ಲ ? ಬೆಳೆದ ಪರಿಸರ ಬೀರುವ ಪರಿಣಾಮದ ಬೆಲೆ ಸ್ವಲ್ಪವೇನೂ ಅಲ್ಲ. ಆಸ್ಟ್ರಿಯದಲ್ಲಿ ಬೆಳೆದು ಪ್ರಸಿದ್ಧನಾದ ಷ್ಟೆಫಾನ್ ತ್ಸ್ವಾಇಗ್ ಹಲವು ದೇಶ ಸುತ್ತಿದ. ಎಲ್ಲೆಲ್ಲೋ ಬರೆದ. ದಕ್ಷಿಣ ಅಮೆರಿಕದಲ್ಲಿ ಆತ್ಮಹತ್ಯೆ (ಗಂಡ ಹೆಂಡತಿ ಇಬ್ಬರೂ). ಕಾಫ್ಕಾ ಆಸ್ಟ್ರಿಯ ಮೂಲದವನಾದರೂ ಪ್ರಾಗ್‌ನಿವಾಸಿ. ಹಾಗೆಯೇ ಅರ್ನಾಲ್ಡ್ ತ್ಸ್ವಾಇಗ್ ಚಿಕ್ಕಂದಿನಲ್ಲೂ ಈಗಲೂ ಉಸಿರಾಡುತ್ತಿರುವುದು ಜರ್ಮನಿಯಲ್ಲಿ. ಗರಿಗೆದರಿದ ಹಕ್ಕಿ ಯಾವ ಕಡೆಯಿಂದ ಬಂದರೂ ಅದು ಎಲ್ಲಿ ಗೂಡುಕಟ್ಟಿತು ಎಂಬುದು ಮುಖ್ಯ.

12ನೆಯ ಶತಮಾನದ ಸನ್ಯಾಸಿ ಕವಿ ಮೆಲ್ಕ್‌ನಿಂದ ಈಗಿನ ಬಖ್ಮನ್ ತನಕ ಆಸ್ಟ್ರಿಯದ ಕಾವ್ಯಪ್ರವಾಹದಲ್ಲಿ ತೆಪ್ಪ ತೇಲಿಸಿದವರು ಹಲವರು. 14ನೇ ಶತಮಾನದ ಕವಿ ನ್ಯೂಸ್ಟಾಡ್ಟ್ 'ಹಡಗಿ'ನ ಒಡೆಯ – ಮಹಾಕಾವ್ಯ ಬರೆದವನು. ಕಥೆ – ಕಾದಂಬರಿ ವಲಯದಲ್ಲಿ ಪ್ರಮುಖರು: ಡೋರರರ್, ಷ್ಟಿಟ್ಜ್ಲರ್, ಮಾರಿ ಫಾನ್ ಎಖ್‌ನರ್–ಎಶನ್‌ಬಾಖ್, ಮರ್ನಾಲು...

ಈ ಶತಮಾನದಲ್ಲಿ ಹಿಟ್ಲರ್ ಆಸ್ಟ್ರಿಯವನ್ನು ವಶಪಡಿಸಿಕೊಂಡಾಗ, 'ಈವರೆಗಿನ ಸಾಹಿತ್ಯ ಹುರುಳಿಲ್ಲದ್ದು, ಹೊಸದಾಗಿ ಶುರುಮಾಡಿ'– ಎಂದ. ಅಲ್ಲಿನ ಬರೆಹಗಾರರು ಐರೋಪ್ಯ ಪರಂಪರೆಯಾದ ವಾಸ್ತವತೆಯನ್ನು ಮಸಿಯಾಗಿ ಬಳಸಿದವರು. ಪಾತ್ರಗಳಿಗೆ ಮಾದರಿ ಪರಿಸರದ ಜನ. ವಸ್ತುಗಳು ಜೀವನದ ಉಗ್ರಾಣದಿಂದ. ನಾಜೀವಾದ ಕತ್ತು ಹಿಸುಕಿದಾಗ, ಉಸಿರು ಕಟ್ಟಿತು. ಇಂತಿಂಥ ಸಮಸ್ಯೆಗಳ ಬಗ್ಗೆ ಬರೆಯಿರಿ ಎಂಬ ಆದೇಶ ಬಂದಾಗ, ಹತಾಶೆ ಕಕ್ಕಾವಿಕ್ಕಿತನ ಅವರನ್ನು ಕಾಡಿದುವು.

ಈಗ ಆ ಪರಿಸ್ಥಿತಿ ಇಲ್ಲ. ಮೊನ್ನೆ ಮೊನ್ನೆಯವರೆಗೂ ಆಸ್ಟ್ರಿಯ ಗಣ ರಾಜ್ಯದಲ್ಲಿ ರಚಿತವಾದ ಕೃತಿಗಳು ಪ್ರಕಟಣೆಗಾಗಿ ಜರ್ಮನಿಯ ಪ್ರಕಾಶಕರನ್ನು ಅವಲಂಬಿಸಬೇಕಾಗಿತ್ತು. ಈಗ ಆಸ್ಟ್ರಿಯದಲ್ಲೇ ಪ್ರಕಾಶಕರಿದ್ದಾರೆ. ಪುಸ್ತಕಗಳು ಆ ದೇಶಗಳಿಗೆ ಮಾತ್ರವಲ್ಲ, ಜರ್ಮನ್ ಬಲ್ಲ ಜನರಿರುವ ಇತರ ದೇಶಗಳಲ್ಲೂ ಮಾರಾಟವಾಗುತ್ತವೆ.

3

ತುಸು ದೀರ್ಘ ಎನ್ನಿಸಬಹುದಾದ ಈ ಪ್ರಸ್ತಾವನೆಯನ್ನು ಸಹನೆಯಿಂದ ಅವಲೋಕಿಸಿದ್ದೀರಿ. ಇಟಲಿಯ ಏಳು ಕಥೆಗಳೂ ಆಸ್ಟ್ರಿಯದ ಐದು ಕಥೆಗಳೂ ಮುಂದಿವೆ. ದಯವಿಟ್ಟು ಓದು ಆರಂಭಿಸಿ ಎಂದು ಕೇಳಿಕೊಳ್ಳುವೆ, ಸಾಕಲ್ಲವೆ ?

ದೀಪಾವಳಿ, 1981   ನಿರಂಜನ
ಬೆಂಗಳೂರು   ಪ್ರಧಾನ ಸಂಪಾದಕ

ఇటలి

○ ಜೊವಾನ್ನಿ ಬೊಕ್ಕಾಚ್ಚೊ

ಡೇಗೆ ಹಕ್ಕಿ

ಕೊಪ್ಪೊ ದಿ ಬೋರ್ಗೇಜೆ ದೊಮೆನೀಕಿ ನಮ್ಮ ನಗರದ ಸಭ್ಯ, ತನ್ನ ಕಾಲದಲ್ಲಿ ಗೌರವದ ಮತ್ತು ಅಧಿಕಾರವಾಣಿಯ ವ್ಯಕ್ತಿಯಾಗಿದ್ದ. ಉಚ್ಚ ಮನೆತನಕ್ಕೆ ಸೇರಿದವನೆಂಬುದಕ್ಕಿಂತ ಹೆಚ್ಚಾಗಿ, ತನ್ನ ಗುಣ ವಿಶಿಷ್ಟತೆ ಹಾಗೂ ಸೌಜನ್ಯದ ನಡತೆಗಳಿಂದ ಸದಾ ಸ್ಮರಣೀಯನಾದ ಈತ, ಈಗ ಪ್ರಾಯ ಹೆಚ್ಚಾಗಿದ್ದು, ಹಳೆಯ ಕಾಲದ ಘಟನೆಗಳನ್ನು ಬಹಳ ಸಂತೋಷದಿಂದ ಆಗಾಗ ವರ್ಣಿಸುತ್ತಿದ್ದ. ಆತನ ಅದ್ಭುತವಾದ ನೆನಪು ಮತ್ತು ಸೊಗಸಾದ ಹೇಳುವಿಕೆಯಿಂದ ಅವನ ಕಥೆಗಳಿಗೆ ವಿಶೇಷ ಮೆರುಗು ಬರುತ್ತಿತ್ತು. ಆತ ವರ್ಣಿಸಿದ ಸ್ವಾರಸ್ಯಕತೆಗಳಲ್ಲಿ ಫೆದೆರಿಗೋನ ಜೀವನ ಘಟನೆಯೂ ಒಂದು.

ಫೆದೆರಿಗೋ ಫ್ಲಾರೆನ್ಸಿನ ಮೆಸ್ಸೇರ್ ಫಿಲಿಪ್ಪೊ ಆಲ್ಬೆರೀಗಿಯ ಮಗ. ಈ ಗಣ್ಯ ಯುವಕ ಶಸ್ತ್ರಪ್ರಯೋಗ ಮತ್ತು ಇತರ ಕಲಿಕೆ, ಸಾಧನೆಗಳಲ್ಲಿ ಟಸ್ಕನಿಯ ಅವನ ಸಮಯಸ್ಕರಿಗಿಂತ ಹೆಚ್ಚು ಪರಿಣತನೆಂದು ಗೌರವ ಸಂಪಾದಿಸಿದ್ದ. ಆ ಕಾಲದಲ್ಲಿ ಫ್ಲಾರೆನ್ಸಿನಲ್ಲಿ ಅತ್ಯಂತ ಸುಂದರಿ ಮತ್ತು ಸೌಜನ್ಯದ ಮೂರ್ತಿಯೆಂದು ಹೆಸರಾಗಿದ್ದ ಮೊನ್ನಾ ಜೋವಾನ್ನಾ ಎಂಬ ಮಹಿಳೆಯಲ್ಲಿ ಫೆದೆರಿಗೋ ಆಳವಾಗಿ ಮೋಹಗೊಂಡ; ಆಕೆಯ ಪ್ರೀತಿಯನ್ನು ಸಂಪಾದಿಸಲು ಶಸ್ತ್ರಸ್ಪರ್ಧೆಗಳು, ಓಟಾಟಗಳು, ಸಂತೋಷಕೂಟ, ನರ್ತನ ಮುಂತಾದುವನ್ನು ಅನೇಕ ಸಂಖ್ಯೆಯಲ್ಲಿ ಏರ್ಪಡಿಸಿದ ಫೆದೆರಿಗೋ ಬಿಚ್ಚುಗೈಯಿಂದ ಹಣ ವೆಚ್ಚಮಾಡಿದ. ಆದರೆ ಎಷ್ಟು ಸುಂದರಿಯೋ ಅಷ್ಟೇ ವಿವೇಕಿಯಾಗಿದ್ದ ಆಕೆ, ತನ್ನ ಗೌರವಾರ್ಥವಾಗಿ ನಡೆಸಿದ ಈ ಕೂಟಗಳ ಬಗೆಗೂ ಹೆಚ್ಚು ಆಸಕ್ತಿ ತೋರಲಿಲ್ಲ. ಇವುಗಳನ್ನು ಏರ್ಪಡಿಸಿದಾತನನ್ನು ಗಮನಿಸುವ ಕೃಪೆಯನ್ನೂ ಮಾಡಲಿಲ್ಲ. ಫೆದರಿಗೋ ತನ್ನೆಲ್ಲ ಆಸ್ತಿಯನ್ನು ಹೀಗೆ ಖರ್ಚುಮಾಡಿ, ಪ್ರತಿಫಲವನ್ನೇನೂ ಪಡೆಯದೆ, ಕೊನೆಗೆ ತನ್ನ ಸಂಪತ್ತನ್ನೆಲ್ಲವನ್ನೂ ಕಳೆದುಕೊಂಡ ಒಮ್ಮೆಗೇ ಬಡತನಕ್ಕುರುಳಿದ. ಅವನದಾಗಿ ಉಳಿದಿದ್ದ ಒಂದು ಸಣ್ಣ ತೋಟದ ಆದಾಯದಿಂದ ಹೇಗೋ ಅವನ ಜೀವನ ಸಾಗಿಸಬೇಕಾಯಿತು, ಆದರೂ ಅವನು ತನಗೆ ಅತ್ಯಂತ ಪ್ರಿಯವಾದ ಒಂದು ಡೇಗೆ ಹಕ್ಕಿಯನ್ನು

ಮಾತ್ರ ತನ್ನಲ್ಲಿಯೇ ಉಳಿಸಿಕೊಂಡಿದ್ದ. ಆ ಡೇಗೆ ಹಕ್ಕಯ ವಿಶಿಷ್ಟ ಗುಣಗಳಿಂದಾಗಿ ಅದಕ್ಕೆ ಸಮನಾದ ಹಕ್ಕಿ ಮತ್ತೊಂದಿರಲಿಲ್ಲ. ತನ್ನ ಹಿಂದಿನ ರೀತಿಯಲ್ಲಿ ನಗರವಾಸ ಸಾಧ್ಯವಿಲ್ಲದೆ, ಹಳ್ಳಿಯ ತನ್ನ ತೋಟದ ಮನೆಗೆ ಹೋಗಿ ನೆಲೆಸಿದ ಫೆದೆರಿಗೋಗೆ ಆಕೆಯ ಮೇಲಿನ ಮೋಹ ಮಾತ್ರ ತಗ್ಗಲಿಲ್ಲ; ಬದಲಿಗೆ ಇನ್ನೂ ಹೆಚ್ಚಾಯಿತು. ತನ್ನ ತೋಟದ ಮನೆಗೆ ಯಾರನ್ನೂ ಕರೆಯದೆ, ಅಪಾರ ಶಾಂತಿ, ಸಹನೆಗಳಿಂದ ಆತ ತನ್ನ ಬಡತನದ ಜೀವನ ಸಾಗಿಸುತ್ತಿದ್ದ. ಅವನ ಸಂತಸ, ವಿನೋದವೆಲ್ಲ ಆ ಡೇಗೆ ಹಕ್ಕಿ ಮಾತ್ರ.

ಫೆದರಿಗೋ ಹೀಗೆ ಬಡತನದ ಅಂಚಿಗೆ ಉರುಳಿದ್ದಾಗ, ಮೊನ್ನಾ ಜೋವಾನ್ನಳ ಗಂಡ ತೀವ್ರವಾಗಿ ಕಾಯಿಲೆ ಬಿದ್ದ. ಸಾವು ಸನ್ನಿಹಿತವೆಂದು ತೋರಿ, ತನ್ನ ಅಪಾರ ಆಸ್ತಿ ತನ್ನ ಚಿಕ್ಕ ವಯಸ್ಸಿನ ಒಬ್ಬನೇ ಮಗನಿಗೆ ಸಲ್ಲುವುದಾಗಿಯೂ, ಆ ಮಗನೇನಾದರೂ ಮರಣ ಹೊಂದಿದರೆ, ಅದೆಲ್ಲ ತನ್ನ ಅತ್ಯಂತ ಪ್ರೀತಿಪಾತ್ರಳಾದ ಹೆಂಡತಿ ಮೊನ್ನಾಳಿಗೆ ಸೇರಬೇಕೆಂದೂ ಉಯಿಲು ಬರೆದ. ಇದಾದ ಕೆಲವೇ ದಿನಗಳಲ್ಲಿ ಆತ ತೀರಿಕೊಂಡ. ಮೊನ್ನಾ ಜೋವಾನ್ನಾ ಈಗ ವಿಧವೆ. ಇಲ್ಲಿಯ ಸಂಪ್ರದಾಯದಂತೆ ಆಕೆ ಸಂತಾಪದ ಒಂದು ವರ್ಷವನ್ನು ಏಕಾಂತದಲ್ಲಿ ತನ್ನ ಹಳ್ಳಿಯ ಜಮೀನಿನ ಮನೆಯಲ್ಲಿ ಕಳೆಯಲು ನಿರ್ಧರಿಸಿದಳು. ಈ ಜಮೀನಿನ ಮನೆ ಫೆದೆರಿಗೋನ ತೋಟದ ಸನಿಹದಲ್ಲೇ ಇದ್ದುದರಿಂದಾಗಿ ಅವಳ ಮಗ ಆಗಾಗ ಫೆದೆರಿಗೋನನ್ನು ಭೇಟಿಯಾಗುತ್ತಿದ್ದ. ಬೇಟೆನಾಯಿಗಳು, ಡೇಗೆಗಳು, ಇವುಗಳಲ್ಲಿ ವಿಶೇಷ ಆಸಕ್ತಿ ತಳೆದ ಈ ಹುಡುಗ, ಫೆದೆರಿಗೋನ ಡೇಗೆ ಹಕ್ಕಿಯನ್ನು ಆಗಾಗ ನೋಡುತ್ತಿದ್ದು, ಅದರ ಬಗ್ಗೆ ಅಪಾರ ವ್ಯಾಮೋಹ ತಳೆದು, ಅದನ್ನು ತನ್ನದಾಗಿಸಿಕೊಳ್ಳಬೇಕೆಂಬ ತೀವ್ರ ಹಂಬಲಕ್ಕೆ ತುತ್ತಾದ. ಆದರೆ ಅದನ್ನು ತನಗೆ ಕೊಡಬೇಕೆಂದು ಕೇಳುವ ಧೈರ್ಯ ಮಾಡಲಿಲ್ಲ. ಆ ಡೇಗೆ ಹಕ್ಕಿ ಅದರ ಮಾಲಿಕ ಫೆದರಿಗೋಗೆ ಎಷ್ಟು ಪ್ರಿಯವೆಂಬುದೂ ಅವನಿಗೆ ತಿಳಿದಿತ್ತು.

ಸ್ವಲ್ಪ ದಿನಗಳಲ್ಲಿ ಆ ಹುಡುಗ ತೀವ್ರ ಕಾಯಿಲೆಗೊಳಗಾಗಿ ಹಾಸಿಗೆ ಹಿಡಿದ. ಒಬ್ಬನೇ ಮಗನಲ್ಲಿ ಅತಿ ಪ್ರೀತಿಯಿದ್ದ ಅವನ ತಾಯಿ ಹಗಲು ರಾತ್ರಿಯಿಡೀ ಅವನ ಬಳಿಯೇ ಕುಳಿತು ಸಂತೈಸಿ, ಉಪಚಾರ ಮಾಡುತ್ತಿದ್ದಳು. ಈ ಪ್ರಪಂಚದಲ್ಲಿ ಅವನಿಗೆ ಯಾವ ವಸ್ತು ಬೇಕಾದರೂ ಹೇಳಬೇಕೆಂದೂ, ತನ್ನಿಂದ ಸಾಧ್ಯವಾದರೆ ಅದನ್ನು ತರಿಸಿಕೊಡುವುದಾಗಿಯೂ ಆಕೆ ಅವನಿಗೆ ಪದೇ ಪದೇ ಹೇಳುತ್ತಿದ್ದಳು. ಮತ್ತೆ ಮತ್ತೆ ಇದೇ ಮಾತು ಕೇಳುತ್ತಿದ್ದ ಹುಡುಗ ಕೊನೆಗೊಮ್ಮೆ ಅಂದ :

"ಪ್ರೀತಿಯ ಅಮ್ಮ, ನೀನು ಹೇಗಾದರೂ ಸರಿ, ಫೆದೆರಿಗೋನ ಡೇಗೆ ಹಕ್ಕಿಯನ್ನು ತರಿಸಿಕೊಟ್ಟರೆ, ನಾನು ಈ ಕಾಯಿಲೆಯಿಂದ ಬೇಗ ಚೇತರಿಸಿಕೊಳ್ತೇನೆ ಅಂತ ನನಗೆ ತೋರ್ತದೆ."

ತನ್ನ ಶಕ್ತಿಯನ್ನು ಮೀರಿದ ಈ ಬೇಡಿಕೆಯನ್ನು ಕೇಳಿದ ಆಕೆ ತನ್ನ ಮಗನ ಈ ಆಸೆಯನ್ನು ಹೇಗೆ ಪೂರೈಸುವುದೆಂದು ಆತಂಕಪಟ್ಟುಕೊಂಡಳು. ಫೆದೆರಿಗೋ ತನ್ನಲ್ಲಿ ಗಾಢವಾಗಿ ಪ್ರೇಮವನ್ನು ಇಟ್ಟಿದ್ದನೆಂಬುದೂ, ಅದಕ್ಕೆ ಪ್ರತಿಫಲವಾಗಿ ಒಂದು ಕಡೆಗಣ್ಣ ನೋಟವನ್ನು ಕೂಡ ಅವನಿಗೆ ತಾನು ನೀಡಿರಲಿಲ್ಲವೆಂಬುದೂ ಆಕೆಗೆ ಚೆನ್ನಾಗಿ ಗೊತ್ತಿತ್ತು. ಈಗ ಅವಳು ಬಹು ತೀವ್ರ ಚಿಂತೆಗೊಳಗಾದಳು. ಎಲ್ಲರೂ ಅತ್ಯುತ್ತಮ ಹಕ್ಕಿಯೆಂದು ಹೊಗಳುತ್ತಿರುವ ಆ ಡೇಗೆ ಹಕ್ಕಿಯನ್ನು ಕೇಳಲು ಯಾರನ್ನಾದರೂ ಕಳಿಸುವುದೇ ಆಗಲಿ, ತಾನೇ ಹೋಗುವುದೇ ಆಗಲಿ ಹೇಗೆ ಸಾಧ್ಯ? ಅಲ್ಲದೆ ಇಂದು ಆ ಡೇಗೆ ಹಕ್ಕಿಯೊಂದೇ ಫೆದೆರಿಗೋನ ಸಂತೋಷದ ಸಾಧನವಾಗಿ ಉಳಿದಿರುವುದು. ಇದಲ್ಲದೆ ಬೇರೆ ಯಾವ ಸಂತಸದ ಆಧಾರವೂ ಉಳಿಯದ

ಈ ಸಭ್ಯ ಯುವಕನಿಗೆ ಇರುವ ಇದೊಂದೇ ಮನರಂಜನೆಯ ವಸ್ತುವನ್ನು ಕಿತ್ತುಕೊಳ್ಳುವ ಅಸಭ್ಯತೆಯ ಪಾಪವನ್ನು ತಾನು ಮಾಡುವುದಾದರೂ ಹೇಗೆ? ಹೀಗೆ ಮನಸ್ಸಿನ ತಾಕಲಾಟದಲ್ಲಿ ಒದ್ದಾಡುತ್ತಿದ್ದ ಆಕೆಗೆ, ಮಗನಿಗೇನೂ ಉತ್ತರ ಹೇಳಲೂ ತೋಚಲಿಲ್ಲ. ಕೊನೆಗೆ ಆಕೆಯ ತಾಯ್ತನದ ಮಮತೆಯೇ ಗೆದ್ದಿತು; ಮಗನ ಈ ಆಸೆಯನ್ನು ಪೂರೈಸಲು ಪ್ರಯತ್ನಿಸುವುದಾಗಿಯೂ, ಫೆದರಿಗೋನ ಬಳಿಗೆ ಬೇರೆ ಯಾರನ್ನೂ ಕಳಿಸದೆ ತಾನೇ ಹೋಗಿ ಡೇಗೆ ಹಕ್ಕಿಯನ್ನು ಬೇಡಿ ತರುವುದೆಂದೂ ಆಕೆ ತೀರ್ಮಾನಕ್ಕೆ ಬಂದಳು. ಬಳಿಕ ಮಗನನ್ನು ಕುರಿತು ಅವಳೆಂದಳು:

"ಪ್ರಿಯ ಮಗು, ಸಮಾಧಾನವಾಗಿರು, ಚೇತರಿಸಿಕೊ. ಬೆಳಗಾದೊಡನೆ ನಾನೇ ಡೇಗೆ ಹಕ್ಕಿಗಾಗಿ ಆತನ ಬಳಿಗೆ ಹೋಗಿ ಅದನ್ನು ತಂದುಕೊಡ್ತೇನೆ ಅಂತ ಪ್ರಮಾಣ ಮಾಡ್ತೇನೆ."

ಈ ಆಶ್ವಾಸನೆಯಿಂದ ಹುಡುಗನ ಮುಖಕ್ಕೆ ಸಂತಸದ ಬೆಳಕು ಬಂದಿತು. ಆ ದಿನವೇ ಅವನು ಚೇತರಿಸಿಕೊಳ್ಳುವ ಸೂಚನೆಗಳೂ ಕಂಡವು.

ಮರುದಿನ ಬೆಳಗ್ಗೆ, ಜೊತೆಗಾತಿಯೊಬ್ಬಳೊಡನೆ, ಮೊನ್ನಾ ಜೋವಾನ್ನಾ ಫೆದರಿಗೋನ ತೋಟದ ಮನೆಯ ಬಳಿಗೆ ಹೋಗಿ, ಆತನಿರುವನೇ ಎಂದು ವಿಚಾರಿಸಿದಳು. ಹಕ್ಕಿಗಳ ಬೇಟೆಗೆ ಆ ದಿನ ಯೋಗ್ಯವಾಗಿಲ್ಲದಿದ್ದುದರಿಂದ ಫೆದೆರಿಗೋ ತೋಟದಲ್ಲೇ ಇದ್ದ. ತನ್ನ ಸೇವಕರಲ್ಲೊಬ್ಬನನ್ನು ತೋಟದ ಬಾಗಿಲು ಬಳಿ ಹೋಗಿ ವಿಚಾರಿಸಲು ಆತ ಹೇಳಿದ. ಮೊನ್ನಾ ಜೋವಾನ್ನಾ ತನ್ನನ್ನು ವಿಚಾರಿಸುತ್ತಿರುವಳೆಂದು ಕೇಳಿ ಅತ್ಯಂತ ಆಶ್ಚರ್ಯ ತಳೆದು, ಆಕೆಯನ್ನು ಸ್ವಾಗತಿಸಲು ತುಂಬಾ ಆನಂದದಿಂದ ಓಡಿಹೋದ. ಅವನು ಬರುತ್ತಿದ್ದುದನ್ನು ಕಂಡೊಡನೆ ಆಕೆ ತುಂಬಾ ವಿನಯಪೂರ್ವಕ ಗಾಂಭೀರ್ಯದಿಂದ ಆತನ ಬಳಿಗೆ ಬಂದು ಗೌರವದಿಂದ ವಂದಿಸಿ ನುಡಿದಳು:

"ಫೆದೆರಿಗೋ, ನನ್ನಿಂದ ಹಿಂದೆ ನೀನು ಅನುಭವಿಸಿದ ಕೆಡುಕನ್ನು ಸ್ವಲ್ಪವಾದರೂ ಹೋಗಲಾಡಿಸೋದಕ್ಕೆ ನಾನು ಬಂದಿದ್ದೇನೆ. ಆಗ ನೀನು ನನ್ನನ್ನು ಯುಕ್ತವಾದದ್ದಕ್ಕಿಂತ ಹೆಚ್ಚಾಗಿ ಪ್ರೇಮಿಸಿದ್ದೆ. ಈಗ ನಾನು ಆ ಕೊರತೆ ತುಂಬಿಕೊಡಲು ತೀರ್ಮಾನಿಸಿ, ನನ್ನ ಗೆಳತಿಯೊಂದಿಗೆ ಮಧ್ಯಾಹ್ನದೂಟದಲ್ಲಿ ನಿನ್ನ ಅತಿಥಿಯಾಗಿರ್ತೇನೆ."

ಆಗ ಫೆದೆರೀಗೋ ಅತ್ಯಂತ ನಮ್ರತೆಯಿಂದ ಉತ್ತರಿಸಿದ:

"ಅಯ್ಯೋ ! ನಿನ್ನ ಕೈಯಲ್ಲಿ ಕೆಡುಕಾದುದೊಂದೂ ನನಗೆ ನೆನಪಿಲ್ಲ – ಬದಲು, ಎಷ್ಟು ಒಳ್ಳೆಯ ರೀತಿಯಿಂದ ನೀನು ನನ್ನನ್ನು ಕಂಡಿದ್ದೆಯೆಂದರೆ, ನನಗೆ ಸಾಧ್ಯವಿದ್ದರೆ, ಮತ್ತೊಮ್ಮೆ ನನ್ನ ಸಂಪತ್ತೆಲ್ಲವನ್ನೂ, ನಿನ್ನ ಮೇಲಿನ ಪ್ರೇಮಕ್ಕಾಗಿ, ಅಲ್ಲದೆ ನೀನು ಇಲ್ಲಿಗೆ ದಯಮಾಡಿ ಸಿರುವ ಗೌರವಕ್ಕಾಗಿ, ಸೂರೆ ಮಾಡೋದಕ್ಕೆ ಸಿದ್ಧನಿದ್ದೇನೆ."

ಹೀಗೆ ಉತ್ತರಿಸಿ ಫೆದೆರಿಗೋ ಆಕೆಯನ್ನು ಮನೆಯೊಳಕ್ಕೆ ಗೌರವವಾಗಿ ಕರೆದೊಯ್ದು, ಅಲ್ಲಿಂದ ತೋಟಕ್ಕೆ ಕರೆದುಕೊಂಡು ಹೋದ. ಆಕೆಗೆ ಪರಿಚಯ ಮಾಡಿಕೊಡಲು ಅಲ್ಲಿ ಬೇರಾರೂ ಇಲ್ಲದಿದ್ದುದರಿಂದ, ಅಲ್ಲಿದ್ದ ಒಬ್ಬ ರೈತ ಹೆಂಗಸನ್ನು ತೋರಿಸಿ ಆತ ಹೇಳಿದ :

"ಮೇಡಂ, ಈಕೆ, ನನ್ನ ರೈತನ ಪತ್ನಿ – ನಾನು ಊಟಕ್ಕೆ ಸಿದ್ಧತೆ ಮಾಡೋ ತನಕ ಈ ಸಭ್ಯ ಹೆಂಗಸು ನಿನ್ನ ಜತೆಗಿರ್ತಾಳೆ."

ತೀವ್ರ ಬಡತನದಲ್ಲಿ ಜೀವನ ನಡೆಸುತ್ತಿದ್ದ ಫೆದೆರಿಗೋ ಸಾಮಾನ್ಯವಾಗಿ ಮನೆಯಲ್ಲಿ ಯಾರನ್ನೂ ಸ್ವಾಗತಿಸಲೂ ಆಗದ ಸ್ಥಿತಿಯಲ್ಲೇ ಇದ್ದ. ಇಂದಿನ ಬೆಳಿಗ್ಗೆ ಎಂದಿಗಿಂತಲೂ ಹೆಚ್ಚು ಕೊರತೆಯಿದ್ದು, ಯಾರ ಗೌರವಕ್ಕೆಂದು ಸಾವಿರಾರು ಜನರಿಗೆ ಔತಣಕೂಟಗಳನ್ನು ನಡೆಸಿದ್ದನೋ

ಆಕೆಗೆ ಗೌರವ ತೋರಿಸಲು ಈಗ ಏನೂ ಇಲ್ಲವಲ್ಲ ಎಂದು ಆತಂಕದಲ್ಲಿ ಆತ ಮುಳುಗಿದ. ಕೈಯಲ್ಲಿ ಹಣವೂ ಇಲ್ಲ, ಮನೆಯಲ್ಲಿ ಸಾಮಾನುಗಳೂ ಇಲ್ಲ, ಹುಚ್ಚು ಹಿಡಿದವನಂತೆ ಇತ್ತಿಂದತ್ತ ಓಡಾಡುತ್ತಾ ತನ್ನ ದುರದೃಷ್ಟವನ್ನು ಹಳಿಯುತ್ತ ಅವನು ತಳಮಳಪಟ್ಟ. ಆದರೆ ಈ ಪ್ರೀತಿಯ ಮಹಿಳೆಗೆ ತಾನು ವಿಶಿಷ್ಟ ಗೌರವ ತೋರಲೇಬೇಕು ಎಂಬ ತೀವ್ರ ಹಂಬಲದಲ್ಲಿ ಆತ ಹಾಗೂ ಹೀಗೂ ತಾರಾಡುತ್ತಿದ್ದಾಗ, ಕೋಣೆಯಲ್ಲಿ ಅದರ ಕಂಬಿಯ ಮೇಲೆ ಕುಳಿತಿದ್ದ ತನ್ನ ಪ್ರೀತಿಪಾತ್ರ ಡೇಗೆ ಹಕ್ಕಿ ಅವನ ಕಣ್ಣಿಗೆ ಬಿತ್ತು. ಬೇರೆ ಯಾವುದೇ ದಾರಿಯೂ ಕಾಣದೆ, ಆ ಡೇಗೆ ಹಕ್ಕಿಯನ್ನೇ ಆತ ಕೈಯಲ್ಲಿ ಹಿಡಿದುಕೊಂಡ. ಅದು ಹದವಾದ ಸ್ಥಿತಿಯಲ್ಲಿದ್ದು ಸಾಕಷ್ಟು ಕೊಬ್ಬಿದೆ ಎನಿಸಿ. ಇದೀಗ ಆಕೆಯ ಊಟಕ್ಕೆ ತಕ್ಕ ತಿನಿಸು ಎಂದುಕೊಂಡವನೇ, ಪುನರಾಲೋಚನೆಗೆ ಎಡೆಕೊಡದೆ, ಆ ಮೂಕ ಡೇಗೆ ಹಕ್ಕಿಯ ಕತ್ತು ಹಿಸುಕಿ, ಅದನ್ನು ಸೇವಕಿಯೊಬ್ಬಳಿಗೆ ಕೊಟ್ಟ. ಅದರ ರೆಕ್ಕೆಪುಕ್ಕಗಳನ್ನು ಕಿತ್ತುಹಾಕಿ, ಕೆಂಡದ ಮೇಲೆ ಅದನ್ನು ಎಚ್ಚರಿಕೆಯಿಂದ ಸುಟ್ಟು ಸಿದ್ಧಪಡಿಸಬೇಕೆಂದು ಆಜ್ಞೆ ಮಾಡಿದ. ಬಳಿಕ ತನ್ನ ಆಸ್ತಿಯಲ್ಲಿ ಉಳಿದುಕೊಂಡಿದ್ದ ಕೆಲವೇ ವಸ್ತುಗಳಲ್ಲಿ ಒಂದಾದ, ಮಂಜಿನಷ್ಟು ಬಿಳಿದಾದ ಶುಭ್ರವಸ್ತ್ರವನ್ನು ಮೇಜಿನ ಮೇಲೆ ಹಾಸಿದ. ಅನಂತರ ತೋಟಕ್ಕೆ ಹೋಗಿ ಸಂತೋಷದಿಂದ ಆಕೆಯನ್ನು ಸ್ವಾಗತಿಸಿ, ತನ್ನಿಂದಾದಷ್ಟು ಒಳ್ಳೆಯ ತಿನಿಸನ್ನು ಆಕೆಗಾಗಿ ಸಿದ್ಧಪಡಿಸಿರುವುದಾಗಿ ಹೇಳಿದ. ಮೊನ್ನಾ ಜೋವಾನ್ನಾ ಮತ್ತು ಆಕೆಯ ಗೆಳತಿ ಮೇಜಿನ ಬಳಿ ಕುಳಿತಾಗ, ಫೆದೆರಿಗೋ ತಾನೇ ಅವರಿಗೆ ಊಟ ಬಡಿಸಿ ಉಪಚರಿಸಿದ. ತಮಗೆ ಅರಿವಿಲ್ಲದೆ ಅವರು ಅವನ ಪ್ರೀತಿಯ ಹಕ್ಕಿಯನ್ನು ತಿಂದು ಮುಗಿಸಿದರು. ಊಟ ಮುಗಿಸಿ ಸ್ವಲ್ಪ ಹೊತ್ತು ಅದೂ ಇದೂ ಮಾತನಾಡಿದ ಅಂತರ, ಮೊನ್ನಾ ಜೋವಾನ್ನಾ ಇನ್ನು ತಾನು ಬಂದ ಉದ್ದೇಶವನ್ನು ಹೇಳಲು ಇದೇ ಸರಿಯಾದ ಸಮಯವೆಂದು ತೀರ್ಮಾನಿಸಿ ಸೌಜನ್ಯದಿಂದ ಫೆದೆರಿಗೋನನ್ನು ಕುರಿತು ಹೇಳಿದಳು:

"ಹಿಂದೆ ನಿನ್ನ ಅನುಭವವನ್ನು ನೆನೆಸಿಕೊಂಡಾಗ, ಹೃದಯಹೀನತೆ ಮತ್ತು ನಿಷ್ಕರುಣೆಯೆಂದು ಬಹುಶಃ ನೀನು ಭಾವಿಸಿರಬಹುದಾದ ನನ್ನ ಸಂಕೋಚದ ನಡವಳಿಕೆಯನ್ನು ನೆನೆದಾಗ, ನನ್ನ ಈ ಭೇಟಿಯ ಉದ್ದೇಶ ಕೇಳಿದರೆ ನೀನು ಇದೆಂತಹ ಉದ್ಧಟತನವೆಂದು ಖಂಡಿತ ಆಶ್ಚರ್ಯ ಪಡ್ತೀಯೆ. ಆದರೆ ನಿನಗೆ ಮಕ್ಕಳು ಇಂದು ಅಥವಾ ಹಿಂದೆ ಇದ್ದಿದ್ದರೆ ಹೆತ್ತವರ ಮಮತೆಯ ಶಕ್ತಿಯೇನೆಂಬುದನ್ನು ತಿಳಿದಿದ್ದರೆ, ಆಗ ಸ್ವಲ್ಪ ಮಟ್ಟಿಗೆ ನನ್ನನ್ನು ಕ್ಷಮಿಸಬಹುದು ಅಂತ ನನಗೆ ನಂಬಿಕೆಯಿದೆ. ಆದರೆ ನಿನಗೆ ಮಕ್ಕಳಿಲ್ಲದಿದ್ದರೂ, ಒಬ್ಬನೇ ಮಗನಿರುವ ನಾನಂತೂ ತಾಯಿಯ ಪ್ರೀತಿಯನ್ನು ಬಿಟ್ಟುಕೊಡಲಾರೆ. ಹೀಗಾಗಿ ನಾನು ತಾಯಿಯ ಪ್ರೀತಿ ಮತ್ತು ಕರ್ತವ್ಯಗಳ ಒತ್ತಾಯದಿಂದ ನಿನ್ನನ್ನು, ನಿನಗೆ ಅತ್ಯಂತ ಪ್ರಿಯವಾದ ವಸ್ತುವೊಂದನ್ನು ನನಗೆ ಕೊಡಬೇಕು ಅಂತ ಬೇಡಿಕೊಳ್ಳೋದಕ್ಕೆ ಬಂದಿದ್ದೇನೆ. ನಿನ್ನ ಕಷ್ಟಕಾಲದಲ್ಲಿ ಅದೊಂದೇ ನಿನಗೆ ಸಮಾಧಾನ ಸಂತೋಷ ನೀಡುತ್ತಿರೋ ವಸ್ತು – ನಾನು ನಿನ್ನಿಂದ ಬೇಡುತ್ತಿರುವ ಕೊಡುಗೆ ಎಂದರೆ – ನಿನ್ನ ಡೇಗೆ ಹಕ್ಕಿ. ನನ್ನ ಮಗ ಅದಕ್ಕಾಗಿ ಎಷ್ಟು ಆಸೆ ಪಡ್ತಿದ್ದಾನೆ ಅಂದರೆ, ಅದನ್ನು ಅವನಿಗೆ ತೆಗೆದುಕೊಂಡು ಹೋಗಿ ಕೊಡದಿದ್ದರೆ, ಅವನ ಕಾಯಿಲೆ ಉಲ್ಬಣವಾಗಿ ಅವನನ್ನೇ ನಾನು ಕಳೆದುಕೊಳ್ಳಬಹುದು ಅನ್ನೋ ಭೀತಿ ನನಗೆ. ಆದ್ದರಿಂದ ನಾನು ನಿನ್ನನ್ನು ಬೇಡಿಕೊಳ್ತಿದ್ದೇನೆ–ನೀನು ನನ್ನಲ್ಲಿಟ್ಟಿರುವ ಅಪಾರ ಪ್ರೇಮದ ಹೆಸರಿನಲ್ಲಿ ಅಲ್ಲ (ಅದರಿಂದ ನೀನು ಪ್ರಭಾವಿತನಾಗೋದು ಬೇಡ); ಆದರೆ ಈಗ ನೀನು ತೋರಿರುವ ಸೌಜನ್ಯ, ಸಭ್ಯತೆಗಳಲ್ಲಿ ವ್ಯಕ್ತವಾಗಿರುವ, ನಿನ್ನ ಔದಾರ್ಯದ ಹೆಸರಿನಲ್ಲಿ, ನನಗೆ ಆ ಡೇಗೆ ಹಕ್ಕಿಯನ್ನು

ದಯಮಾಡಿ ಕೊಟ್ಟರೆ, ಅದರಿಂದ ನನ್ನ ಪ್ರೀತಿಯ ಒಬ್ಬನೇ ಮಗನ ಜೀವವನ್ನು ಉಳಿಸಿಕೊಳ್ತೇನೆ. ಎಂದೆಂದಿಗೂ ನಿನಗೆ ಋಣಿಯಾಗಿರ್ತೇನೆ."

ಆಕೆಯ ಈ ಬೇಡಿಕೆಯನ್ನು ಕೇಳಿ, ಆ ಹಕ್ಕಿಯನ್ನೇ ಆಕೆಗೆ ಊಟಕ್ಕೆ ಬಡಿಸಿದ್ದರಿಂದ, ಬೇಡಿಕೆಯನ್ನು ಪೂರೈಸಲು ಅಸಮರ್ಥನೆಂಬುದನ್ನು ಅರಿತು, ಫೆದೆರಿಗೋ ಒಂದು ಮಾತನ್ನೂ ಆಡದವನಾಗಿ, ಆಕೆಯೆದುರಿಗೇ ಬಿಕ್ಕಿ ಬಿಕ್ಕಿ ಅಳಲಾರಂಭಿಸಿದ. ತನ್ನ ಡೇಗೆ ಹಕ್ಕಿಯ ಮೇಲಿನ ಪ್ರೀತಿಯಿಂದ, ಅದನ್ನು ಬಿಟ್ಟುಕೊಡಲಾರದೆ ಆತ ಹೀಗೆ ದುಃಖಿಸುತ್ತಿದ್ದಾನೆ, ಎಂದುಕೊಂಡ ಆಕೆ. ತನ್ನ ಬೇಡಿಕೆಯ ತಿರಸ್ಕಾರವನ್ನು ನಿರೀಕ್ಷಿಸಿ ಸಿದ್ಧಳಾದಳು. ಆಗ ಫೆದೆರಿಗೋ ಮಾತಾಡಲು ತೊಡಗಿದ:

"ಗೌರವಾನ್ವಿತಳೇ, ನಿನ್ನನ್ನು ಮೊದಲು ಕಂಡಾಗಿನ ಮತ್ತು ಪ್ರೇಮಿಸಿದ ಗಳಿಗೆಯಿಂದಲೂ ಕೆಟ್ಟ ಅದೃಷ್ಟ ನನ್ನ ಬೆನ್ನಹತ್ತಿ ವೈಪರೀತ್ಯ ಹಾಗೂ ಕ್ರೌರ್ಯದಿಂದ ನನ್ನನ್ನು ಕಾಡಿದೆ. ಆದರೆ ಈವರೆಗೆ ಅದು ನನಗೆ ಕೊಟ್ಟ ಪೆಟ್ಟುಗಳೆಲ್ಲ ಈಗ ಕೊಡ್ತಿರೋ ಪೆಟ್ಟಿನ ಮುಂದೆ ಬಹು ಲಘುವೆಂದು ನನ್ನ ಭಾವನೆ. ನಾನು ಹಣವಂತನಾಗಿದ್ದಾಗ ನೀನು ಕಾಲಿಡಲೂ ಒಪ್ಪದಿದ್ದ ನನ್ನ ಮನೆಗೆ ಈಗ ಕೃಪೆಯಿಟ್ಟು ಬಂದಿದ್ದಿ. ಒಂದು ಸಣ್ಣ ಕೊಡುಗೆಯನ್ನು ಕೇಳ್ತಿದ್ದಿ. ಆದರೆ ನನ್ನ ಕೆಟ್ಟ ಅದೃಷ್ಟ ಈ ಸಣ್ಣ ಕೊಡುಗೆಯನ್ನೂ ನಾನು ಕೊಡಲಾರದಂಥ ಸ್ಥಿತಿಯಲ್ಲಿ ನನ್ನನ್ನಿಡುವ ಸಂಚು ಮಾಡಿದೆ. ಅದೇನು ಅನ್ನೋದನ್ನು ನಾಲ್ಕು ಮಾತಿನಲ್ಲಿ ನಿನಗೆ ತಿಳಿಸ್ತೇನೆ. ನನ್ನ ಅತಿಥಿಯಾಗಿ ಊಟ ಮಾಡುವ ಗೌರವ ನೀಡ್ತೇನೆ ಅಂತ ನೀನು ಹೇಳಿದಾಗ ನನ್ನಿಂದ ಸಾಧ್ಯವಾದಷ್ಟು ಉತ್ತಮ ತಿನಿಸುಗಳನ್ನು ನಿನಗೆ ಬಡಿಸಬೇಕಾದುದು ಇಂತಹ ಸಂದರ್ಭದಲ್ಲಿ ನ್ಯಾಯ ಮತ್ತು ಗೌರವ ಅಂತ ನಾನು ಭಾವಿಸಿದೆ. ನೀನೀಗ ಕೊಡುಗೆಯಾಗಿ ಕೇಳ್ತಿರೋ ಡೇಗೆ ಹಕ್ಕಿಯ ಗುಣಗಳ್ನು ನೆನೆದು, ಅದು ನಿನಗೆ ತಿನಿಸಾಗಲು ತಕ್ಕುದೆಂದು ತೀರ್ಮಾನಿಸಿ, ಅದನ್ನೇ ಅಡುಗೆ ಮಾಡಿಸಿ ನಿನಗೆ ಬಡಿಸಿದ್ದೇನೆ. ಆಗ ನಾನು ಇದೊಂದು ಪುಣ್ಯವೆಂದೇ ಭಾವಿಸಿದೆ. ಆದರೆ ಈಗ ಅದೇ ಡೇಗೆ ಹಕ್ಕಿಯನ್ನು ನಿನ್ನ ಮಗನಿಗಾಗಿ ನೀನು ಕೇಳ್ತಿರುವಾಗ, ನಿನ್ನ ಆಸೆಯನ್ನು ಪೂರೈಸಲಾಗದ ವಿಷಾದದಲ್ಲಿ ನನಗೆ, ನನ್ನ ಬದುಕಿನಲ್ಲಿ ಎಂದೆಂದೂ ಸಂತೋಷ ಬಾರದು ಅಂತ ಅನಿಸಿಬಿಟ್ಟಿದೆ."

ತನ್ನ ಮಾತಿಗೆ ಸಾಕ್ಷಿಯಾಗಿ ಡೇಗೆ ಹಕ್ಕಿಯ ಕೊಕ್ಕು, ಪುಕ್ಕದ ಗರಿಗಳು ಮತ್ತು ಪಂಜದ ಉಗುರುಗಳನ್ನು ಫೆದೆರಿಗೋ ತರಿಸಿ ತೋರಿಸಿದ. ಒಬ್ಬ ಮಹಿಳೆಯ ಊಟಕ್ಕಾಗಿ ಅಂತಹ ಒಳ್ಳೆಯ ಹಕ್ಕಿಯನ್ನು ಕೊಲ್ಲಬಾರದಾಗಿತ್ತೆಂದು ಅವನ ಮಾತಿಗೆ ಉತ್ತರವಾಗಿ ಮೊನ್ನಾ ಜೋವಾನ್ನಾ ಅವನನ್ನು ಟೀಕಿಸಿದಳು. ಆದರೆ ಇಂಥ ದುರದೃಷ್ಟದಿಂದ ಕೂಡ ಕುಗ್ಗಿಸಲು ಸಾಧ್ಯವಾಗದಿದ್ದ ಅವನ ಔದಾರ್ಯವನ್ನು ಮನಸ್ಸಿನಲ್ಲೇ ಮೆಚ್ಚಿಕೊಂಡಳು. ಹೀಗೆ ಆ ಡೇಗೆ ಹಕ್ಕಿಯನ್ನು ಪಡೆಯುವ ಅವಕಾಶವೆಲ್ಲ ಕಳೆದುಕೊಂಡು, ತನ್ನ ಮಗನ ಜೀವ ಉಳಿಯಲಾರದೆಂಬ ನಿರಾಸೆಯಿಂದ ಆಕೆ ತನಗೆ ಗೌರವ ತೋರಿದುದಕ್ಕಾಗಿ, ಅವನ ವಿಶ್ವಾಸಕ್ಕಾಗಿ ಫೆದೆರಿಗೋನನ್ನು ವಂದಿಸಿ ಮನೆಗೆ ಬಹು ಖಿನ್ನಳಾಗಿ ಹಿಂದಿರುಗಿದಳು. ಡೇಗೆ ಹಕ್ಕಿಗಾಗಿ ಹಂಬಲದಿಂದಲೋ ಅದು ದೊರಕದ ನಿರಾಸೆಯಿಂದ ಅವನ ಕಾಯಿಲೆ ಹೆಚ್ಚಿದುದರಿಂದಲೋ, ಅಂತೂ ಹುಡುಗ ಕೆಲವೇ ದಿನಗಳಲ್ಲಿ ತೀರಿಕೊಂಡ. ಅವನ ತಾಯಿ ಅಪಾರ ದುಃಖದಲ್ಲಿ ಮುಳುಗಿದಳು. ಕೆಲವು ದಿನ ಅದೇ ದುಃಖದಲ್ಲಿ ಅವಳು ಕೊರಗಿದ ನಂತರ, ಅವಳ ಸೋದರರು ಆಕೆಯ ಅಪಾರ ಆಸ್ತಿಗೆ ಒಡತಿಯಾಗಿರುವುದನ್ನು ಅರಿತು ಆಕೆ ಇನ್ನೂ ಯೌವನಸ್ಥೆಯಾದುದರಿಂದ ಮತ್ತೆ

ಮದುವೆಯಾಗಬೇಕೆಂದು ಅವಳನ್ನು ಒತ್ತಾಯಿಸಲಾರಂಭಿಸಿದರು. ಅದು ಅವಳಿಗೆ ಇಷ್ಟವಿರಲಿಲ್ಲ. ಆದರೆ ಪದೇಪದೇ ಅವರು ಬಲವಂತವಾಗಿ ಹೇಳುತ್ತಿದ್ದುದರಿಂದ, ಫೆದೆರಿಗೋನ ಹಿರಿಮೆಯನ್ನು, ಅದರಲ್ಲಿಯೂ ಈಚೆಗೆ ತನಗೆ ಗೌರವ ಸೂಚಿಸಲು ತನ್ನ ಪ್ರೀತಿಪಾತ್ರವಾದ ಅತ್ಯುತ್ತಮ ಡೇಗೆ ಹಕ್ಕಿಯನ್ನು ಬಲಿಕೊಟ್ಟ ಅವನ ಔದಾರ್ಯನ್ನು ನೆನಸಿಕೊಂಡು ಅವಳು ತನ್ನ ಸೋದರರಿಗೆ ತಿಳಿಸಿದಳು:

"ನೀವು ಒಪ್ಪೋದಾದರೆ ನಾನು ಈಗಿರುವಂತೆಯೇ ಇದ್ದು ಬಿಡೋದಕ್ಕೆ ಸಿದ್ಧಳಾಗಿದ್ದೇನೆ. ಆದರೆ ನಾನು ಮದುವೆಯಾಗಲೇಬೇಕೆಂದು ನೀವು ಬಲವಂತ ಮಾಡಿದರೆ, ಫೆದೆರಿಗೋ ದಿ ಆಲ್ಬೆರೀಗಿಯನ್ನು ಹೊರತು ಬೇರಾರನ್ನೂ ಮದುವೆಯಾಗಲಾರೆ."

ಅವಳ ಸೋದರರು ನಸುನಕ್ಕು ಕೇಳಿದರು:

"ಇದೇನಿದು ಹುಚ್ಚು? ಭಿಕಾರಿಯಾಗಿರೋನನ್ನು ಮದುವೆಯಾಗ್ತೀಯಾ?"

ಆಕೆ ಅದಕ್ಕುತ್ತರವಾಗಿ ಅಂದಳು:

"ಸೋದರರೇ, ನೀವು ಹೇಳಿದಂತೆಯೇ ಸ್ಥಿತಿಯಿದೆ ಅನ್ನೋದು ನನಗೆ ಗೊತ್ತು. ಆದರೆ ಸಂಪತ್ತು ಅಗತ್ಯವಿರುವ ಮನುಷ್ಯನನ್ನು ನಾನು ಆಯ್ದುಕೊಳ್ಳುವೆನೇ ಹೊರತು ಮನುಷ್ಯನ ಅಗತ್ಯವಿರುವ ಸಂಪತ್ತನ್ನಲ್ಲ."

ಅವಳ ಗಟ್ಟಿ ಮನಸ್ಸಿನ ತೀರ್ಮಾನವನ್ನು ಮನಗಂಡ ಅವಳ ಸೋದರರು, ಫೆದೆರಿಗೋ ಬಡವನಾದರೂ ಅತ್ಯುತ್ತಮ ಗುಣಶೀಲನೆಂಬುದನ್ನು ಅರಿತು, ತಮ್ಮ ಸೋದರಿಯನ್ನು ಅವಳ ಎಲ್ಲ ಸಂಪತ್ತಿನೊಂದಿಗೆ ಅವನಿಗೆ ಧಾರೆಯೆರೆದರು. ಹೀಗೆ ಫೆದೆರಿಗೋ ತಾನು ಬಹುಕಾಲ ದಿಂದಲೂ ಪ್ರೇಮಿಸಿದ್ದ ಚೆಲುವೆಯನ್ನು ಅನಿರೀಕ್ಷಿತವಾಗಿ ಮದುವೆಯಾಗಿ, ಮುಂದೆ ಸುಖಶಾಂತಿ ಗಳಲ್ಲಿ ಬದುಕನ್ನು ಕಳೆದ.

○ ಓರ್ಟೆನ್ಸಿಓ ಲಾಂಡೊ

ಜ್ಯೋತಿಷಿ ಮತ್ತು ಕತ್ತೆ

ಹಿಂದೆ ವೆರೋನಾದಲ್ಲಿ ಮೆಸ್ಸೆರ್ ಊಗೋ ದ ಸಾಂತಾ ಸೋಫಿಯ ಎಂಬ ಒಬ್ಬ ಸಭ್ಯ ವ್ಯಕ್ತಿಯಿದ್ದ. ಆತ ಕಲೆ ಮತ್ತು ವಿಜ್ಞಾನಗಳ ಅಧ್ಯಯನದಲ್ಲಿ ಅತ್ಯಂತ ಶ್ರದ್ಧೆಯಿಂದ ನಿರತನಾಗಿದ್ದು ವಿಶೇಷವಾಗಿ ಆಕಾಶಕಾಯಗಳ ಬಗ್ಗೆ ಅಭ್ಯಾಸ, ಚಿಂತನೆಗಳಲ್ಲಿ ಮಗ್ನನಾಗಿದ್ದು, ಇಡೀ ದೇಶದಲ್ಲಿ ಪ್ರಖ್ಯಾತನಾಗಿದ್ದ.

ಗ್ರಹಗಳು, ಸ್ಥಿರ ಅಥವಾ ಚರನಕ್ಷತ್ರಗಳು, ಉರಿಯುವ ಧೂಮಕೇತುಗಳು, ಉಪಗ್ರಹಗಳು, ಚಂದ್ರಮಂಡಲಗಳು–ಇವಾವುದಾದರೂ ಸರಿ, ಎಲ್ಲದರ ಚಲನವಲನಗಳ ನಿಕಟ ಪರಿಚಯ ತನಗಿದೆಯೆಂದು ಆತ ಜಂಬಕೊಚ್ಚಿಕೊಳ್ಳುತ್ತಿದ್ದ. ಆಕಾಶದಲ್ಲಿ ನಡೆಯುವ ಇವುಗಳ ಉರುಳುಹೊರಳುಗಳ ಬಗ್ಗೆ ಸಲೀಸಾಗಿ ಭವಿಷ್ಯ ನುಡಿಯುತ್ತಿದ್ದ. ಭೂಮಿಯಲ್ಲಿ ನಡೆಯುವ ಉರುಳುಹೊರಳುಗಳ ಬಗ್ಗೆ ಭವಿಷ್ಯ ನುಡಿಯುವಾಗಿನ ಅಪಾಯವಂತೂ ಇದರಲ್ಲಿ ಇರಲಿಲ್ಲ! ರಾಬರ್ಟ್ ರಾಜ ಸತ್ತು ಹೆಂಗಸೊಬ್ಬಳು ಆತನ ಸಿಂಹಾಸನಕ್ಕೇರುವಳೆಂದು ಆತ ಭವಿಷ್ಯ ನುಡಿದಿದ್ದ. ಹಂಗೆರಿಯ ವಿಸ್ತಾರವು ಗ್ರೀಸಿನವರೆಗೂ ವ್ಯಾಪಿಸಿ, ಅನಂತರ ಟ್ರಾಯ್ ಪಟ್ಟಣದ ಬಯಲಿಗೂ ಅದು ಚಾಚುವುದೆಂದೂ ಹೇಳಿದ್ದ. ಎಂದೂ ಮರೆಯಲಾಗದ 1348ನೇ ವರ್ಷದಲ್ಲಿ ಭಯಂಕರ ಅನಾಹುತವನ್ನುಂಟುಮಾಡಿದ ಭೀಕರ ಪ್ಲೇಗ್ ರೋಗದ ಬರವನ್ನು ಬಹು ಮೊದಲೇ ಸಂವೇದಿಸಿ ಎಚ್ಚರಿಕೆ ನೀಡಿದ್ದ. ಅಂತೂ ಇಷ್ಟು ಹೇಳಿದರೆ ಸಾಕು–ಅವನ ಭವಿಷ್ಯವಾಣಿ ಎಷ್ಟು ನಿಖರವಾಗಿತ್ತೆಂದರೆ, ಇಡೀ ಯೂರೋಪಿನಲ್ಲಿ ಅವನ ಖ್ಯಾತಿ ಹಬ್ಬಿತ್ತು. ಯೂರೋಪಿನ ರಾಜರು ಯಾರಾದರೂ ಕಷ್ಟ ಪರಿಸ್ಥಿತಿಯಲ್ಲಿ ಸಿಕ್ಕಿಕೊಂಡಾಗ, ಆತನ ವಿವೇಕವಾಣಿಯ ಪ್ರಯೋಜನ ಪಡೆದುಕೊಳ್ಳಲು ಮೆಸ್ಸೆರ್ ಊಗೋನನ್ನು ತಮ್ಮಲ್ಲಿಗೆ ಕರೆಸಿಕೊಳ್ಳದೆ ಇರುತ್ತಿರಲಿಲ್ಲ. ಇದರಿಂದಾಗಿ ಎಂದೂ ತಪ್ಪುಮಾಡದ ತನ್ನ ಅಲೌಕಿಕ ಶಕ್ತಿ ಸಾಮರ್ಥ್ಯದ ಬಗ್ಗೆ ಆತನಿಗೆ ತುಸು ಜಂಬ ಬಂದಿದ್ದರೆ ನಾವು ಆಶ್ಚರ್ಯಪಡಬೇಕಾಗಿಲ್ಲ.

ಸುಗ್ಗಿಯ ಕಾಲದಲ್ಲಿ ಒಂದು ದಿನ ಆತ ತನ್ನ ಹಳ್ಳಿಯ ಮನೆಗೆ ಹೋಗಿದ್ದ. ಕಣದಲ್ಲಿ ಕಾಳನ್ನು ಬಡಿಯುವುದನ್ನು

ನೋಡುವುದೆಂದರೆ ಆತನಿಗೆ ತುಂಬಾ ಆನಂದ. ಆ ದಿನ ಹೀಗಾಯಿತು: ಅವನ ನೆರೆಯವರಲ್ಲೊಬ್ಬ, ಹಳ್ಳಿಯ ಮುದುಕ ರೈತ, ಸಾಕಷ್ಟು ಒಳ್ಳೆಯ ಸ್ಥಿತಿಯಲ್ಲಿದ್ದವನು. ಆ ಕಾಲದ ಬಗ್ಗೆ ಬಹುಮುಖ್ಯ ಸಂಗತಿಯೆಂದು ತಾನು ತಿಳಿದಿದ್ದುದನ್ನು ಆತನಿಗೆ ತಿಳಿಸಲೆಂದು ಬಂದ. ಅವನ ಒಂದು ಕಾಲು ಸ್ವಲ್ಪ ಕುಂಟಾಗಿದ್ದು, ಆತ ಸಾಮಾನ್ಯವಾಗಿ ಒಂದು ಸುಂದರವಾದ ಕತ್ತೆಯ ಮೇಲೆ ಸವಾರಿ ಮಾಡಿಕೊಂಡು ಬರುತ್ತಿದ್ದ. ಈಗ ಮೆಸ್ಸೇರ್ ಊಗೋನ ಮನೆಯ ಮುಂದೆ ತನ್ನ ಕತ್ತೆಯಿಂದ ಕೆಳಗಿಳಿದು ಅವನು ಹೇಳಿದ :

"ನಾನು ಹೀಗೆಯೇ ಸವಾರಿ ಹೋಗುತ್ತಿದ್ದವನು ನಿಮಗೊಂದು ಮಾತು ತಿಳಿಸೋದಕ್ಕೆ ನಿಮ್ಮಲ್ಲಿಗೆ ಬಂದಿದ್ದೇನೆ, ಮೆಸ್ಸೇರ್ ಊಗೋ. ಈಗಿನ ಅಪಾಯಕಾರೀ ಹವಾದಲ್ಲಿ, ನೀವು ಈತನಕ ಕುಯಿಲು ಮಾಡಿಸಿರೋ ಕಾಳನ್ನೆಲ್ಲ ಎಚ್ಚರಿಕೆಯಿಂದ ತೆಗೆದಿರಿಸಿ ನೋಡಿಕೊಳ್ಳೋದು ವಿವೇಕವಾದೀತು; ಯಾಕೆಂದರೆ ಇನ್ನು ಸ್ವಲ್ಪವೇ ಹೊತ್ತಿನಲ್ಲಿ ಎಂತಹ ಭಯಂಕರ ಚಂಡಮಾರುತ ಬೀಸುತ್ತದೆ ಅಂದರೆ ಆಕಾಶವೇ ನನ್ನ ಮೇಲೆ ಉರುಳಿ ಬೀಳ್ತದೋ ಏನೋ ಅಂತ ನಿಮಗನ್ನಿಸಲೂಬಹುದು."

ನಮ್ಮ ಈ ತತ್ವಜ್ಞಾನಿ ಜ್ಯೋತಿಷಿ ಆ ರೈತನನ್ನು ಅವನೊಬ್ಬನಿಗೇ ಈ ರಹಸ್ಯ ಹೇಗೆ ತಿಳಿಯಿತೆಂದು ಅತ್ಯಂತ ಉದಾಸೀನ ದನಿಯಲ್ಲಿ ಕೇಳಿದ. ಆಕಾಶದ ನಾಲ್ಕೂ ದಿಕ್ಕುಗಳನ್ನು ದಿಟ್ಟಿಸಿ ನೋಡಿ, ಬಿರುಗಾಳಿಯ ಮುನ್ಸೂಚನೆಯಾದ ಒಂದೇ ಒಂದು ಕಪ್ಪು ಚುಕ್ಕೆಯನ್ನೂ ಕಾಣದೆ, ತುಂಬಾ ತಿರಸ್ಕಾರದಿಂದ ಮುದಿ ರೈತರ ಕಡೆಗೆ ತಿರುಗಿ ನುಡಿದ:

"ಆಕಾಶ ತುಂಬಾ ತಿಳಿಯಾಗಿದೆ. ಸೂರ್ಯಪ್ರಕಾಶ ಮಂದವಾಗಿದೆ. ಪರ್ವತಗಳ ಮೇಲೆ ಒಂದು ಮೋಡ ಕೂಡ ಇಲ್ಲ. ಆದರೆ ನೀನು ಮಾತ್ರ ಚಂಡಮಾರುತ ಏಳಲಿದೆ ಅಂತ ಹೇಳುವ ಹುಂಬತನ ಮಾಡ್ತಿದ್ದಿ. ಅಗೋ ದಕ್ಷಿಣದಿಂದ ಮೆಲು ಗಾಳಿ ಬೀಸುತ್ತಿದೆ. ಸೂರ್ಯ ಸರಿಯಾದ ಸ್ಥಾನದಲ್ಲಿ ಸಮನಾದ ಕೋನದಲ್ಲಿದ್ದಾನೆ. ಆದ್ದರಿಂದ ಈಗ ಪವಾಡವಿಲ್ಲದೆ ಮಳೆ ಬೀಳೋದು ಸಾಧ್ಯವೇ ಇಲ್ಲ. ಪ್ರಕೃತಿ ಕೂಡ ಈಗ ಮಳೆ ತರಿಸಲಾರದು. ವಿಧಿಯೊಂದಿಗೆ ಸೇರಿದರೆ ಮಾತ್ರ ಪ್ರಕೃತಿ ಮಳೆ ತರಿಸಬಹುದು – ಆದರೆ ಈಗ ಪ್ರಕೃತಿ ಇರೋ ಸ್ಥಿತಿಯಲ್ಲಿ, ಮಳೆ ಬರೋದು ಸಾಧ್ಯವೇ ಇಲ್ಲ."

ಹೀಗೆಯೇ ಬಹಳ ಹೊತ್ತು ಆ ಹಳ್ಳಿಗನೊಂದಿಗೆ ಈ ವಿಷಯದಲ್ಲಿ ಆತ ಚರ್ಚೆ ನಡೆಸುತ್ತಲೇ ಇದ್ದ. ಆದರೆ ಇದರಿಂದ ಹಳ್ಳಿಗನ ಮೇಲೇನೂ ಪ್ರಭಾವ ಆಗಲಿಲ್ಲ. ಎಲ್ಲ ಮಾತಿಗೂ ಅವನ ಉತ್ತರ ಇಷ್ಟೆ – ತನ್ನ ಬಳಿ ಈ ರೀತಿ ವ್ಯರ್ಥ ಚರ್ಚೆಯಲ್ಲಿ ಹೊತ್ತು ಹಾಳುಮಾಡಿಕೊಳ್ಳುವ ಬದಲು, ಈಗಲೇ, ಈ ಕೂಡಲೇ ಬೇಗ ಬೇಗ ತನ್ನ ಕಾಳನ್ನೆಲ್ಲ ಮನೆಗೆ ಸಾಗಿಸುವಂತೆ ಮೆಸ್ಸೇರ್ ಊಗೋ ಅಪ್ಪಣೆ ಮಾಡುವುದು ಒಳಿತು. ಈಗ ಬೀಸಲಿರುವ ಚಂಡಮಾರುತ ಕಾಳುಕಡ್ಡಿಯನ್ನು ಹಾಳುಮಾಡುವುದಷ್ಟೇ ಅಲ್ಲ ಗಿಡಮರಗಳನ್ನು ಉರುಳಿಸುತ್ತದೆ, ಪ್ರಾಣಿಗಳ ಮಂದೆಯನ್ನು ಚದರಿಸುತ್ತದೆ, ಮನೆಗಳನ್ನು ಅಡಿಪಾಯದಲ್ಲಿಯೇ ಅಲುಗಾಡಿಸಿ ಬಿಡುತ್ತದೆ!

ಈ ಹಳ್ಳಿಗನ ವಿಚಿತ್ರ ಮೊಂಡಾಟದಿಂದ ಮೆಸ್ಸೇರ್ ಊಗೋವಿನ ಸಿಟ್ಟು ಎಷ್ಟು ಏರಿತೆಂದರೆ ಅವನ ಕೆನ್ನೆಗೆ ಎರಡು ಬಾರಿಸಿಬಿಡಬೇಕೆನ್ನಿಸಿತು. ಆದರೆ ಹಾಗೆ ಮಾಡುವ ಬದಲು ಆತ ತನ್ನ ಸಿಟ್ಟನ್ನು ಹತೋಟಿಗೆ ತಂದುಕೊಂಡು ಮೊದಲು ತನ್ನ ದೂರದರ್ಶಕ ಯಂತ್ರವನ್ನು ಹಾಗೂ ದಿಕ್ಸೂಚಿಯನ್ನು ಆಶ್ರಯಿಸಿದ; ಮೊದಲಿಗಿಂತಲೂ ಸೂಕ್ಷ್ಮವಾಗಿ ಆಕಾಶವನ್ನೆಲ್ಲ ಪರೀಕ್ಷಿಸಿದ. ಮತ್ತೆ ಅದೇ ಹಳೆಯ ತೀರ್ಮಾನಕ್ಕೆ ಬಂದ – ಪರ್ವತಗಳು ನೆಲಸಮವಾಗಬಹುದು.

ನದಿಗಳು ಬೆಟ್ಟಗಳ ಮೇಲೇರಿ ಅವುಗಳನ್ನು ಮುಳುಗಿಸಬಹುದು, ಆದರೆ ಆ ದಿನ ಖಂಡಿತವಾಗಿ ಮಳೆ ಬರುವುದು ಸಾಧ್ಯವೇ ಇಲ್ಲ.

ತನ್ನಿಂದ ಏನೂ ಪ್ರಯೋಜನವಿಲ್ಲವೆಂದರಿತ ಹಳ್ಳಿಗ ಕೊನೆಗೆ ಅಲ್ಲಿಂದ ಹೊರಟುಬಿಟ್ಟ. ಅವನು ತನ್ನ ಮನೆಯ ಬಳಿ ಕತ್ತೆಯಿಂದಿಳಿಯುವುದೇ ತಡ, ಆಕಾಶದಲ್ಲಿ ಒಂದು ಕಪ್ಪು ತುಣುಕು ಕಾಣಿಸಿಕೊಂಡು, ಏರುತ್ತಿದ್ದ ಗಾಳಿಯಲ್ಲಿ ಬೆಳೆದು, ಕೊಂಚ ಹೊತ್ತಿನಲ್ಲಿ ಸೂರ್ಯನ ಬಿಂಬವನ್ನೇ ಮುಚ್ಚಿಬಿಟ್ಟಿತು. ಉತ್ತರದ ಕಡೆ ಪ್ರಖರವಾದ ಮಿಂಚು ಮಿಂಚಿತು. ಗಾಳಿ ಸ್ವಲ್ಪ ಸ್ವಲ್ಪವಾಗಿ ಪೂರ್ವ ದಿಕ್ಕಿಗೆ ತಿರುಗಿತು. ಸಾಧಾರಣವಾಗಿ ಎಂದಿನಂತೆ ಹನಿ ಹನಿಯಾಗಿ ಬೀಳುವ ಬದಲು ಧಾರೆಧಾರೆಯಾಗಿ ಮಳೆಯ ಪ್ರವಾಹ ಬಂದು, ಮೊದಲೇ ಗಾಳಿ ಮಳೆಗಳ ಹೊಡೆತದಿಂದ ತತ್ತರಿಸಿದ್ದ ಪಶ್ಚಿಮದ ಕಡೆಗೆ ನುಗ್ಗಿತು ಮಳೆಯ ಧಾರೆ ಹೆಚ್ಚುತ್ತ ಹೋದಂತೆ, ಎಲ್ಲೆಡೆಯೂ ಧ್ವನಿಗೊಡುವ ಗುಡುಗು ಮತ್ತು ವಿವರ್ಣ ಮಿಂಚುಗಳು ಕಡಮೆಯಾಗುವ ಬದಲು ಹಿಂದೆಂದೂ ಕಂಡು ಕಾಣದ ತೆರದಲ್ಲಿ ಎರಡು ಪಟ್ಟು ಪ್ರಬಲವಾದವು. ಗ್ರೀಕ್ ಪುರಾಣದ ಮಹಾ ಶಕ್ತಿಶಾಲಿಗಳಾದ ಟೈಟನರು ಅವಿವೇಕದಿಂದ ದಂಗೆಯೆದ್ದು ತಮ್ಮ ತಂದೆ ಜೋವನ ಸಿಟ್ಟನ್ನೆದುರಿಸಿದಾಗ ಇಂತಹದೇ ಭಯಂಕರ ಚಂಡಮಾರುತ ಅವರ ಮೇಲೆರಗಿರಬೇಕು! ಕೋಟೆಕೊತ್ತಲಗಳು ಅಡಿಪಾಯದವರೆಗೂ ತತ್ತರಿಸಿದವು. ಅತಿ ಎತ್ತರ ಬೆಳೆದಿದ್ದ ಓಕ್ ಮರಗಳು ನೆಲಕ್ಕುರುಳಿದವು, ಆದಿಜೇ ನದಿಯು ಉಕ್ಕಿ ತನ್ನ ಹಳೆಯ ದಂಡೆಗಳನ್ನು ಒಡೆದು ಹರಿಯಿತು. ನಡುಗುತ್ತಿದ್ದ ಜಗತ್ತಿನಲ್ಲಿ ಬೆಟ್ಟವೇ ಚಿಂದಿ ಚಿಂದಿಯಾಗುತ್ತದೋ ಎನ್ನುವ ಭೀತಿಯಲ್ಲಿ, ಎತ್ತರದ ಅರಮನೆಗಳೂ ಒಳಗಿದ್ದ ರಾಜಮನೆತನದವರೊಂದಿಗೆ ತತ್ತರಿಸಿದವು.

ಇಂತಹ ಸಮಯದಲ್ಲಿ ಪ್ರಖ್ಯಾತ ಜೋತಿಷಿ ಮತ್ತು ಆಕಾಶ ವಿಕ್ಷಣೆಯ ಪರಿಣತ ಮೆಸ್ಸೇರ್ ಊಗೋ ಎಲ್ಲಿದ್ದ? ಸುರಕ್ಷಿತ ಪ್ರದೇಶದಲ್ಲಿಡದಿದ್ದ ಅವನು ಸುಗ್ಗಿಯ ಕಾಳೆಲ್ಲ ಏನಾಯಿತು? ಅವನ ಆಸ್ತಿ ಹಾಗೂ ಅಹಂಕಾರ ಎರಡಕ್ಕೂ ಇದು ಪ್ರಬಲವಾದ ಪೆಟ್ಟು. ಹವಾಮಾನವು ತನಗೆ ಹೀಗೆ ನಾಚಿಕೆಗೇಡಿನ ಮೋಸಮಾಡಿತಲ್ಲ ಎಂಬ ಸಿಟ್ಟಿನಲ್ಲಿ ತಾನು ತಾರಾಜ್ಞಾನ ಪಡೆಯದೇ ಇದ್ದರೆ ಚೆನ್ನಾಗಿತ್ತು ಎಂದು ಅವನಿಗೆನ್ನಿಸಿತು. ಅವನ ಸೊಗಸಾದ ಕಾಳೆಲ್ಲ ಹಲವಾರು ದಿಕ್ಕುಗಳಿಗೆ ಹಾರಾಡಿಹೋಗಿದ್ದುವು – ಪ್ರಕೃತಿಯ ಪ್ರಾಬಲ್ಯಕ್ಕೆ ಬಲಿ ಯಾಗಿದ್ದುವು! ತನಗೆ ಪ್ರಯೋಜನಕಾರಿಯಾಗಬಹುದಾಗಿದ್ದ ಆ ಹಳ್ಳಿಗನ ಎಚ್ಚರಿಕೆಯ ನುಡಿಗೆ ತಾನು ಕಿವುಡಾಗಿದ್ದುದಕ್ಕೆ ಆತ ಈಗ ತೀವ್ರ ಪಶ್ಚಾತ್ತಾಪ ಪಡಲಾರಂಭಿಸಿದ. ಆ ಗಳಿಗೆಯ ಸಿಟ್ಟಿನಲ್ಲಿ ತನ್ನ ಚದುರಪಟ್ಟಿ, ದಿಕ್ಸೂಚಿ, ಗೋಳಗಳು ಎಲ್ಲ ಸೇರಿದಂತೆ ಪ್ರಯೋಗ ವಸ್ತುಗಳನ್ನೆಲ್ಲ ಕಿತ್ತೊಗೆದುಬಿಟ್ಟ. ಚಂಡಮಾರುತ ಹುಚ್ಚು ಹುಚ್ಚಾಗಿ ಏರುತ್ತಿದ್ದುದನ್ನೇ ನೋಡುತ್ತಿದ್ದಂತೆ ಪ್ರತಿಯೊಂದು ಗಳಿಗೆಯೂ ಅವನಿಗೆ ಒಂದೊಂದು ಯುಗದಂತೆ ತೋರುತ್ತಿತ್ತು. ತನ್ನ ನೆರೆಯ ಪ್ರಾಮಾಣಿಕ ಹಳ್ಳಿಗ ಪ್ರಶಾಂತ ವಾತಾವರಣದ ನಡುವೆ ಚಂಡಮಾರುತವನ್ನು ಹೇಗೆ ತಾನೇ ನಿರೀಕ್ಷಿಸಿದ, ಮುನ್ನೆಚ್ಚರಿಕೆಯನ್ನು ನೀಡಿದ ಎಂಬುದನ್ನು ಕೇಳಿ ತಿಳಿದುಕೊಳ್ಳಲು ಅವನ ಮನೆಗೆ ನುಸುಳಿಕೊಂಡು ಹೋಗವಷ್ಟಾದರೂ ತುಫಾನಿನ ರಭಸ ತಗ್ಗಲೆಂದು ಆತ ಕಾತರದಲ್ಲಿ ಕಾಯುತ್ತಾ ಕುಳಿತ.

ಕೊನೆಗೊಮ್ಮೆ ಭಯಂಕರ ಬಿರುಗಾಳಿಯಲ್ಲಿ ಸ್ವಲ್ಪ ಬಿಡುವಾದಾಗ, ಮೆಸ್ಸೇರ್ ಊಗೋ ಸ್ವಲ್ಪ ಕಷ್ಟಪಟ್ಟು ಹಳ್ಳಿಗನ ಮನೆಯನ್ನು ಮುಟ್ಟಿದ. ನಮ್ರವಾಗಿ ತಡವರಿಸುವ ದನಿಯಲ್ಲಿ ಅವನ ಕ್ಷಮೆ ಬೇಡಿದ. ಈ ಅನಾಹುತವನ್ನು ಮುಂಗಾಣುವುದು ಹೇಗೆ ತಾನೇ ಅವನಿಗೆ

ಸಾಧ್ಯವಾಯಿತೆಂದು ವಿವರಿಸುವಂತೆ ಬೇಡಿದ. "ನೀನು ಈ ವಿಷಯದಲ್ಲಿ ಸಲಹೆ ಸೂಚನೆ ಪಡೆದಂತಹ ವ್ಯಕ್ತಿ, ನಾನು ಅಧ್ಯಯನ ಮಾಡಿರುವ ವಿಜ್ಞಾನದಲ್ಲಿ ನನಗಿಂತ ಹೆಚ್ಚು ಪರಿಣತ, ತಜ್ಞನಿರಬೇಕು" ಎಂದೂ ಹೇಳಿದ.

ಆ ಹಳ್ಳಿಗ ಉತ್ತರಿಸಿದ:

"ಅದು ತುಂಬಾ ನಿಜ, ಮೆಸ್ಸೇರ್ ಊಗೋ–ನಾನು ಆತನ ಸಲಹೆ ಪಡೆದೆ. ಆತ ಮತ್ತಾರೂ ಅಲ್ಲ, ನಾನು ಸವಾರಿ ಮಾಡೋದನ್ನು ನೀವು ಕಂಡಿದ್ದೀರಲ್ಲ–ಅದೇ ಆ ಸುಂದರ ಕತ್ತೆಯೇ ಆತ! ಈ ರಹಸ್ಯವನ್ನು ನನ್ನ ಈ ಸುಂದರ ಕತ್ತೆಯೇ ಬಿಡಿಸಿ ನನಗೆ ತಿಳಿಸಿತು. ಹಿಂದೆಯೂ ಅನೇಕ ಸಾರಿ ಇಂತಹ ಸಮಸ್ಯೆಗಳನ್ನು ಅದು ಪರಿಹರಿಸಿದೆ. ಕೆಟ್ಟ ವಾತಾವರಣ ದಂತೆಯೇ ಉತ್ತಮ ವಾತಾವರಣವನ್ನೂ ಅದು ಅರಿತು ತಿಳಿಸಬಲ್ಲದು. ಹೀಗಿದ್ದು ನನಗೆ ಹವಾಮಾಪಕ ಯಂತ್ರದ ಅಗತ್ಯವೇ ಈತನಕ ಆಗಿಲ್ಲ. ಅತ್ಯುತ್ತಮ ಯಂತ್ರ ಹಾಗೂ ದಿಕ್ಸೂಚಿಗಿಂತ ಸ್ಪಷ್ಟವಾಗಿ, ಸೂಕ್ಷ್ಮವಾಗಿ, ಅದು ಆಕಾಶದ ವೀಕ್ಷಣೆ ಮಾಡಬಲ್ಲುದು. ಹವೆ ತುಂಬಾ ಕೆಡ್ತದೆ ಅಂತ ತೋರಿದಾಗ ಅದು ತನ್ನ ಬೆನ್ನನ್ನು ಹುರಿ ಮಾಡಿಕೊಳ್ತದೆ. ಅದರ ಕೂದಲೆಲ್ಲ ನಿಮಿರಿ ನಿಲ್ತವೆ. ಕಾಲುಗಳ ಸಂದಿಯಲ್ಲಿ ಬಾಲವನ್ನು ತೂರಿಸಿಕೊಂಡು, ಚಳಿ ಬಂದವನಂತೆ ಅದು ನಡುಗ್ತದೆ. ಸುಮಾರಾದ ಗಾಳಿ ಬೀಸೋದಾದರೆ ಬೇರೆಯೇ ತೆರ – ಕಾಲುಗಳ ಸಂದಿಯಲ್ಲಿ ಬಾಲವನ್ನು ಸ್ವಲ್ಪ ಹೊತ್ತು ಮಾತ್ರ ತೂರಿಸಿದ್ದು, ಎರಡು ಕಡೆಗೂ ಅದನ್ನು ಬೀಸುತ್ತಿರ್ತದೆ. ಗುಡುಗು ಮಿಂಚುಗಳ ಹಾವಳಿಯ ಸೂಚನೆ ಇಲ್ಲದಿದ್ದರೆ ಅಷ್ಟೂ ಮಾಡೋದಿಲ್ಲ. ಇದನ್ನೆಲ್ಲ ನಾನು ಚೆನ್ನಾಗಿ ಅರ್ಥಮಾಡಿಕೊಂಡಿದ್ದೇನೆ. ಈ ದಿನ ಬೀಸಿದಂತಹ ಭಯಂಕರವಾದ ಚಂಡಮಾರುತ ಎರಗೋದಿದ್ದರೆ, ಅದರ ಮಾತಿಗೆ ನಾವು ಬೆಲೆ ಕೊಡಲೇಬೇಕು – ತನ್ನ ಜೀವಮಾನದಲ್ಲಿಯೇ ಹಿಂದೆಂದೂ ಅದು ಇಂಥ ಭಯಾನಕ ಮುನ್ನೆಚ್ಚರಿಕೆಯನ್ನು ಕೊಟ್ಟಿರ್ಲಿಲ್ಲ. ಈ ಸಲ ಅದು ತನ್ನ ಕಿವಿ ಕಣ್ಣುಗಳೆಲ್ಲವನ್ನೂ ಆಕಾಶದ ಕಡೆಗೆ ಚಾಚಿದಂತೆ ಮಾಡಿತು. ಕೊಂಚ ಹೊತ್ತು ಸ್ತಬ್ಧವಾಗಿ ಕಿವಿಗೊಟ್ಟು ಆಲಿಸಿತು. ತಕ್ಷಣ ಚಂಗನೆ ಎಗರಿತು, ಪ್ರಪಂಚದ ಎಲ್ಲಾ ಉಣ್ಣೆ ನೊಣಗಳೂ ಮುತ್ತಿ ತನ್ನನ್ನು ತಿಂದು ಹಾಕುತ್ತಿವೆಯೋ ಎಂಬಂತೆ ತನ್ನ ನಾಲ್ಕು ಕಾಲುಗಳಿಂದಲೂ ನೆಲವನ್ನು ಬಡಿಯಹತ್ತಿತು.

"ಆದ್ದರಿಂದಲೇ ನಾನು ನಿಮ್ಮ ಬಳಿ ಬಂದು ನಮ್ಮಿಬ್ಬರ ಅಭಿಪ್ರಾಯವನ್ನು ನಿಮಗೆ ತಿಳಿಸೋಣ ಎಂದುಕೊಂಡೆ. ನಾನು ಮತ್ತು ನನ್ನ ಈ ಅದ್ಭುತ ಪ್ರಾಣಿ ಈ ವಿಷಯದಲ್ಲಿ ಒಂದೇ ಅಭಿಪ್ರಾಯದವರು. ಮೆಸ್ಸೇರ್ ಊಗೋ, ಅಪಾರ ಜ್ಞಾನರಾಶಿಯನ್ನು ಕರಗತ ಮಾಡಿಕೊಂಡಿರುವ ನೀವಂತೂ ಈ ವಿಷಯದಲ್ಲಿ ವಿಸ್ಮಯಪಡಬೇಕಾಗಿಲ್ಲ. ತನ್ನ ತಲೆಯೊಳಗೆ ಗಡಿಯಾರವಿದೆಯೋ ಅನ್ನೋ ಹಾಗೆ ಹುಂಜವು ಸರಿಯಾದ ವೇಳೆಯನ್ನು ನಮಗೆ ತಿಳಿಸೋದಿಲ್ಲವೇ? ಡಾಲ್ಫಿನ್‌ಗಳು ಬಡಪಾಯಿ ಹಡಗುಗಳ ಮುಂದೆ ಕುಣಿಯುತ್ತಾ ತಮ್ಮ ಬಾಗಿದ ಬೆನ್ನುಗಳನ್ನು ನೀರ ಮೇಲೆ ತೋರುತ್ತಾ ಮುಂಬರುವ ಬಿರುಗಾಳಿಯ ಸೂಚನೆಯನ್ನು ನಾವಿಕರಿಗೆ ಕೊಡೋದಕ್ಕಿಂತ ಹೆಚ್ಚಿನ ವಿಸ್ಮಯ ಇದರಲ್ಲೇನಿದೆ? ನನ್ನ ಕತ್ತೆ ಕೂಡ ಇದೇ ರೀತಿ ಆ ವಿಷಯದಲ್ಲಿ ತಿಳಿಯಬಾರದೇಕೆ?"

ಇದಕ್ಕೆ ಉತ್ತರ ಹೇಳಲು ಮೆಸ್ಸೇರ್ ಊಗೋ ದ ಸಾಂತಾ ಸೋಫಿಯನಿಗೆ ಮಾತೇ ಹೊರಡಲಿಲ್ಲ. ಈ ವಿಚಾರದಲ್ಲಿ ಸೋಲು ಆತನದೇ. ಕೊನೆಗೆ ಬಿಚ್ಚು ಮಾತಿನಿಂದ ಆ ಕತ್ತೆಯ ಹೆಚ್ಚಿನ ಜಾಣ್ಮೆ ಮತ್ತು ಮುನ್ನೋಟಗಳನ್ನು ಆತ ಹೊಗಳಿದ. ನಕ್ಷತ್ರ ನೀಹಾರಿಕೆಗಳು, ಸಾಗರದ

ಏರಿಳಿತ ಮತ್ತು ಈ ಜಗತ್ತಿನ ಎಲ್ಲ ಆಗುಹೋಗುಗಳಿಗೂ ಮೂಲವಾದ ವಿಷಯಗಳ ಅಧ್ಯಯನದಲ್ಲಿ ಕೂದಲು ಹಣ್ಣಾದ ತನಗಿಂತ ಈ ಹಳ್ಳಿಗ ಕಾರಬೊತ್ತೋವಿನ ನೀಳಗಿವಿಯ ಕತ್ತೆಯೇ ಉತ್ತಮ ಜ್ಯೋತಿಷಿಯಾಯಿತಲ್ಲ ಎಂದು ಮನಸ್ಸಿನಲ್ಲೇ ಹಲುಬಿದ.

ಆದರೆ ಇದರಿಂದಾಗಿ ಪ್ರಪಂಚದಲ್ಲಿ ತನ್ನ ಪ್ರಖ್ಯಾತಿಗೆ ಧಕ್ಕೆಯಾಗಿ ಹೋಗದಂತೆ, ಈ ಘಟನೆಯನ್ನು ಸ್ವಲ್ಪ ಕಾಲವಾದರೂ ರಹಸ್ಯವಾಗಿಡಬೇಕೆಂದು ಈ ಒಳ್ಳೆಯ ಮನಸ್ಸಿನ ಹಳ್ಳಿಗನನ್ನು ಆತ ಬೇಡಿಕೊಂಡ.

ಹಳ್ಳಿಗನೇನೋ ಸಹಾನುಭೂತಿ ತೋರಿ ಹಾಗೆ ಮಾಡುವುದಾಗಿ ಮಾತುಕೊಟ್ಟ. ಆದರೆ ವಾಸ್ತವವಾಗಿ ಆತ ಹಾಗೆ ಮಾಡಿದನೋ ಇಲ್ಲವೊ ಎಂಬುದು ಖಚಿತವಾಗಿಲ್ಲ – ಹೇಗೋ ಈ ವಿಷಯ ಗಾಳಿಮಾತಾಗಿ ಹಾರಾಡಿತು. ಚಂಡ ಮಾರುತಕ್ಕೆ ಮೊದಲು ಇವರಿಬ್ಬರ ಚರ್ಚೆಯನ್ನು ಕೇಳಿದವರಾರೋ ಪ್ರಾಯಶಃ ಇದನ್ನು ಹೊರಗೆಡವಿರಬೇಕು. ಅಂತೂ ಇಷ್ಟು ಮಾತ್ರ ನಿಶ್ಚಯ–ಇಡೀ ದೇಶಕ್ಕೆ ಬಹುಬೇಗ ಈ ವಿಷಯ ಬಯಲಾಯಿತು–ಬಹಳ ಜನಕ್ಕೆ ವಿನೋದದ ವಸ್ತುವೂ ಆಯಿತು. ಪ್ರಖ್ಯಾತನಾದ ಜ್ಯೋತಿಷಿ, ಹಿರಿಯ ಪರಿಣತ ಮೆಸ್ಸೇರ್ ಊಗೋ ದ ಸಾಂತಾ ದ ಸೋಫಿಯ ದ ವೆರೋನಾಗಿಂತಲೂ ಕಾರಬೊತ್ತೋವಿನ ಕತ್ತೆಯೇ ಉತ್ತಮ ಜ್ಯೋತಿಷಿಯೆಂದು ಎಲ್ಲೆಡೆಯಲ್ಲಿಯೂ ಪ್ರಚಾರವಾಯಿತು.

ಕೊನೆಗೊಮ್ಮೆ ಈ ಹೇಳಿಕೆ ಗಾದೆಯಾಗಿ ಪರಿಣಮಿಸಿತು. ಮೊಂಡತನ ಮಾಡುವ ವಿರೋಧಿಯನ್ನು ತೆಗಳಲು ಜನ, "ಖಂಡಿತ, ನೀನು ಕಾರಬೊತ್ತೋವಿನ ಕತ್ತೆಗಿಂತ ಜ್ಯೋತಿಷ್ಯ ಬಲ್ಲೆನೆಂದುಕೊಂಡಿದ್ದೀಯಾ?" ಎನ್ನುತ್ತಿದ್ದರು. ಅದಕ್ಕೆ ಉತ್ತರವಾಗಿ "ಹೋಗು, ಹೋಗಯ್ಯ– ನೀನು ಮೆಸ್ಸೇರ್ ಊಗೋ ದ ಸಾಂತಾ ಸೋಫಿಯನಿಗೂ ಕಡಿಮೆ ಅರಿತವನು" ಎಂಬ ತಾತ್ಸಾರದ ಮಾತೂ ಸಾಮಾನ್ಯವಾಯಿತು.

ಇಡೀ ಲೊಂಬಾರ್ಡಿ ಪ್ರದೇಶದಲ್ಲೆಲ್ಲ ಜನಸಮೂಹದ ನಡುವೆ ತನ್ನ ಅವಹೇಳನ ನಡೆದಿದೆಯೆಂದು ತಿಳಿದ ನಮ್ಮ ದುರ್ದೈವಿ ಜ್ಯೋತಿಷಿ ಅಪಾರ ಸಿಟ್ಟಿನಲ್ಲಿ, ಎರಡು ಸಾವಿರ ಚಿನ್ನದ ನಾಣ್ಯಗಳ ಬೆಲೆಬಾಳುವ ಪುಸ್ತಕ ಹಾಗೂ ಪರಿಕರಗಳನ್ನು ಬೆಂಕಿಗೆ ಒಗೆದ. ಅಳತೆಗೋಲುಗಳು, ಗೋಳಗಳು ಮತ್ತು ಪಂಚಾಂಗಗಳು ಎಲ್ಲ ಬೆಂಕಿಗೆ ಆಹುತಿಯಾದವು. ತಾನು ಅಷ್ಟು ದೀರ್ಘಕಾಲ ಕಷ್ಟಪಟ್ಟು ಅಧ್ಯಯನ ಮಾಡಿದ್ದರೂ, ಇಷ್ಟು ಘೋರವಾಗಿ ತನಗೆ ಮೋಸ ಮಾಡಿದ ಆಕಾಶದ ಕಡೆಗೆ ಮತ್ತೆ ನೋಡಲಿಷ್ಟವಿಲ್ಲದೆ ಆತ ಸದಾ ನೆಲದ ಮೇಲೆಯೇ ತನ್ನ ಕಣ್ಣುಗಳನ್ನು ನಟ್ಟು ನಡೆಯಲೂ ಆರಂಭಿಸಿದ.

○ ಎನ್‌ರಿಕೊ ಕಾಸ್ತೆಲೂನ್ವೋವೊ

ಪೈಥಾಗೊರಾಸನ ಪ್ರಮೇಯ

"ನಲವತ್ತೇಳನೆಯ ಪ್ರಮೇಯ" ಎಂದರು ಪ್ರೊಫೆಸರ್ ರೊವೇನಿ ಸ್ವಲ್ಪ ವ್ಯಂಗ್ಯವಾದ ದನಿಯಲ್ಲಿ – ಅವರ ಮೇಜಿನ ಮೇಲಿದ್ದ ಪಾತ್ರೆಯಿಂದ ನಾನು ಅಂಜುತ್ತಂಜುತ್ತ ಹೊರ ತೆಗೆದ ಕಾಗದದ ಚೀಟಿಯನ್ನು ಬಿಡಿಸಿ ಓದುತ್ತಾ. ಅನಂತರ ತಮ್ಮ ಪಕ್ಕದಲ್ಲಿಯೇ ನಿಂತಿದ್ದ ಸರ್ಕಾರೀ ಇನ್‌ಸ್ಪೆಕ್ಟರಿಗೆ ಆ ಚೀಟಿಯನ್ನು ತೋರಿಸಿ, ಅವನ ಕಿವಿಯಲ್ಲೇನೋ ಪಿಸುಗುಟ್ಟಿದರು. ಕೊನೆಯಲ್ಲಿ ನಾನೇ ನನ್ನ ಕಣ್ಣಾರೆ ಆ ಪ್ರಶ್ನೆಯನ್ನು ಓದಿಕೊಳ್ಳಲೆಂದು ಆ ಚೀಟಿಯನ್ನು ನನ್ನ ಕೈಗೆ ಕೊಟ್ಟರು.

ಬಳಿಕ ತಮ್ಮ ಕೈಗಳನ್ನು ಉಜ್ಜಿಕೊಳ್ಳುತ್ತ "ಬೋರ್ಡಿನ ಹತ್ತಿರ ಹೋಗು" ಎಂದರು.

ಈ ಕಷ್ಟಕರ ಪರೀಕ್ಷೆಯಲ್ಲಿ ನನಗಿಂತ ಮೊದಲು ಸಿಕ್ಕಿಕೊಂಡಿದ್ದ ಹುಡುಗ, ತನ್ನೆಲ್ಲ ಸಾಮರ್ಥ್ಯವನ್ನೂ ಬಳಸಿ ಅದರಿಂದ ಪಾರಾಗಿದ್ದವನು ಶಾಲೆಯ ಕೋಣೆಯಿಂದ ಹೊರಕ್ಕೆ ತುದಿಗಾಲಿನಲ್ಲಿ ನಿಶ್ಶಬ್ದವಾಗಿಹೋಗಿದ್ದ. ಆಗ ಅವನು ಬಾಗಿಲನ್ನು ತೆರೆದಾಗ ಉದ್ದಕ್ಕೂ ಸೂರ್ಯನ ಕಿರಣಗಳ ಪಟ್ಟೆಯೊಂದು ಒಳಕ್ಕೆ ಬಂದು ಗೋಡೆ ಮತ್ತು ನೆಲದ ಮೇಲೆ ಮಿನುಗಾಡಿತು. ಅದರಲ್ಲಿ ನನ್ನ ನೆರಳು ಬಿದ್ದುದನ್ನು ಕಂಡು ನನಗೊಂದು ಬಗೆಯ ತೃಪ್ತಿಯಾಯಿತು. ಬಾಗಿಲು ಮತ್ತೆ ಮುಚ್ಚಿತು – ಕೋಣೆಯನ್ನು ಮೊದಲಿನಂತೆಯೇ ಮಂದ ಬೆಳಕು ಆವರಿಸಿತು. ಆಗಸ್ಟ್ ತಿಂಗಳ ಆ ದಿನ ಉಸಿರು ಗಟ್ಟಿಸುತ್ತಿತ್ತು – ಗಾಜಿನ ಮೂಲಕ ಬೆಳಕುಬಾರದಂತೆ ಹಾಕಿದ್ದ ನೀಲಿ ಕ್ಯಾನ್ವಾಸಿನ ತೆರೆ ಅಷ್ಟು ಸಮರ್ಥವಾದ ತಡೆಯಾಗಿರಲಿಲ್ಲ. ಅಂತೆಯೇ ವೆನೀಷಿಯನ್ ಮರದ ಜಾಲಂಧರ ಕಿಟಕಿಯನ್ನು ಮುಚ್ಚಲಾಗಿತ್ತು. ಹೀಗಾಗಿ ಉಳಿದಿದ್ದ ಅಲ್ಪಸ್ವಲ್ಪ ಬೆಳಕು ಅಧ್ಯಾಪಕರ ಮೇಜಿನ ಬಳಿಯಿದ್ದ ಬೋರ್ಡಿನ ಮೇಲೆ ಮಾತ್ರ ಬೀಳುತ್ತಿದ್ದು ಹೇಗೂ ನನ್ನ ಸೋಲನ್ನು ಎತ್ತಿ ತೋರಿಸಲೂ ಸಾಕಾಗಿತ್ತು.

ನಾನು ಹಿಂಜರಿಯುತ್ತಿದ್ದುದನ್ನು ಗಮನಿಸಿದ ಪ್ರೊಫೆಸರ್ "ಬೋರ್ಡಿನ ಬಳಿ ಹೋಗಿ ಚಿತ್ರ ಬಿಡಿಸು" ಎಂದರು.

ಚಿತ್ರ ಬಿಡಿಸುವುದೊಂದೇ ನನಗೆ ಗೊತ್ತಿದ್ದುದು. ಸರಿ, ಕೈಯಲ್ಲಿ ಸೀಮೆಸುಣ್ಣ ತೆಗೆದುಕೊಂಡು ಮನಸ್ಸಿಟ್ಟು ಚಿತ್ರ ಬಿಡಿಸುವ

ಕೆಲಸದಲ್ಲಿ ಮಗ್ನನಾದೆ. ನನಗೇನೂ ಅವರಸವಿರಲಿಲ್ಲ. ಯಾಕೆಂದರೆ ಚಿತ್ರ ಬಿಡಿಸುವುದರಲ್ಲಿ ಹೊತ್ತು ಕಳೆದಷ್ಟೂ, ಅದರ ವಿವರಣೆ ನೀಡುವಲ್ಲಿ ಕೊಂಚವೇ ಹೊತ್ತು ಉಳಿಯುತ್ತಿತ್ತು.

ಆದರೆ ನನ್ನ ಈ ಸರಳ ತಂತ್ರಕ್ಕೆ ಬಾಗುವ ವ್ಯಕ್ತಿಯಲ್ಲ – ಪ್ರೊಫೆಸರ್. ಅವರೆಂದರು:

"ಹುಂ – ಬೇಗ ಬಿಡಿಸು – ನೀನೇನು ರಾಫೇಲನ ಮಾಡೊನ್ನಗಳ ಚಿತ್ರ ಬಿಡಿಸ್ತಿಲ್ಲವಲ್ಲ."

ಈಗ ನಾನು ಚಿತ್ರವನ್ನು ಮುಗಿಸಲೇಬೇಕಾಗಿತ್ತು.

"ಅಕ್ಷರಗಳನ್ನು ಹಾಕು ಈಗ. ಬೇಗ! ನೀನೇನು ಬರವಣಿಗೆಯ ಒಳ್ಳೆಯ ಮಾದರಿಯನ್ನೇನೂ ತೋರಿಸ್ತಿಲ್ಲವಲ್ಲ. ಆ G ಅಕ್ಷರವನ್ನೇಕೆ ಅಳಿಸಿದೆ?"

"ನಾನೀಗಲೇ ಬರೆದಿರುವ C ಅಕ್ಷರದ ತರಹವೇ ಅದು ಕಾಣ್ತಿದೆ. ಅದಕ್ಕೆ ಬದಲಾಗಿ H ಹಾಕೋಣವೆಂದಿದ್ದೆ" ಎಂದೆ ನಾನು.

"ಅಹಹಾ! ಎಂತಹ ಗಹನವಾದ ಯೋಚನೆ!" ಎಂದ ಪ್ರೊಫೆಸರ್. ತಮ್ಮ ಎಂದಿನ ವ್ಯಂಗ್ಯದಲ್ಲಿ "ಮುಗಿಯಿತೋ?" ಎಂದು ಕೇಳಿದರು.

"ಆಯಿತು, ಸರ್" ಎಂದೆ ನಾನು. ನನ್ನಷ್ಟಕ್ಕೇ "ಎಂತಹ ಅನ್ಯಾಯ!" ಎಂದು ಪಿಸುಗುಟ್ಟಿಕೊಂಡ.

"ಯಾಕೆ–ಮಂಕು ಬಡಿದವನಂತೆ ನಿಂತುಬಿಟ್ಟೆ? ಪ್ರಮೇಯವನ್ನು ವಿವರಿಸು!"

ಇಲ್ಲಿಂದ ನನ್ನ ದುರಂತ ಪ್ರಾರಂಭ. ಪ್ರಶ್ನೆಯ ವಿವರಗಳು ನನ್ನ ನೆನಪಿನಿಂದ ನುಣುಚಿಕೊಂಡು ಹೋಗಿದ್ದುವು.

"ಒಂದು ತ್ರಿಭುಜದಲ್ಲಿ..." ನಾನು ತಡವರಿಸಿದೆ.

"ಮುಂದೆ ಹೇಳು."

ನಾನು ಧೈರ್ಯ ತಂದುಕೊಂಡು ನನಗೆ ತಿಳಿದಷ್ಟನ್ನೂ ಹೇಳಿದೆ.

"ಒಂದು ತ್ರಿಭುಜದಲ್ಲಿ... ಕರ್ಣದ ಚದರವು ಉಳಿದೆರಡು ಬಾಹುಗಳ ಚದರದ ಮೊತ್ತಕ್ಕೆ ಸಮಾನ."

"ಎಲ್ಲ ತ್ರಿಭುಜಗಳಲ್ಲೋ?"

ನನ್ನ ಹಿಂದೆ ಕುಳಿತ ಸಹಾನುಭೂತಿಯ ದನಿ "ಇಲ್ಲ, ಇಲ್ಲ!" ಎಂದು ಸೂಚಿಸಿತು.

"ಇಲ್ಲ, ಸರ್!" ಎಂದೆ ನಾನು.

"ಮತ್ತೆ ಸರಿಯಾಗಿ ಹೇಳು–ಎಂತಹ ತ್ರಿಭುಜದಲ್ಲಿ?"

ಹೇಳಿಕೊಡುತ್ತಿದ್ದ ದನಿ ಹಿಂದಿನಿಂದ "ಲಂಬ ಕೋನದ ತ್ರಿಭುಜದಲ್ಲಿ" ಎಂದು ಸೂಚನೆ ಕೊಟ್ಟಿತು.

"ಲಂಬ ಕೋನದ ತ್ರಿಭುಜದಲ್ಲಿ" ಎಂದು ನಾನು ಗಿಳಿ ಪಾಠ ಒಪ್ಪಿಸಿದೆ.

"ಸದ್ದು, ಅಲ್ಲಿ, ಹಿಂದೆ!" ಎಂದು ಪ್ರೊಫೆಸರ್ ಜೋರಾಗಿ ಕೂಗಿದರು. ನನ್ನ ಕಡೆಗೆ ತಿರುಗಿ, "ಹಾಗಾದರೆ, ನಿನ್ನ ಅಭಿಪ್ರಾಯದಲ್ಲಿ, ದೊಡ್ಡ ಚದರವು ಚಿಕ್ಕದರ ಒಂದೊಂದಕ್ಕೂ ಸಮ ತಾನೇ?" ಎಂದರು.

ಅಯ್ಯೋ ದೇವರೇ! ಅದು ಅಸಂಗತ! ಆಗ ನನಗೆ ಸಮಯಸ್ಫೂರ್ತಿ ಬಂದಿತು.

"ಇಲ್ಲ, ಸರ್, ಅವೆರಡರ ಮೊತ್ತಕ್ಕೆ ಸಮಾನ."

"ಮೊತ್ತಕ್ಕೆ ಹಾಗಾದರೆ, – ಮೊತ್ತವೆಂದು ಹೇಳು. ಮತ್ತೆ, ಸಮ ಎನ್ನಬೇಕೇ ಹೊರತು ಸಮಾನವಲ್ಲ. ಆಯಿತು ಈಗ ಅದನ್ನು ಸಾಧಿಸು."

ಬಿಸಿಯ ವಾತಾವರಣವಾದರೂ ನನಗೆ ತಣ್ಣನೆಯ ಬೆವರು–ಬರ್ಫಿನಷ್ಟು ತಣ್ಣಗೆ ಬೆವರೊಡೆಯಿತು ! ನಾನು ಲಂಬಕೋನದ ತ್ರಿಭುಜ, ಅದರ ಕರ್ಣದ ಚದರ, ಮತ್ತೆರಡು ಪುಟ್ಟ ಚದರಗಳನ್ನೇ ಮಂಕು ಮಂಕಾಗಿ ನೋಡುತ್ತ ನಿಂತೆ. ಒಂದು ಕೈಯಿಂದ ಮತ್ತೊಂದಕ್ಕೆ ಸೀಮೆಸುಣ್ಣವನ್ನು ವರ್ಗಾಯಿಸಿದೆ. ಬಾಯಿ ಬಿಡಲಿಲ್ಲ – ಹೇಳಲು ನನಗೇನೂ ಗೊತ್ತಿಲ್ಲದುದೇ ನಿಜ ಕಾರಣ!

ಈಗ ಯಾರೂ ನನಗೆ ಸೂಚನೆ ನೀಡಲಿಲ್ಲ. ಸ್ತಬ್ಧ ಮೌನದಲ್ಲಿ ಸೂಜಿ ಕೆಳಕ್ಕೆ ಬಿದ್ದರೂ ಶಬ್ದವಾಗುವಂತಿತ್ತು. ಕ್ರೂರ ಆನಂದದಿಂದ ಮಿನುಗುತ್ತಿದ್ದ ತನ್ನ ಬೆಕ್ಕಿನ ಬೂದು ಕಣ್ಣನ್ನು ನನ್ನಲ್ಲೇ ನೆಟ್ಟರು ಪ್ರೊಫೆಸರ್. ಸರ್ಕಾರೀ ಇನ್‌ಸ್ಪೆಕ್ಟರ್ ಒಂದು ಚೂರು ಕಾಗದದ ಮೇಲೆ ಟಿಪ್ಪಣಿ ಬರೆದುಕೊಳ್ಳುತ್ತಿದ್ದರು. ಇದ್ದಕ್ಕಿದ್ದಂತೆ ಆ ಗೌರವಾನ್ವಿತ ವ್ಯಕ್ತಿ ಗಂಟಲನ್ನು ಕೆರೆದು ಸರಿಪಡಿಸಿಕೊಂಡ. ಪ್ರೊಫೆಸರ್ ರೊವೇನಿ ಅತ್ಯಂತ ಕುಹಕ ವ್ಯಂಗ್ಯದ ರೀತಿಯಲ್ಲಿ "ಮತ್ತೆ ?" ಎಂದರು.

ನಾನು ಉತ್ತರಿಸಲಿಲ್ಲ.

ನನ್ನನ್ನು ತಕ್ಷಣ ಹೊರಹಾಕುವ ಬದಲು ಪ್ರೊಫೆಸರು ಇಲಿಯನ್ನು ಚಿಂದಿ ಚಿಂದಿ ಮಾಡುವ ಮೊದಲು ಅದರೊಡನಾಡುವ ಬೆಕ್ಕನ್ನು ಅನುಕರಿಸುವ ಮನಸ್ಸು ಮಾಡಿ, ಮತ್ತೆ ವಿಚಾರಣೆಯನ್ನು ಮುಂದುವರಿಸಿದರು.

"ಹೇಗೆ? ಪ್ರಾಯಶಃ ಹೊಸ ಪರಿಹಾರವನ್ನ ಹುಡುಕುತ್ತಿದ್ದೀಯೋ ಏನೋ ! ಅಂತಹ ಹೊಸ ಪರಿಹಾರ ಸಿಗಲಾರದೆಂದು ನಾನು ಹೇಳಲಾರೆ. ಆದರೆ ಹಳೆಯ ಸಾಧನೆಗಳಲ್ಲೊಂದ ರಿಂದಲೇ ನಾವು ತೃಪ್ತರಾಗ್ತೇವೆ. ಮುಂದುವರಿಸು – DE ಮತ್ತು MF ಬಾಹುಗಳನ್ನು ಲಂಬಿಸಿ, ಅವು ಸಂಧಿಸುವವರೆಗೆ ಎಳೀಬೇಕು ಅನ್ನೋದನ್ನು ಮರೆತಿದ್ದೀಯೇನು ? ಈಗ ಅವುಗಳನ್ನು ಲಂಬಿಸಿ ಎಳೆ–ಹೂಂ."

ನಾನು ಯಾಂತ್ರಿಕವಾಗಿ ಅವರು ಹೇಳಿದಂತೆ ಗೆರೆಗಳನ್ನು ಲಂಬಿಸಿ ಎಳೆದೆ. ಈಗ ಚಿತ್ರವು ರಾಕ್ಷಸಾಕೃತಿಯನ್ನು ಪಡೆದಂತೆ ತೋರಿತು, ನನ್ನೆದೆಯ ಮೇಲೆ ಕಲ್ಲುಗುಂಡಿನಂತೆ ಕುಳಿತು ಒತ್ತಿತು.

"ಅವು ಸಂಧಿಸುವ ಜಾಗದಲ್ಲಿ ಒಂದು ಅಕ್ಷರ ಬರಿ–N. ಸರಿ–ಈಗೇನು?"

ನಾನು ಮೌನವಾಗಿದ್ದೆ.

"BHIC ಚದರದ ಪಾದಕ್ಕೆ N ನಿಂದ A ಯ ಮೂಲಕ ಗೆರೆಯೆಳೆಯೋದು ಅಗತ್ಯ ಅನ್ನೋದು ತಿಳಿಯದೇ?"

ನನಗೆ ಅದೇನೂ ತಿಳಿಯದು; ಆದರೂ ಅವರು ಹೇಳಿದಂತೆ ಮಾಡಿದೆ.

"ಈಗ ಎರಡು ಬಾಹುಗಳು BH ಮತ್ತು ICಗಳನ್ನು ಲಂಬಿಸಿ ಎಳೀಬೇಕು."

ಊಫ್‌ಫ್...ನನಗೆ ಇನ್ನು ಸಹಿಸಲು ಸಾಧ್ಯವಿರಲಿಲ್ಲ !

"ಈಗ, ಎರಡು ವರ್ಷದ ಮಗು ಕೂಡ ಈ ಸಾಧನೆಯನ್ನು ವಿವರಿಸಬಲ್ಲುದು. BAC ಮತ್ತು NAE ಈ ಎರಡು ತ್ರಿಭುಜಗಳ ಬಗ್ಗೆ ನೀನು ಏನಾದರೂ ಹೇಳೋದಿದೆಯೇ?" ಪ್ರೊಫೆಸರ್ ಕೇಳಿದರು.

ಮೌನ ನನ್ನ ಹಿಂಸೆಯನ್ನು ಇನ್ನೂ ಹೆಚ್ಚಿಸುವಂತಿದ್ದುದರಿಂದ ನಾನು ಸಂಕ್ಷಿಪ್ತವಾಗಿ "ಏನೂ ಇಲ್ಲ" ಎಂದೆ.

"ಅಂದರೆ, ನಿನಗೇನೂ ಗೊತ್ತಿಲ್ಲ ?"

"ಆಗಲೇ ನೀವು ಅದನ್ನು ತಿಳಿದುಕೊಂಡಿರಬೇಕಾಗಿತ್ತು" ಎಂದೆ ನಾನು, ಸಾಕ್ರಟೀಸನೇ ಹೆಮ್ಮೆ ಪಡಬಹುದಾದಂತಹ ಶಾಂತ ರೀತಿಯಲ್ಲಿ.

"ಬಹಳ ಸರಿ! ಬಹಳ ಸರಿ! ಅದೇ ನಿನ್ನ ರೀತಿಯೋ? ಪೈಥಾಗೊರಾಸನ ಈ ಪ್ರಮೇಯಕ್ಕೆ ಕತ್ತೆಗಳ ಸೇತುವೆ ಅನ್ನೋ ಹೆಸರಿರೋದೂ ನಿನಗೆ ತಿಳಿಯದೋ? ಕತ್ತೆಗಳು ಮಾತ್ರ ಈ ಪ್ರಮೇಯವನ್ನು ದಾಟಿ ಮುಂದೆ ಹೋಗಲಾರರು. ನೀನಿನ್ನು ಹೋಗಬಹುದು. ಈ ಪರೀಕ್ಷೆಯಲ್ಲಿ ನೀನು ತೇರ್ಗಡೆಯಾಗಿಲ್ಲ ಅಂತ ನಿನಗೀಗ ಅರ್ಥವಾಗಿದೆಯೆಂದು ಕೊಂಡಿದ್ದೇನೆ. ನಾನು ಪಾಠ ಮಾಡುವಾಗ ದಾನ್ ಕ್ವಿಖೋತೆ ಕಾದಂಬರಿಯನ್ನೋದೋದು ಮತ್ತು ಬೆಕ್ಕುಗಳ ಚಿತ್ರ ಬರೆಯೋದರ ಬೆಲೆಯೇನು ಅನ್ನೋದು ನಿನಗರಿವಾಗಲಿ."

ಸರ್ಕಾರೀ ಇನ್‌ಸ್ಪೆಕ್ಟರ್ ಒಂದು ಚಿಟಿಕೆ ನಶ್ಯವನ್ನೇರಿಸಿದ; ನಾನು ಸೀಮೆಸುಣ್ಣ ಹಾಗೂ ಒರಸುಬಟ್ಟೆ (ಡಸ್ಟರ್)ಗಳನ್ನು ಮೇಜಿನ ಮೇಲಿಟ್ಟೆ. ಮುಸಿ ಮುಸಿ ನಗುತ್ತಿದ್ದ ನನ್ನ ಸಹಪಾಠಿಗಳನ್ನು ನೋಡಿಯೂ ನೋಡದಂತೆ ಸಾಧ್ಯವಾದಷ್ಟು ಗಾಂಭೀರ್ಯದಿಂದ ಆ ಕೋಣೆಯಿಂದ ಹೊರಬಂದೆ.

ಈಗಾಗಲೇ ಅದೇ ಪರೀಕ್ಷೆಯಲ್ಲಿ ಅಷ್ಟೇನೂ ಚೆನ್ನಾಗಿ ಮಾಡದ ನಾಲ್ಕಾರು ಜನ ಸಹಪಾಠಿಗಳು ಹೊರಗೆ ನನಗಾಗಿ ಕಾದಿದ್ದರು.

"ಥೋಪಡಾ?"

"ಥೋಪಡಾ" ಎಂದೆ ನಾನು, ಸಾಧ್ಯವಾದಷ್ಟೂ ಧೈರ್ಯದ ಮುಖವಾಡ ಹಾಕಿ ಕೊಂಡು. "ಗಣಿತ ಯಾವಾಗಲೂ ಕೇವಲ ಮಡೆಯರಿಗೆ ಮಾತ್ರ ಅಂತ ನಾನು ಸದಾ ಹೇಳುತ್ತಲೇ ಇದ್ದೇನಲ್ಲ."

"ಖಂಡಿತವಾಗಿಯೂ" ಎಂದ ನನ್ನ ಸಹಪಾಠಿಗಳಲ್ಲೊಬ್ಬ.

"ನಿನಗೇನು ಪ್ರಶ್ನೆ ಹಾಕಿದ್ದು?" ಎಂದು ಕೇಳಿದ ಮತ್ತೊಬ್ಬ.

"ನಲವತ್ತೇಳನೆಯ ಪ್ರಮೇಯ. ಕರ್ಣದ ಚದರವು ಉಳಿದೆರಡು ಬಾಹುಗಳ ಚದರದ ಮೊತ್ತಕ್ಕೆ ಸಮವಾಗಿದ್ದರೆಷ್ಟು ಬಿಟ್ಟರೆಷ್ಟು – ನನಗೇನಾಗಬೇಕು?"

"ನೀನಗೂ ಏನೂ ಆಗಬೇಕಾಗಿಲ್ಲ – ನನಗೂ ಇಲ್ಲ – ಜಗತ್ತಿನಲ್ಲಿ ಯಾರಿಗೂ ಏನೂ ಆಗಬೇಕಿಲ್ಲ. ಅದು ಸಮವೆಂದೇ ಇಟ್ಟುಕೊಂಡರೂ, ಪದೇ ಪದೇ ಅದನ್ನೇಕೆ ಹೇಳುತ್ತಲೇ ಇರಬೇಕು ಇವರಿಗೆ? ಸಮವಾಗಿಲ್ಲದಿದ್ದರೆ, ನಮ್ಮನ್ನೇಕೆ ಅದರ ಬಗ್ಗೆ ಗೋಳುಹುಯ್ದು ಕೊಳ್ಳುತ್ತಾರೆ?" ಎಂದ ಹದಿನಾಲ್ಕರ ಹರಯದ ಅಜ್ಞಾನದ ಸಿಟ್ಟಿನಲ್ಲಿ ಮತ್ತೊಬ್ಬ ಸಹಪಾಠಿ.

ಬಹಳ ಅನುಭವವುಳ್ಳವನಂತೆ ನಾನು ಚರ್ಚೆಯನ್ನು ಮುಂದುವರಿಸಿದೆ:

"ನನ್ನ ಮಾತು ಕೇಳಿ – ಅದಂತೂ ಖಂಡಿತವಾಗಿಯೂ ಖಚಿತ. ವಿದ್ಯೆ ಕಲಿಸುವ ಈ ವಿಧಾನವೇ ಶುದ್ಧ ತಪ್ಪು. ಜರ್ಮನರು ನಮ್ಮ ದೇಶದಲ್ಲಿರೋ ತನಕ ಅದೇನೂ ಬದಲಾಗೋದಿಲ್ಲ."

ನಾವು ನಪಾಸಾದುದು ಆಸ್ಟ್ರಿಯನರ ದಬ್ಬಾಳಿಕೆಯ ವಿರುದ್ಧ ನಮ್ಮ ಪ್ರತಿಭಟನೆಯೆಂದು ಪೂರ್ತಿಯಾಗಿ ನಂಬಿದ್ದೂ ಅಲ್ಲದೆ, ಅದು ನಮ್ಮ ವಿಶಿಷ್ಟವಾದ ಮತ್ತು ನಿಖರವಾದ ಪ್ರತಿಭೆಯ ಸೂಚನೆಯೆಂಬ ದೃಢ ನಂಬಿಕೆಯಿಂದ ನಾವೆಲ್ಲ ಮನೆಗೆ ಹೋದೆವು. ಆದರೆ ಆ ಬಗ್ಗೆ ನನ್ನ ಮೊದಲ ಉತ್ಸಾಹವೆಲ್ಲ ಬಹುಬೇಗ ಗಾಳಿಯಲ್ಲಿ ಹೋಯಿತೆಂಬುದಂತೂ ನಿಜ.

ಈ ಪರೀಕ್ಷೆಯಲ್ಲಿ ಇಷ್ಟು ಅಪಮಾನಕರವಾಗಿ ನಪಾಸಾದುದು ನನ್ನ ಭವಿಷ್ಯದ ಮೇಲೆ ತೀವ್ರ ಪ್ರಭಾವ ಬೀರಿತು. ಗಣಿತವನ್ನು ಅರ್ಥಮಾಡಿಕೊಳ್ಳುವುದು ಸಾಧ್ಯವೇ ಇಲ್ಲವಾದುದರಿಂದ,

ನಾನು ಅದೇ ದಿನವೇ ಶಾಲೆಯನ್ನು ಬಿಡಬೇಕೆಂದು ತೀರ್ಮಾನವಾಯಿತು. ಅದಲ್ಲದೆ, ನಮ್ಮ ಮನೆಯ ಆರ್ಥಿಕ ಸ್ಥಿತಿಯಲ್ಲಿ ನಾನು ಕೂಡ ಸಾಧ್ಯವಾದಷ್ಟು ಬೇಗ ಏನಾದರೂ ಸಂಪಾದಿಸಲೇಬೇಕಾಗಿತ್ತು.

ಆ ನಿರ್ಧಾರ ಅತ್ಯಂತ ವಿವೇಕದ ನಿರ್ಧಾರವಾಗಿದ್ದು, ಅದನ್ನು ವಿರೋಧಿಸುವ ಹಕ್ಕು ನನಗೆ ಇರಲಿಲ್ಲ. ಆದರೂ, ನನಗೆ ಅದರಿಂದ ತುಂಬಾ ದುಃಖವಾದುದಂತೂ ಸತ್ಯ. ನನಗೆ ಗಣಿತದ ಮೇಲಿದ್ದ ದ್ವೇಷವು, ಬೇರೆ ವಿಷಯಗಳ ಬಗ್ಗೆ ಇರಲಿಲ್ಲ – ಅವುಗಳನ್ನು ಚೆನ್ನಾಗಿಯೇ ಮಾಡಿದ್ದೆ. ಅಲ್ಲದೆ ನನಗೆ ಶಾಲೆಯೆಂದರೆ ತುಂಬಾ ಪ್ರೀತಿ. ನಾವು ಹುಡುಗರು ಸದ್ದುಗದ್ದಲದಿಂದ ಜೀವ ತುಂಬುತ್ತಿದ್ದ ಶಾಲೆಯ ಪವಿತ್ರ ಕೋಣೆಗಳು, ನಮ್ಮ ಹೆಸರನ್ನು ಕೆತ್ತಿದ್ದ ಆ ಬೆಂಚುಗಳೆಂದರೆ ನನಗೆ ಪ್ರೇಮ. ನನ್ನ ಸಹಿಸಲಾರದ ಸೋಲಿಗೆ ಸಾಕ್ಷಿಯಾಗಿದ್ದ ಆ ಬೋರ್ಡನ್ನು ಕಂಡರೆ ಕೂಡ ನನಗೆ ಬಹಳ ಇಷ್ಟ.

ಇದೆಲ್ಲಕ್ಕೂ ಪೈಥಾಗೊರಾಸನ ಪ್ರಮೇಯದ್ದೇ ತಪ್ಪೆಂದು ನಾನು ಸಾಧಿಸಿದೆ. ಬೇರೆ ಯಾವುದೇ ಪ್ರಶ್ನೆ ಆಗಿದ್ದರೆ – ಯಾರಿಗೂ ಗೊತ್ತು? ಹೇಗೋ ಅತಿ ಪ್ರಯಾಸದಿಂದ ಕೂದಲೆಳೆಯ ವ್ಯತ್ಯಾಸದಲ್ಲಿ ಮುಂದೆ ಜಾರುತ್ತಿದ್ದೆನೋ ಏನೋ – ಈ ಹಿಂದೆಯೂ ಹಾಗೆಯೇ ಆಗಿತ್ತಲ್ಲ! ಅದರ ವಿಧಿಯ ಅಣಕ–ಅದೇ ಪ್ರಮೇಯದ ಪ್ರಶ್ನೆಯೇ ನನಗೆ ಬಂದಿರಬೇಕೆ!

ಆ ರಾತ್ರಿಯೆಲ್ಲ ಅದರದ್ದೇ ಕನಸು. ನನ್ನ ಕಣ್ಣ ಮುಂದೆ ನಿಂತಿತ್ತು. ಅದು – ಆ ಮಾರಕ ಚದರ ಮತ್ತು ಅದರ ತಲೆಯ ಮೇಲಿನ ತ್ರಿಭುಜ. ಎರಡು ಸಣ್ಣ ಚದರಗಳು ಒಂದು ಎಡಕ್ಕೆ, ಮತ್ತೊಂದು ಬಲಕ್ಕೆ ವಾಲಿಕೊಂಡಿದ್ದುವು. ಗೆರೆಗಳ ಅವ್ಯವಸ್ಥೆ, ಅಕ್ಷರಗಳ ಅಪಾರ ಗೊಂದಲ, ಅಲ್ಲದೆ ನನ್ನ ತಲೆಯಲ್ಲಿ ಸುತ್ತಿಗೆಯ ಪೆಟ್ಟಿನಂತೆ ಹೊಡೆದುಕೊಳ್ಳುತ್ತಿತ್ತು–BAC=NAF; RNAB=DEAB ಎಂಬ ಶಬ್ದ!

ಈ ದುಃಸ್ವಪ್ನದಿಂದ ಬಿಡುಗಡೆ ಹೊಂದಿ ಪೈಥಾಗೊರಾಸ್ ಮತ್ತು ಅವನ ಈ ಮೂರು ಚದರಗಳನ್ನು ಮರೆಯುವುದಕ್ಕೆ ನನಗೆ ಕೊಂಚ ಕಾಲವೇ ಬೇಕಾಯಿತು. ಕೊನೆಯಲ್ಲಿ, ತನ್ನ ಒರಸುಬಟ್ಟೆಯ ಮೂಲಕ ನೆನಪಿನಿಂದ ಅನೇಕ ವಿಷಯಗಳನ್ನು ತೊಡೆದುಹಾಕಿಬಿಡುವ ಕಾಲ, ನನ್ನ ನೆನಪಿನಿಂದಲೂ ಇದನ್ನು ಸಂಪೂರ್ಣವಾಗಿ ಅಳಿಸಿಬಿಟ್ಟಿತ್ತು. ಆದರೆ ಕೆಲವು ವಾರಗಳ ಹಿಂದೆ ಈ ಅಪಶಕುನ ಚಿತ್ರ ನನ್ನ ಮಗನ ಪುಸ್ತಕದಲ್ಲಿ ನನ್ನ ಕಣ್ಣಿಗೆ ಬಿತ್ತು.

ನಾನು ಒಮ್ಮೆಲೆ ಉದ್ಗರಿಸಿದೆ :

"ಈ ಶಾಪ ನನ್ನ ಮಕ್ಕಳಿಗೂ ತಟ್ಟುತ್ತಿದೆಯೇನು ? ಬಡಪಾಯಿ ಹುಡುಗ! ನನಗಾದಂತೆಯೇ ಈ ಪೈಥಾಗೊರಾಸನ ಪ್ರಮೇಯ ನನ್ನ ಮಗನಿಗೂ ಮಾರಕವಾಗಿಬಿಟ್ಟರೆ ?"

ಅವನು ಶಾಲೆಯಿಂದ ಮನೆಗೆ ಬಂದೊಡನೆ ಅವನನ್ನು ಆ ಬಗ್ಗೆ ಕೇಳುವುದಾಗಿ ತೀರ್ಮಾನಿಸಿಕೊಂಡೆ.

ನಾನು ಬಹಳ ಗಂಭೀರವಾಗಿ ಪ್ರಾರಂಭಿಸಿದೆ :

"ಅಂತೂ, ರೇಖಾಗಣಿತದಲ್ಲಿ ಯೂಕ್ಲಿಡನ ನಲವತ್ತೇಳನೆಯ ಪ್ರಮೇಯಕ್ಕೆ ಆಗಲೇ ನೀನು ಬಂದುಬಿಟ್ಟಿದ್ದೀಯಲ್ಲವೇ ?"

ಅವನು ಸಹಜವಾಗಿಯೇ "ಹೂಂ, ಅಪ್ಪ" ಎಂದ.

ನಾನು ತಲೆಯಾಡಿಸುತ್ತಾ "ಕಷ್ಟಕರವಾದ ಪ್ರಮೇಯ" ಎಂದೆ.

ಅವನು ನಸುನಕ್ಕು "ನಿಮಗೆ ಹಾಗೆನಿಸ್ತದಾ ?" ಎಂದ.

"ಓಹೋ! ಅದರ ಬಗ್ಗೆ ಜಂಬ ಕೊಚ್ಚಿಕೊಂಡು, ನಿನಗೆ ಅದು ಸುಲಭವಾಗಿ ತೋರ್ತದೆ ಅಂತ ನನ್ನನ್ನು ನಂಬಿಸೋದಕ್ಕೆ ಪ್ರಯತ್ನಿಸ್ತೀಯಾ ?"

"ಆದರೆ ನನಗೆ ಅದು ನಿಜವಾಗಿ ಸುಲಭ."

ನನಗೆ ಅರಿವಿಲ್ಲದೆಯೇ ನನ್ನ ಬಾಯಿಯಿಂದ ಮಾತು ಹೊರಬಿತ್ತು!

"ನೀನದನ್ನು ಮಾಡೋದನ್ನು ನಾನು ನೋಡಬೇಕು – ಈ ರೀತಿ ಜಂಬ ಅಹಂಕಾರಗಳನ್ನು ನಾನು ಸಹಿಸೋದಿಲ್ಲ."

ಧೈರ್ಯಶಾಲಿ ಹುಡುಗ "ಈಗಾಲೇ ನೋಡಿ" ಎಂದ. ಮಾತು ಮುಗಿಯುವುದರಲ್ಲೇ ಕ್ರಿಯೆ ತೊಡಗಿತು. ಒಂದು ಚೂರು ಕಾಗದ, ಪೆನ್ಸಿಲ್ ತೆಗೆದುಕೊಂಡು ಆತ ಚಕಚಕನೆ ಆ ಭಯಂಕರ ಚಿತ್ರವನ್ನು ಬಿಡಿಸಿ ಹೇಳಿದ :

"ಇದನ್ನು ಸಾಧಿಸೋದಕ್ಕೆ ಅನೇಕ ವಿಧಾನಗಳಿವೆ. ನಾನು ಯಾವುದೇ ವಿಧಾನವನ್ನು ಅನುಸರಿಸಿದರೂ ಸಾಕು ತಾನೆ ?"

"ಹೂಂ" ಎಂದೆ ನಾನು ಯಾಂತ್ರಿಕವಾಗಿ. ಅದು ಸಾಕಾಗಲೇಬೇಕಿತ್ತು ನನ್ನ ಪಾಲಿಗೆ. ನೂರು ವಿಧಾನಗಳೇ ಇದ್ದರೂ ಒಂದಕ್ಕೊಂದಕ್ಕೆ ವ್ಯತ್ಯಾಸ ನನಗಂತೂ ಗೊತ್ತಾಗುತ್ತಿರಲಿಲ್ಲ.

ನನ್ನ ಗಣಿತ ಶಾಸ್ತ್ರಜ್ಞ ಮಗ ಮುಂದುವರಿಸಿದ:

"ಹಾಗಾದರೆ ಸಾಮಾನ್ಯವಾಗಿ ಬಳಕೆಯಲ್ಲಿರುವ ವಿಧಾನವನ್ನೇ ನೋಡೋಣ."

ಅನಂತರ ಚಿರಸ್ಮರಣೀಯರಾದ ಪ್ರೊಫೆಸರ್ ರೊವೇನಿ ಇಪ್ಪತ್ತೇಳು ವರ್ಷಗಳ ಹಿಂದೆ ನನ್ನಿಂದ ಲಂಬಿಸಿದ್ದ ಆ ಗೆರೆಗಳನ್ನು ಲಂಬಿಸಿದ ನನ್ನ ಮಗ, BAC ತ್ರಿಭುಜವು NAF ತ್ರಿಭುಜಕ್ಕೆ ಸಮವೆಂಬುದನ್ನು ಅತ್ಯಂತ ನಂಬಿಕೆಯ ದನಿಯಲ್ಲಿ ನನಗೆ ಸಾಧಿಸಿ ತೋರಿಸಲು ಸನ್ನದ್ಧನಾದ.

ಅದನ್ನು ಸಾಧಿಸಿ ತೋರಿಸಿದ ನಂತರ, ನನ್ನ ಮಗ ಎಂದ:

"ಈಗ, ನಿಮಗೆ ಬೇಕಿದ್ದರೆ, ಇದನ್ನೇ ಬೇರೆ ರೀತಿಯಲ್ಲಿ ಸಾಧಿಸಿ ತೋರಿಸಬಹುದು."

ನಾನು ಅತೀವ ಗಾಬರಿಯಿಂದ "ದೇವರಾಣೆ – ಈಗ ತುದಿಮುಟ್ಟಿದೆನಲ್ಲ. ಸಾಕು ಇನ್ನು ಸುಧಾರಿಸಿಕೊಳ್ಳೋಣ," ಎಂದೆ.

"ನನಗೇನೂ ಸುಸ್ತಾಗಿಲ್ಲ."

ಸುಸ್ತು ಕೂಡ ಆಗಿಲ್ಲ! ಎಂದರೆ ಇವನು ಮರಿ ನ್ಯೂಟನ್ನನೋ ? ಆದರೂ ಜನ ಆನುವಂಶಿಕ ಗುಣಗಳ ಬಗ್ಗೆ ಮಾತಾಡ್ತಾರಲ್ಲ!

ಸ್ವಲ್ಪ ಗೌರವ-ಭಯ ಮಿಶ್ರಿತ ಧ್ವನಿಯಲ್ಲಿ ನಾನೆಂದೆ:

"ನೀನು ಗಣಿತದಲ್ಲಿ ನಿನ್ನ ತರಗತಿಯಲ್ಲೆಲ್ಲ ಮೊದಲಿಗ ಅಂತ ಕಾಣ್ತದೆ."

"ಇಲ್ಲ, ಇಲ್ಲ, ನನಗಿಂತಲೂ ಉತ್ತಮ ದರ್ಜೆಯವರು ಇಬ್ಬರಿದ್ದಾರೆ. ಇದಲ್ಲದೆ ನಿಮಗೆ ಚೆನ್ನಾಗಿ ಗೊತ್ತಿರೋ ಹಾಗೆ ಕಟ್ಟಾ ಕತ್ತೆಗಳ ಹೊರತು ಎಲ್ಲರೂ ನಲವತ್ತೇಳನೆಯ ಪ್ರಮೇಯವನ್ನು ಅರ್ಥ ಮಾಡಿಕೊಳ್ತಾರೆ," ಎಂದ ಅವನು.

"ಕಟ್ಟಾ ಕತ್ತೆಗಳ ಹೊರತು."

ಮರೆಯಲಾಗದ, ದುರಂತ ಪರೀಕ್ಷೆಯ ದಿನದಂದು ಪ್ರೊಫೆಸರ್ ರೊವೇನಿ ಉಪಯೋಗಿಸಿದ್ದ ಮಾತುಗಳನ್ನೇ ಇಪ್ಪತ್ತೇಳು ವರ್ಷಗಳ ಅನಂತರ ನನ್ನ ಮಗನ ಬಾಯಿಂದಲೇ ಕೇಳುತ್ತಿದ್ದೇನೆ! ಅಲ್ಲದೆ "ನಿಮಗೆ ಚೆನ್ನಾಗಿ ಗೊತ್ತಿರೋ ಹಾಗೆ" ಎಂಬ ಮಾತಿನ ಭಯಾನಕ ವ್ಯಂಗ್ಯವೂ ಈಗ ಬೆರೆತಿತ್ತು.

ಆದರೆ ಹೇಗೂ ಮರ್ಯಾದೆಯನ್ನುಳಿಸಬೇಕಾಗಿತ್ತು. ಆದ್ದರಿಂದ ತಕ್ಷಣವೇ ನಾನು ಹೇಳಿದೆ.

"ಸಹಜವಾಗಿಯೇ ನನಗೆ ಗೊತ್ತು. ತಮಾಷೆಗೆ ಹಾಗಂದೆ, ಅಷ್ಟೆ. ಆದರೆ ಇಷ್ಟು ಸಣ್ಣ ವಿಷಯದಲ್ಲಿ ಅಹಂಕಾರಪಡುವಷ್ಟು ಮೂರ್ಖ ನೀನಾಗಲಾರೆಯಲ್ಲ."

ತಾನು ಬಿಡುಬೀಸಾಗಿ ಮಾಡಿದ್ದ ಹೇಳಿಕೆಯ ಬಗ್ಗೆ ನನ್ನ ಪ್ರತಿಭಾವಂತ ನ್ಯೂಟನ್ನನಿಗೆ ಪಶ್ಚಾತ್ತಾಪವಾಗಿತ್ತು. ಈಗ ಸ್ವಲ್ಪ ಸಂಕೋಚದಿಂದ ಅವನು "ಇಷ್ಟಕ್ಕೂ ಕೆಲವರು ತಮ್ಮ ಪಾಠ ಪ್ರವಚನಗಳಿಗೆ ಗಮನವೇ ಕೊಡೋದಿಲ್ಲ ಪರಿಣಾಮವಾಗಿ... ಕತ್ತೆಗಳಲ್ಲದಿದ್ದರೂ..." ಎನ್ನಲಾರಂಭಿಸಿದ.

ನಾನು ತಪ್ಪಿಸಿಕೊಳ್ಳಲು ಅವನೊಂದು ದಾರಿ ತೋರುತ್ತಿದ್ದಾನೆನ್ನಿಸಿ ಆ ಕ್ಷಣದಲ್ಲಿ ಪ್ರಾಮಾಣಿಕತೆಯ ಭಾವದಲ್ಲಿ ನಾನು ಹೇಳಿಬಿಟ್ಟೆ :

"ಅದೇ ರೀತಿ ನಿಜವಿರಬೇಕು. ನಾನು ಸಾಕಷ್ಟು ಗಮನ ಕೊಡಲಿಲ್ಲ ಅನಿಸುತ್ತೆ."

"ಏನು ! ನೀವು ?" ಎಂದು ಹುಡುಗ ಬೆಚ್ಚಿ ಅಂದ – ಅವನ ಮುಖ ಕೆಂಪು ರಂಗಾಯಿತು. ಆದರೂ... ಅವನ ಹೃದಯದೊಳಗೆ ಅವನಿಗೆ ನಗಬೇಕೆನ್ನಿಸಿರಬೇಕೆಂದು ನಾನು ಪಣವಿಟ್ಟು ಹೇಳಬಲ್ಲೆ. ನಾನು ಕೂಡಲೇ ಅವನ ಬಾಯ ಮೇಲೆ ನನ್ನ ಕೈಯಿಟ್ಟೆ.

"ಉಶ್! ಈ ವಿಷಯವಾಗಿ ವಿವರಗಳನ್ನು ಕೆದಕೋದು ಬೇಡ" ಎಂದೆ.

ಹೀಗೆ ಪೈಥಾಗೊರಾಸ್‌ನ ಈ ಪ್ರಮೇಯ ನನಗೆ ತೀವ್ರವಾದ ಹೊಸ ಅಪಮಾನವನ್ನುಂಟು ಮಾಡಿತು. ಆದರೆ ನನಗೆ ಅದರ ವಿಷಯದಲ್ಲಿ ಹಳೆಯ ದ್ವೇಷವೇನೂ ಉಳಿದಿಲ್ಲ. ನಿಜ, ನಮ್ಮ ನಡುವೆ ವಿಶ್ವಾಸಪೂರ್ಣ ಬಾಂಧವ್ಯ ಎಂದೂ ಬೆಳೆಯಲಾರದು. ವೈಯಕ್ತಿಕವಾಗಿ ನಮಗೆ ಅದರೊಂದಿಗೆ ಸ್ನೇಹ ಸಾಧ್ಯವಿಲ್ಲದಿದ್ದರೂ, ಅದರೊಂದಿಗೆ ಒರಟಾಗಿ ವರ್ತಿಸದೆ, ಅದನ್ನು ಕುಟುಂಬದ ಒಬ್ಬ ಸ್ನೇಹಿತನಂತೆ ನೋಡಿಕೊಳ್ಳಬೇಕೆಂದು ನಾನು ಅಭಿಪ್ರಾಯ ತಳೆದೆ.

O ಲುಯಿಜಿ ಪಿರಾಂದೆಲ್ಲೊ

ಚಿನ್ನಿ

ಮುಚ್ಚಿದ ಬಾಗಿಲಿನ ಮುಂದೆ ತನ್ನ ಹಿಂಗಾಲುಗಳ ಮೇಲೆ ಕುಳಿತು, ಆ ಬಾಗಿಲು ಯಾವಾಗ ತೆರೆಯುವುದೋ ಎಂದು ನಾಯಿ ಬಹಳ ಸಹನೆಯಿಂದ ಕಾಯುತ್ತಿತ್ತು. ಆಗಾಗ ತನ್ನ ಮುಂಗಾಲನ್ನೆತ್ತಿಕೊಂಡು ಕೆರೆದುಕೊಳ್ಳುತ್ತಿತ್ತು; ಒಮ್ಮೊಮ್ಮೆ ಸಣ್ಣ ದನಿಯಲ್ಲಿ ಕುಂಯ್‌ಗುಡುತ್ತಿತ್ತು.

ಹೆಗಲ ಮೇಲೆ ಪುಸ್ತಕಗಳ ಕಟ್ಟನ್ನು ತೂಗುಹಾಕಿಕೊಂಡು, ಚಿನ್ನಿ ಶಾಲೆಯಿಂದ ಹಿಂದಿರುಗಿದವನು, ತನ್ನ ನಾಯಿ ರಸ್ತೆಯಲ್ಲಿ ಕುಳಿತಿದ್ದುದನ್ನು ಕಂಡ. ಹೀಗೆ ಸಹನೆಯಿಂದ ಕಾದಿದ್ದುದನ್ನು ಕಂಡು ಹುಡುಗನಿಗೆ ಬೇಸರವಾಗಿ ಆತ ನಾಯಿಗೆ ಒಂದು ಒದೆ ಕೊಟ್ಟ. ಬಾಗಿಲಿಗೆ ಬೀಗ ಹಾಕಿದೆ, ಮನೆಯೊಳಗೆ ಯಾರೂ ಇಲ್ಲವೆಂದು ತಿಳಿದಿದ್ದೂ ಬಾಗಿಲನ್ನು ಒಮ್ಮೆ ಒದ್ದ. ಪುಸ್ತಕಗಳು ಬಾಗಿಲ ಮೂಲಕ ಹಾದು ಒಳಗೆ ನೆಲದ ಮೇಲೆ ಬೀಳಬಹುದೆಂದು ನಿರೀಕ್ಷಿಸಿದವನಂತೆ ಅವುಗಳನ್ನು ಬಾಗಿಲ ಮೇಲೆ ಒಗೆದ. ಅವನು ಎಷ್ಟು ಜೋರಾಗಿ ಎಸೆದನೋ ಅಷ್ಟೇ ಬಿರುಸಾಗಿ ಅವು ಹಿಂದಕ್ಕೆ ಚಿಮ್ಮಿ ಅವನ ಮೇಲೆ ಎರಗಿದುವು. ಬಾಗಿಲು ತನ್ನೊಂದಿಗೆ ಆಟವಾಡುತ್ತಿದೆಯೋ ಎಂಬ ಅಚ್ಚರಿಯಿಂದ ಅವನು ಮತ್ತೊಮ್ಮೆ ಪುಸ್ತಕಗಳನ್ನು ಎಸೆದ. ಈಗ ಈ ಆಟದಲ್ಲಿ ಮೂವರು ಸೇರಿದಂತಾಯಿತು – ಚಿನ್ನಿ, ಬಾಗಿಲು ಮತ್ತು ಪುಸ್ತಕಗಳು. ನಾಯಿಯೂ ಈ ಆಟದಲ್ಲಿ ಸೇರಲು ಬಯಸಿತು. ಪ್ರತಿಸಾರಿ ಅವನು ಪುಸ್ತಕಗಳನ್ನು ಬಾಗಿಲಿಗೆ ಎಸೆದಾಗ ನೆಗೆದು, ಅವು ಹಿಂದಕ್ಕೆ ಚಿಮ್ಮಿ ಬಂದಾಗ ಅದು ಬೊಗಳುತ್ತಿತ್ತು.

ಜನ ನೋಡಲು ನಿಲ್ಲುತ್ತಿದ್ದರು. ಈ ಆಟದ ಹುಚ್ಚುತನವನ್ನೂ ನಾಯಿಯ ಖುಷಿಯನ್ನೂ ಕಂಡು ಕೆಲವರು ತಮಗಿಷ್ಟವಿಲ್ಲ ದಿದ್ದರೂ ನಸುನಗುತ್ತಿದ್ದರು. ಇಷ್ಟು ಬೆಲೆ ಬಾಳುವ ಪುಸ್ತಕಗಳನ್ನು ಇವನು ಹೀಗೆ ಹಗುರವಾಗಿ ಕಾಣುತ್ತಿರುವನಲ್ಲ ಎಂದು ಮತ್ತೆ ಕೆಲವರಿಗೆ ಕೋಪ. ಚಿನ್ನಿಗೆ ಬಹುಬೇಗ ಈ ಆಟ ಬೇಸರವಾಗಿ, ಪುಸ್ತಕಗಳನ್ನು ನೆಲದ ಮೇಲೆ ಚೆಲ್ಲಿದ. ಗೋಡೆಗೆ ಬೆನ್ನು ಆನಿಸಿಕೊಂಡು ಮೆಲ್ಲನೆ ಜಾರುತ್ತ ಕೆಳಗೆ ಕುಳಿತ. ಅವನು ಪುಸ್ತಕಗಳ ಮೇಲೆ ಹೇರಿಕೊಳ್ಳಬೇಕೆಂದುಕೊಂಡಿದ್ದ. ಆದರೆ ಅವು

ಅವನ ಕೆಳಗಿಂದ ಹಾಗೆಯೇ ಜಾರಿಕೊಂಡು ಸರಿದುವು. ಆದ್ದರಿಂದ ಆತ ನೆಲದ ಮೇಲೆ ದೊಪ್ಪನೆ ಕುಸಿದು ಕುಳಿತ. ಅವನನ್ನೇ ನೋಡುತ್ತ ನಾಯಿ ಹಿಂದಕ್ಕೆ ಜಿಗಿಯಿತು. ಚಿನ್ಚಿ ಪೆದ್ದ ನಗು ನಕ್ಕು ಸುತ್ತ ನೋಡಿದ.

ಚಿನ್ಚಿಯ ತಲೆಯಲ್ಲಿ ಹಾದುಹೋಗುತ್ತಿದ್ದ ತುಂಟತನವೆಲ್ಲ ಒಣಹುಲ್ಲಿನ ಬಣ್ಣದ ಅವನ ತಲೆಗೂದಲಿನ ಪೊದೆಯಲ್ಲಿ, ಹೊಳೆಯುವ ಅವನ ಹಸಿರು ಕಣ್ಣುಗಳಲ್ಲಿ ಸ್ಪಷ್ಟವಾಗಿ ಕಾಣಿಸಿ ಕೊಳ್ಳುತ್ತಿತ್ತು. ಅಂದಗೇಡಿಯಾಗಿ ಸದಾ ಕಾಲು ಕೆರೆದು ಜಗಳವಾಡಲು ಸಿದ್ಧವಾಗಿರುವ ಪರ್ವಕಾಲದ ವಯಸ್ಸು ಅವನದು. ಮಧ್ಯಾಹ್ನ ಶಾಲೆಗೆ ಹೋಗುವಾಗ ಅವನು ಕರವಸ್ತ್ರವನ್ನು ಮರೆತುಬಿಟ್ಟಿದ್ದ – ಈಗ ನೆಲದ ಮೇಲೆಯೇ ಕುಳಿತು ಮೂಗಿನಲ್ಲಿ ಸೊರಗುಟ್ಟುತ್ತಿದ್ದ. ಅವನಿಗೆ ತೀರಾ ಚಿಕ್ಕದಾಗಿದ್ದ ಚಡ್ಡಿ ಹಾಕಿಕೊಂಡಿದ್ದುದರಿಂದ ಉದ್ದನೆಯ ಅವನ ಕಾಲುಗಳು ಹೊರಗೆ ಕಾಣುತ್ತಿದ್ದುವು. ಗಂಟುಗಂಟಾದ ಮಂಡಿ ಮಡಚಿಕೊಂಡಿದ್ದುದರಿಂದ ಮುಖದ ಸಮಕ್ಕೇ ಏರಿದಂತೆ ಕಾಣುತ್ತಿತ್ತು. ಅವನು ಕೊಡುತ್ತಿದ್ದ ಹಿಂಸೆಯನ್ನು ಯಾವ ಷೂಗಳಿಂದಲೂ ತಡೆಯಲು ಸಾಧ್ಯವಿರಲಿಲ್ಲ. ಈಗಿನ ಷೂಗಳಂತೂ ಪೂರ್ತಾ ಮುಕ್ತಾಯದ ಅವಸ್ಥೆಯಲ್ಲಿದ್ದುವು.

ಅವನಿಗೆ ಬೇಸರ – ಎಲ್ಲಕ್ಕಿಂತ ಮಿಗಿಲಾಗಿ ಬೇಸರ. ಮಂಡಿಗಳ ಸುತ್ತ ಕೈಹಾಕಿ ಹಿಡಿದು ಒಮ್ಮೆ ಗುರುಗುಟ್ಟಿದ. ಮತ್ತೆ ಬೆನ್ನನ್ನು ಗೋಡೆಗೆ ಆನಿಸಿಕೊಂಡು ಹಿಂದು ಹಿಂದಕ್ಕೆ ಮೇಲಕ್ಕೇರಿಸಿದ. ನಾಯಿ–ಫಾಕ್ಸ್–ಏನೋ ನಿರೀಕ್ಷಿಸುತ್ತಾ ಚಂಗನೆ ಮೇಲಕ್ಕೆ ನೆಗೆಯಿತು. ಈಗೆಲ್ಲಿಗೆ ಹೋಗುವುದು? ಬಯಲು ತೋಟಗಳಲ್ಲಿ ಅಷ್ಟು ದೂರ–ಒಂದಿಷ್ಟು ಅಂಜೂರವನ್ನೋ ಸೇಬನ್ನೋ ಕದಿಯುವುದು? ಚಿನ್ಚಿಗಿನ್ನೂ ಖಚಿತವಾಗಿರಲಿಲ್ಲ. ಮತ್ತೆ ಉದಾಸೀನವಾಗಿ ಪುಸ್ತಕಗಳನ್ನು ಆಯ್ದುಕೊಂಡು ಕಟ್ಟಿ ಸಂಚಿಯನ್ನು ಹೆಗಲಿಗೇರಿಸಿದ.

ಅವನ ಮನೆಯವರೆಗೂ ರಸ್ತೆಗೆ ಕಲ್ಲು ಹಾಸಿದ್ದು, ಅದರಿಂದಾಚೆಗೆ ಬರಿಯ ಮಣ್ಣಿನ ಹಾದಿಯಾಗಿತ್ತು. ಅದು ವಿಸ್ತಾರವಾದ ಬಯಲಿನ ಕಡೆಗೆ ಹೋಗುತ್ತಿತ್ತು. ಕುದುರೆ ಬಂಡಿಯಲ್ಲಿ ಹೋಗುವಾಗ ಕುದುರೆಗಳ ಗೊರಸುಗಳು ಮತ್ತು ಚಕ್ರಗಳು ಗಡಸುಕಲ್ಲಿನ ರಸ್ತೆಯಿಂದ ಮೃದುವಾದ ಸ್ತಬ್ಧ ಮಣ್ಣಿನ ರಸ್ತೆಗೆ ಇಳಿಯುವಾಗ ಎಂತಹ ಅದ್ಭುತವಾದ ಅನುಭವವಾಗ ಬಹುದು ಎಂದು ಚಿನ್ಚಿ ಯೋಚಿಸಿದ. ಶಾಲೆಯಲ್ಲಿ ಮಾಸ್ತರು ಕೆರಳಿ ರೇಗಾಡುತ್ತಿದ್ದವರು ಇದ್ದಕ್ಕಿದ್ದಂತೆ ಶಾಂತವಾಗಿ ಮೃದುವಾದ ದನಿಯಲ್ಲಿ ಮಾತನಾಡಿದಾಗ, ಶಿಕ್ಷೆಯ ಬೆದರಿಕೆ ಮಾಯವಾದಾಗ ಆಗುವ ಅನುಭವದಂತೆಯೇ ಇದೂ ಇದ್ದೀತು. ವಿಸ್ತಾರವಾದ ಬಯಲಿಗೆ ಸೇರಬೇಕಾದರೆ, ಈ ಮಣ್ಣಿನ ರಸ್ತೆಯಲ್ಲಿಯೇ ಮುನ್ನಡೆದು ಹೊಲಸಾದ ಹೊರವಲಯದ ಮನೆಗಳನ್ನು ದಾಟಿಹೋಗಬೇಕಾಗಿತ್ತು. ಬಳಿಕ ಪಟ್ಟಣದ ಅಂಚಿನಲ್ಲಿರುವ ಪುಟ್ಟ ಚೌಕಕ್ಕೆ ಸೇರುವಾಗ ರಸ್ತೆ ಅಗಲವಾಗುತ್ತಿತ್ತು. ಅಲ್ಲಿ ಈಚೆಗಷ್ಟೇ ಒಂದು ಆಸ್ಪತ್ರೆ ಕಟ್ಟಿದ್ದರು. ಸುಣ್ಣ ಬಳಿದ ಅದರ ಗೋಡೆಗಳು ಇನ್ನೂ ಹಚ್ಚ ಹೊಸವಾಗಿದ್ದು, ಸೂರ್ಯನ ಕಿರಣಗಳನ್ನು ಪ್ರತಿಬಿಂಬಿಸಿ ಕಣ್ಣು ಕುಕ್ಕುತ್ತಿದ್ದುವು.

ಹಳೆಯ ಆಸ್ಪತ್ರೆಯಿಂದ ಎಲ್ಲ ರೋಗಿಗಳನ್ನೂ ಆಂಬ್ಯುಲೆನ್ಸ್ ಮತ್ತು ಸ್ಟ್ರೆಚರ್‌ಗಳಲ್ಲಿ ಇಲ್ಲಿಗೆ ಸಾಗಿಸಿದ್ದರು. ಪುಟ್ಟ ಕಿಟಿಕಿಗಳಲ್ಲಿ ಪರದೆಗಳು ಅಲ್ಲಾಡುತ್ತಿದ್ದ ಅಂಬ್ಯುಲೆನ್ಸ್ ಗಾಡಿಗಳು, ಅವುಗಳ ಹಿಂದೆ ಸೊಗಸಾದ ಕ್ಯಾನ್ವಾಸಿನ ಆರಾಮ ಕುರ್ಚಿಯ ತರಹದ ಸ್ಟ್ರೆಚರ್‌ಗಳಲ್ಲಿ ತೀವ್ರ ರೋಗಿಗಳನ್ನು ಮಲಗಿಸಿ ಹೊತ್ತುಕೊಂಡು ಹೋಗುತ್ತಿದ್ದಾಗ ಅದೊಂದು ಮೆರವಣಿಗೆಯಂತೆ ತೋರಿತ್ತು.

ಚಿನ್ನಿ ಮತ್ತು ಫಾಕ್ಸ್ ನಾಯಿ ಆ ಚೌಕಕ್ಕೆ ಬರುವ ವೇಳೆಗೆ ಹೊತ್ತು ಕಂತಿತ್ತು; ಸೂರ್ಯ ಆಗಲೇ ಮುಳುಗಿದ್ದ. ಆಸ್ಪತ್ರೆಯ ಎದುರಿಗಿದ್ದ ಮುರುಕು ಮನೆಗಳು ಮತ್ತು ಅಲ್ಲಲ್ಲಿ ಬೆಳೆದ ಮರಗಳ ನಡುವೆ ಎದ್ದಿದ್ದ ಹಳೆಯ ಇಗರ್ಜಿಯನ್ನು ಖಿನ್ನತೆಯಿಂದ ನೋಡುತ್ತಿದ್ದ ರೋಗಿಗಳು ಈಗ ಕಿಟಿಕಿಗಳ ಬಳಿ ಹೊರಕ್ಕೆ ಬಗ್ಗಿ ನಿಂತಿರಲಿಲ್ಲ.

ಏನೂ ನಿಶ್ಚಯ ಮಾಡದೆ ಚಿನ್ನಿ ಸ್ವಲ್ಪ ಹೊತ್ತು ನಿಂತುಕೊಂಡ. ಅನಂತರ ಒಂದು ಬೇಲಿಗೆ ಒರಗಿಕೊಂಡ, ಸೋಮಾರಿತನದಲ್ಲಿ. ಎಷ್ಟೋ ಸಂಗತಿಗಳು ತನಗೆ ಅರ್ಥವಾಗುವಂತಿಲ್ಲ ವಾದ್ದರಿಂದ ಅವುಗಳ ಬಗ್ಗೆ ತಾನೇನೂ ಮಾಡಲು ಶಕ್ತನಲ್ಲ ಎಂಬ ಕಹಿ ಅವನ ಮನಸ್ಸಿನಲ್ಲಿ ತುಂಬಿತ್ತು. ಮೊದಲು ತನ್ನ ತಾಯಿ. ಅವಳು ಬದುಕುವುದಾದರೂ ಹೇಗೆ, ಯಾವುದರ ಆಧಾರದ ಮೇಲೆ? ಅವಳು ಯಾವಾಗಲೂ ಮನೆಯಲ್ಲಿರುತ್ತಲೇ ಇಲ್ಲ – ತನ್ನನ್ನು ಆ ಶಾಲೆಗೇ, ಅದೂ ಅಷ್ಟು ದೂರವಿರುವ ಅನಿಷ್ಟ ಶಾಲೆಗೆ ಹಟ ತೊಟ್ಟು ಕಳಿಸುತ್ತಿದ್ದಳು! ಹೊತ್ತಿಗೆ ಸರಿಯಾಗಿ ಶಾಲೆಯಲ್ಲಿರಲು ಪ್ರತಿದಿನವೂ ಅರ್ಧಗಂಟೆಯಾದರೂ ಓಡಬೇಕಾಗಿತ್ತು. ನಡು ಮಧ್ಯಾಹ್ನ ವಿರಾಮದ ವೇಳೆಯಲ್ಲಿ ಮನೆಗೆ ಓಡಿಬಂದು ಎರಡು ತುತ್ತು ನುಂಗಿ ಮತ್ತೆ ಓಡಿಹೋಗಬೇಕಾಗಿತ್ತು. ಸದಾ ನಾಯಿಯ ಜತೆಗೆ ಆಡುತ್ತಾ ವ್ಯರ್ಥವಾಗಿ ಹೊತ್ತು ಕಳೆಯುವ ಶೋಂಭೇರಿ ಎಂದು ತಾಯಿ ಯಾವಾಗಲೂ ಅವನನ್ನು ಬಯ್ಯುತ್ತಲೇ ಇದ್ದಳು. ಸದಾ ಅವನ ಮೇಲೆ ಏನಾದರೂ ಆಕ್ಷೇಪಣೆ – ಅವನು ಓದುವುದೇ ಇಲ್ಲ, ತುಂಬಾ ಶ್ವಪಚ, ಏನಾದರೂ ಕೊಳ್ಳಲು ಹೋದರೆ ಸುಲಭವಾಗಿ ಮೋಸ ಹೋಗಿ ಹಳಸಲು ಸಾಮಾನು ತರುತ್ತಿದ್ದ ಇತ್ಯಾದಿ...

ಅದು ಸರಿ, ಫಾಕ್ಸ್ ಎಲ್ಲಿ?

ಅವನು ಏನಾದರೂ ತೀರ್ಮಾನಕ್ಕೆ ಬರಲೆಂದು, ಆ ಬಡಪಾಯಿ ನಾಯಿ, ಸದ್ದಿಲ್ಲದೆ ಅಲ್ಲೇ ಕುಳಿತಿತ್ತು. ಹೇಗೂ ತಾನೇನು ಮಾಡಬೇಕೆಂಬುದು ಅದಕ್ಕೆ ಸ್ಪಷ್ಟವಾಗಿ ಗೊತ್ತಿತ್ತು – ತನ್ನ ಒಡೆಯನನ್ನು ಹಿಂಬಾಲಿಸು! ಚಿನ್ನಿಗೆ ಏನಾದರೂ ಮಾಡಬೇಕೆನ್ನಿಸುತ್ತಿತ್ತು. ಆದರೆ ಯಾವಾಗಲೂ ಅದೇ ಸಮಸ್ಯೆ – ಏನು ಮಾಡಬೇಕೆಂಬುದೇ ಗೊತ್ತಿರಲಿಲ್ಲ. ಸಭ್ಯ ಗೃಹಸ್ಥರ ಮನೆಯಲ್ಲಿ ಬಟ್ಟೆ ಹೊಲಿಯಲು ತಾನು ಹೋಗುತ್ತಿರುವುದಾಗಿ ತಾಯಿ ಹೇಳುತ್ತಿದ್ದಳು – ಹೋಗಲಿ, ಇಡೀ ದಿವಸ ತಾನು ಅಲ್ಲಿರುವಾಗ, ಅವನ ಕೈಗೆ ಬೀಗದ ಕೈಯನ್ನು ಕೊಟ್ಟಾದರೂ ಹೋಗಬಹುದಾಗಿತ್ತು. ಆದರೆ ಉಹುಂ, ಅದೂ ಇಲ್ಲ. ಅವನನ್ನು ನಂಬುವುದು ಅಸಾಧ್ಯವೆಂದು ಹೇಳಿ, ಅವನು ಶಾಲೆಯಿಂದ ಮನೆಗೆ ಹಿಂದಿರುಗುವ ವೇಳೆಗೆ ತಾನು ಬಂದುಬಿಡುವುದಾಗಿ ಹೇಳಿಬಿಡುತ್ತಿದ್ದಳು. ಅಕಸ್ಮಾತ್ ತಾನು ಅಷ್ಟರೊಳಗಾಗಿ ಬಾರದಿದ್ದರೆ ಬೇಗನೆ ಬಂದು ಬಿಡುವುದಾಗಿಯೂ ತನಗಾಗಿ ಕಾದಿರಬೇಕಾಗಿಯೂ ಅಪ್ಪಣೆ ಮಾಡುತ್ತಿದ್ದಳು. ಎಲ್ಲಿ? ಬಾಗಿಲ ಮುಂದೆ? ಕೆಲವು ಬಾರಿಯಂತೂ ಅವನು ಥಂಡಿಯಲ್ಲಿ, ಮಳೆಯಲ್ಲಿ ಕೂಡ ಎರಡೆರಡು ಗಂಟೆ ಕಾದದ್ದುಂಟು. ಆಗ ಆಸರೆಯಲ್ಲಿ ನಿಲ್ಲುವ ಬದಲು, ಆತ ಬೇಕೆಂತಲೇ ಮೂಲೆಗೆ ಹೋಗಿ ಮಳೆ ನೀರು ಇಳಿದುಹೋಗುವ ಕೊಳವೆಯ ಬಾಯಿಯ ಕೆಳಗೇ ನಿಂತು ಚೆನ್ನಾಗಿ ತೊಯಿಸಿಕೊಳ್ಳುತ್ತಿದ್ದ. ಕೊನೆಗೊಮ್ಮೆ ಅವನ ತಾಯಿ ಏದುಸಿರು ಬಿಡುತ್ತ, ಎರವಲು ಕೊಡೆಯನ್ನು ಹಿಡಿದುಕೊಂಡು, ಮುಖ ಕೆಂಪಾಗಿ, ಕಣ್ಣುಗಳು ಹೊಳಪು ತುಂಬಿದ್ದರೂ ಅವನ ದೃಷ್ಟಿ ತಪ್ಪಿಸುತ್ತ ಕಾಣಿಸಿಕೊಳ್ಳುತ್ತಿದ್ದಳು... ಅವಳೆಷ್ಟು ಗಾಬರಿಯಾಗಿರುತ್ತಿದ್ದಳೆಂದರೆ ಪರ್ಸಿನಲ್ಲಿದ್ದ ಬೀಗದ ಕೈ ತೆಗೆಯಲು ತಡಕಾಡುತ್ತಿದ್ದಳು – ಅದು ಅವಳ ಕೈಗೆ ಸಿಗುತ್ತಲೇ ಇರಲಿಲ್ಲ.

"ಪೂರ್ತಿ ಒದ್ದೆಯಾಗಿ ಬಿಟ್ಟಿದ್ದೀಯೆ! ಸ್ವಲ್ಪ ತಾಳಿಕೊ – ನನಗೆ ಅಲ್ಲಿ ಬಹಳ ಹೊತ್ತು ಇರಬೇಕಾಯಿತು!" ಇದೇ ಹಾಡು ಯಾವಾಗಲೂ.

ಚಿನ್ನಿ ಗುಡ್ಡದ ಹಾದಿಯಲ್ಲಿ ಏರುತ್ತಾ ಮುಖ ಗಂಟಿಕ್ಕಿದ. ಎಷ್ಟೋ ವಿಷಯಗಳ ಬಗ್ಗೆ ಚಿಂತಿಸಲು ಅವನಿಗೆ ಇಷ್ಟವಿರಲಿಲ್ಲ – ಉದಾಹರಣೆಗೆ, ತನ್ನ ತಂದೆ. ಅವನು ತನ್ನ ತಂದೆಯನ್ನು ಕಂಡುದೇ ಇಲ್ಲ. ಅವನು ಹುಟ್ಟುವ ಮೊದಲೇ ಅವನ ತಂದೆ ಸತ್ತುಹೋಗಿದ್ದನೆಂದು ಚಿಕ್ಕವನಿದ್ದಾಗ ಅವನಿಗೆ ಹೇಳಿದ್ದರು. ಆದರೆ ಅವನ ತಂದೆ ಯಾರೆಂಬುದನ್ನು ಈತನಕ ಯಾರೂ ಅವನಿಗೆ ಹೇಳಿರಲಿಲ್ಲ. ಈಗ ಅವನಿಗೆ ಕೇಳಲಾಗಲಿ, ತಿಳಿಯುವ ಪ್ರಯತ್ನದಲ್ಲಾಗಲೀ ಏನೇನೂ ಆಸಕ್ತಿಯಿಲ್ಲ. ಬಲ ಪಾರ್ಶ್ವದಲ್ಲಿ ಲಕ್ವ ಹೊಡೆದು ಅಲ್ಲಿ ಮೂಲೆಯಲ್ಲಿ ಬಿದ್ದುಕೊಂಡಿದ್ದ ಆ ಅಂಗವಿಕಲನೇ ತನ್ನ ತಂದೆಯಾಗಿದ್ದರೂ ಇರಬಹುದು. ಅವನಂತೂ ಹೇಗೋ ಮದ್ಯದಂಗಡಿಗೆ ಕಾಲೆಳೆದುಕೊಂಡು ಬರುತ್ತಿದ್ದ. ಫಾಕ್ಸ್ ನಾಯಿ ಅವನ ಬಳಿ ಹೋಗಿ ಜೋರಾಗಿ ಬೊಗಳುತ್ತಿತ್ತು. ಅವನ ಊರುಗೋಲನ್ನು ಕಂಡರೆ ಅದಕ್ಕೆ ಆಗುತ್ತಿರಲಿಲ್ಲ.

ಅಲ್ಲಿ ವರ್ತುಳಾಕಾರದಲ್ಲಿ ನಿಂತಿದ್ದ ಆ ಹೆಂಗಸರೋ! ಮುಂದೆ ದಪ್ಪಗೆ ಕಾಣುತ್ತಿದ್ದರೂ ಬಸುರಿಯರಲ್ಲ – ಪ್ರಾಯಶಃ ಅವರಲ್ಲೊಬ್ಬಳು – ಅದೇ ತನ್ನ ಲಂಗವನ್ನು ಮುಂದುಗಡೆ ಸ್ವಲ್ಪ ಮೇಲೆತ್ತಿ ಸಿಕ್ಕಿಸಿಕೊಂಡು, ಹಿಂದುಗಡೆ ನೆಲದ ಮೇಲೆ ಹರಿಯಲು ಬಿಟ್ಟಿದ್ದ ಹೆಂಗಸು – ಬಸುರಿಯಿರಬಹುದು. ಆ ಕಡೆಯಲ್ಲಿ ಮಗುವನ್ನೆತ್ತಿಕೊಂಡ ಹೆಂಗಸು – ಅದೋ ಅವಳ ರವಿಕೆ ಯೊಳಕ್ಕೆ ಕೈಹಾಕುತ್ತಿತ್ತು. ಊಫ್! ಎಂಥ ಮಾಂಸದ ಮುದ್ದೆ! ತನ್ನನ ತಾಯಿಯಾದರೋ ಇನ್ನೂ ಯುವತಿಯಾಗಿ, ತೆಳ್ಳಗೆ ಸುಂದರವಾಗಿಯೇ ಇದ್ದಳು. ತಾನು ಚಿಕ್ಕ ಮಗುವಾಗಿದ್ದಾಗ ತನಗೂ ಎದೆ ಹಾಲು ಕೊಟ್ಟಿದ್ದಳು – ಪ್ರಾಯಶಃ ಹಳ್ಳಿಗಾಡಿನ ಒಂದು ಮನೆಯಲ್ಲಿಯೋ ಅಥವಾ ಕಾಳು ಬಡಿಯುವ ಕಣದಲ್ಲಿ ಬಿಸಿಲಿನಲ್ಲಿ ಕುಳಿತೋ ಇರಬೇಕು. ಚಿಕ್ಕವನಾಗಿದ್ದಾಗ, ಒಂದು ಚಿಕ್ಕ ಹಳ್ಳಿಮನೆಯನ್ನು ಕಂಡ ನೆನಪು – ಅದು ಕನಸಾಗಿರದಿದ್ದರೆ, ಅಥವಾ ಬೇರೆಲ್ಲೋ ನೋಡಿರದಿದ್ದರೆ – ಯಾರಿಗೆ ಗೊತ್ತು? ಸಂಜೆಯಾಗಿ ಎಣ್ಣೆಯ ದೀಪಗಳನ್ನು ಹಚ್ಚಿದಾಗ, ಒಂದು ಕೋಣೆಯಿಂದ ಇನ್ನೊಂದು ಕೋಣೆಗೆ ದೀಪವನ್ನೊಯ್ಯುವಾಗ ಒಂದು ಕಿಟಕಿಯಲ್ಲಿ ಬೆಳಕು ಮಾಯವಾಗಿ ಮತ್ತೊಂದರಲ್ಲಿ ಕಾಣಿಸಿಕೊಳ್ಳುತ್ತಿತ್ತು. ಆ ಮಧ್ಯೆ ಈ ಹಳ್ಳಿಮನೆಗಳನ್ನೆಲ್ಲ ಒಂದು ನೆರಳು ಮುಸುಕಿಬಿಡುತ್ತಿತ್ತು.

ಚೌಕದಿಂದಾಚೆಗೆ, ರಸ್ತೆಯು ಬೆಟ್ಟದ ಪಕ್ಕದಲ್ಲಿ ಹರಿದಾಡಿ, ಹಳ್ಳಿಗಾಡಿನ ಕಡೆಗೆ ಮುಂದುವರಿದಿತ್ತು. ಚಿನ್ನಿ ತಲೆಯೆತ್ತಿ ಮೇಲೆ ನೋಡಿದ. ಆಕಾಶದ ಇಡೀ ವಿಸ್ತಾರವನ್ನು ನೋಡಲು ಸಾಧ್ಯವಾಯಿತು. ಮುಳುಗುತ್ತಿದ್ದ ಸೂರ್ಯನ ಕಿರಣಗಳೂ ಮಾಯವಾಗಿದ್ದು, ಕಪ್ಪಾಗಿ ಹೋಗಿದ್ದ ಬೆಟ್ಟದ ಮೇಲುಭಾಗದ ಆಕಾಶ ಅತ್ಯಂತ ತಿಳಿಯಾದ ನೀಲಿಯಿಂದ ಲೇಪಿತವಾಗಿತ್ತು. ಸಂಜೆಯ ನೆರಳುಗಳು ಭೂಮಿಯ ಮೇಲೆ ಬಿದ್ದು, ಆಸ್ಪತ್ರೆಯ ಗೋಡೆಗಳ ಹೊಳಪು ಮಂಕಾಯಿತು.

ಸಂಜೆಯ ಪ್ರಾರ್ಥನೆ ಸಲ್ಲಿಸಲು ಮುದುಕಿಯೊಬ್ಬಳು ಪುಟ್ಟ ಇಗರ್ಜಿಗೆ ಆತುರವಾಗಿ ನಡೆದಳು. ಚಿನ್ನಿ ತಾನೂ ಒಳ ಹೋಗಲು ತಕ್ಕನೆ ತೀರ್ಮಾನಿಸಿದ. ಇಗರ್ಜಿಯೊಳಕ್ಕೆ ತನ್ನನ್ನು ಬಿಡುವುದಿಲ್ಲವೆಂದು ಅರಿತಿದ್ದ ಫಾಕ್ಸ್ ನಾಯಿ ಅಲ್ಲೇ ಬಾಗಿಲ ಹೊರಗೇ ನಿಂತು ಅವನ ಮುಖವನ್ನೇ ದಿಟ್ಟಿಸಿ ನೋಡುತ್ತಿತ್ತು. ಈಗಾಗಲೇ ತಡವಾಗಿ ಹೋಗಿದ್ದರಿಂದ, ಏದುಸಿರು ಬಿಡುತ್ತಿದ್ದ ಮುದುಕಿ ಬಾಗಿಲ ಬಳಿಯ ದಪ್ಪ ಚರ್ಮದ ತೆರೆಯನ್ನು ಸರಿಸಲಾರದೆ

ಒದ್ದಾಡುತ್ತಿದ್ದಳು. ಚಿನ್ನಿ ಆಕೆಗೆ ನೆರವಾಗಲು ತೆರೆಯನ್ನು ಪಕ್ಕಕ್ಕೆಳೆದು ಹಿಡಿದುಕೊಂಡ. ಆದರೆ ಅವನು ಪ್ರಾರ್ಥನೆ ಸಲ್ಲಿಸಲು ಅಲ್ಲಿಗೆ ಬಂದಿಲ್ಲವೆಂಬುದನ್ನು ಊಹಿಸಿಕೊಂಡ ಆಕೆ ಅವನಿಗೆ ವಂದನೆ ಹೇಳುವ ಬದಲು, ಹುಬ್ಬುಗಂಟಿಕ್ಕಿದಳು. ಪುಟ್ಟ ಇಗರ್ಜಿಯಲ್ಲಿ ನೆಲ ಗುಹೆಯೊಳಗಿನಷ್ಟೇ ಥಂಡಿ. ಮುಖ್ಯ ಪೂಜಾಪೀಠದ ಬಳಿ ಎರಡು ಮೋಂಬತ್ತಿಗಳು ಪಕಪಕನೆ ಉರಿಯುತ್ತಿದ್ದುವು. ಇಗರ್ಜಿಯೊಳಗೆ ಎಲ್ಲೋ ಅಲ್ಲೊಂದು ಇಲ್ಲೊಂದು ಮಿಣುಕು ದೀಪ. ಮೈಕೊರೆಯುವ ಥಂಡಿಯಲ್ಲಿ ಯುಗಯುಗಗಳ ಧೂಳು ತುಂಬಿಕೊಂಡಂತಿತ್ತು. ಮಬ್ಬುಗತ್ತಲೆಯ ಆ ಮೌನದಲ್ಲಿ ಪ್ರತಿಧ್ವನಿಗಳು ಎಲ್ಲಿಯೋ ಅಡಗಿದ್ದು ಸ್ವಲ್ಪ ಸದ್ದಾದರೂ ಚಿಮ್ಮಿ ನೆಗೆದಾಡಲು ಕಾದಿದ್ದುವು. ತಮ್ಮ ಎಂದಿನ ಜಾಗಗಳಲ್ಲಿ ಭಕ್ತಿಯಿಂದ ಬೀಗುತ್ತಿದ್ದ ಮುದುಕಿಯರೇ ಸಾಲಾಗಿ ಕುಳಿತಿದ್ದರು. ಅವರೆಲ್ಲರೂ ಗಾಬರಿಯಿಂದ ಬೆಚ್ಚಿ ಬೀಳುವಂತೆ ಕಿರಿಚಿಕೊಳ್ಳಬೇಕೆನ್ನಿಸಿತು ಚಿನ್ನಿಗೆ. ಪ್ರಾಯಶಃ ಹುಯಿಲಿಡುವುದು ಬೇಡ. ಆದರೆ ಅಕಸ್ಮಾತ್ತಾಗಿ ಬಿದ್ದಿತೆಂಬಂತೆ ತನ್ನ ಭಾರವಾದ ಪುಸ್ತಕಗಳ ಹೊರೆಯನ್ನು ದೊಪ್ಪನೆ ಕೆಳಕ್ಕೆಸೆಯಬಹುದಲ್ಲ! ಯಾಕಾಗಬಾರದು? ಪುಸ್ತಕಗಳನ್ನು ಕೆಳಕ್ಕೆ ಆತ ಬೀಳಿಸಿದ. ಕೂಡಲೇ ಗುಂಡು ಹೊಡೆದಂತೆ ಪ್ರತಿಧ್ವನಿಗಳು ಅವನ ಸುತ್ತು ಎದ್ದು ಗುಡುಗುತ್ತ ಹಾರಾಡಿದಾಗ ಅವನಿಗೆ ಅತೀವ ಸಂತೋಷ. ಪ್ರತಿಧ್ವನಿಗಳನ್ನು ಎಬ್ಬಿಸುವ ಈ ತಂತ್ರವನ್ನು ಚಿನ್ನಿ ಹಿಂದೆ ಎಷ್ಟೋ ಬಾರಿ ಪ್ರಯೋಗಿಸಿದ್ದ. ಇದರಿಂದಾಗಲೇ ಬೇಸರಗೊಂಡಿದ್ದ ಆ ಮುದಿ ಭಕ್ತರ ಸಹನೆಯನ್ನು ಇನ್ನೂ ಹೆಚ್ಚಿಗೆ ಚುಚ್ಚಿ ಗಾಸಿಗೊಳಿಸುವುದು ಬೇಕಿಲ್ಲ. ಚಿನ್ನಿ ಇಗರ್ಜಿಯಿಂದ ಹೊರಕ್ಕೆ ನಡೆದ – ಬೆಟ್ಟದ ಮೇಲಕ್ಕೆ ಹೋಗುವ ಹಾದಿಯಲ್ಲಿ ಅವನನ್ನು ಹಿಂಬಾಲಿಸಲು ಫಾಕ್ಸ್ ನಾಯಿ ಸಿದ್ಧವಾಗಿತ್ತು. ಚಿನ್ನಿಗೆ ಈಗ ಯಾವುದಾದರೂ ಹಣ್ಣನ್ನು ಕಚ್ಚಿ ತಿನ್ನಬೇಕೆನ್ನಿಸಿತು. ಒಂದು ಮೋಟು ಗೋಡೆಯನ್ನೇರಿ, ಅಲ್ಲಿ ಕತ್ತಲೆ ತುಂಬಿದ್ದ ಕಡೆ ಮರಗಳಲ್ಲಿ ತಡಕಾಡಿದ. ತನಗೆ ಹಸಿವಾಗಿದ್ದುದರಿಂದ ಈ ವಿಚಾರ ಬಂತೋ ಅಥವಾ ಸುಮ್ಮನೇ ಏನಾದರೂ ಮಾಡಬೇಕೆಂಬ ಸ್ಫೂರ್ತಿಯಿಂದ ಬಂತೋ, ಅವನಿಗೇ ಗೊತ್ತಿರಲಿಲ್ಲ.

ಕಡಿದಾದ ಇಳಿಜಾರಿನ ರಸ್ತೆ ನಿರ್ಜನವಾಗಿತ್ತು. ಆ ಮೂಲಕ ಹಾದುಹೋಗಿದ್ದ ಕತ್ತೆಗಳ ಗೊರಸುಗಳು ಸಡಿಲಗೊಳಿಸಿದ್ದ ಸಣ್ಣ ಕಲ್ಲುಗಳು ಉರುಳುರುಳಿ ಈ ಕಚ್ಚಾ ರಸ್ತೆಯ ಮೇಲೆ ತುಂಬಿಕೊಂಡಿದ್ದುವು. ಚಿನ್ನಿ ಕೆಲವು ಕಲ್ಲುಗಳನ್ನು ಕಾಲಿನಲ್ಲಿ ಒದ್ದು ಗಾಳಿಯಲ್ಲಿ ತೂರಿಸಿದ. ಎರಡು ಪಕ್ಕಗಳಲ್ಲಿಯೂ ಉದ್ದನೆಯ ಗರಿಗಟ್ಟಿ ಕಾಳು ತುಂಬಿಕೊಂಡ ಹಸಿರು ಹುರಳಿ ಗಿಡಗಳು. ಬಾಯಲ್ಲಿ ಅಗಿಯಲು ಹಿತವಾಗಿದ್ದ ತೆನೆಗಳು. ಗರಿಗಳಂತೂ ಕಿತ್ತರೆ ಕೈಗೇ ಅಂಟಿಕೊಂಡು ಹೂವಿನ ಗೊಂಡೆಯಂತೆ ಕಾಣುತ್ತಿದ್ದವು. ಆ ಗರಿಗಳನ್ನು ಯಾರ ಮೇಲಾದರೂ ಎಸೆದರೆ, ಎಷ್ಟು ಸಂಖ್ಯೆಯಲ್ಲಿ ಅವರ ಬಟ್ಟೆಗೆ ಅಂಟಿಕೊಳ್ಳುತ್ತವೋ ಅಷ್ಟು ಸಂಖ್ಯೆಯ ಗಂಡಂದಿರು ಅಥವಾ ಹೆಂಡತಿಯರು ಅವರಿಗಾಗುವರೆಂದು ನಂಬಿಕೆ. ಚಿನ್ನಿ ಫಾಕ್ಸ್ ನಾಯಿಯ ಮೇಲೆ ಇದನ್ನು ಪ್ರಯೋಗಿಸುವ ಯೋಚನೆ ಮಾಡಿದ. ಏಳು ಹೆಂಡಿರು! ಅಬ್ಬಾ! ಆದರೆ ನಾಯಿಯ ತುಪ್ಪಳದ ಮೇಲೆ ಎಸೆದದ್ದೆಲ್ಲಾ ಅಂಟಿಕೊಳ್ಳುತ್ತಿದ್ದುದರಿಂದ ಅದು ಲೆಕ್ಕಕ್ಕಿಲ್ಲ. ಪೆದ್ದು ನಾಯಿ ಫಾಕ್ಸ್, ಅಲ್ಲೆ ಹಾಗೆಯೇ ಕಣ್ಣು ಮುಚ್ಚಿಕೊಂಡು ನಿಂತಿತ್ತು – ತನ್ನ ಬೆನ್ನ ಮೇಲಿದ್ದ ಏಳು ಹೆಂಡಿರನ್ನು ಕುರಿತಾದ ತಮಾಷೆಯನ್ನು ತಿಳಿಯದೆ!

ಇನ್ನು ಮುಂದೆ ಹೋಗಬೇಕೆನ್ನಿಸಲಿಲ್ಲ ಚಿನ್ನಿಗೆ! ಮೊದಲಿನಂತೆಯೇ ದಣಿವು, ಬೇಸರ. ಆತ ರಸ್ತೆಯ ಎಡ ಬದಿಗೆ ಹೋಗಿ ಮೋಟು ಗೋಡೆಯ ಮೇಲೆ ಕುಳಿತ. ಆಕಾಶದ ತೆಳುಹಸುರಿನ ಹಿನ್ನೆಲೆಗೆ ಚಂದ್ರ ತಿಳಿ ಬಂಗಾರದ ಬಣ್ಣದಲ್ಲಿ ಮೆಲ್ಲನೆ ಏಳುತ್ತಿದ್ದುದನ್ನು ಕಂಡ.

ಕಂಡ-ಕಾಣಲೂ ಇಲ್ಲ ಎನ್ನಬಹುದು-ಮನಸ್ಸಿನೊಳಗೆ ನುಸುಳಿಹೋಗುವ ಸಂಗತಿಗಳಂತೆ, ಒಂದು ಇನ್ನೊಂದರೊಳಗೆ ಬೆರೆತು, ಎಲ್ಲವೂ ಹಿಂದುಹಿಂದಕ್ಕೆ ಹೋಗಿಬಿಟ್ಟು, ಅವನ ಎಳೆಯ ದೇಹ ಅಲ್ಲೇ ಕುಳಿತಿದ್ದರೂ, ಅದರ ಉಳಿವು ಕೂಡ ಅವನ ಸ್ಮೃತಿಯಲ್ಲಿ ಇಲ್ಲದಂತಾಗಿತ್ತು. ಈಗ ಅವನು ತನ್ನ ಕೈಯನ್ನು ಮಂಡಿಯ ಮೇಲಿಟ್ಟಿದ್ದರೆ, ಅಥವಾ ಅಟ್ಟೆ ಸವೆದ ಹೊಲಸಾದ ಷೂಗಳೊಳಗೆ ತೂರಿಸಿದ್ದ ಪಾದವನ್ನು ಮುಟ್ಟಿದ್ದರೆ, ಅವೆಲ್ಲ ಬೇರೆ ಹೊರಗಿನ ಯಾರದ್ದೋ ಎನ್ನಿಸುವಂತಿತ್ತು. ಅವನೀಗ ಅವನ ದೇಹದಲ್ಲಿ ಇರಲೇ ಇಲ್ಲ. ಅವನು ನೋಡಿಯೂ ನೋಡದ ವಸ್ತುಗಳಲ್ಲಿ – ಮಸಕಾಗುತ್ತಿದ್ದ ಆಕಾಶ, ಬೆಳಕೇರುತ್ತಿದ್ದ ಕಪ್ಪು ಮರಗಳ ದಟ್ಟ ಹರವು. ಹೊಸದಾಗಿ ಉತ್ತ ಕಪ್ಪು ನೆಲದಿಂದ ಅಕ್ಟೋಬರಿನ ಈ ಕೊನೆಯ ಬಿಸಿಲು ದಿನಗಳಲ್ಲಿ ಮೇಲೇಳುತ್ತಿದ್ದ ತೇವದಿಂದ ಕೂಡಿದ ಕೊಳೆತದ ಹಸಿವಾಸನೆ – ಇವೆಲ್ಲದರಲ್ಲಿ ಚಿನ್ನಿ ಬೆರೆತು ಹೋಗಿದ್ದ.

ಹೀಗೆ ನಿಸರ್ಗದಲ್ಲಿ ಮಗ್ನನಾಗಿ ಪರವಶನಾಗಿದ್ದ ಚಿನ್ನಿಗೆ ಇದ್ದಕ್ಕಿದ್ದಂತೆ ಏನೋ ಶಬ್ದದಿಂದ ಶಾಂತಿಭಂಗವಾಯಿತು. ಸಹಜವಾಗಿಯೇ ಅವನ ಕೈ ಕಿವಿಯ ಬಳಿಗೆ ಹೋಯಿತು – ಆಲಿಸಿದಾಗ ಗೋಡೆಯ ಕೆಳಭಾಗದಿಂದ ಕೀಚಲುನಗೆ ಕೇಳಿತು. ಗದ್ದೆಯ ಪಕ್ಕದ ಗೋಡೆಯ ಆ ಬದಿಯಲ್ಲಿ ಸುಮಾರು ಅವನ ವಯಸ್ಸಿನವನೇ ಆದ ಒಬ್ಬ ಹಳ್ಳಿಯ ಹುಡುಗ ಅವಿತು ಕೊಂಡಿದ್ದ. ಅವನು ಹುರುಳಿಯ ಒಂದು ದೊಡ್ಡ ಗಿಡವನ್ನು ಕಿತ್ತು, ಕಾಳನ್ನು ಸವರಿ ಹಾಕಿ, ತುದಿಗೊಂದು ಜೀರುಗುಣಿಕೆ ಹಾಕಿ, ಸದ್ದು ಮಾಡದೆ ಚಿನ್ನಿಯ ಕಿವಿಗೆ ಅದನ್ನು ಸಿಕ್ಕಿಸಲು ಕೈಯನ್ನು ಮೇಲೇರಿಸುತ್ತಿದ್ದ. ಚಿನ್ನಿ ಆ ಕಡೆ ತಿರುಗಿದೊಡನೆ ಕೈ ಹಿಂದಕ್ಕೆಳೆದುಕೊಂಡ. ಅಲ್ಲಾಡಬಾರದೆಂದು ಚಿನ್ನಿಗೆ ಸನ್ನೆ ಮಾಡಿದ. ಕಲ್ಲುಗಳ ಸಂದಿಯಿಂದ ಇಣಿಕಿ ನೋಡುತ್ತಿದ್ದ ಪುಟ್ಟ ಹಲ್ಲಿಯೊಂದರ ತಲೆಯ ಕಡೆಗೆ ಆ ಹುರುಳಿ ಕಡ್ಡಿಯನ್ನು ಗೋಡೆಯ ಪಕ್ಕದಲ್ಲಿ ಸ್ವಲ್ಪ ಸ್ವಲ್ಪವಾಗಿ ಸರಿಸಿದ. ಒಂದು ಗಂಟೆಯ ಹೊತ್ತಿನಿಂದ ಅದನ್ನು ಹಿಡಿಯುವ ಪ್ರಯತ್ನದಲ್ಲಿದ್ದ ಅವನು. ಅದನ್ನು ನೋಡಲು ಚಿನ್ನಿ ಗೋಡೆಯ ಮೇಲೆ ಕೈಯೂರಿ ಆತಂಕದಿಂದ ಬಾಗಿದ. ಅದಕ್ಕೆ ಗೊತ್ತಿಲ್ಲದಂತೆಯೇ ಆ ಹಲ್ಲಿ ಜೀರುಗುಣಿಕೆಯೊಳಕ್ಕೆ ತಲೆಯನ್ನು ತೂರಿಸಿಕೊಂಡಿತ್ತು – ಆದರೆ ಸಿಕ್ಕಿಹಾಕಿಕೊಳ್ಳುವಷ್ಟು ಒಳಕ್ಕಲ್ಲ. ತಲೆ ಇನ್ನೊಂದು ಸ್ವಲ್ಪವೇ ಮುಂದೆ ಚಾಚಬೇಕು. ಅಷ್ಟರಲ್ಲಿ ಹುಡುಗನ ಕೈ ಅಲುಗಿಬಿಟ್ಟರೆ ಹಲ್ಲಿ ಬೆದರಿಬಿದ್ದು ತಪ್ಪಿಸಿಕೊಂಡುಬಿಡುತ್ತದೆ. ಸರಿ, ಸರಿ. ಸ್ವಲ್ಪ ತಾಳು! ನಿಧಾನ, ನಿ-ಧಾ-ನ! ಸರಿಯಾದ ಕ್ಷಣದಲ್ಲಿ ಕಡ್ಡಿಯನ್ನು ಎಳೆಯಲು ಸಿದ್ಧವಾಗಿರಬೇಕು-ಕೇವಲ ಒಂದು ಸೆಕೆಂಡಿನ ಕೆಲಸ! ಅಗೋ! ಉದ್ದನೆಯ ಹುರುಳಿ ಕಡ್ಡಿಯ ತುದಿಯ ಜೀರುಗುಣಿಕೆಯಲ್ಲಿ ಸಿಕ್ಕಿಕೊಂಡ ಹಲ್ಲಿ ಮೀನಿನ ಹಾಗೆ ಮಿಂಚಿತು.

ಚಿನ್ನಿ ಈಗ ಕುತೂಹಲದಿದ ಗೋಡೆಯಿಂದ ಕೆಳಕ್ಕೆ ಜಿಗಿದ. ಕಡ್ಡಿಯಲ್ಲಿ ಹಲ್ಲಿಯನ್ನು ಹಿಡಿದುಕೊಂಡಿದ್ದ ಆ ಹುಡುಗ, ತನ್ನ ಈ ಬೇಟೆಯನ್ನು ಚಿನ್ನಿ ಕಿತ್ತುಕೊಂಡುಬಿಡಬಹುದೆಂದು ಹೆದರಿದ. ತನ್ನ ಕೈಯನ್ನು ಹತ್ತಾರು ಬಾರಿ ಗಾಳಿಯಲ್ಲಿ ತಿರುಗಿಸಿ ಹುಲ್ಲಿನ ಮಧ್ಯೆ ಎದ್ದುಕಾಣುತ್ತಿದ್ದ ಒಂದು ದೊಡ್ಡ ಕಲ್ಲಿನ ಮೇಲೆ ಹಲ್ಲಿಯನ್ನು ಟಪ್ಪನೆ ಬಡಿದ.

"ಬೇಡ!" ಎಂದು ಕಿರಿಚಿದ ಚಿನ್ನಿ. ಆದರೆ ಕಾಲ ಮೀರಿತ್ತು.

ಕಲ್ಲಿನ ಮೇಲೆ ಹಲ್ಲಿ ಸತ್ತು ಬಿದ್ದಿತ್ತು – ಅದರ ಬಿಳಿಯ ಹೊಟ್ಟೆಯ ತಳಭಾಗ ಚಂದ್ರನ ಬೆಳಕಿನಲ್ಲಿ ಹೊಳೆಯುತ್ತಿತ್ತು. ಚಿನ್ನಿಗೆ ತುಂಬಾ ಸಿಟ್ಟು ಬಂದಿತು. ಎಲ್ಲರಲ್ಲೂ ಇರುವ ಬೇಟೆಯ ಮೂಲ ಪ್ರವೃತ್ತಿಯ ಪ್ರೇರಣೆಯಿಂದ ಅವನಿಗೂ ಹಲ್ಲಿಯನ್ನು ಹಿಡಿಯುವುದು ಬೇಕಾಗಿತ್ತು.

ಆದರೆ ಅದರ ಚುರುಕಾದ ಪುಟ್ಟ ಕಣ್ಣುಗಳನ್ನು ಹತ್ತಿರದಿಂದ ನೋಡದೆ, ಅದರ ಹಸಿರು ದೇಹ ನಡುಗುವುದೂ ಒದ್ದಾಡುವುದೂ ಕಾಲುಗಳನ್ನು ಬಡಿಯುವುದೂ ಮತ್ತು ಕೊನೆತನಕ ಅದು ನರಳುವುದನ್ನೂ ಗಮನಿಸದೆ ಹೀಗೆ ಕೊಲ್ಲುವುದು, ಸಲ್ಲದು – ಅದು ಮೂರ್ಖತನ, ನಾಚಿಕೆಗೇಡು. ಚಿನ್ನಿ ಆ ಹುಡುಗನ ಬಳಿಗೆ ಹೋಗಿ ತನ್ನ ಶಕ್ತಿಯನ್ನೆಲ್ಲ ಬಿಟ್ಟು ಅವನ ಎದೆಗೆ ಗುದ್ದಿದ. ಹುಡುಗ ನೆಲದ ಮೇಲುರುಳಿದ. ಈಗ ಆ ಹುಡುಗ ರುದ್ರಕೋಪದಿಂದ ಚಿಮ್ಮಿ ನೆಗೆದು ನಿಂತ, ಆಗ ತಾನೇ ಉತ್ತಿದ್ದ ಹೊಲದ ಸಾಲಿನಿಂದ ಒಂದು ಮುಷ್ಟಿ ಮಣ್ಣನ್ನೆತ್ತಿ ಘಟ್ಟನೆ ಚಿನ್ನಿಯ ಮುಖಕ್ಕೆ ರಾಚಿದ; ಚಿನ್ನಿಯ ಕಣ್ಣು ಕುರುಡಾಯಿತು. ತನ್ನ ಬಾಯಿಗೆ ಬಿದ್ದ ಮಣ್ಣಿನ ರುಚಿಯಿಂದ ಚಿನ್ನಿಗೆ ಇನ್ನೂ ರೇಗಿತು. ಅಪಮಾನವಾಯಿತು. ತಾನೂ ಒಂದು ಮಣ್ಣಿನ ಹೆಂಟೆಯನ್ನು ತೆಗೆದುಕೊಂಡು ಹುಡುಗನ ಮೇಲೆಸೆದ. ಹೊಡೆದಾಟ ಪ್ರಬಲವಾಯಿತು. ಹಳ್ಳಿಯ ಹುಡುಗ ಇವನಿಗಿಂತ ಚುರುಕು. ಗುರಿಯೂ ನಿಖರ. ಹತ್ತಿರ ಹತ್ತಿರ ನುಗ್ಗಿ ಒಂದು ಸಾರಿಯೂ ಗುರಿತಪ್ಪದೆ ಚಿನ್ನಿಯ ಮೇಲೆ ಸರಿಯಾಗಿ ಬೀಳುವಂತೆ ಆತ ಮಣ್ಣಿನ ಹೆಂಟೆಗಳನ್ನು ಎಸೆಯುತ್ತಿದ್ದ. ಅವುಗಳಿಂದೇನೂ ನೋವಾಗುತ್ತಿರಲಿಲ್ಲ; ಆದರೆ ಮಳೆಯ ಹನಿಗಳಂತೆ ಪಟಪಟನೆ ಎದೆ, ಮುಖ, ತಲೆ, ಕಿವಿಗಳು ಮತ್ತು ಷೂಗಳು – ಎಲ್ಲದರ ಮೇಲೂ ಮಣ್ಣಿನ ತುಣುಕುಗಳು ಬೀಳುತ್ತಿದ್ದುವು. ಅವುಗಳ ದಾಳಿಯಿಂದ ತನ್ನನ್ನು ರಕ್ಷಿಸಿಕೊಳ್ಳಲಾಗದೆ ಉಸಿರುಗಟ್ಟಿದ ಚಿನ್ನಿ ಚಂಗನೆ ನೆಗೆದು ಗೋಡೆಯಿಂದ ಒಂದು ಕಲ್ಲನ್ನು ಕಿತ್ತುಕೊಳ್ಳಲು ಕೈಚಾಚಿದ. ಅಲ್ಲಿಂದ ಏನೋ ಸರಿದಂತಾಯಿತು – ಫಾಕ್ಸ್ ನಾಯಿಯೇನು? ಕಲ್ಲನ್ನೆತ್ತಿ ಬಿರುಸಾಗಿ ಒಗೆದ. ಈವರೆಗೂ ಎಲ್ಲವೂ ಅವನ ಸುತ್ತ ಸುತ್ತುತ್ತಿದ್ದು, ಅವನ ಕಣ್ಣುಗಳಿಗೆ ಬಡಿಯುತ್ತಿದ್ದುದು. ಈಗ ಇದ್ದಕ್ಕಿದ್ದಂತೆ ನಿಶ್ಚಲವಾಗಿ ನಿಂತುಹೋಯಿತು. ಮರಗಳ ಗುಂಪು, ತೆಳುವಾದ ಚೌತಿಯ ಚಂದ್ರ – ಎಲ್ಲವೂ ಅಲುಗಾಡದೆ ನಿಂತುಹೋದುವು. ನೆಲದ ಮೇಲೆ ಮೈಚಾಚಿ ಬಿದ್ದಿದ್ದ ಹುಡುಗನನ್ನು ಕಂಡು ದಿಗ್ಭ್ರಮೆಯಿಂದ ಕಾಲವೇ ಕಂಗೆಟ್ಟು ನಿಂತುಹೋಗಿದ್ದಂತೆ ಅವನಿಗೆ ಭಾಸವಾಯಿತು.

ಇನ್ನೂ ಏದುಸಿರು ಬಿಡುತ್ತಾ, ಎದೆ ಡವಡವಗುಟ್ಟುತ್ತಿದ್ದಂತೆ, ಭೀಕರತೆಯ ಪ್ರವಾಹ ಅವನನ್ನಾವರಿಸಿದಂತೆ, ಚಿನ್ನಿ ಗೋಡೆಗೆ ಒರಗಿ ನಿಂತ. ಚಂದ್ರನ ಬೆಳಕಿನಲ್ಲಿ ಹಳ್ಳಿ ಬಯಲೆಲ್ಲ ನಂಬಲಸಾಧ್ಯವಾದ ನವಿರಾದ ನೀರವತೆಯಲ್ಲಿತ್ತು – ತಾನು ತಪ್ಪಿಸಿಕೊಳ್ಳಲು ಯತ್ನಿಸಿದ್ದ ಮನುಷ್ಯನ ಕೊನೆಯಿಲ್ಲದ ಏಕಾಕಿತನದ ಹೆನ್ನೀರಿನಲ್ಲಿ ದಾರಿಗಾಣದೆ ಧೀಗೆಟ್ಟು ಬಿದ್ದಿದ್ದ ಚಿನ್ನಿ! ತಾನು ಅದನ್ನು ಮಾಡಲಿಲ್ಲ! ತಾನು ಅದನ್ನು ಮಾಡಬೇಕೆಂದಿರಲಿಲ್ಲ! ತನಗೆ ಅದೇನೇನೂ ಗೊತ್ತಿಲ್ಲ! ಅನಂತರ ಕುತೂಹಲದಿಂದ ನೋಡಬಯಸುವ, ಯಾವುದೇ ಸಂಬಂಧವೂ ಇಲ್ಲದ ಹೊರಗಿನವನಂತೆ ಆತ ಒಂದು ಹೆಜ್ಜೆ, ಆಮೇಲೆ ಮತ್ತೊಂದು ಹೆಜ್ಜೆ ಮುಂದಿಟ್ಟು ಬಗ್ಗಿ ನೋಡಿದ. ಆ ಹುಡುಗನ ತಲೆ ಅಪ್ಪಚ್ಚಿಯಾಗಿತ್ತು; ಅವನ ತೆರೆದ ಬಾಯಿಯಿಂದ ರಕ್ತ ಇನ್ನೂ ನೆಲಕ್ಕೆ ಹನಿಯಿಡುತ್ತಿತ್ತು. ಹತ್ತಿನೂಲಿನ ಷರಾಯಿಯ ಅಂಚು ಮತ್ತು ಬೂಟ್ಸಿನ ಮೇಲುಭಾಗಗಳ ಮಧ್ಯದಲ್ಲಿ ಕಾಲು ಸ್ವಲ್ಪ ಇಣಿಕಿ ಕಾಣುತ್ತಿತ್ತು. ಯಾವಾಗಲೂ ಸತ್ತೇ ಇದ್ದನೋ ಎನ್ನುವಂತೆ ಅವನು ಈಗ ಕಾಣುತ್ತಿದ್ದ. ಅದೊಂದು ಕನಸಿನಂತೆ ಕತ್ತಿನ ಸುತ್ತ ಹುರುಳಿಕಡ್ಡಿಯ ಜೀರುಗುಣಿಕೆಯಿನ್ನೂ ಇದ್ದ ಹಲ್ಲಿ ಹೊಟ್ಟೆ ಮೇಲಾಗಿ ಕಲ್ಲಿನ ಮೇಲೆ ಬಿದ್ದೇ ಇತ್ತು. ಇನ್ನು ತಾನು ಎಚ್ಚೆತ್ತು ಅಲ್ಲಿಂದ ಹೊರಟುಬಿಡಬೇಕೆಂದು ಚಿನ್ನಿಗೆ ತೋಚಿತು, ಗೋಡೆಯನ್ನು ಚಂಗನೆ ಒಂದೇ ನೆಗೆತದಲ್ಲಿ ದಾಟಿ, ತನ್ನ ಪುಸ್ತಕಗಳ ಕಟ್ಟನ್ನು ಹೆಗಲಿಗೇರಿಸಿ, ಆತ ಅಲ್ಲಿಂದ ಓಟ ಕಿತ್ತ. ಎಂದಿನಂತೆ ಫಾಕ್ಸ್ ನಾಯಿ ಅವನನ್ನು ಹಿಂಬಾಲಿಸಿತು.

ಬೆಟ್ಟದ ಇಳಜಾರಿನಲ್ಲಿ ಕೆಳಕ್ಕೆ ಹೋಗುತ್ತ ಹೋಗುತ್ತ, ಅಲ್ಲಿಂದ ದೂರ ದೂರವಾಗುತ್ತಿದ್ದಂತೆ ಚಿನ್ನಿಗೆ ಸ್ಥೈರ್ಯ ಹೆಚ್ಚುತ್ತಾ ಬಂದು, ಆತ ನಿಧಾನವಾಗಿ ಹೋಗಲಾರಂಭಿಸಿದ. ಈಗ ನಿರ್ಜನವಾಗಿದ್ದ ಚೌಕವನ್ನು ತಲಪಿದ. ಇಲ್ಲಿಯೂ ಚಂದ್ರ ಬೆಳಕು ಚೆಲ್ಲುತ್ತಿದ್ದ. ಆದರೆ ಇದು ಉದಾಸೀನನಾಗಿ, ನಿರಾಸಕ್ತನಾಗಿ ಆಸ್ಪತ್ರೆಯ ಬಳಿಯ ಮುಂಭಾಗವನ್ನು ಬೆಳಗಿಸುತ್ತಿದ್ದ ಬೇರೆಯೇ ಚಂದ್ರ.

ಮತ್ತೆ ಹೊರವಲಯದ ಮೂಲಕ ಬರುವ ರಸ್ತೆಯಲ್ಲಿ ಹಾದು, ಚಿನ್ನಿ ಮನೆಗೆ ಹಿಂದಿರುಗಿದ. ಅವನ ತಾಯಿ, ಎಂದಿನಂತೆಯೇ, ಇನ್ನೂ ಹಿಂದಿರುಗಿರಲಿಲ್ಲ. ತಾನೆಲ್ಲಿ ಹೋಗಿದ್ದೆನೆಂಬ ಯಾವ ವಿವರಣೆಯನ್ನೂ ಅವಳಿಗೆ ಕೊಡಬೇಕಾಗಿಲ್ಲ – ಸುಮ್ಮನೆ ಅಲ್ಲಿಯೇ ಅವಳಿಗಾಗಿ ಕಾದು ಕುಳಿತಿದ್ದೆನೆಂದರಾಯಿತು. ಇದೇ – ಅವನ ತಾಯಿ ನಂಬುವ ಸತ್ಯ – ಅವನಿಗೂ ಸತ್ಯವಾಗಿ ಪರಿಣಮಿಸಿತು. ವಾಸ್ತವವಾಗಿ, ಅವನು ಬಾಗಿಲ ಪಕ್ಕದಲ್ಲಿ ಗೋಡೆಗೆ ಭುಜಗಳನ್ನು ಒರಗಿಸಿಕೊಂಡು ನಿಂತುಕೊಂಡ – ಮೊದಲಿನಂತೆಯೇ – !

ಅವನು ಕಾಯುತ್ತಾ ಅಲ್ಲಿದ್ದನೆಂದು ಕಂಡುಬಂದರೆ, ಅಷ್ಟೇ ಸಾಕು.   ○

ಲೂಲುವಿನ ವಿಜಯ

ಸೋಫಿಯಾ ತನ್ನ ಕೆಲಸದಿಂದ ಕಣ್ಣುಗಳನ್ನು ಕದಲಿಸಿ ಮೇಲೆತ್ತಲಿಲ್ಲ. ಅವಳ ತೆಳು ಬೆರಳುಗಳು ನಯವಾದ ಜರಿ ಬಟ್ಟೆಯ ಮೇಲೆ ವೇಗದಿಂದ ಆಡುತ್ತಿದ್ದುವು. ಆದರೆ ಲೂಲು ಕೋಣೆಯಲ್ಲಿ ಅತ್ತಿಂದಿತ್ತ ಓಡಾಡುತ್ತಲೇ ಇದ್ದಳು. ಷೆಲ್ಫುಗಳ ಮೇಲಿನ ಅಲಂಕಾರ ವಸ್ತುಗಳನ್ನು ಅವಳು ಜರಗಿಸಿದಳು. ಮೇಜಿನ ಡ್ರಾಯರನ್ನು ತೆಗೆದು ನಿರಾಸಕ್ತಿಯಿಂದ ಅದನ್ನೇ ದಿಟ್ಟಿಸಿದಳು. ಏನಾದರೂ ಮಾಡಬೇಕು ಅಥವಾ ಹೇಳಬೇಕು ಎಂದು ಅವಳಿಗೆ ಇಚ್ಛೆಯಿತ್ತೆಂಬುದು ಸ್ಪಷ್ಟವಾಗಿತ್ತು. ಆದರೆ ಅವಳ ಅಕ್ಕನ ಗಂಭೀರ ರೀತಿಯಿಂದ ನಿರುತ್ಸಾಹ ಮೂಡಿತ್ತು ಅವಳಿಗೆ. ಹಾಡಿನ ಒಂದೆರಡು ಸಾಲುಗಳನ್ನು ಅವಳು ಗುಂಯ್ಗುಟ್ಟಿದಳು. ಒಂದು ಪದ್ಯವನ್ನು ಹೇಳಿದಳು. ಆದರೆ ಸೋಫಿಯಾ ಯಾವುದನ್ನೂ ಕೇಳಿಸಿಕೊಳ್ಳದಂತೆ ಇದ್ದುಬಿಟ್ಟಳು. ತುಂಬಾ ಸಹನೆಯ ಗುಣವಿಲ್ಲದ ಲೂಲು ಪ್ರಶ್ನೆಯನ್ನು ಧೈರ್ಯವಾಗಿ ಹಾಕುವ ತೀರ್ಮಾನ ಮಾಡಿದಳು. ತನ್ನ ಅಕ್ಕನ ಮುಂದೆ ದಿಟ್ಟನೆ ನಿಂತು ಕೇಳಿದಳು.

"ಸೋಫಿಯಾ, ಕುಮಾರಿ ಜೀನೆತ್ ನನಗೇನು ಹೇಳಿದಳು ಗೊತ್ತೆ ?"

"ಖಂಡಿತವಾಗಿ ಆಸಕ್ತಿ ಹುಟ್ಟಿಸುವಂತಹ ವಿಷಯವೇನೂ ಇರಲಾರದು" ಎಂದಳು ಸೋಫಿಯಾ.

"ಈ ಉತ್ತರ ಬೇಸಿಗೆಯಲ್ಲಿಯೂ ಚಳಿನಡುಕ ತರುವಷ್ಟು ಥಂಡಿಯಾಗಿ ಗಡುಸಾಗಿದೆ! ಓ ನನ್ನ ಮಂಜುಗಡ್ಡೆಯ ಅಕ್ಕನೇ; ನಿನಗೀ ಥಂಡಿತನ ಎಲ್ಲಿಂದ ಬಂತು?"

"ಲೂಲು ನೀನು ಶುದ್ಧ ಮಗು !"

"ಅಲ್ಲೇ ನೀನು ತಪ್ಪು ಮಾಡ್ತಿರೋದು, ನನ್ನ ಹೃದಯದ ಗೊಂಬೆಯೇ, ನಾನು ಮಗುವಲ್ಲ – ಯಾಕೆ ಗೊತ್ತೇ – ನಾನೀಗ ಮದುವೆಯಾಗಲಿದ್ದೇನೆ."

"ಏನು ?"

"ಅದನ್ನೇ ಮತ್ತೆ ಕುಮಾರಿ ಜೀನೆತ್ ನನಗೆ ಹೇಳಿದ್ದು."

"ಎಂತಹ ಹುಚ್ಚು ಮಾತು ! ನೀನು ಹೇಳ್ತಿರೋದು ಒಂದೂ ನನಗೆ ಅರ್ಥವಾಗ್ತಿಲ್ಲ ."

"ಬಹಳ ಒಳ್ಳೆಯದು, ನಾಟಕದಲ್ಲಿ ಹೇಳ್ತಾರಲ್ಲ, ಹಾಗೆ, ನಾನು ನಿನ್ನಲ್ಲಿ ಎಲ್ಲವನ್ನೂ ಹೇಳಿಕೊಳ್ತೇನೆ, ಅದೂ ಒಂದು ಕಥೆ – ಆದರೆ ತಮ್ಮ ಶ್ರೀಮದ್ಗಾಂಭೀರ್ಯವು ನನಗೆ ಸಂಪೂರ್ಣ ಗಮನ ದಯಪಾಲಿಸುವುದೋ?"

"ಸರಿ, ಸರಿ, ಬೇಗ ಹೇಳಿ ಮುಗಿಸು."

"ಕುದುರೆ ಜೂಜಿನ ದಿನವೇ ವೇಳೆ, ಮಾರ್ಸ್ ಮೈದಾನವೇ ಜಾಗ. ನೀನಂತೂ ಅಲ್ಲಿರ್ಲಿಲ್ಲ– ಮುಗಿಯದ ನಿನ್ನ ಪುಸ್ತಕಗಳೇ ನಿನಗೆ ಹೆಚ್ಚು ಪ್ರಿಯ."

"ಹೀಗೆ ನೀನು ವಿಷಯದಿಂದ ಹೊರ ಹೋದರೆ, ನಾನು ನಿನ್ನ ಮಾತುಗಳಿಗೆ ಇನ್ನು ಕಿವಿಗೊಡೋದಿಲ್ಲ."

"ನೀನು ಕಿವಿಗೂಡಲೇಬೇಕು; ಈ ಗುಟ್ಟು ನನ್ನನ್ನು ಉಸಿರುಗಟ್ಟಿಸ್ತಿದೆ, ಕೊಲ್ತಾ ಇದೆ."

"ಮತ್ತೆ ಹುಚ್ಚಾಟ ಪ್ರಾರಂಭಿಸ್ತೀಯೋ ?"

"ನಿಲ್ಲಿಸ್ತೇನೆ, ನಿಲ್ಲಿಸಿಬಿಡ್ತೇನೆ. ಸರಿ, ಮತ್ತೆ, ಕುದುರೆ ಪಂದ್ಯದಲ್ಲಿ ನಾವು ಪ್ರಮುಖರ ಪೀಠಗಳಲ್ಲಿ ಮುಂದಿನ ಸಾಲಿನಲ್ಲಿ ಕುಳಿತಿದ್ದೆವು. ಪಾಓಲೊ ಲೊವಾತೊ ನಮ್ಮ ಹತ್ತಿರ ಬಂದು, ಒಬ್ಬ ಸುಂದರ ಯುವಕ, ರೋಬೆರ್ತೊ ಮೊನ್ತೆಫ್ರಾಂಕೋನನ್ನು ನಮಗೆ ಪರಿಚಯಿಸಿದ. ಸಾಮಾನ್ಯ ವಂದನೆಗಳು, ಪ್ರತಿ ವಂದನೆಗಳ ಅನಂತರ, ಅವರು ನಮ್ಮ ಹಿಂದೆಯೇ ಜಾಗ ಸಿಕ್ಕಿ ಕುಳಿತರು. ಕುದುರೆಗಳ ಓಟ ಪ್ರಾರಂಭವಾಗುವ ಸೂಚನೆ ಬರುವ ತನಕ ನಾವು ಮಾತುಕತೆಯಾಡಿದೆವು. ಗೋರ್ಗನ್ ಕುದುರೆ ಗೆಲ್ಲುವುದೆಂದು ನಾನು ನಂಬಿದ್ದುದು ನಿನಗೆ ನೆನಪಿದೆ ತಾನೇ – ಅದಂತೂ ನನಗೆಷ್ಟು ವಿಶ್ವಾಸದ್ರೋಹ ಮಾಡೀತೆಂದು ನಾನೆಣಿಸಿರಲಿಲ್ಲ – ಪ್ರಾಣಿಗಳಲ್ಲಿ ಕೂಡ ಈ ಬಗೆಯ ನಂಬಿಕೆ ದ್ರೋಹಕ್ಕೆ ನಾವು ಒಗ್ಗಬೇಕಾಗಿದೆ. ಕುದುರೆಗಳನ್ನು ಧೂಳಿನ ಮೋಡ ಮುಸುಕಿತು. 'ಗೋರ್ಗನ್ ಗೆದ್ದಿತು' ಎಂದು ನಾನು ಕೂಗಿಕೊಂಡೆ. 'ಇಲ್ಲ, ಲಾರ್ಡ್‌ಲಾವೆಲ್ಲೊ' ಎಂದ ಮೊನ್ತೆಫ್ರಾಂಕೊ ನಸುನಗುತ್ತ. ಅವನು ಎದುರಾಡಿದ್ದಕ್ಕೆ ನನಗೆ ಬೇಸರವಾಯಿತು; ಆದರೆ ಆತ ನಸುನಗುತ್ತಲೇ ಇದ್ದ. ಎದುರಾಡುತ್ತಲೇ ಇದ್ದ. ಕೊನೆಗೆ ನಾವು ಬಾಜಿ ಕಟ್ಟಿದೆವು. ಕೊನೆಗೆ ಅರ್ಧ ಗಂಟೆಯ ಕಾವಳ ಮತ್ತು ಕಾತರದ ಬಳಿಕ ನನಗೆ ಗೊತ್ತಾಯಿತು – ಗೋರ್ಗನ್ ನನಗೆ ದ್ರೋಹ ಬಗೆದಿತ್ತು. ನಾನು ಸೋತಿದ್ದೆ, ಮೊನ್ತೆಫ್ರಾಂಕೊ ಗೆದ್ದಿದ್ದ. ಆದರೆ ತಮಾಷೆಯನ್ನು ಊಹಿಸಿಕೊ. ನಾನೀಗಲೇ ಪಣವನ್ನು ಕೊಡ್ತೇನೆ ಎಂದೆ; ಆತ ತಲೆಬಾಗಿಸಿ ವಂದಿಸಿ 'ತುಂಬಾ ವೇಳೆಯಿದೆ ಅದಕ್ಕೆ' ಅನ್ನೋದೇ ! ಅನಂತರ ಚಿಯಾಜ (ಒಂದು ಪೇಟೆಯ ಬೀದಿಯ ವೃತ್ತ)ದಲ್ಲಿ ಆತನನ್ನು ಕಂಡೆ. ಪ್ರಶ್ನೆಯ ನೋಟ ಬೀರಿದೆ. ಆತ ಅತ್ಯಂತ ರಹಸ್ಯ ರೀತಿಯಲ್ಲಿ ತಲೆಬಾಗಿಸಿ ವಂದಿಸಿ ನಸುನಕ್ಕ. ನಾಟಕ ಮಂದಿರ ದಲ್ಲಿಯೂ ಮತ್ತೆ ಅದೇ – ಎಲ್ಲ ಕಡೆಯೂ ಅಷ್ಟೇ. ಈಗ ನಾನಂತೂ ತುಂಬಾ ಕುತೂಹಲ ದಲ್ಲಿದ್ದೇನೆ. ರೋಬೆರ್ತೊ ಚೆಲುವ. ಇಪ್ಪತ್ತಾರು ವರ್ಷದವನು. ಮತ್ತೆ ಈ ಬೆಳಿಗ್ಗೆ ಆತನ ತಂದೆ ನಮ್ಮ ಅಮ್ಮನೊಂದಿಗೆ ಎರಡು ಗಂಟೆಗಳ ಕಾಲ ಮಾತುಕತೆ ನಡೆಸಿದ."

"ಓ !" ಎಂದಳು ಸೋಫಿಯಾ.

"ಆಹಾ ! ನನ್ನ ಮಾತಿಗೆ ಕೇಳುಗರ ಗಮನದ ಗುರುತೋ ಇದು ? ಒಳ್ಳೆಯದು, ಅವರು ಬರ್ತಾರೆ ಅನ್ನೋದು ನನಗೆ ಜೀನೆತ್ತಳಿಂದಲೇ ತಿಳಿದಿತ್ತು. ಅಂತೂ ಮದುವೆ ಗೊತ್ತಾಯಿತು. ಒಂದು ಮಹತ್ತರ ವಿವರ ಮಾತ್ರ ತೀರ್ಮಾನವಾಗಬೇಕಾಗಿದೆ – ಮೇಯರ್ ಕಚೇರಿಗೆ ನಾನು ಹೋಗಬೇಕಾದ್ದು ಯಾವಾಗ ಮತ್ತು ಆ ಸಂದರ್ಭದಲ್ಲಿ ನಾನು ಬೂದು ಬಣ್ಣದ ಗೌನು

ಧರಿಸಬೇಕೆ ಅಥವಾ ಕಂದು ಬಣ್ಣದ್ದೇ ? ಹಿಂಬಾಲದ ಕುಚ್ಚಿರುವ ಹ್ಯಾಟನ್ನು ಹಾಕಿಕೊಳ್ಳಲೇ? ಅಥವಾ ಇಲ್ಲದ್ದನ್ನೇ ?"

"ಎಷ್ಟು ವೇಗವಾಗಿ ಮನಸ್ಸನ್ನು ನೀನು ಓಡಿಸ್ತಿದ್ದಿ ?"

"ಓಡಿಸು? ಸಹಜ ತಾನೇ! ಯಾವುದೇ ಅಡೆತಡೆಯೂ ಇಲ್ಲವಲ್ಲ, ರೋಬೆರ್ತೊ ಮತ್ತು ನಾನು ಪರಸ್ಪರರನ್ನು ಗಾಢವಾಗಿ ಪ್ರೇಮಿಸಲಿದ್ದೇವೆ. ನಮ್ಮ ತಾಯಿ ತಂದೆಗಳಿಗೂ ತೃಪ್ತಿ."

"ನೀನು ಈ ರೀತಿಯಲ್ಲಿ ಒಬ್ಬನನ್ನು ಮದುವೆಯಾಗ್ತೀಯಾ ?" ಎಂದಳು ಸೋಫಿಯಾ.

"ಈ ರೀತಿಯಲ್ಲಿ ಅನ್ನೋದಕ್ಕೇನು ಅರ್ಥ ? ಆ ಪದಕ್ಕೆ ಅರ್ಥ ವಿಸ್ತಾರ ತುಂಬಾ."

"ಅವನನ್ನ ತಿಳಿದುಕೊಳ್ಳದೆ, ಅವನನ್ನು ಪ್ರೇಮಿಸಿದೆ ?"

"ಆದರೆ ಅವನನ್ನು ನಾನು ಬಲ್ಲೆನಲ್ಲ. ಕುದುರೆ ಪಂದ್ಯದಲ್ಲಿ, ಮತ್ತೆ ಗಾಳಿಸಂಚಾರದ ಹೊತ್ತಿನಲ್ಲಿ ನಾನು ಆತನನ್ನು ನೋಡಿದ್ದೇನೆ. ನಾನು ಆತನನ್ನು ಆರಾಧಿಸ್ತೇನೆ! ಮೊನ್ನೆಯ ದಿನ ನಾನು ಆತನನ್ನು ನೋಡಿಯೇ ಇರಲಿಲ್ಲವಾದ ಕಾರಣ ಮಧ್ಯಾಹ್ನ ಊಟವನ್ನೇ ಮಾಡಲಿಲ್ಲ, ಆತ್ಮಹತ್ಯೆ ಮಾಡಿಕೊಳ್ಳಲೆಂದು ಮೂರು ಕಪ್ ಕಾಫಿ ಕುಡಿದುಬಿಟ್ಟೆ."

"ಅವನು ?"

"ಅವನಿಗೆ ನನ್ನನ್ನು ಮದುವೆಯಾಗಲು ಇಷ್ಟ – ಆದ್ದರಿಂದ ಆತ ನನ್ನನ್ನು ಪ್ರೇಮಿಸ್ತಾನೆ," ಎಂದು ವಿಜಯೋತ್ಸಾಹದಲ್ಲಿ ಲೂಲು ಹೇಳಿದಳು. ಆದರೆ ಸೋಫಿಯಾಳ ಮುಖ ಬಿಳಿಚಿಕೊಂಡದ್ದನ್ನು ಕಂಡು, ತಾನು ಅವಿವೇಕದ ಮಾತಾಡಿದ್ದಕ್ಕೆ ಪಶ್ಚಾತ್ತಾಪಪಡುತ್ತಾ, ಸೋಫಿಯಾಳ ಕಡೆಗೆ ಬಾಗಿ, ಪ್ರೀತಿಯ ದನಿಯಲ್ಲಿ ಕೇಳಿದಳು:

"ನಾನೇನಾದರೂ ತಪ್ಪಾದುದನ್ನು ಹೇಳಿದೆನೇ ?"

"ಇಲ್ಲ, ಮರಿ, ಇಲ್ಲ. ನೀನು ಹೇಳಿದ್ದು ಸರಿ, ಪ್ರೇಮಿಸುವಾಗ ಜನ ಮದುವೆಯಾಗ್ತಾರೆ. ಆದರೆ ಪ್ರೇಮ ಅಂಕುರಿಸುವ ಹಾಗೆ ಮಾಡೋದು ಮಾತ್ರ ಕಷ್ಟ" ಎಂದು ಸೋಫಿಯಾ ನಿಟ್ಟುಸಿರುಬಿಟ್ಟಳು.

"ಪ್ರೇಮಾಂಕುರ, ಪ್ರೇಮಾಂಕುರ !" ಎಂದು ಲೂಲೂ ಸಿಡುಕುತ್ತಾ ಮಾರ್ದನಿಸಿದ ಬಳಿಕ ಹೇಳಿದಳು:

"ಅದು ಬಹಳ ಸುಲಭ, ಸೋಫಿಯಾ. ಆದರೆ ನಿನ್ನ ಹಾಗೆ ಗಂಭೀರ ಮುಖ ಮುದ್ರೆ, ದುಗುಡದ ಕಣ್ಣುಗಳು, ನಗೆಯನ್ನೇ ಕಾಣದ ತುಟಿಗಳು ಇದ್ದರೆ, ಬೇರೆಲ್ಲರೂ ತಮಾಷೆ ಮಾಡ್ತಾ ನರ್ತಿಸ್ತಾ ಇರುವಾಗ ಮೂಲೆ ಸೇರಿ ಚಿಂತಿಸ್ತಾ ಕುಳಿತರೆ, ನಗುವ ಬದಲು ಪುಸ್ತಕಕ್ಕೆ ಅಂಟಿಕೊಂಡಿದ್ದರೆ, ಜೀವಂತವಾಗಿರುವ ಬದಲು ಕನಸು ಕಾಣ್ತಾ ಇದ್ದರೆ – ಇನ್ನೂ ಯೌವನ ವಿದ್ದರೂ, ಮುದಿತನ ಹಾಗೂ ನಿರಾಸಕ್ತ ರೀತಿ ತೋರಿದರೆ, ಪ್ರೇಮಕ್ಕೆ ಪಾತ್ರರಾಗೋದು ತುಂಬಾ ಕಷ್ಟ."

ಸೋಫಿಯಾ ತಲೆತಗ್ಗಿಸಿದಳು – ಉತ್ತರ ಕೊಡಲಿಲ್ಲ. ಅಳುವನ್ನು ಅದುಮಿದಳೋ ಎನ್ನುವಂತೆ ಅವಳ ತುಟಿಗಳು ನಡುಗಿದುವು.

ಅದನ್ನು ನೋಡಿ ಲೂಲು ಕೇಳಿದಳು:

"ನಿನಗೆ ಮತ್ತೆ ನೋವುಂಟುಮಾಡಿದೆನೇ? ಅದಕ್ಕೆ ಕಾರಣ – ನೀನು ಪ್ರೇಮಪಾತ್ರಳಾಗಿರಲಿ, ಪ್ರೀತಿಯ ವಾತಾವರಣದಿಂದ ಆವೃತಳಾಗಿರಲಿ, ನೀನೂ ವಧುವಾಗಲಿ ಅಂತ ನಾನು ಬಹಳ ಬಯಸ್ತಿರೋದೇ! ನಮ್ಮಿಬ್ಬರಿಗೂ ಒಂದೇ ದಿನ ಮದುವೆಯಾಗೋದಾದರೆ ಎಷ್ಟು ಚೆನ್ನ!"

“ಅದು ಬರಿಯ ಹುಚ್ಚು ಮಾತು; ನಾನು ಮುದಿ ಕನ್ಯೆಯಾಗಿಯೇ ಉಳಿಯೋದು ಖಂಡಿತ.”

“ಆಗದು, ಕನ್ಯಾಮಣಿ, ಅದನ್ನು ನಾನೊಪ್ಪೋದಿಲ್ಲ, ಕೆಟ್ಟ ಹುಡುಗಿ ರೋಬೆರ್ತೊ ಒಳ್ಳೆಯ ವ್ಯಕ್ತಿಯಾಗಿದ್ದರೆ, ಅವನಿಗೆ ಬ್ರಹ್ಮಚಾರಿ ಸೋದರನೊಬ್ಬ ಇರಲೇಬೇಕು; ಅದು ನನ್ನ ಇಚ್ಛೆ!”

ಆ ಕ್ಷಣದಲ್ಲಿ ಅವರ ತಾಯಿ ಹೊರಗೆ ಹೊರಡಲು ಬಟ್ಟೆ ಧರಿಸಿ ಅಲ್ಲಿಗೆ ಬಂದಳು.

“ಅಮ್ಮ, ಹೊರಕ್ಕೆ ಹೋಗ್ತಿದ್ದೀಯೇನು ?” ಎಂದು ಲೂಲು ಕೇಳಿದಳು.

“ಹೌದು, ಮಗು, ವಕೀಲನ ಬಳಿಗೆ ಹೋಗ್ತಿದ್ದೇನೆ.”

“ಓ, ವಕೀಲನ ಬಳಿಗೆ – ಹಾಗಿದ್ದರೆ ಮುಖ್ಯ ವ್ಯವಹಾರವೇ ಇರಬೇಕು.”

“ಬೇಗ ತಿಳೀತದೆ, ಕಿತಾಪತಿ ಕುಮಾರಿ ! ಸೋಫಿಯಾ, ಕೊಂಚ ನನ್ನೊಂದಿಗೆ ಬಾ”

“ಹಾಗಾದರೆ, ಸೋಫಿಯಾಳಿಗೂ ವಕೀಲನೊಂದಿಗೆ ರಹಸ್ಯ ವ್ಯವಹಾರವಿದೆಯೋ ?”

“ಲೂಲು, ನೀನು ಯಾವಾಗ ಗಂಭೀರ ರೀತಿಯನ್ನು ಕಲೀತೀಯೋ ?

“ಬಹಳ ಬೇಗ, ಅಮ್ಮ, ನೀನೇ ನೋಡುವೆಯಂತೆ.”

ತನ್ನ ತಾಯಿ ಮತ್ತು ಅಕ್ಕ ಹೋಗಲು ಬಾಗಿಲು ತೆರೆದು ಲೂಲು ತುಂಬಾ ಬಾಗಿ ವಂದಿಸಿ “ತಾಯಿ, ಕುಮಾರಿ” ಎಂದು ಉಸುರಿದಳು. ಅವರು ಕೋಣೆಯನ್ನು ಬಿಟ್ಟು ಹೊರಟು ಹೋದ ಬಳಿಕ ಹೊಸಿಲ ಮೇಲೆ ನಿಂತು ಜೋರಾಗಿ ನಗುತ್ತಾ “ಮಾತಾಡಿ, ಮಾತಾಡಿಕೊಳ್ಳಿ! ನನಗೆ ಅದೇನೆಂದೇ ಗೊತ್ತಿಲ್ಲದ ಸೋಗು ಹಾಕ್ತೇನೆ” ಎಂದು ಕೂಗಿ ಹೇಳಿದಳು.

ಸಾಧಾರಣವಾಗಿ ರೋಬೆರ್ತೊ ಮೊನ್ತೆಫ್ರಾಂಕೊ ದೊಡ್ಡ ಚಿಂತಕನಾಗಿರಲಿಲ್ಲ – ಅವನಿಗೆ ಸಾಕಷ್ಟು ವೇಳೆಯಿರಲಿಲ್ಲ ಹಾಗಾಗಲು ! ಮಧ್ಯಾಹ್ನದ ಊಟ, ಕುದುರೆ ಸವಾರಿ, ವಿಶೇಷ ಭೇಟಿ, ರಾತ್ರಿಯ ಭೋಜನಗಳಲ್ಲಿ ಅವನ ದಿನಗಳು ಹಾರುತ್ತಿದ್ದುವು; ಸಂಜೆಗಳೆಲ್ಲ ನಿಶ್ಚಿತ ವಧು ಲೂಲುವಿನೊಂದಿಗೆ ವಿನೋದದಲ್ಲಿ ಕಳೆದುಹೋಗುತ್ತಿದ್ದವು. ಇನ್ನು ಕೆಲವು ಬೇಸರದ ಕೆಲಸಗಳಿಗೂ ಗಮನಕೊಡಬೇಕಾಗಿತ್ತು – ತನ್ನ ಲಾಯರ್ ಬಳಿ ಮಾತುಕತೆ, ಕರಾರುಗಳಿಗೆ ಸಹಿ ಹಾಕುವುದು, ಹಳೆಯ ಕೆಲವು ಸಾಲಗಳನ್ನು ತೀರಿಸುವುದು, ಮನೆಯನ್ನು ಸಜ್ಜುಗೊಳಿಸುವುದು ಅಲ್ಲದೆ ಮದುವೆಯ ಪ್ರಣಯ ಪ್ರವಾಸಕ್ಕೆ ಸಿದ್ಧತೆ – ಹೀಗೇ ವಿರಾಮವಿಲ್ಲದಷ್ಟು ಕೆಲಸದ ಹೊರೆ. ದಿನನಿತ್ಯದ ಅಭ್ಯಾಸದಂತೆ ಅರ್ಧ ಗಂಟೆಯ ಓದುಗಾರಿಕೆ ಹಾಗೂ ಕಾಲುಗಂಟೆಯ ಕಾಲ ಉಪಹಾರ ಗೃಹದ ಮುಂದೆ ಅಲೆತ – ಇವುಗಳಿಗೂ ಅವನಿಗೆ ಪುರುಸೊತ್ತಾಗುತ್ತಿರಲಿಲ್ಲ. ಹೀಗಾಗಿ ಅವನು ಆಳವಾದ ಚಿಂತನೆಯಲ್ಲಿ ಮಗ್ನನಾಗಿದ್ದುದನ್ನು ಯಾರೂ ಕಾಣರು; ಯಾವುದೇ ಸಾಮಾಜಿಕ ಸಮಸ್ಯೆಯನ್ನು ಪರಿಹರಿಸುವುದರಲ್ಲಿ ಅವನು ಉದ್ಯುಕ್ತನಾದುದೂ ಕಂಡಿದ್ದಿಲ್ಲ. ರೋಬೆರ್ತೊನಿಗೆ ದುರಂತ ಅಥವಾ ಧೀರೋದಾತ್ತ ಪ್ರವೃತ್ತಿ ಸ್ವಲ್ಪವೂ ಇರಲಿಲ್ಲ. ಆದರೆ ಅವನು ಶಾಂತ ಸ್ವಭಾವದವನಾಗಿದ್ದು, ಬಹಳ ಜನ ಅದರ ಬಗ್ಗೆ ಅವನಲ್ಲಿ ಅಸೂಯೆ ತಳೆದಿದ್ದರು.

ಈ ದಿನ ಮಧ್ಯಾಹ್ನವಾದರೋ ಕೈಯಲ್ಲೊಂದು ಪುಸ್ತಕ ಹಿಡಿದುಕೊಂಡು, ಅದನ್ನೋದಲೇಬೇಕೆಂದು ಗಟ್ಟಿ ಮನಸ್ಸು ಮಾಡಿ, ಆತ ಕಾಲ ಮೇಲೆ ಕಾಲು ಹಾಕಿಕೊಂಡು ಕುರ್ಚಿಯಲ್ಲಿ ಒರಗಿದ್ದ. ಪುಸ್ತಕ ಸ್ವಾರಸ್ಯವಾಗಿತ್ತು; ಆದರೆ ಹೊಸದಾದ ಮತ್ತು ವಿಚಿತ್ರವಾದ ಸಂಗತಿಯೆಂದರೆ, ಓದುಗ ಮಾತ್ರ ಬಹಳ ಅನ್ಯಮನಸ್ಕನಾಗಿದ್ದ. ನಿಜವಾಗಿ ಅವನ ಸ್ಥಿತಿ ಅದಕ್ಕಿಂತ ತೀವ್ರವಾಗಿತ್ತು. ಈಗ ಅವನು ಕಾವಳಗೊಂಡಿದ್ದ, ಪ್ರಕ್ಷುಬ್ಧನಾಗಿದ್ದ. ಒಂದಾದರೂ ಪುಟವನ್ನು ಅವನು ತಿರುವಿ ಹಾಕಿರಲಿಲ್ಲ – ಏಕೆಂದರೆ ಒಂದೆರಡು ಸಾಲು ಓದಿದನಂತರ, ಅಕ್ಷರಗಳು ಅಚ್ಚಾದ

ಪುಟದಲ್ಲಿದ್ದ ತಮ್ಮ ಜಾಗ ಬಿಟ್ಟು ಪುಟಿದೆದ್ದು ಸುತ್ತಲೂ ಕುಣಿಯಲಾರಂಭಿಸಿ, ಗೊಂದಲವಾಗಿ ಮಾಯವಾಗಿಬಿಡುತ್ತಿದ್ದವು. ರೋಬೆರ್ತೋ ತನಗರಿವಿಲ್ಲದೆಯೇ ವಿಚಾರದ ಅಜ್ಞಾತ ಪ್ರಪಂಚಕ್ಕೆ ಪಯಣ ಹೊರಟುಬಿಟ್ಟಿದ್ದ.

'ತಂದೆಗೆ ಸಮಾಧಾನವಾಗಿದೆ: ಚಿಕ್ಕಮ್ಮಂದಿರು ಅತ್ತೆಯರು ಶುಭಾಶಯ ಕಳಿಸಿದ್ದಾರೆ; ನನ್ನ ಬಳಗದ ಹುಡುಗಿಯರಿಗೆ ಸಿಟ್ಟು ಬಂದಿದೆ; ನನ್ನ ಉಪಾಹಾರ ಗೃಹದ ಸ್ನೇಹಿತರು ವ್ಯಂಗ್ಯವಾಗಿ ಅಭಿನಂದಿಸುತ್ತಿದ್ದಾರೆ. ನನ್ನ ಆಪ್ತ ಸ್ನೇಹಿತರು ಕೈಕುಲುಕುತಿದ್ದಾರೆ, ಆದ್ದರಿಂದ ನಾನು ಮದುವೆಯಾಗುತ್ತಿರುವುದು ಸರಿ. ಲೂಲೂ ತುಂಬಾ ಚೆಲುವೆಯೆಂಬುದನ್ನು ನಿರಾಕರಿಸು ವಂತಿಲ್ಲ. ಅವಳು ಕೀಟಲೆ ತುಂಬಿದ ತನ್ನ ಕಣ್ಣುಗಳನ್ನು ನನ್ನ ಮೇಲೆ ನಟ್ಟಾಗ, ನಕ್ಕು ತನ್ನ ಬಿಳಿಯ ಹಲ್ಲುಗಳನ್ನು ತೋರುವಾಗ ಅವಳ ಅಂದವಾದ ತಲೆಯನ್ನು ಹಿಡಿದು, ಅವಳನ್ನು ಮತ್ತೆ ಮತ್ತೆ ಮುದ್ದಿಸಬೇಕೆನ್ನಿಸುತ್ತದೆ. ಸೊಗಸಾದ ಪ್ರವೃತ್ತಿ, ಬಂಗಾರದಂತಹ ಗುಣ, ಸದಾ ಹಸನ್ಮುಖಿ, ಒಳ್ಳೆಯತನದವಳು – ತಮಾಷೆಗೆ ಸದಾ ಸಿದ್ಧವಾಗಿದ್ದು, ಹಾಸ್ಯ, ಚಾಲೂಕು ಮಾತು, ಚೇಷ್ಟೆ ಮಾಡುವುದು ಇವುಗಳಲ್ಲಿ ನಿರತಳಾಗಿದ್ದು – ಒಮ್ಮೆಯೂ ದುಗುಡ ತೋರಿದವಳಲ್ಲ, ನಮ್ಮಿಬ್ಬರಿಗೂ ಅದ್ಭುತವಾಗಿ ಹೊಂದಾಣಿಕೆಯಾಗುತ್ತದೆ. ನನಗಂತೂ ಗಂಭೀರ ನಿಲುವನ್ನು ಕಂಡರೆ ಆಗುವುದಿಲ್ಲ. ಅದರಲ್ಲಿಯೂ ನಾನು ಪ್ರೇಮಿಸಿದವರಲ್ಲಿ ಅದು ಸಲ್ಲದು. ಅಂತಹ ನಿಲುವಿನ ಹಿಂದೆ ಯಾವುದೋ ನನಗರಿಯದ ರಹಸ್ಯ ದುಃಖವಡಗಿದೆ. ಅದನ್ನು ನಾನು ತಗ್ಗಿಸಲಾರೆ, ಹೋಗಲಾಡಿಸಲಾರೆ ಅಥವಾ ನಾನೇ ಅದಕ್ಕೆ ಪರೋಕ್ಷ ಕಾರಣನಾಗಿರಬಹುದು ಎಂದೆನ್ನಿಸಿ ಕಸಿವಿಸಿಗೊಳ್ಳುತ್ತೇನೆ. ನನ್ನ ನಾದಿನಿಯಾಗುವ ಸೋಫಿಯಾ ತನ್ನ ಅನಾದರಣೆ ಹಾಗೂ ಭಾವರಹಿತ ಮುಖದಿಂದಾಗಿ ನನಗೆ ಬೇಸರವನ್ನೇ ಉಂಟುಮಾಡುವ ಗುಣ ಪಡೆದಿದ್ದಾಳೆ. ಅವಳೆದುರಿಗೆ ಬಂದಾಗಲೆಲ್ಲ ನನ್ನ ಬುದ್ಧಿಶಕ್ತಿ ಮುರುಟಿಕೊಳ್ಳುತ್ತದೆ, ನಗೆ ತುಟಿಯನ್ನು ತೊರೆಯುತ್ತದೆ, ಸೂರ್ಯ ಎಷ್ಟೇ ಸುಂದರವಾಗಿ ಬೆಳಗುತ್ತಿದ್ದರೂ ಮಂಕು ಕವಿದ ನವೆಂಬರ್ ತಿಂಗಳ ಥಂಡಿಯ ತೆರ ಕಾಣುತ್ತದೆ. ಲೂಲೂವಿನ ಜತೆಯಲ್ಲಿ ಕೂಡ ನಗಾಡುವುದು ಸಾಧ್ಯವಿಲ್ಲವಾಗುತ್ತದೆ – ಸೋಫಿಯಾ ಎಲ್ಲ ಸಂತೋಷವನ್ನು ಒದ್ದೋಡಿಸಿ ಬಿಡುತ್ತಾಳೆ. ಅವಳು ನನ್ನಲ್ಲಿ ಬೇಸರವನ್ನುಂಟುಮಾಡುವಳೆಂಬುದನ್ನು ಅವಳೂ ಗಮನಿಸಿರಬೇಕು. ಯಾಕೆಂದರೆ ಅವಳು ಮಾತನಾಡುವಾಗ ನನ್ನ ಕಡೆ ನೋಡುವುದಿಲ್ಲ, ಕೈ ಕುಲುಕುವುದಿಲ್ಲ. ಎಷ್ಟೋ ಅಷ್ಟು ಮಿತವಾದ ಮಾತು ಆಡಿ ಮುಗಿಸುತ್ತಾಳೆ. ನನಗೆ ಅವಳನ್ನು ಕಂಡರಾಗುವುದಿಲ್ಲ ವೆಂಬುದು ಅವಳಿಗೆ ಗೊತ್ತು; ಪ್ರಾಯಶಃ ಅದರಿಂದ ಅವಳಿಗೆ ಅಪಮಾನವೆನ್ನಿಸಿರಬಹುದು.

ಲೂಲು ಸದಾ ನಗುತ್ತಿರುತ್ತಾಳೆ. ಇನ್ನೂ ಯೌವನಸ್ಥೆ. ಒಂದಾದರೂ ಗಹನವಾದ ಮಾತನ್ನು ನನ್ನ ಬಳಿ ಈವರೆಗೆ ಆಡಿಲ್ಲ. ಹಾಗೆ ಆಡಬೇಕೆನ್ನಿಸಿದರೂ ತಮಾಷೆ ಮಾಡುತ್ತಿದ್ದಾಳೆನ್ನಿಸುತ್ತದೆ. ನನ್ನನ್ನು ಪ್ರೇಮಿಸುತ್ತಾಳೆ. ಆದರೆ ಹುಚ್ಚು ಹುಚ್ಚಾಗಿ ಅಲ್ಲ. ನಿಜವಾಗಿ ಹೇಳುವುದಾದರೆ ನನ್ನದೂ ಅಂತಹ ಹುಚ್ಚು ಪ್ರೇಮವಲ್ಲ; ಅದೇ ಉತ್ತಮ. ನನ್ನ ಮನಸ್ಸಿನಲ್ಲಂತೂ ಎರಡು ವಿಚಾರಗಳು ಆಳವಾಗಿ ಭದ್ರವಾಗಿ ಬೇರೂರಿವೆ–ನಿಶ್ಚಿತ ವಧೂವರರು ಒಂದೇ ರೀತಿಯ ಮನಃಪ್ರವೃತ್ತಿಯವರಾಗಿರಬೇಕೆನ್ನುವುದು ಮೊದಲನೆಯದು. ಎರಡನೆಯದಾಗಿ, ಅವರು ತೀವ್ರ ಭಾವಾವೇಶದಿಂದ ಪ್ರೇಮಿಸಬಾರದು. ನಮ್ಮ ವಿಷಯದಲ್ಲಿ ಇದು ನಿಜವಾಗಿದೆ – ಲೂಲು ಮತ್ತು ನಾನು ತುಂಬಾ ಸುಖಿಗಳಾಗಿರುತ್ತೇವೆ. ಇಟಲಿಯ ಉದ್ದಗಲಕ್ಕೂ ಪ್ರವಾಸ ಮಾಡುತ್ತೇವೆ – ಆತುರಾತುರವಾಗಿಯಂತೂ ಅಲ್ಲ. ನಿಧಾನವಾಗಿ ಸ್ವಲ್ಪ ಸ್ವಲ್ಪ ದೂರದ ಪ್ರಯಾಣ, ಎಲ್ಲ

ಅನುಕೂಲಗಳನ್ನು ಅನುಭವಿಸಿಕೊಳ್ಳುವುದು, ನಮಗೆ ಬೇಕೆನ್ನಿಸಿದ ಕಡೆ ತಂಗುವುದು, ತೀರಾ ನಿಕೃಷ್ಟವಾದುವನ್ನು ನೋಡುವುದು – ಹೀಗೆ ಮೂರು ತಿಂಗಳು ಕಳೆಯುತ್ತೇವೆ – ಉಹುಂ– ಅದು ಸಾಲದು, ನಾಲ್ಕು ತಿಂಗಳೆನ್ನೋಣ. ಸೋಫಿಯಾಳ ದುರಂತ ಪ್ರಭಾವದಿಂದ ಸ್ವಲ್ಪ ಕಾಲವಾದರೂ ಲೂಲುಗಳನ್ನು ದೂರಕ್ಕೆ ಸಂತೋಷವಾಗಿ ಕರೆದೊಯ್ಯುತ್ತೇನೆ. ಆದರೆ ಆ ಹುಡುಗಿ, ತನ್ನ ವಯಸ್ಸಿಗೆ ಇಷ್ಟು ಚಿಂತನಶೀಲಳಾಗಿರುವುದು ಸಹಜವೇ ಎಂದು ನನ್ನ ಪ್ರಶ್ನೆ? ಅವಳಿಗೆ ಇಪ್ಪತ್ಮೂರು ವರ್ಷವಿರಬೇಕು. ಅವಳೇನೂ ವಿಕಾರವಾಗಿಲ್ಲ. ನಿಜ ಹೇಳುವುದಾದರೆ ಅವಳ ಕಣ್ಣುಗಳು ಸುಂದರವಾಗಿವೆ, ಅವಳಿಗೆ ಮಹಾರಾಣಿಯ ಗಾಂಭೀರ್ಯದ ನಿಲುವಿದೆ. ಇಷ್ಟು ಗಡುಸಾಗಿಲ್ಲದಿದ್ದರೆ, ಮೆಚ್ಚಿಸಬಲ್ಲಳು ಯಾರನ್ನಾದರೂ. ಅವಳು ಮುದಿಕನ್ಯೆಯಾಗಿಯೇ ಉಳಿಯುವಳೆಂದು ಪಣಕಟ್ಟುತ್ತೇನೆ. ಪ್ರಾಯಶಃ ಅದೇ ಅವಳ ಅಂತರಂಗದ ಕೊರಗಿರಬೇಕು – ಯಾವುದೋ ಪ್ರೇಮ ಪ್ರಕರಣ, ಪ್ರಾಯಶಃ ದುರಂತ ಪ್ರೇಮ ಪ್ರಕರಣವೇನೋ? ಅವಳ ಗಾಂಭೀರ್ಯದ ಕಾರಣ ತಿಳಿಯಲು ನನಗೆ ತುಂಬಾ ಕುತೂಹಲ – ನಾವಿಬ್ಬರೇ ಇರುವಾಗ ಲೂಲುವನ್ನು ಕೇಳಿ ತಿಳಿಯುತ್ತೇನೆ.

'ಲೂಲುವಿಗೆ ಸಕ್ಕರೆ ಮಿಠಾಯಿ ಬಹಳ ಇಷ್ಟ. ನಾನು ಅವರ ಮನೆಗೆ ಹೋದ ಎರಡನೆಯ ಸಂಜೆಯೇ ನನಗೆ ಅದನ್ನು ಹೇಳಿ ಬಿಟ್ಟಳು. ಅವುಗಳನ್ನು ಕೊಂಚ ಕೊಂಚವೇ ಕಚ್ಚಿ ಹೇಗೆ ತಿನ್ನುತ್ತಾಳೆ! ಅವಳ ಪುಟ್ಟ ಕೆಂಪು ತುಟಿಗಳ ಮಧ್ಯೆ ಅವು ಹೇಗೆ ಮಾಯವಾಗುತ್ತವೆ! ಸ್ವಲ್ಪ ಹೊತ್ತಿಗೇ–ಇನ್ನುಳಿದಿಲ್ಲವಲ್ಲ ಎಂದು ಪಶ್ಚಾತ್ತಾಪದ ಸೋಗನ್ನು ಎಷ್ಟು ಸೊಗಸಾಗಿ ಹಾಕುತ್ತಾಳೆ. ಅವಳೆಂದರೆ ಪ್ರಿಯ–ಪ್ರಿಯ–ಪ್ರಿಯ! ಗುಡುಗು ಶಬ್ದವಾದಾಗ ತನಗೆ ಹೆದರಿಕೆಯಾಗುತ್ತದೆಂದೂ ದಿಂಬುಗಳ ಮಧ್ಯೆ ತಲೆಯನ್ನು ಬಚ್ಚಿಟ್ಟುಕೊಳ್ಳುವುದಾಗಿಯೂ ಅವಳು ನನ್ನಲ್ಲಿ ಗುಟ್ಟಾಗಿ ಹೇಳಿದಳು. ಕಪ್ಪು ಮಕಮಲ್ಲಿನಲ್ಲಿ ಮಾಡಿದ, ಉದ್ದನೆಯ ಹಿಂಜೋಬುಳ್ಳ ಗೌನನ್ನು ಪಡೆಯುವ ಕನಸು ಸದಾ ಅವಳಿಗಿತ್ತೆಂದೂ ನನಗೆ ಹೇಳಿದ್ದಾಳೆ. ಕತ್ತಿನ ಬಳಿ ಮತ್ತು ತೋಳಿನ ಬಳಿ ಗೌನಿಗೆ ಬಿಳಿಯ ಜರಿಯಿರಬೇಕು. ತಾನು ತುಂಬಾ ಅಸೂಯೆ ಪಡುತ್ತೇನೆ, ಸ್ಪೇನಿನವರಷ್ಟೇ ಅಸೂಯಾಪರಳಾಗಿರುತ್ತೇನೆ, ಸೇಡು ತೀರಿಸಿಕೊಳ್ಳಲು ಚಿನ್ನದ ಹಿಡಿಯುಳ್ಳ ಸಣ್ಣ ಚೂರಿಯನ್ನು ಕೊಳ್ಳುತ್ತೇನೆ ಎಂದೂ ನನಗೆ ಹೇಳಿದ್ದಾಳೆ. ಇಂತಹ ಅಸಂಬದ್ಧ ಮಾತುಗಳನ್ನು ನಂಬುಗೆಯ ಮುಗ್ಧ ರೀತಿಯಲ್ಲಿ ಆಡುವಾಗಲಂತೂ ಅವಳು ತುಂಬಾ ಮುದ್ದಾಗಿ ತೋರುತ್ತಾಳೆ. ಸೋಫಿಯಾ ಕೂಡ ಒಮ್ಮೊಮ್ಮೆ ನಸುನಗಲೇಬೇಕಾಗುತ್ತದೆ ಅವಳ ರೀತಿಗೆ. ಆ ನಗೆ ಅವಳ ಮುಖವನ್ನು ಹೇಗೆ ಬೆಳಗಿಸುತ್ತದೆ! ಆ ಸೋಫಿಯಾ, ಸೋಫಿಯಾ! ಯಾರಾದರೂ ಅವಳನ್ನು ಅರ್ಥಮಾಡಿಕೊಳ್ಳಲು ಸಾಧ್ಯವೇ!'

ಪುಸ್ತಕ ಅವನ ತೊಡೆಯ ಮೇಲಿಂದ ಕೆಳಕ್ಕೆ ಟಪ್ಪನೆ ಬಿದ್ದಾಗ, ಅದರ ಶಬ್ದಕ್ಕೆ ರೊಬೆರ್ತೊ ಬೆಚ್ಚಿಬಿದ್ದು, ಸುತ್ತಲೂ ಆಶ್ಚರ್ಯದಿಂದ, ತನ್ನನ್ನೇ ಗುರುತು ಹಿಡಿಯಲಾಗದವನಂತೆ, ನೋಡಲಾರಂಭಿಸಿದ. ನಿಜಕ್ಕೂ ತಾನೇ–ರೊಬೆರ್ತೊ ಮೊನ್ತೆಫ್ರಾಂಕೊ, ಹೀಗೆ ಸುಖವಿರಹಿಯಾಗಿ, ಚಿಂತಿಸುತ್ತಿದ್ದುದು!

ನಸುಗಂದು ಬೂದಿಯಂತೆ ಮುಚ್ಚಂಜೆಯ ಬೆಳಕು ಇಳಿಯುತ್ತಿತ್ತು. ಸೋಫಿಯಾ ಬಾಲ್ಕನಿಗೆ ಹೊಂದಿಕೊಂಡಿದ್ದ ತೆರೆದ ಕಿಟಕಿಯ ಬಳಿ ನಿಂತು. ಜನಸಂದಣಿಯ ಗಲಾಟೆ ತುಂಬಿದ ರಸ್ತೆಯನ್ನೇ ನೋಡುತ್ತಿದ್ದಳು. ಒಂದೇ ಸಮನಾಗಿ ಪ್ರವಾಹದಂತೆ ಸಣ್ಣ ಮತ್ತು ದೊಡ್ಡ ಸಾರೋಟುಗಳು ಸಂಚರಿಸುತ್ತಿದ್ದ ಆ ಹೊತ್ತು ಟೊಲೇದೊ ರಸ್ತೆ ಬಹಳ

ಅಪಾಯಕಾರಿಯಾದುದು. ಸೋಫಿಯಾ ಯಾರನ್ನೋ ಹುಡುಕುತ್ತಿದ್ದಂತಿತ್ತು. ಇದ್ದಕ್ಕಿದ್ದಂತೆ ಅವಳ ಮುಖ ರಂಗೇರಿತು. ತಲೆಯನ್ನು ನಸುವೇ ಬಾಗಿಸಿದಳು, ಮುಖ ತಕ್ಷಣ ಬಿಳಿಚಿಕೊಂಡಿತು – ಅವಳು ಕೋಣೆಯೊಳಕ್ಕೆ ಬಂದುಬಿಟ್ಟಳು. ಒಂದು ನಿಮಿಷದ ನಂತರ ಲೂಲು ಬಾಗಿಲುಗಳನ್ನು ಧಿಡೀರನೆ ಹಾಕುತ್ತಾ, ಬೇಗ ಬೇಗ ಬರಲೆಂದು ಕುರ್ಚಿಗಳನ್ನು ಕೆಡವುತ್ತಾ ಬಿರುಗಾಳಿಯಂತೆ ಅಲ್ಲಿಗೆ ನುಗ್ಗಿದಳು.

"ಇಲ್ಲೇನು ಮಾಡ್ತಿದ್ದೀಯೆ, ದೊನ್ನಾ ಸೋಫಿಯಾ ಸಾನ್ತಾಂಜೆಲೊ? ಓದುತ್ತಿದ್ದೀಯಾ?"

"ಹೌದು, ಓದುತ್ತಿದ್ದೆ."

"ಬಾಲ್ಕನಿಯಲ್ಲಿ ಹೋಗಿ ನಿಲ್ಲಬೇಕೆಂದೂ ನಿನಗನ್ನಿಸಲಿಲ್ಲ?"

"ಹಾಗೆ ನಿಂತಿದ್ದರೆ?"

"ಛೆ! ಛೆ! ನಾನು ಮಹಡಿಯಲ್ಲಿಯೇ ಉಳಿದುಕೊಳ್ಳಬೇಕಾಗಿ ಬಂತು – ಬಟ್ಟೆ ಹೊಲಿಯುವ ಆಲ್ಬೀನಾ ಈ ಸಂಜೆ ನಾನು ತೊಡಬೇಕಾದ ಗೌನು ತಂದಿದ್ದಾಳೆ. ಆದರೆ ನನಗೆ ಇಲ್ಲಿರಲು ಕಾತರವಾಗಿ, ಪ್ರತಿ ಗಳಿಗೆಯೂ ಒದ್ದಾಡ್ತಿದ್ದೆ. ರೊಬೆರ್ತೊ ತನ್ನ ಬೂದುಬಣ್ಣದ ಮೇಲಂಗಿಯನ್ನು ತೊಡಬೇಕೆಂದೂ ಬಂಡಿಗೆ ಸೆಲೀಂ ಕುದುರೆಯನ್ನು ಕಟ್ಟಬೇಕೆಂದೂ, ಇಲ್ಲಿ ಆರೂವರೆ ಗಂಟೆಯ ವೇಳೆಗೆ ಹಾದುಹೋಗಬೇಕೆಂದೂ ನಿನ್ನೆ ಸಂಜೆ ಅವನಿಗೆ ಹೇಳಿದ್ದೆ – ನನ್ನ ಮಾತಿನಂತೆ ನಡೆದುಕೊಂಡನೋ ಇಲ್ಲವೋ ಯಾರಿಗೆ ಗೊತ್ತು!"

"ರೊಬೆರ್ತೊ ಈಗ ಬಂಡಿಯಲ್ಲಿ ಹೋದ – ಬೂದು ನಿಲುವಂಗಿಯನ್ನು ಧರಿಸಿದ್ದ."

"ಅಯ್ಯೋ ದೇವರೇ! ನಿನಗೆ ಹೇಗೆ ಗೊತ್ತು ಇದೆಲ್ಲ? ನೀನು ಓದುತ್ತಿದ್ದೆ ಅಂತ ನಾನಂದುಕೊಂಡಿದ್ದೆ."

"ನಾನು ಕಿಟಕಿಯ ಬಳಿಯಿದ್ದೆ."

"ನೀನಾತನ ಕಡೆಗೆ ನೋಡದೇ ಇದ್ದರೂ ರೊಬೆರ್ತೊನನ್ನು ಗುರುತು ಹಿಡಿದೆಯಲ್ಲವೇ? ಅದ್ಭುತ! ಅವನು ನಿನಗೆ ತಲೆಬಾಗಿಸಿ ವಂದಿಸಿದನೇ?"

"ಹೂಂ."

"ಅವನು ತನ್ನ ಹ್ಯಾಟನ್ನು ಹೇಗೆ ಕೈಗೆತ್ತಿಕೊಂಡ?"

"ಹೇಗೆ – ಸಾಮಾನ್ಯವಾಗಿ ಎತ್ತಿಕೊಳ್ಳುವಂತೆ."

"ನೀನೂ ಅವನಿಗೆ ಬಾಗಿ ಪ್ರತಿವಂದಿಸಿದೆಯಾ?"

"ನನಗೇನು ಗೌರವದ ನಡತೆ ಗೊತ್ತಿಲ್ಲ ಅಂದುಕೊಂಡೆಯೇನು?"

"ನೀನು ಆತನ ಕಡೆಗೆ ಕೊನೆಯ ಪಕ್ಷ ನಸುನಗೆ ಬೀರಿದ್ದುಂಟೋ?"

"ಇಲ್ಲ–ಅಂದರೆ–ನನಗೆ ತಿಳೀದು."

"ನಿನ್ನ ನಡವಳಿಕೆ ಹಿತಕರವಾಗಿಲ್ಲ, ಸೋಫಿಯಾ. ನಿನ್ನೆ ಸಂಜೆ ತಾನೇ ರೊಬೆರ್ತೊ ನಿನ್ನ ಬಗ್ಗೆ ನನ್ನ ಹತ್ತಿರ ಮಾತನಾಡಿದ."

"ನನ್ನ ನಡವಳಿಕೆ ಹಿತಕರವಾಗಿಲ್ಲ ಅಂತ ನಿನ್ನ ಬಳಿ ಹೇಳಿದನೊ?"

"ಹಾಗಲ್ಲ, ನನ್ನಿಂದ ಸಂಪೂರ್ಣ ಭಿನ್ನವಾಗಿ ನೀನು ಸಂಕೋಚಪಡುವ, ಯಾರೊಂದಿಗೂ ಬೆರೆಯದ ಪ್ರವೃತ್ತಿಯವಳಾಗಿರೋದು ಯಾಕೆ ಅಂತ ಕೇಳಿದ. ಆಗ ನಾನು ಅವನ ಮುಂದೆ ನಿನ್ನ ಗುಣಗಾನ ಮಾಡಿದೆ. ನೀನು ನನಗಿಂತಲೂ ಹೆಚ್ಚು ಪ್ರೇಮವುಳ್ಳವಳು, ಹೆಚ್ಚು ಸ್ನೇಹಪರಳು ಮತ್ತು ಎಲ್ಲ ವಿಧದಲ್ಲೂ ಉತ್ತಮಳು ಅಂತ ಅವನಿಗೆ ಹೇಳಿದೆ. ಆದರೆ ಈ

ಎಲ್ಲ ಒಳ್ಳೆಯ ಗುಣಗಳನ್ನೂ ಮುಚ್ಚಿಟ್ಟಿರೋದೇ ನಿನ್ನಲ್ಲಿರುವ ಒಂದೇ ಒಂದು ತಪ್ಪು ಅಂತಲೂ ಹೇಳಿದೆ. ಆಗ, ಆಶ್ಚರ್ಯವೆಂದರೆ, ಅವನು ಅತ್ಯಂತ ಆಸಕ್ತಿಯಿಂದ ನನ್ನ ಮಾತನ್ನು ಕೇಳಿದ. ಕೊನೆಗೆ ಅವನಲ್ಲಿ ನಿನಗಿರೋ ಅನಾದರದ ಬಗ್ಗೆ ಆತ ನನ್ನೊಡನೆ ಕೇಳಿದ..."

"ಅನಾದರ !"

"ಅವನು ಹೇಳಿದ್ದು ಅದು – ನನಗನಿಸ್ತದೆ – ಅವನು ಹೇಳಿದುದರಲ್ಲೇನೂ ತಪ್ಪಿಲ್ಲ – ನೀನು ಆತನನ್ನು ಸ್ವಲ್ಪವೂ ಆದರದಿಂದ ನಡೆಸಿಕೊಂಡುದಿಲ್ಲ. ಆದರೆ ಈ ವಿಚಾರದಲ್ಲೂ ನಾನು ನಿನ್ನನ್ನೇ ಸಮರ್ಥಿಸಿದೆ. ಒಂದು ಸುಳ್ಳು ಹೇಳಿಬಿಟ್ಟೆ – ನಿನಗೆ ಆತನಲ್ಲಿ ತುಂಬಾ ವಿಶ್ವಾಸ ಅಂತಲೂ, ನೀನು ಅವನನ್ನು ತುಂಬಾ ಗೌರವಿಸುತ್ತೀಯಂತಲೂ..."

"ಲೂಲೂ !"

"ಅದು ನಿಜವಲ್ಲ ಅನ್ನೋದು ನನಗೂ ಗೊತ್ತು, ಆದರೆ ರೊಬೆರ್ತೊ ನಿನ್ನ ಬಗ್ಗೆ ಅಷ್ಟು ಪ್ರೀತಿಯುಳ್ಳವನಾಗಿರುವಾಗ ಅವನನ್ನು ಹೀಗೆ ಪರದೇಶಿಯಂತೆ ನೀನು ಅನಾದರಿಸೋದು ಕೃತಘ್ನತೆ ಅಲ್ಲವೆ ?"

ಸೋಫಿಯಾ ತನ್ನ ತಂಗಿಯ ಕೊರಳ ಸುತ್ತ ಕೈ ಬಳಸಿ, ಅವಳನ್ನು ಮುದ್ದಿಸಿದಳು. ಲೂಲು ಒಂದು ಕ್ಷಣ ಅವಳನ್ನು ಹಾಗೆಯೇ ಹಿಡಿದುಕೊಂಡಿದ್ದು. ಲಾಲಿಸುವ ದನಿಯಲ್ಲಿ ಮೆಲು ಮಾತಾಡಿದಳು:

"ರೊಬೆರ್ತೊನನ್ನು ಯಾಕೆ ನೀನು ಒಂದಿಷ್ಟಾದರೂ ಪ್ರೀತಿಸೋದಿಲ್ಲ ?

ಸೋಫಿಯಾ ಚಕ್ಕನೆ ದೂರ ಸರಿದಳು – ಒಂದು ಮಾತನ್ನೂ ಆಡದೆ !

ಭುಜ ಕುಣಿಸುತ್ತಾ ಲೂಲು ವಿಷಯ ಬದಲಾಯಿಸಿದಳು "ಸರಿ, ಸರಿ. ನಮ್ಮ ಜತೆ ನೀನು ಬರೋದಿಲ್ಲವೇ ?"

"ಇಲ್ಲ, ನನಗೆ ತಲೆನೋವು. ನೀನು ಅಮ್ಮನ ಜತೆಗೆ ಹೋಗು" ಎಂದಳು ಸೋಫಿಯಾ.

"ಸರಿ, ಅದೂ ಎಂದಿನಂತೆ ! ನಾನಂತೂ ಹೋಗ್ತೇನೆ – ಸಂತೋಷವಾಗಿ ಕಾಲ ಕಳೀತೇನೆ."

"ಹಾಗಾದರೆ – ರೊಬೆರ್ತೊ ನಿಮ್ಮೊಂದಿಗೆ ಬರ್ತಾನೇನು ?"

"ಇಲ್ಲ – ಅವರ ಕ್ಲಬ್ಬಿನಲ್ಲಿ ಆಡಳಿತಗಾರರ ಸಭೆಯಿದೆಯಂತೆ. ಅಲ್ಲಿಗೆ ಹೋಗ್ತಾನೆ. ಅದರಿಂದ ನನಗೇ ಲಾಭ – ದೆಲ್ಲೀನೋ ಮನೆಯ ನರ್ತನಕ್ಕೆ ಹೋಗಿ ಬೆಳಗಿನವರೆಗೂ ನರ್ತಿಸ್ತೇನೆ."

"ಅವನಿಗದು ಗೊತ್ತಾದಾಗ ?"

"ಇನ್ನೂ ಒಳ್ಳೆಯದೇ. ಈಗಿನಿಂದಲೇ ನನ್ನನ್ನು ಸ್ವತಂತ್ರಳಾಗಿ ಬಿಡೋದನ್ನು ಕಲೀತಾನೆ. ಕೆಟ್ಟ ಅಭ್ಯಾಸಗಳನ್ನು ಅವನು ಕಲಿಯೋದು ನನಗಿಷ್ಟವಿಲ್ಲ."

"ನನಗೆನಿಸ್ತದೆ, ನಿನಗೆ ಆತನಲ್ಲಿ ಬಹು ಕಡಿಮೆ ಪ್ರೇಮ."

"ನನ್ನದೇ ತೆರದಲ್ಲಿ ತುಂಬಾ ! ನಾನು ಈಗ ಬಟ್ಟೆ ಬದಲಾಯಿಸಿ ಸಿದ್ಧವಾಗಬೇಕು – ಕೊನೆಯ ಪಕ್ಷ ಎರಡು ಗಂಟೆಗಳಾದರೂ ಬೇಕು" ಎಂದು ಲೂಲು ಅಲ್ಲಿಂದ ಹೊರಟುಬಿಟ್ಟಳು.

ತನ್ನ ತಾಯಿ ಮತ್ತು ತಂಗಿಯರಿದ್ದ ಕುದುರೆ ಗಾಡಿಯು ಹೋಗುತ್ತಿದ್ದ ಶಬ್ದ ಕೇಳುತ್ತಾ ಸೋಫಿಯಾ ಅಲ್ಲೇ ನಿಂತಿದ್ದಳು. ಅವಳು ಯಾವಾಗಲೂ ಇಚ್ಛಿಸುತ್ತಿದ್ದಂತೆಯೇ, ಈಗಲೂ ಏಕಾಂಗಿಯಾಗಿ ತನ್ನ ಪಾಡಿಗೆ ತಾನು ಉಳಿದುಕೊಂಡಿದ್ದಳು. ಅವಳು ಚಿಕ್ಕ ಹುಡುಗಿಯಾಗಿದ್ದಾಗ ಅವಳಿಗೆ ಏನಾದರೂ ತೊಂದರೆ ಅಥವಾ ಅನ್ಯಾಯ ಆಗಿದ್ದರೆ, ಅವಳು ಹಾಸಿಗೆಯ ಮೇಲೆ ಬಿದ್ದುಕೊಂಡೋ, ಕತ್ತಲಲ್ಲಿಯೋ ಒಬ್ಬಳೇ ಅತ್ತು ಕಾಲ ಕಳೆದುಕೊಳ್ಳುತ್ತಿದ್ದಳು. ಅದೇ ಅಭ್ಯಾಸ

ಈಗಲೂ ಉಳಿದುಕೊಂಡಿತ್ತು. ಈಗ ದೊಡ್ಡ ದಿವಾನ್‌ಖಾನೆಯಲ್ಲಿ, ಚೆನ್ನಾಗಿ ಬೆಳಗುತ್ತಿದ್ದ ಗೊಂಚಲು ದೀಪದ ಕೆಳಗೆ ಕುರ್ಚಿಯ ಬೆನ್ನಿಗೆ ತಲೆಯನ್ನೊರಗಿಸಿಕೊಂಡು ಕುಳಿತಿದ್ದಳು – ಏಕಾಂಗಿಯಾಗಿ. ಅವಳ ಕೈಗಳು ಸ್ತಬ್ಧವಾಗಿದ್ದುವು. ಅಂತರಂಗದಲ್ಲಿ ನಡೆಯುತ್ತಿದ್ದ ತೀವ್ರ ತಿಕ್ಕಾಟದ ಸ್ಪಷ್ಟ ಪ್ರತಿಬಿಂಬವಾಗಿ ಮುಖದಲ್ಲಿ ತುಂಬಾ ದುಗುಡ ಕಾಣುತ್ತಿತ್ತು. ಸಂಪೂರ್ಣ ಏಕಾಕಿತನದ ಈ ಗಳಿಗೆಯಲ್ಲಿ ನಿಖರವಾಗಿ ಅವಳಲ್ಲಿ ತೀವ್ರ ದುಃಖದ ಪ್ರಜ್ಞೆ ಮೂಡಿತು; ತಾನೀತನಕ ದೂರವಿಟ್ಟ ಸಹಜ ನೈಜ ಭಾವಗಳು, ಸ್ಪಷ್ಟವಾಗಿ ನಿಖರವಾಗಿ, ಕ್ರೂರವಾಗಿ ಅವಳನ್ನು ಆವರಿಸಿದವು.

ಹೆಜ್ಜೆ ಸಪ್ಪಳ ಅವಳನ್ನು ಬೆಚ್ಚಿ ಬೀಳಿಸಿತು – ರೊಬೆರ್ತೊ ಬಂದಿದ್ದ. ಅವಳೊಬ್ಬಳೇ ಇರುವುದನ್ನು ಕಂಡು ಅವನು ಹಿಂಜರಿದು ಅಲ್ಲೇ ನಿಂತ; ಆದರೆ ಉಳಿದವರೆಲ್ಲ ಪಕ್ಕದ ಕೋಣೆಯಲ್ಲಿರುವರೆಂದು ಊಹಿಸಿ ಮುಂದುವರಿದ. ಸೋಫಿಯಾ ಉದ್ರೇಕದಲ್ಲಿ ಧಿಗ್ಗನೆದ್ದು ನಿಂತಳು.

"ಶುಭ ಸಂಜೆ, ಸೋಫಿಯಾ."

"ಶುಭ ಸಂಜೆ..."

ಇಬ್ಬರಿಗೂ ಒಂದು ಬಗೆಯ ಕಸಿವಿಸಿ.

"ದೇವರೇ ಈ ಸೋಫಿಯಾ ಎಷ್ಟು ಅಹಿತಳಾಗಿದ್ದಾಳೆ !" ಎಂದುಕೊಂಡ ರೊಬೆರ್ತೊ.

ಅಷ್ಟರಲ್ಲಿ ಸೋಫಿಯಾ ತನ್ನನ್ನು ತಾನೇ ಸಾವರಿಸಿಕೊಂಡಳು, ಮುಖ ಮತ್ತೆ ತನ್ನ ಗಡುಸು ಭಾವವನ್ನು ತೋರಲಾರಂಭಿಸಿತು. ಇಬ್ಬರೂ ಒಬ್ಬರಿಂದೊಬ್ಬರು ಸ್ವಲ್ಪ ದೂರದಲ್ಲೇ ಕುಳಿತರು.

"ನಿಮ್ಮ ತಾಯಿ ಆರೋಗ್ಯವೇ ?"

"ವಂದನೆಗಳು, ಆರೋಗ್ಯ."

"ಮತ್ತೆ – ಲೂಲು ?"

"ಅವಳೂ ಆರೋಗ್ಯ."

ಮತ್ತೆ ನಿಶ್ಶಬ್ದ. ಕಹಿಯಾದ ಸಂತೋಷದ ವಿಚಿತ್ರ ಅನುಭವವಾಯಿತು ರೊಬೆರ್ತೊಗೆ.

"ಲೂಲು ಏನಾದರೂ ಕೆಲಸ ಮಾಡ್ತಿದ್ದಾಳೇನು ?" ಎಂದು ಕೊನೆಗೆ ಆತ ಕೇಳಿದ.

ಸೋಫಿಯಾ ಅಸಹನೆಯ ಪ್ರತಿಕ್ರಿಯೆಯನ್ನು ತಡೆದುಕೊಂಡಳು.

ಬೇರೆ ಪ್ರಶ್ನೆಗಳು ಬರಬಹುದೆಂಬ ನಿರೀಕ್ಷೆಯಲ್ಲಿರುವಂತೆ ಅವಳು ಬಡ ಬಡನೆ "ಅಮ್ಮನ ಜತೆಯಲ್ಲಿದ್ದೇನೋ ಮನೆಯ ನರ್ತನಕ್ಕೆ ಹೋಗಿದ್ದಾಳೆ ಎಂದುಬಿಟ್ಟಳು.

ಈಗ ಸೋಫಿಯಾ ಒಬ್ಬಳೇ ಇದ್ದುದರಿಂದ, ಅಸಭ್ಯನಲ್ಲದಿದ್ದರೆ, ಅವನು ಅಲ್ಲಿ ಅವಳೊಂದಿಗೆ ಮಾತನಾಡಲೇಬೇಕಾಗಿತ್ತು. ಆ ಯೋಚನೆ ಸುಳಿದೊಡನೆ, ರೊಬೆರ್ತೊಗೆ ಇಲ್ಲಿಂದ ತಪ್ಪಿಸಿಕೊಂಡು ಓಡಿ ಹೋಗಬೇಕೆನ್ನುವ ತಡೆಯಲಾರದಂತಹ ತೀವ್ರ ಭಾವನೆ ಬಂತು. ಆದರೆ ಅವನು ಅಲುಗಲೂ ಇಲ್ಲ.

ಕೊನೆಗೊಮ್ಮೆ ತಾನು ಅಲ್ಲಿಗೆ ಬಂದುದಕ್ಕೆ ಕ್ಷಮೆ ಬೇಡುವವನಂತೆ ಅವನೆಂದ :

"ನನ್ನ ಕ್ಲಬ್ಬಿನಲ್ಲಿ ಸಭೆಗೆ ಅಗತ್ಯವಾದಷ್ಟು ಜನ ಇರ್ಲಿಲ್ಲ. ಅದಕ್ಕೇ ಇಲ್ಲಿಗೆ ಬಂದೆ."

"ಲೂಲು ನಿನ್ನನ್ನು ನಿರೀಕ್ಷಿಸಿರ್ಲಿಲ್ಲ – ನನಗೆ ವಿಷಾದವಾಗ್ತದೆ."

"ಏನೂ ಪರವಾಗಿಲ್ಲ" ಎಂದು ನಡುವೆಯೇ ನುಡಿದ ರೊಬೆರ್ತೊ.

ಈ ನಡುವಿನ ಮಾತು ಬಹು ಅನಿರೀಕ್ಷಿತವಾಗಿದ್ದು ಅಲ್ಲಿಲ್ಲದ ಲೂಲುವಿಗೇನೂ ಹೆಗ್ಗಳಿಕೆ ತರುವಂತಹುದಾಗಿರಲಿಲ್ಲ.

"ನೀನು ಹೋಗಲಿಲ್ಲ?"

"ಇಲ್ಲ. ನನಗೆ ನರ್ತನಗಳೆಂದರೆ ಇಷ್ಟವಿಲ್ಲ – ನಿನಗೇ ಗೊತ್ತು."

"ಓದೋದರಲ್ಲೇ ಹೆಚ್ಚು ಆಸಕ್ತಿಯೇ ?"

"ಹೌದು, ತುಂಬಾ."

"ನಿನಗೆ ಅದರಿಂದ ಬಾಧೆಯಾಗೋ ಭಯವಿಲ್ಲವೇ ?"

"ನನ್ನ ಕಣ್ಣುಗಳು ಚೆನ್ನಾಗಿವೆ" ಎನ್ನುತ್ತ ಸೋಫಿಯಾ ತನ್ನ ಕಣ್ಣುಗಳನ್ನು ಅವನ ಮುಖದ ಕಡೆಗೆ ತಿರುಗಿಸಿದಳು.

'ಸುಂದರವಾಗಿದೆ – ಆದರೆ ನಿರ್ಭಾವವೂ ಆಗಿವೆ' ಎಂದುಕೊಂಡ ರೊಬೆರ್ತೊ "ನನ್ನ ಅಭಿಪ್ರಾಯ..." ಎಂದು ಪ್ರಾರಂಭಿಸಿದ.

"ನೈತಿಕ ಬಾಧೆ ಆಗಬಹುದು ಎಂದು ತಾನೇ! – ಅದು ಅಗದು. ನಾನು ಓದುವ ಪುಸ್ತಕಗಳಿಂದ ನನಗೆ ಸದಾ ಶಾಂತಿ ದೊರಕ್ತದೆ."

"ನಿನಗೆ ಶಾಂತಿ ಅಗತ್ಯವೇನು ?"

"ಎಲ್ಲರಿಗೂ ಶಾಂತಿ ಅಗತ್ಯ."

ಸೋಫಿಯಾಳ ದನಿ ಗಂಭೀರವಾಗಿತ್ತು, ಅನುರಣಿಸುತ್ತಿತ್ತು. ತಾನು ಅದನ್ನು ಮೊತ್ತ ಮೊದಲ ಬಾರಿಗೆ ಕೇಳುತ್ತಿರುವಂತೆ ರೊಬೆರ್ತೊ ಅದರಲ್ಲಿ ಹಿತ ಕಂಡ. ಈವರೆಗೆ ತಾನು ಅರ್ಥಮಾಡಿಕೊಂಡಿಲ್ಲದ, ತನಗೆ ಗೊತ್ತಿರದಿದ್ದ ಹೆಂಗಸೊಬ್ಬಳನ್ನು ಕಂಡಂತೆ, ಪ್ರತಿ ಮಾತು, ನಡೆಯಲ್ಲಿಯೂ ಆಕೆ ತನ್ನ ಆವಿಷ್ಕಾರ ಮಾಡಿಕೊಳ್ಳುವಂತೆ, ತೆರೆದುಕೊಳ್ಳುತ್ತಿರುವಂತೆ ಅವನಿಗೆ ತೋರಿತು. ಸೋಫಿಯಾ ತನ್ನ ಶೀತಲ ಸ್ವಭಾವವನ್ನು ಕಳಚಿಕೊಂಡಿದ್ದಳು, ಅವನ ಕಡೆಗೆ ನೋಡಿದ್ದಳು – ನಸುನಗೆ ಬೀರಿದ್ದಳು ಕೂಡ, ಮತ್ತೆ ಗೆಳೆಯನೆಂಬಂತೆ ಅವನೊಂದಿಗೆ ಮಾತುಕತೆ ಯಾಡಿದ್ದಳು. ಈತನಕ ತಮ್ಮಿಬ್ಬರ ನಡುವೆ ಏನು ಅಡ್ಡಿ ಕವಿದಿತ್ತು ? ಈಗೇನು ಆಗುತ್ತಿದೆ ?

ರೊಬೆರ್ತೊ ಮಾತು ಮುಂದುವರಿಸಿದ. "ನನಗೆ ಯಾವುದಾದರೂ ಪುಸ್ತಕ ಇಷ್ಟವಾದರೆ, ಆ ಪುಸ್ತಕದ ಲೇಖಕನನ್ನು ಅರಿಯಲು ತುಂಬಾ ಆಸೆಪಡ್ತೇನೆ. ಆತ ಅಥವಾ ಆಕೆ ಒಳ್ಳೆಯವರೋ ಅಲ್ಲವೋ, ಅತ ಕಷ್ಟ ಅನುಭವಿಸಿದ್ದಾನೋ ಇಲ್ಲವೋ, ಅವನೂ ಪ್ರೇಮದ ಅನುಭವ ಪಡೆದಿದ್ದಾನೋ..."

"ಪ್ರಾಯಶಃ ನಿನಗೆ ಭ್ರಮೆನಿರಸನವಾಗಬಹುದು. ಲೇಖಕರು ಯಾವಾಗಲೂ ಬೇರೆಯವರ ಪ್ರೇಮವನ್ನು ವರ್ಣಿಸುತ್ತಾರೆ. ತಮ್ಮ ಪ್ರೇಮವನ್ನೆಂದೂ ಅಲ್ಲ."

"ಪ್ರಾಯಶಃ ಗೌರವದ ಕಾರಣಕ್ಕಾಗಿ ?"

"ಅಸೂಯೆಯಿಂದ ಅಂತ ನನ್ನ ಅಭಿಪ್ರಾಯ. ಯಾಕೆಂದರೆ ಎಷ್ಟೋ ಸಂದರ್ಭಗಳಲ್ಲಿ ಪ್ರೇಮವೊಂದೇ ಆತ್ಮದಲ್ಲಿ ಬಚ್ಚಿಟ್ಟ ಸಂಪತ್ತು." ಈ ಮಾತುಗಳನ್ನಾಡುವಾಗ ಸೋಫಿಯಾಳ ದನಿ ಬದಲಾಗಲಿಲ್ಲ. ಅವಳ ಮುಖದಲ್ಲಿ ನೇರತನ, ದನಿಯಲ್ಲಿ ಸರಳತೆ, ಪರಿಶುದ್ಧತೆ ಮತ್ತು ಪೂರ್ಣ ಭರವಸೆ ಇದ್ದುವು. ಇದರಿಂದ ಇಷ್ಟು ಖಚಿತವಾಗಿ ಪ್ರೇಮದ ಬಗ್ಗೆ ಅವಳು ಚರ್ಚಿಸುತ್ತಿದ್ದುದು ರೊಬೆರ್ತೊಗೆ ಅಚ್ಚರಿ ಎನಿಸಲಿಲ್ಲ. ಈಗ ಅವನಿಗೆ ಯಾವುದೂ ಅಚ್ಚರಿಯಲ್ಲ – ಎಲ್ಲವೂ ಸಹಜ, ನಿರೀಕ್ಷಿತವೆನ್ನಿಸಿತು. ಈ ಸಂಜೆ. ಈ ವಿಚಿತ್ರ ಹುಡುಗಿಯೊಂದಿಗೆ ಏಕಾಂಗಿಯಾಗಿ ಇರುವುದು – ಇದು ಕೂಡ ಬಹುಕಾಲದಿಂದ ತಾನು ಕಾಯುತ್ತಿದ್ದ ವಿಧಿನಿಯತ ಸಂಗತಿ ಎಂದು ಅವನಿಗೆ ತೋರಿತು. ಬಳಿಕ ಒಬ್ಬರನ್ನೊಬ್ಬರು ಬೀಳ್ಕೊಡುವಾಗ ಅವರು ಪರಸ್ಪರ

ಮುಖ ದಿಟ್ಟಿಸಿ ನೋಡಿದರು – ಮತ್ತೆ ಪರಸ್ಪರ ಸ್ಪಷ್ಟವಾಗಿ ಗುರುತಿಸಲು ಆಗದೋ ಎನ್ನುವಂತೆ! ಸೋಫಿಯಾ ಕೈ ಮುಂದು ಮಾಡಿದಳು, ರೊಬೆರ್ತೊ ಅದನ್ನು ಮೃದುವಾಗಿ ಹಿಡಿದು, ಅದರ ಮೇಲೆ ಮುಖ ಬಾಗಿಸಿದ. ಅವನ ಹಿಂದಿನಿಂದ ಒಂದು ಪರದೆ ಬಿತ್ತು. ಅವರು ಅಗಲಿದರು.

ಸೋಫಿಯಾಳ ಮಾತುಕತೆ ಮತ್ತು ಸಹವಾಸದ ಗಾರುಡಿ ಮುಗಿದೊಡನೆ, ರೊಬೆರ್ತೊನ ಮನಸ್ಸು ವಿಹ್ವಲಗೊಂಡು, ಗೊಂದಲದಲ್ಲಿ ಸಿಕ್ಕಿಕೊಂಡಿತು. ಈಗ ಅವನಿಗೆ ಆನಂದ, ಜತೆಗೇ ದುಗುಡ. ಸಾಯಬೇಕೆಂಬ ಉತ್ಕಟೇಚ್ಛೆ. ಆದರೆ ತುಂಬಾ ಜೀವಂತತೆ. ತನ್ನ ಬಗ್ಗೆ, ಲೂಲುವಿನ ಬಗ್ಗೆ, ಭವಿಷ್ಯದ ಬಗ್ಗೆ ಏನು ಯೋಚಿಸಬೇಕೆಂಬುದೂ ತಿಳಿಯಲಾರದ ಸ್ಥಿತಿ.

ಸೋಫಿಯಾಗೆ ತುಂಬಾ ಆನಂದ, ತುಂಬಾ ಸಂತೋಷ. ಅಂತೆಯೇ ಅವಳು ತನ್ನ ತಲೆದಿಂಬಿನಲ್ಲಿ ತಲೆಯಿಟ್ಟು ಮನಸಾರ ಅತ್ತುಬಿಟ್ಟಳು.

ಮೂರು ತಿಂಗಳು ಕಳೆಯಿತು. ಲೂಲುವಿನ ಮದುವೆ ಮತ್ತೆ ಮುಂದೂಡಲಾಗಿತ್ತು. ಈ ವಿಳಂಬವನ್ನು ಅರ್ಥಮಾಡಿಕೊಳ್ಳಲಾಗದೆ ಅವಳ ತಾಯಿ ಆಗಾಗ ಮಗಳನ್ನು ಪ್ರತ್ಯೇಕವಾಗಿ ಕರೆದು, ಇದೇಕೆ ಹೀಗೆಂದು ಕಾರಣ ಕೇಳುತ್ತಿದ್ದಳು.

ಲೂಲು ಉತ್ತರ, "ಇನ್ನಷ್ಟು ದಿನ ಕಾಯಬೇಕೆನ್ನಿಸಿದೆ – ರೊಬೆರ್ತೊನನ್ನು ನಾನು ಇನ್ನೂ ಚೆನ್ನಾಗಿ ಅರಿಯಬೇಕು." ನಿಜವಾಗಿ ಈಗ ಅವಳು ಬಹಳ ಸೂಕ್ಷ್ಮವಾಗಿ ಎಲ್ಲವನ್ನು ಗಮನಿಸುತ್ತಿದ್ದಳು. ಎಂದಿನಂತೆ ಓಡಾಡುವಳು, ಹಾಡುವಳು, ತಮಾಷೆ ಮಾಡುವಳು. ಆದರೆ ಅವುಗಳ ನಡುವೆ ತನ್ನ ಅಕ್ಕನನ್ನು ಸೂಕ್ಷ್ಮವಾಗಿ ಗಮನಿಸುತ್ತಿದ್ದಳು – ರೊಬೆರ್ತೊನ ಪ್ರತಿಯೊಂದು ಮಾತನ್ನೂ ಎಚ್ಚರದಿಂದ ಕೇಳುತ್ತಿದ್ದಳು. ತುಟಿ ಬಿಗಿದುಕೊಂಡು, ತುಂಬಾ ಆಸಕ್ತಿಯಿಂದ ಮಾತು ಕೇಳುತ್ತಾ ಹುಬ್ಬುಗಳನ್ನು ಸಂಕುಚಿತಗೊಳಿಸಿ ಸೋಫಿಯಾ ಕುಳಿತಿರುತ್ತಿದ್ದುದನ್ನು ಅವಳು ಚೆನ್ನಾಗಿ ಗಮನಿಸಿದ್ದಳು.

ಈಗ ಲೂಲು ತನ್ನ ಸುತ್ತ ಸೂಕ್ಷ್ಮವಾಗಿ ನೋಡಲಾರಂಭಿಸಿದಳು. ವಿಚಿತ್ರಗಳು ನಡೆಯಲಾರಂಭವಾಗಿತ್ತು. ರೊಬೆರ್ತೊ ಮೊದಲಿನಂತೆಯೇ ನಿರಾತಂಕವಾಗಿ ನಗುನಗುತ್ತಾ ಇರಲಿಲ್ಲ. ಬದಲು ತುಂಬಾ ಚಿಂತಾಕ್ರಾಂತನಾಗಿ, ಬಿಳಿಚಿಕೊಂಡು, ಮನಸ್ಸಿನಲ್ಲಿ ಕ್ಲೇಶಪಡುತ್ತಿದ್ದ. ಮಾತಾಡುವಾಗ ಎಲ್ಲೋ ಬೇರೆಡೆ ಮನಸ್ಸಿದ್ದಂತೆ ಚುಟುಕಾಗಿ ಮುಗಿಸಿಬಿಡುತ್ತಿದ್ದ. ಮೊದಲು ತುಂಬಾ ಆಸಕ್ತಿ ತೋರುತ್ತಿದ್ದ ಎಷ್ಟೋ ವಿಷಯಗಳ ಬಗ್ಗೆ ಆತ ಈಗ ಅನಾದರ ತಳೆದಿದ್ದಂತೆ ಕಾಣುತ್ತಿತ್ತು. ಒಮ್ಮೊಮ್ಮೆ ಬಹು ಕಷ್ಟದಿಂದ ತನ್ನನ್ನು ಸಾವರಿಸಿಕೊಂಡು, ಮೊದಲಿನ ರೀತಿಯಲ್ಲೇ ಇರಲು ಪ್ರಯತ್ನಿಸುತ್ತಿದ್ದ. ಆದರೆ ಅದು ಬಹಳ ಸ್ವಲ್ಪ ಕಾಲ ಮಾತ್ರ . ಸೋಗು ಹಾಕುವುದು ಅವನಿಗೆ ಎಂದೂ ಅಭ್ಯಾಸವಿರಲಿಲ್ಲ. ಈಗಲೂ ವಿಫಲಗೊಳ್ಳುತ್ತಿದ್ದ–ಅವನ ತೀವ್ರ ನೋವು ಅಂತರಂಗದ ತುಮುಲ ಕಣ್ಣುಗಳಲ್ಲಿ ಸ್ಪಷ್ಟವಾಗಿ ಬಯಲಾಗುತ್ತಿತ್ತು.

ಇದೇ ವೇಳೆಯಲ್ಲಿ ಸೋಫಿಯಾ ಕೂಡ ಬದಲಾಗಿ ಕಾಣಿಸಿಕೊಳ್ಳಲಾರಂಭಿಸಿದಳು. ಎಂದರೆ ಭಾವಪರವಶಳಾಗಿ, ಚಡಪಡಿಸುವ ಸೋಫಿಯಾ, ಒಮ್ಮೆ ಅತಿ ಪ್ರೀತಿಯಿಂದ ಲೂಲುವನ್ನು ತಬ್ಬಿಕೊಳ್ಳುವಳು – ಅನಂತರ ಹಲವಾರು ಗಂಟೆಗಳ ಕಾಲ ಅವಳನ್ನು ನೋಡಲೂ ಇಚ್ಛಿಸದೆ, ಅವಳನ್ನು ದೂರವಿಡಲು ಪ್ರಯತ್ನಿಸುವ ಸೋಫಿಯಾ! ಅವಳ ಕೆನ್ನೆಗಳು ಚಕ್ಕನೆ ರಂಗೇರುತ್ತಿದ್ದವು. ಜ್ವರ ಬಂದಂತೆ ಕೆಂಪು ಕಾರುತ್ತಿದ್ದುವು; ಕಣ್ಣುಗಳಲ್ಲಿ ಒಂದು ಬೆಳಕು ಉರಿಯುತ್ತಿತ್ತು; ಅವಳ ದನಿ ಈಗ ಭಾವಾವೇಶದಿಂದ ತುಂಬಿಕೊಂಡಿದ್ದು ಆಳವಾಗಿ

ತೋರುತ್ತಿತ್ತು. ಒಮ್ಮೊಮ್ಮೆ ಅಪ್ಪಣೆ ಮಾಡುವಂತೆ ಗಟ್ಟಿಯಾಗಿ, ಕ್ರೂರವಾಗಿರುತ್ತಿತ್ತು; ಅವಳ ಕೈಗಳು ನಡುಗುತ್ತಿದ್ದುವು. ರಾತ್ರಿಯ ವೇಳೆ ಅವಳು ನಿದ್ರಿಸುತ್ತಲೇ ಇರಲಿಲ್ಲ – ಲೂಲು ಆಗಾಗ ಎದ್ದು ಸದ್ದಾಗದಂತೆ ಬರಿಗಾಲಿನಲ್ಲಿ ಅವಳ ಕೋಣೆಯ ಬಾಗಿಲ ಬಳಿ ನಿಂತು ಆಲಿಸುತ್ತಿದ್ದಳು. ಒಳಗೆ ಹಾಸಿಗೆಯ ಮೇಲೆ ಹೊರಳುತ್ತಾ ಸೋಫಿಯಾ ಬಿಕ್ಕಿ ಬಿಕ್ಕಿ ಅಳುವುದು ಕೇಳುತ್ತಿತ್ತು. ಕೇಳಿದರೆ, ಏನೂ ಇಲ್ಲವೆಂದೇ ಸೋಫಿಯಾಳ ಉತ್ತರ – ಯಾವಾಗಲೂ ಅದೇ ಉತ್ತರ.

ರೊಬೆರ್ತೊ ಮತ್ತು ಸೋಫಿಯಾ ಭೇಟಿಯಾದಾಗ – ಈಗಂತೂ ಪ್ರತಿ ದಿನವೂ ಭೇಟಿ ಯಾಗುತ್ತಿದ್ದರು – ಅವರಿಬ್ಬರಲ್ಲೂ ಆದ ಬದಲಾವಣೆ ಎದ್ದು ಕಾಣುತ್ತಿತ್ತು. ಮಾತುಕತೆ ಅಪರೂಪ, ಉತ್ತರಗಳು ಒಂದೋ ಧಿಡೀರನೆ ಬರುತ್ತಿದ್ದವು. ಇಲ್ಲವೇ ಬಹಳ ಅಸ್ಪಷ್ಟವಾಗಿ ಇರುತ್ತಿದ್ದವು – ಆಗಾಗ ಅವರು ವಿಚಿತ್ರ ನೋಟಗಳನ್ನು ಬೀರುತ್ತಿದ್ದರು; ಒಂದೊಂದು ಸಾರಿ ಇಡೀ ಸಂಜೆ ಒಂದು ಮಾತನ್ನೂ ಇಬ್ಬರೂ ಆಡುತ್ತಿರಲಿಲ್ಲ. ಆದರೆ ಪರಸ್ಪರ ಚಲನವಲನ ಗಳನ್ನು ಗಮನಿಸುತ್ತಿದ್ದರು. ಅಕ್ಕಪಕ್ಕದಲ್ಲಿ ಅವರು ಕುಳಿತದ್ದೇ ಇಲ್ಲ; ಆದರೂ ಸೋಫಿಯಾ ಮುಟ್ಟಿದ್ದ ಪುಸ್ತಕವನ್ನೋ, ವಸ್ತುವನ್ನೋ ಕೈಗೆತ್ತಿಕೊಳ್ಳಲು ರೊಬೆರ್ತೊ ಕುಂಟು ನೆಪ ಹುಡುಕುತ್ತಿದ್ದ. ಕೆಲವು ಬಾರಿ ಸೋಫಿಯಾ ಕೋಣೆಯೊಳಕ್ಕೆ ಬಾರದಿದ್ದಾಗ ರೊಬೆರ್ತೊ ಹೆಚ್ಚು ಹೆಚ್ಚು ಕಾವಳಗೊಳ್ಳುತ್ತಿದ್ದ, ಪ್ರಕ್ಷುಬ್ಧನಾಗುತ್ತಿದ್ದ – ಕೇಳಿದ ಮಾತುಗಳಿಗೆ ಅಸಂಬದ್ಧ ಉತ್ತರ ಕೊಟ್ಟದ್ದೂ ಉಂಟು. ಇಲ್ಲದಿದ್ದರೆ ಇಲ್ಲ, ಒಂದೊಂದು ಸಾರಿ ಸೋಫಿಯಾ ಬಂದ ಐದೇ ನಿಮಿಷದಲ್ಲಿ ತನ್ನ ಹ್ಯಾಟು ತೆಗೆದುಕೊಂಡು ಹೊರಟು ಹೋಗುತ್ತಿದ್ದ. ಅವಳಂತೂ ತೀರಾ ಬಿಳಿಚಿಕೊಳ್ಳುತ್ತಿದ್ದಳು. ಅವಳ ಕಣ್ಣ ಸುತ್ತ ಕಪ್ಪು ಗೆರೆಗಳು ಮೂಡಲಾರಂಭಿಸಿದ್ದುವು. ಕೊನೆಕೊನೆಗೆ ಅವಳು ಯಾರಿಗೂ ಕಾಣಿಸಿಕೊಳ್ಳಲೇಬಾರದೆಂದು ತೀರ್ಮಾನಿಸಿಕೊಂಡು, ಒಂದು ವಾರದ ಕಾಲ ಸಂಜೆಯ ವೇಳೆ ತನ್ನ ಕೋಣೆಯ ಬಾಗಿಲು ಭದ್ರಪಡಿಸಿ ಒಳಗೇ ಇದ್ದುಬಿಡುತ್ತಿದ್ದಳು. ತನ್ನ ದುಃಖವನ್ನು ಅದುವಿಡಲು ಪ್ರಯತ್ನಿಸಿ, ಅಶಾಂತಿಯಲ್ಲಿ ನಡುಗುತ್ತಿದ್ದಳು.

ಒಂದು ಸಂಜೆ ಲೂಲು ಸೋಫಿಯಾಳ ಕೋಣೆಗೆ ಬಂದಳು. “ನನಗೊಂದು ಉಪಕಾರ ಮಾಡ್ತೀಯಾ ?” ಎಂದು ಕೇಳಿದಳು.

“ನಿನಗೇನಾಗಬೇಕು ?”

“ನಾನು ಒಂದು ಕಾಗದ ಬರೆಯಬೇಕಾಗಿದೆ. ರೊಬೆರ್ತೊ ಅಲ್ಲಿ ಮುಂದಿನ ಮಾಳಿಗೆಯಲ್ಲಿ ಒಬ್ಬನೇ ಕುಳಿತಿದ್ದಾನೆ. ಅಲ್ಲಿ ಹೋಗಿ ಸ್ವಲ್ಪ ಹೊತ್ತು ಅವನ ಜತೆಗಿರ್ತೀಯಾ ?”

“ಆದರೆ ನಾನು –”

“ನೀನು ಇಲ್ಲೇ ಭದ್ರವಾಗಿ ಸೆರೆಯಾಗಿರ್ತೀಯೇನು? ನನಗೆ ಸಂತೋಷವನ್ನುಂಟು ಮಾಡಲೂ ನಿನಗಷ್ಟು ಕಷ್ಟವೇ?”

“ನೀನು ಬೇಗ ಬಂದು ಬಿಡ್ತೀ ತಾನೇ?”

“ನಾಲ್ಕು ಸಾಲು ಬರೆಯುವಷ್ಟೇ ಹೊತ್ತು ಸಾಕು.”

ಸೋಫಿಯಾ ಮುಂದಿನ ಮಾಳಿಗೆಯ ಕಡೆಗೆ ಹೊರಟಳು. ಈ ಅಗ್ನಿ ಪರೀಕ್ಷೆಗೆ ಸಾಕಷ್ಟು ಧೈರ್ಯ ತಂದುಕೊಳ್ಳಲು ಯತ್ನಿಸಿದಳು. ಬಾಗಿಲ ಬಳಿ ಸ್ವಲ್ಪ ತಡೆದು ನಿಂತಳು. ಅನಂತರ ಅಲ್ಲಿ ಅತ್ತಿಂದಿತ್ತ ಸುತ್ತುತ್ತಿದ್ದ ರೊಬೆರ್ತೊನ ಬಳಿಗೆ ಹೋದಳು.

“ಲೂಲು ನನ್ನನ್ನು ಕಳಿಸಿದಾಳೆ,” ಮೆಲುದನಿಯಲ್ಲಿ ಅವಳೆಂದಳು.

“ಬಲವಂತವಾಗಿ ಬಂದೆಯಾ ?”

"ಬಲವಂತ–ಇಲ್ಲ."

ಅವಳ ಇಡೀ ದೇಹ ನಡುಗಿತು; ರೊಬೆರ್ತೊ ಅವಳ ಹತ್ತಿರ ಬಂದಿದ್ದ, ಅವನ ಮುಖ ಉದ್ರೇಕದಲ್ಲಿ ಬದಲಾದಂತಿತ್ತು.

"ಸೋಫಿಯಾ, ನಾನು ನಿನಗೇನು ಮಾಡಿದ್ದೇನೆ?"

"ಏನೂ ಇಲ್ಲ. ನೀನೇನೂ ಮಾಡಿಲ್ಲ, ನನ್ನನ್ನು ಹಾಗೆ ನೋಡಬೇಡ" ಎಂದು ಬೇಡಿಕೊಂಡಳು ಸೋಫಿಯಾ ಭೀತಿಯಲ್ಲಿ ತತ್ತರಿಸಿ.

"ನಿನಗೆ ಗೊತ್ತಲ್ಲ, ಸೋಫಿಯಾ, ನಾನು ತುಂಬಾ ಪ್ರೀತಿಸ್ತೇನೆ ನಿನ್ನನ್ನು?"

"ಓ! ಹುಶ್! ರೊಬೆರ್ತೊ, ದಯಮಾಡಿ ನಿಲ್ಲಿಸು! ನಮ್ಮ ಮಾತು ಲೂಲುಳಿಗೆ ಕೇಳಿಸಿದರೆ!"

"ನನಗೆ ಲೂಲುಳಲ್ಲಿ ಪ್ರೇಮವಿಲ್ಲ. ನಾನು ನಿನ್ನನ್ನು ಪ್ರೇಮಿಸ್ತೇನೆ, ಸೋಫಿಯಾ."

"ಇದು ವಿಶ್ವಾಸದ್ರೋಹ!"

"ನನಗೆ ಗೊತ್ತು. ಆದರೂ ನಿನ್ನಲ್ಲೆ ಪ್ರೇಮ. ನಾನು ದೂರ ಹೋಗಿಬಿಡ್ತೇನೆ..."

ದೂರದಿಂದಲೇ "ಸರಿ?" ಎನ್ನುತ್ತ ಮತ್ತೊಂದು ಬಾಗಿಲನ್ನು ದಾಟಿ ಬಂದ ಲೂಲು "ಸರಿ, ನೀವಿಬ್ರೂ ರಾಜಿ ಮಾಡಿಕೊಂಡಿರೇನು?" ಎಂದು ಕೇಳಿದಳು.

ಆದರೆ ಅವಳ ಪ್ರಶ್ನೆಗೆ ಉತ್ತರ ದೊರೆಯಲಿಲ್ಲ. ಸೋಫಿಯಾ ಮುಖ ಮುಚ್ಚಿಕೊಂಡು ಓಡಿಬಿಟ್ಟಳು. ರೊಬೆರ್ತೊ, ಗರಬಡಿದವನಂತೆ ಅಚಲನಾಗಿ ಸ್ತಬ್ಧನಾಗಿ ನಿಂತ.

"ರೊಬೆರ್ತೊ!" ಲೂಲು ಕೂಗಿಕೊಂಡಳು.

"ಲೂಲು!"

"ಏನಾಯಿತು?"

"ಏನೂ ಇಲ್ಲ – ನಾನು ಹೊರಟೆ."

ಅವಳನ್ನೂ ವಂದಿಸಲೂ ನಿಲ್ಲದೆ, ನಿರಾಸೆಯ ಮುದ್ರೆ ತಳೆದು ಅವನೂ ಹೊರಟುಹೋದ. ಲೂಲು ಅವನನ್ನೇ ನೋಡುತ್ತಿದ್ದು, ಯೋಚನಾ ಮಗ್ನಳಾಗಿ ಅಲ್ಲೇ ಹಾಗೆಯೇ ನಿಂತುಬಿಟ್ಟಳು.

"ಇಲ್ಲೊಂದು, ಅಲ್ಲೊಂದು" ಎಂದು ಗೊಣಗುತ್ತ "ಅದಕ್ಕೆ ಮೊದಲು? ಸಾಕು! ನಾನೀ ವಿಷಯಕ್ಕೆ ಕೈಹಾಕಲೇಬೇಕು" ಎಂದುಕೊಂಡಳು.

ಲೂಲು ತನ್ನ ತಾಯಿಯ ಹತ್ತಿರ ಮಾತನಾಡಿ, ಕೊನೆಯಲ್ಲಿ "ಈ ಎಲ್ಲ ಘನವಾದ ಕಾರಣಗಳಿಗಾಗಿ ನಾನು ರೊಬೆರ್ತೊನನ್ನು ಮದುವೆಯಾಗಲಾರೆ" ಎಂದಳು.

"ಅವೆಲ್ಲ ಅಸಂಗತ ಕಾರಣಗಳು, ಮಗು" ಎಂದಳು ತಾಯಿ ತಲೆಯಲ್ಲಾಡಿಸುತ್ತ...

"ಒಟ್ಟಿನಲ್ಲಿ ನಾನು ನೇರವಾಗಿ ಬಿಚ್ಚುಮಾತಿನಲ್ಲಿ ನಿನಗೆ ಹೇಳಬೇಕೇ? ರೊಬೆರ್ತೊ ನನಗೆ ಮೆಚ್ಚುಗೆಯಿಲ್ಲ – ನಾನು ಆತನನ್ನು ಮದುವೆಯಾಗೋದಿಲ್ಲ."

"ಅದು ನೇರವಾದ ಮಾತೇನೋ ಸರಿ, ಆದರೆ ಒಂದು ಕ್ಷಣಿಕ ಲಹರಿಯಷ್ಟೆ. ರೊಬೆರ್ತೊ ನಿನ್ನನ್ನು ಪ್ರೇಮಿಸ್ತಾನೆ."

"ಅವನು ನಿಧಾನವಾಗಿ ಸಮಾಧಾನ ತಂದುಕೊಳ್ತಾನೆ."

"ನೀವು ಪರಸ್ಪರ ಮಾತು ಕೊಟ್ಟಿದ್ದೀರಿ."

"ಅದನ್ನು ಹಿಂದೆಗೆದುಕೊಳ್ಳಬಹುದು. ಜನರನ್ನು ಬಲವಂತವಾಗಿ ಮದುವೆ ಮಾಡುವ ಕಾಲದಲ್ಲಿ ನಾವೀಗ ಬದುಕಿಲ್ಲವಲ್ಲ."

"ಪ್ರಪಂಚ ಏನೆನ್ನುತ್ತದೆ?"

"ಅಮ್ಮ ಪ್ರಪಂಚವೆಂದರೇನು, ಮೊದಲು ತೀರ್ಮಾನಿಸು."

"ಜನ."

"ಈ ಶ್ರೀಮಾನ್ ಜನ ಯಾರು? ಈ ಅಪರಿಚಿತ ಮಿಸ್ಟರ್ ಜನಕ್ಕಾಗಿ ನಾನು ನನ್ನ ಸುಖವನ್ನು ಕಳೆದುಕೊಳ್ಳೋದಕ್ಕೆ ಬದ್ಧಳಲ್ಲ."

"ನೀನು ತುಂಬಾ ಗಟ್ಟಿಗಿತ್ತಿ! ಆದರೆ ಇದನ್ನು ನಾನು ರೊಬೆರ್ತೊನೊಂದಿಗೆ ಹೇಗೆ ಏರ್ಪಾಡು ಮಾಡಲಿ? ಆತನಿಗೇನು ಹೇಳಲಿ?"

"ನಿನಗಿಷ್ಟ ಬಂದದ್ದು. ನೀನು ನನ್ನ ತಾಯಿಯಾಗಿರೋದು ಅದಕ್ಕೇ ತಾನೇ."

"ಓಹೋ ಹಾಗೋ! ನೀನು ಮಾಡಿದ ತಪ್ಪುಗಳನ್ನೆಲ್ಲ ಸರಿ ಮಾಡೋದಕ್ಕೋ. ತುಂಬಾ ಲೋಕಾಪವಾದ, ಗುಲ್ಲು ಆಗ್ತದೆ."

"ಏನಿಲ್ಲ; ತುಂಬಾ ನಯವಾಗಿ ಮೃದು ಮಾತುಗಳಲ್ಲಿ ಹೇಳಿದರೆ ಸರಿ. ಬೇಕಿದ್ದರೆ ಒಂದಿಷ್ಟು ನನ್ನನ್ನು ಬೈದುಬಿಟ್ಟರೂ ಆದೀತು – ನನ್ನನ್ನು ಹೊಣೆಗೇಡಿ, ಚಂಚಲ ಬುದ್ಧಿಯವಳು, ಮೊಂಡಿ ಎಂದೆಲ್ಲ ವರ್ಣಿಸು. ನನಗೆ ಗಂಭೀರ ಪ್ರವೃತ್ತಿಯಿಲ್ಲ, ಗೌರವದ ನಡತೆಯಿಲ್ಲ, ನಾನು ಕೆಟ್ಟ ಹೆಂಡತಿಯಾಗಬಹುದೆಂದೆಲ್ಲ ಹೇಳು. ಇನ್ನು ನನ್ನಕ್ಕನಾದರೋ...."

"ನಿನ್ನ ಅಕ್ಕ? ಲೂಲು ನಿನಗೇನಾದರೂ ಹುಚ್ಚು ಹಿಡಿದಿದೆಯೇನು?"

"ಥೂ! ಅದನ್ನು ಸಲೀಸಾಗಿ ಹೇಳುಬಹುದಲ್ಲ. ಈಗ ಸೋಫಿಯಾ ಮತ್ತು ರೊಬೆರ್ತೊ ಪರಸ್ಪರ ಅನಾದರಣೆಯಲ್ಲಿದ್ದಾರೆ. ಆದರೆ ಒಬ್ಬರನ್ನೊಬ್ಬರು ಹೆಚ್ಚುಹೆಚ್ಚಾಗಿ ಅರಿತುಕೊಂಡರೆ, ಪರಸ್ಪರ ಮೆಚ್ಚಿಕೊಳ್ಳಬಹುದು, ಮತ್ತೆ–ಯಾರು ಹೇಳಲು ಸಾಧ್ಯ? ಹಿರಿಯ ಮಗಳಿಗೆ ಮೊದಲೇ ಮದುವೆ ಮಾಡಿದ್ದಕ್ಕಾಗಿ ನಿನ್ನನ್ನು ಒಳ್ಳೆಯ ತಾಯಿ ಅಂತ ಎಲ್ಲರೂ ಹೊಗಳ್ತಾರೆ."

"ನಿಜಕ್ಕೂ – "

"ನಾನೇನು ಗಂಡನಿಲ್ಲದೆ ಉಳಿಯೋದಿಲ್ಲ; ಈಗಿನ್ನೂ ಹದಿನೆಂಟು ವರ್ಷ ನನಗೆ. ಸ್ವಲ್ಪ ಖುಷಿ ಪಡಬೇಕು ಅಂತ ನನ್ನ ಇಚ್ಛೆ; ತುಂಬಾ ನರ್ತಿಸಬೇಕು – ಅಲ್ಲದೆ ನನ್ನ ಪ್ರೀತಿಯ ಮಮತೆಯ ತಾಯಿಯ ಜತೆ ನನ್ನ ಈ ಸುಖೀ ಯೌವನದ ವೇಳೆಯನ್ನು ಕಳೆಯೋದು ನನ್ನ ಇಷ್ಟ."

"ನೀನು ಪಕ್ಕಾ ಮಾಯಗಾತಿ" ಎಂದಳು ತಾಯಿ, ಭಾವೋದ್ವೇಗದಲ್ಲಿ ಲೂಲುಳನ್ನು ತಬ್ಬಿಕೊಳ್ಳುತ್ತ.

"ಹಾಗಿದ್ದರೆ ನಾವು ಪರಸ್ಪರ ಅರ್ಥ ಮಾಡಿಕೊಂಡೆವು ತಾನೇ? ರೊಬೆರ್ತೊಗೆ ಈ ಕೆಟ್ಟ ಸುದ್ಧಿಯನ್ನು ಮೃದುವಾಗಿ ತಿಳಿಸು. ಆದರೆ ನಾವು ಸದಾ ಸ್ನೇಹಿತರಾಗಿರ್ಬೇಕು, ಆಗಾಗ ಅವನನ್ನು ಕಾಣ್ತಿರಬೇಕೆಂದೇ ನಮ್ಮ ಆಸೆ ಅಂತ ಒತ್ತಿ ಹೇಳು. ಇವರಿಬ್ಬರೂ ಪರಸ್ಪರ ಪ್ರೇಮಿಸಬೇಕೆಂದಿದ್ದರೆ ಅದು ಆಗ್ತದೆ – ವಿಧಿ ಲಿಖಿತ!"

"ಆದರೆ, ತುಂಟ ಹುಡುಗಿ, ಎಲ್ಲ ಸರಿ ಹೋಗ್ತದೆ ಅಂತ ನಿನಗನ್ನಿಸ್ತದೆಯೇ? ನನಗೆ ಜಗಳವೆಂದರೆ ಆಗದು–ನಿನಗೇ ಅದು ಗೊತ್ತು."

"ಓ, ಸುಲಭವಾಗಿ ಒಪ್ಪದ ಅಮ್ಮ! ಸಂತ ಥಾಮಸನಿಗಿಂತ ಅನುಮಾನ ಪ್ರಕೃತಿಯವಳು ನೀನು! ನೋಡು, ನನ್ನ ವಿಸ್ತಾರವಾದ ಅನುಭವದಿಂದ ನಿನಗೆ ಹೇಳ್ತೇನೆ – ಇದರಿಂದೇನೂ ಗುಲ್ಲು ಅಪವಾದ ಆಗೋದಿಲ್ಲ. ರೊಬೆರ್ತೊ ಒಬ್ಬ ಸಭ್ಯವ್ಯಕ್ತಿ, ಆತನಲ್ಲಿ ಪ್ರೇಮವಿಲ್ಲದೆ ನಾನು ಮದುವೆಯಾಗಬೇಕೆಂದು ಅವನು ನಿರೀಕ್ಷಿಸೋದೂ ಇಲ್ಲ."

"ಆದರೆ ಸೋಫಿಯಾಳೊಂದಿಗೆ ವ್ಯವಹಾರ ಅಸಾಧ್ಯ ಅಂತ..."

"ಅಸಾಧ್ಯವಾದದ್ದಕ್ಕಿಂತ ಸುಲಭ ಸಾಧ್ಯವಾದದ್ದು ಮತ್ತ್ಯಾವುದೂ ಇಲ್ಲ."

"ಬರೀ ಗಾದೆ ಮಾತು ಮಗು! ಸಾಕು ಬಿಡು. ಕಾಲದ ಕೈಗೆ ಎಲ್ಲವನ್ನೂ ಒಪ್ಪಿಸಿಬಿಡೋಣ; ಪ್ರಾಯಶಃ ಕಾಲವೇ ನಮ್ಮೆಲ್ಲ ವ್ಯವಹಾರಗಳನ್ನು ಸರಿಪಡಿಸಬಹುದು. ಆದರೆ ನೀನು ಚೆಲ್ಲು ಬುದ್ಧಿಯವಳು ಅನ್ನೋದನ್ನು ಮಾತ್ರ ಇದೆಲ್ಲ ಬದಲಾಯಿಸೋದಿಲ್ಲ."

"ತುಂಬಾ ಚಂಚಲ–"

"ವಿವೇಚನೆಯಿಲ್ಲದವಳು–"

"ಹುಚ್ಚಾಟಿಕೆಯ ಹುಡುಗಿ, ನೀನು ಏನು ಹೇಳಿದರೂ ಅದೆಲ್ಲ ನಾನು, ಸರಿಯೆ! ನನಗೆ ಭಾಷಣ ಬಿಗಿ. ನಾನು ಅದಕ್ಕೆ ಪಾತ್ರಳಾಗಿ ಸಿದ್ಧಳಾಗಿದ್ದೇನೆ. ಎಲ್ಲಿ ಮತ್ತೆ, ಏನೂ ಹೇಳೋದಿಲ್ಲವೆ? ನಾನು ಕಾಯುತ್ತಿದ್ದೇನೆ."

"ನನಗೊಂದು ಮುತ್ತುಕೊಟ್ಟು, ಹೋಗಿ ಮಲಗು. ಶುಭ ರಾತ್ರಿ ಮಗು."

"ವಂದನೆಗಳು, ಅಮ್ಮ. ನಿನಗೂ ಶುಭ ರಾತ್ರಿ."

ತಾಯಿ ತನ್ನಲ್ಲೇ ಅಂದುಕೊಂಡಳು. "ಹೀಗಾದುದೇ ಸರಿ. ಲೂಲು ಇನ್ನೂ ಚಿಕ್ಕವಳು. ಅನುಕೂಲ ವಿವಾಹಗಳ ಅನಾಹುತಗಳನ್ನು ದಿನವೂ ಎಲ್ಲ ಕಡೆಯೂ ನೋಡುತ್ತಲೇ ಇದ್ದೇವಲ್ಲ. ಇಂತಹುದರಿಂದ ದೇವರೇ ನಮ್ಮನ್ನು ಕಾಪಾಡಲಿ! ಹೀಗಾದದ್ದೇ ಸರಿ."

ಲೂಲು ನೀಳವಾಗಿ ಉಸಿರೆಳೆದುಕೊಳ್ಳುತ್ತಾ ತನಗೆ ತಾನೇ ಹೇಳಿಕೊಂಡಳು:

"ಊಫ್! ಅಮ್ಮನನ್ನು ಒಪ್ಪಿಸೋದಕ್ಕೆ ಎಷ್ಟು ಬುದ್ಧಿ ಖರ್ಚು ಮಾಡಬೇಕಾಯಿತು, ಎಷ್ಟು ಆಟವಾಡಬೇಕಾಯಿತು, ಎಂಥ ರಾಜನೀತಿ ತೋರಬೇಕಾಯಿತು, ನಾನು ಒಳ್ಳೆಯ ರಾಯಭಾರಿ ಆಗಬಲ್ಲೆ! ಎಂತಹ ವಿಜಯ! ಪ್ರೇಮದ ವಿಜಯವಲ್ಲ, ನಿಜಕ್ಕೂ, ಆದರೆ ಲೂಲುವಿನ ವಿಜಯ."

ಬಳಿಕ ಅಕ್ಕನ ಕೋಣೆಯ ಬಾಗಿಲ ಮುಂದೆ ನಿಂತು ಅವಳು ಆಲಿಸಿದಳು. ಪದೇ ಪದೇ ತಡೆದು ಹೊರಬಿದ್ದ ನಿಟ್ಟುಸಿರಿನ ಶಬ್ದ ಕೇಳಿಸಿತು. ಬಡಪಾಯಿ ಸೋಫಿಯಾ ಮನಶ್ಶಾಂತಿಯನ್ನು ಸಂಪೂರ್ಣವಾಗಿ ಕಳೆದುಕೊಂಡಿದ್ದಳು.

ಲೂಲು ಮೃದು ದನಿಯಲ್ಲಿ 'ನಿದ್ರಿಸು ಸೋಫಿಯಾ, ನಿದ್ರಿಸು. ಶಾಂತಳಾಗಿ ನಿದ್ರಿಸು. ಈ ಸಂಜೆ ನಿನಗಾಗಿ ನಾನು ತುಂಬಾ ಶ್ರಮ ವಹಿಸಿದ್ದೇನೆ' ಎಂದುಕೊಳ್ಳುತ್ತಾ, ಸೋಫಿಯಾಳ ಹಣೆಗೆ ಮುತ್ತಿಟ್ಟಳೋ ಎನ್ನುವಂತೆ ಕೋಣೆಯ ಬಾಗಿಲ ಬೀಗಕ್ಕೆ ಮೃದುವಾಗಿ ತುಟಿ ತಾಕಿಸಿದಳು.

ತನ್ನ ಪ್ರೀತಿಯ ಅಕ್ಕನ ಸುಖದ ಯೋಚನೆಯಲ್ಲಿ ಸಂತೃಪ್ತಿಯಿಂದ ಆ ವಿಶಾಲ ಮನಸ್ಸಿನ ಹುಡುಗಿ ಲೂಲು ಸುಖವಾಗಿ ನಿದ್ರೆ ಹೋದಳು.

ಕಾಲಪುರುಷ, ವಿವೇಕೀ ಮುದುಕ ಕಾಲ ಪುರುಷ, ತನ್ನ ಕೆಲಸವನ್ನು ಮಾಡಿದ. ಮದುವೆಯ ಕನ್ಯೆಗೆ ಗೆಳತಿಯಾಗಿ ಇಗರ್ಜಿಗೆ ಹೋಗುವಾಗ ನೀಲಿ ರೇಷ್ಮೆಯ ಗೌನನ್ನು ಧರಿಸಲೋ ಅಥವಾ ಸರಳವಾದ ಹಳದಿಯ ಹತ್ತಿಯ ಕಸೂತಿ ಹಾಕಿದ ಗೌನನ್ನು ಧರಿಸಲೋ ಎಂದು ಮದುವೆಯೊಲ್ಲದ ಆ ಹುಡುಗಿ ಲೂಲು ಚಿಂತೆಯ ಇಕ್ಕಟ್ಟಿನಲ್ಲಿದ್ದಳು. ನನಗೆ ತುಂಬಾ ಸಿಹಿ ಮಿಠಾಯಿ ಕೊಡಿಸುತ್ತೀಯಾ ಎಂದು ರೊಬೆರ್ತೊನನ್ನು ಕೇಳಿದಳು. ಮೋಡದಂತೆ, ತೆಳುಗಾಳಿಯಂತೆ ಕಾಣುವ ಕಸೂತಿಯ ಸುಂದರ ಕರವಸ್ತ್ರವನ್ನು ತನಗೆ ಕೊಟ್ಟುಬಿಡುತ್ತೀಯಾ ಎಂದು ಸೋಫಿಯಾಳನ್ನು ಕೇಳಿದಳು. ಸೋಫಿಯಾ ಮತ್ತು ರೊಬೆರ್ತೊ

ಈ ಹುಡುಗಿಯ ಹೃದಯ ಎಂತಹ ಹಿರಿಮೆಯದೆಂಬುದನ್ನು ಅರಿತವರು. ಅವಳ ಈ ಆನಂದದ ಹುಚ್ಚಾಟಕ್ಕೆ ಅವರು ನಸುನಕ್ಕರು; ಅವಳಲ್ಲಿ ಅಪಾರ ಪ್ರೀತಿ ತಳೆದರು, ಅವಳೇ ತಮ್ಮ ಪಾಲಿನ ಭಾಗ್ಯದೇವತೆಯೆಂದು ನಂಬಿದರು.

ತನ್ನ ಗೆಳೆಯನೊಬ್ಬನೊಂದಿಗೆ ತನ್ನ ಈ ಮದುವೆಯ ವಿಷಯವಾಗಿ ಮಾತನಾಡುತ್ತಾ ರೊಬೆರ್ತೊ ಮೊನ್ತೆಫ್ರಾಂಕೋ ಸಾರಿಸಾರಿ ಹೇಳಿದ. "ನಾನು ಸದಾ ಈ ಮಾತನ್ನು ಖಂಡಿತವಾಗಿ ಹೇಳ್ತಾ ಬಂದಿದ್ದೇನೆ. ಮದುವೆಯಾಗುವ ಗಂಡು ಹೆಣ್ಣು ವಿರುದ್ಧ ರುಚಿಯುಳ್ಳವರಾಗಿರ್ಬೇಕು. ವಿರೋಧ ಪ್ರವೃತ್ತಿಯವರು ಹತ್ತಿರ ಬಂದು ಸೇರಿದಾಗ, ಪರಸ್ಪರ ಅರ್ಥಮಾಡಿಕೊಳ್ತಾರೆ. ಹದವಾಗಿ ಬೆರೀತಾರೆ, ಒಂದು ಇಡೀ ಸಂಪೂರ್ಣತೆಯನ್ನು ಸೃಷ್ಟಿಸ್ತಾರೆ. ಒಂದೇ ಬಗೆಯ ರುಚಿಯಿರುವವರಾದರೆ ಎರಡು ಸಮಾನಾಂತರ ರೇಖೆಗಳಂತಿರ್‍ತಾರೆ; ಅವರು ಜತೆಜತೆ ನಡೆದರೂ ಎಂದೂ ಬೆರೆಯೋದಿಲ್ಲ, ಅಲ್ಲದೆ, ಪ್ರೇಮವಿರುವಾಗಲಂತೂ...! ನಾನು ಸದಾ ಹೀಗೆ ಹೇಳ್ತಾ ಬಂದಿದ್ದೇನೆ." ○

○ ಲಾಉರೊ ದೆ ಬೋಸಿಸ್

ನನ್ನ ಸಾವಿನ ಕಥೆ

ನಾಳೆ ಮೂರು ಗಂಟೆಗೆ ಕೋತ್ ದಾಜೂರ್‌ನ* ಹುಲ್ಲುಗಾವಲಿನಲ್ಲಿ ಪೆಗಾಸಸ್** ಜತೆ ನನ್ನ ಭೇಟಿ.

ಪೆಗಾಸಸ್ ನನ್ನ ವಿಮಾನದ ಹೆಸರು. ಕೆಂಪು ಮೈ, ಬಿಳಿ ರೆಕ್ಕೆಗಳುಳ್ಳ ಅದು ಎಂಬತ್ತು ಕುದುರೆಗಳಷ್ಟು ಶಕ್ತಿ ತುಂಬಿ ಕೊಂಡಿದ್ದರೂ ಸ್ವಾಲೋ ಹಕ್ಕಿಯಷ್ಟು ತೆಳ್ಳಗಿದೆ. ಪೆಟ್ರೋಲನ್ನು ಕುಡಿದು ಅದು, ತನ್ನ ಹಳೆಯ ಸೋದರನಂತೆ ಗಾಳಿಯಲ್ಲಿ ಜಿಗಿಯುತ್ತದೆ. ಹರ್ಕೀಯನ್ ಕಾಡಿನಲ್ಲಿ ನಾನು ಅದನ್ನು ಕಂಡೆ. ಅದರ ಹಿಂದಿನ ಮಾಲಿಕ ತಿರ್ರೇನಿಯನ್*** ಸಮುದ್ರದ ಬಳಿಗೆ ಅದನ್ನು ತಂದು ನನಗೊಪ್ಪಿಸುತ್ತಾನೆ. ಪಕ್ಕಾ ಸೋಮಾರಿ ಇಂಗ್ಲಿಷ್ ಯುವಕನೊಬ್ಬನಿಗೆ ಖುಷಿ ಕೊಡುವುದಕ್ಕೆ ಇದು ಸಾಕೆಂದು ನಿಜವಾಗಿಯೂ ಅವನು ನಂಬಿದ್ದಾನೆ. ನನ್ನ ಕೆಟ್ಟ ಉಚ್ಚಾರ ಕೂಡ ಅವನಲ್ಲಿ ಅನುಮಾನವನ್ನುಂಟುಮಾಡಿಲ್ಲ. ನನ್ನ ಈ ಬಗೆಯ ರಹಸ್ಯ ತಂತ್ರವನ್ನು ಆತ ಕ್ಷಮಿಸುವನೆಂದು ನನ್ನ ನಂಬಿಕೆ.

ಆದರೆ ನಾನೇನೂ ಮಾಯಾಮೃಗಗಳನ್ನು ಅರಸಿಕೊಂಡು ಹೋಗುತ್ತಿಲ್ಲ. ಸಂಕೋಲೆಯಲ್ಲಿ ಸಿಕ್ಕಿಕೊಂಡಿರುವ ಒಂದು ದೇಶದ ಜನತೆಗೆ ಸ್ವಾಂತ್ರ್ಯದ ಸಂದೇಶವನ್ನು ಮುಟ್ಟಿಸಲು

---

* ಇಟಲಿಯ ವಾಯವ್ಯ ತುದಿಯಲ್ಲಿ ಭೂಮಧ್ಯ ಸಮುದ್ರಕ್ಕೆ ತಾಗಿಕೊಂಡಿರುವ ಕರಾವಳಿ ಪ್ರದೇಶ.

** ಪೆಗಾಸಸ್ : ಗ್ರೀಕ್ ಪುರಾಣ ಕಥೆಗಳ ಪ್ರಕಾರ, ಬಿಳಿ ರೆಕ್ಕೆಗಳಿದ್ದು ಪಕ್ಷಿಗಳಂತೆ ಹಾರುತ್ತಿದ್ದ ಒಂದು ಕುದುರೆ. ಹರ್ಕೀನಿಯನ್ ಕಾಡಿನಲ್ಲಿ ಅಲೆಯುತ್ತಿದ್ದ ಈ ಅದ್ಭುತ ಕುದುರೆಯನ್ನು ಅಥೀನಾ ದೇವತೆಯ ವರದಿಂದ ಬೆಲ್ಲೆ ರೋಫನ್ ಎಂಬ ವೀರ ತನ್ನ ವಶಪಡಿಸಿಕೊಂಡು, ಅದರ ಬೆನ್ನ ಮೇಲೇರಿ ಕಿಮೇರಾ ಎಂಬ ಒಂದು ಭೀಕರ ಮಾಯಾ ಮೃಗವನ್ನು ಸಂಹರಿಸಿದನಂತೆ. ಸಿಂಹದ ತಲೆಯೂ ಆಡಿನ ದೇಹವೂ ಘಟಸರ್ಪದ ಬಾಲವೂ ಇದ್ದ ಈ ಮೃಗ ತನ್ನ ಬಾಯಿಯಿಂದ ಬೆಂಕಿಯ ಜ್ವಾಲೆಗಳನ್ನು ಕಾರಿ ಊರೂರುಗಳನ್ನೇ ಭಸ್ಮ ಮಾಡುತ್ತಿತ್ತಂತೆ.

*** ತಿರ್ರೇನಿಯನ್ ಸಮುದ್ರ: ಇಟಲಿಯ ಪಶ್ಚಿಮಕ್ಕಿರುವ ಸಾರ್ಡೀನಿಯ ದ್ವೀಪ ಮತ್ತು ಇಟಾಲಿಯನ್ ಭೂಭಾಗದ ನಡುವಣ ಸಮುದ್ರ.

ಸಮುದ್ರ ದಾಟಿ ಹೋಗುತ್ತಿದ್ದೇನೆ ಅಷ್ಟೇ. ನನ್ನ ಈ ವಿಮಾನ ಎಲ್ಲಿಯದೆಂಬುದನ್ನು ಜಾಗರೂಕವಾಗಿ ಅಸ್ಪಷ್ಟವಾಗಿಸಲು ನಾನು ಈವರೆಗೆ ಉಪಯೋಗಿಸಿದ ಆಲಂಕಾರಿಕ ಪದಪುಂಜಗಳನ್ನು ಬದಿಗೊತ್ತಿ ನೇರವಾದ ಮಾತಿನಲ್ಲಿ ಹೇಳುವುದಾದರೆ, ನಾವು (ವಿಮಾನ ಮತ್ತು ನಾನು) ರೋಮ್ ನಗರದ ಮೇಲೆ ಹಾರಲಿದ್ದೇವೆ. ಅದೊಂದು ಮಹಾಪಾತಕವೆನ್ನುವಂತೆ ಏಳು ವರ್ಷಗಳಿಂದಲೂ ನಿರಾಕೃತವಾದ ಸ್ವಾತಂತ್ರ್ಯದ ನುಡಿಗಳನ್ನು ಆ ನಗರದಲ್ಲಿ ಎಲ್ಲ ಕಡೆ ಚದರಿ ಹರಡುವಂತೆ ಆಕಾಶದಂತೆ ನಾವು ಚೆಲ್ಲುತ್ತೇವೆ. ಇಂತಹ ನುಡಿಗಳಿಗೆ ಈ ತನಕ ಅವಕಾಶ ಕೊಟ್ಟಿದ್ದರೆ, ಅವು ಫಾಸಿಸ್ಟರ ಕ್ರೂರ ದಬ್ಬಾಳಿಕೆಯನ್ನು ಕೆಲವೇ ಗಂಟೆಗಳಲ್ಲಿ ಬುಡ ಸಮೇತ ಅಲ್ಲಾಡಿಸಿಬಿಡುತ್ತಿದ್ದುವು.

ಪ್ರಪಂಚದ ಪ್ರತಿಯೊಂದು ಆಡಳಿತವೂ – ಆಫ್‌ಘನ್ ಹಾಗೂ ತುರ್ಕಿಯ ಆಡಳಿತಗಳು ಕೂಡ – ತನ್ನ ಜನತೆಗೆ ಸ್ವಲ್ಪವಾದರೂ ಸ್ವಾತಂತ್ರ್ಯ ಕೊಟ್ಟಿರುತ್ತದೆ. ಆದರೆ ಫಾಸಿಸಂ ಮಾತ್ರ ತನ್ನನ್ನು ರಕ್ಷಿಸಿಕೊಳ್ಳಲು ಎಲ್ಲ ವಿಚಾರವಂತಿಕೆಯನ್ನು ನಾಶಪಡಿಸಲೇಬೇಕು. ಇಟಲಿಯ ಸಂವಿಧಾನದಲ್ಲಿ ನಿಷ್ಠೆ ಹಾಗೂ ಸ್ವಾತಂತ್ರ್ಯದಲ್ಲಿ ಶ್ರದ್ಧೆಗಳನ್ನು, ಪಿತೃಹತ್ಯೆಯ ಮಹಾಪಾತಕಕ್ಕಿಂತ ಹೆಚ್ಚು ಕ್ರೂರವಾಗಿ ಶಿಕ್ಷೆಗೆ ಗುರಿಮಾಡುವ ಫಾಸಿಸಮ್ಮನ್ನು ನಾನು ದೂಷಿಸುವುದಿಲ್ಲ – ಏಕೆಂದರೆ ಇದೊಂದೇ ಅದರ ಉಳಿವಿಗೆ ಮಾರ್ಗ! ಸಾವಿರಾರು ಜನರನ್ನು ವಿಚಾರಣೆಯಿಲ್ಲದೆ ದೇಶದಿಂದ ಹೊರಹಾಕುವುದೂ, ಕೇವಲ ನಾಲ್ಕು ವರ್ಷಗಳ ಅವಧಿಯಲ್ಲಿ ಸಹಸ್ರಾರು ವರ್ಷಗಳ ಮೊತ್ತದ ಸೆರೆವಾಸದ ಶಿಕ್ಷೆ ನೀಡುವುದೂ ಅದರ ತಪ್ಪಲ್ಲ – ಅದು ಮೂರು ಲಕ್ಷ ಕೂಲಿ ಸಿಪಾಯಿಗಳ ದಳಗಳನ್ನು ಇಟ್ಟುಕೊಂಡು ಜನರನ್ನು ಹಿಂಸೆಗೊಳಪಡಿಸದಿದ್ದರೆ ಸ್ವತಂತ್ರ ಜನತೆಯ ಮೇಲೆ ಅಧಿಕಾರವಿಟ್ಟುಕೊಳ್ಳುವುದಾದರೂ ಹೇಗೆ? ಫಾಸಿಸಮ್ಮಿಗೆ ಬೇರೆ ದಾರಿಯೇ ಇಲ್ಲ. ಅದರ ದೃಷ್ಟಿಯನ್ನು ಒಪ್ಪುವುದಾದರೆ, ಅದರ ಮಹಾ ನಾಯಕ ಮುಸ್ಸೋಲಿನಿಯ ಮಾತನ್ನೇ ಮತ್ತೆ ಹೇಳಬೇಕು – "ಸ್ವಾತಂತ್ರ್ಯ ಒಂದು ಕೊಳೆತ ಹೆಣ." ಅಂತೆಯೇ ಫಾಸಿಸಂ ಉಳಿಯಲೇಬೇಕಾದರೆ, ಮಾತ್ತೆ ಓತ್ತಿ*ಯ ಕಗ್ಗೊಲೆ, ಅವನ ಕೊಲೆಗಾರರಿಗೆ ಬಹುಮಾನ ನೀಡಿಕೆ, ಇಟಲಿಯ ಎಲ್ಲ ಪತ್ರಿಕೆಗಳ ವಿನಾಶ, ಕ್ರೋಚೆಯ** ಮನೆಯ ನೆಲಸಮ, ಗೂಢಚಾರರು ಮತ್ತು ಅಂತರಂಗ ಶತ್ರುಗಳಾಗಿ ಗೊಂದಲವೆಬ್ಬಿಸುವ ದೊಂಬಿಕಾರರಿಗಾಗಿಯೇ ಕೋಟಿಗಟ್ಟಲೆ ಖರ್ಚು–ಸದಾ ನಾಗರಿಕರ ತಲೆಯ ಮೇಲೆ ಬೀಳಲು ಸಿದ್ಧವಾಗಿರುವ ಮಾರಕ ಕತ್ತಿ – ಇವೆಲ್ಲವೂ ಸರಿಯೆಂದು ಒಪ್ಪಬೇಕಾಗುತ್ತದೆ.

1850ರಲ್ಲಿ ಆಸ್ಟ್ರಿಯನ್ನರು, ಅನಂತರ ಬೋರ್ಬನ್ನರು*** ಮತ್ತಿತರ ಇಟಲಿಯ ಕ್ರೂರ ಪ್ರಭುಗಳು ಇಷ್ಟು ದೂರ ಹೋಗಲಿಲ್ಲವೆಂಬುದು ನನಗೆ ಗೊತ್ತು. ವಿಚಾರಣೆಯಿಲ್ಲದೆ ಅವರು ಜನರನ್ನು ದೇಶದಿಂದ ಹೊರಕ್ಕೆ ಹಾಕಲಿಲ್ಲ. ಅವರೆಲ್ಲರ ಆಳ್ವಿಕೆಯಲ್ಲಿ ನೀಡಿದ ಶಿಕ್ಷೆ, ನಾಲ್ಕು

---

* ಮಾತ್ತೆ ಓತ್ತಿ : ಗಿಯಕೋಮೊ ಮಾತ್ತೆಓತ್ತಿ (1885–1924). ಫಾಸಿಸ್ಟ್ ವಿರೋಧಿ ಸಮಾಜವಾದಿ. ಮುಸ್ಸೋಲಿನಿಯ ಫಾಸಿಸ್ಟ್ ಗೂಂಡಾಗಳು 1924ರಲ್ಲಿ ಇವನನ್ನು ಕೊಲೆಗೈದರು.

** ಕ್ರೋಚೆ : ಬೆನೆದೆತ್ತೊ ಕ್ರೋಚೆ (1866–1952) ಉದಾರವಾದಿ ತತ್ವಜ್ಞಾನಿ ಮತ್ತು ಇತಿಹಾಸಕಾರ. ಮುಸ್ಸೋಲಿನಿ ಅಧಿಕಾರಕ್ಕೆ ಬರುವ ಮುನ್ನ ಈತ ಇಟಲಿಯ ಶಿಕ್ಷಣ ಸಚಿವನಾಗಿದ್ದ (1920–21).

*** ಬೋರ್ಬನ್ನರು : 15ರಿಂದ 19ನೇ ಶತಮಾನದ ಮಧ್ಯ ಭಾಗದವರೆಗೆ ಫ್ರಾನ್ಸ್ ದೇಶವನ್ನು ಆಳಿದ ರಾಜವಂಶ.

ವರ್ಷದಲ್ಲೇ ಫಾಸಿಸಂ ನೀಡಿರುವ ಏಳು ಸಾವಿರ ವರ್ಷದ ಸೆರೆವಾಸದ ಶಿಕ್ಷೆಯ ಮಟ್ಟವನ್ನು ಮುಟ್ಟಲಿಲ್ಲ. ಅದಕ್ಕೂ ಮಿಗಿಲಾಗಿ ಫಾಸಿಸಂ ಮಾಡುತ್ತಿರುವಂತೆ ಸ್ವಾತಂತ್ರ್ಯ ಪ್ರಿಯರ ಮಕ್ಕಳನ್ನೇ ಸ್ವಾತಂತ್ರ್ಯ ಮುರಿಯುವ ಕೂಲಿ ಸಿಪಾಯಿಗಳ ಸೈನ್ಯದಳಕ್ಕೆ ಸೇರಿಸಿಕೊಳ್ಳಲಿಲ್ಲ. ಈ ಫಾಸಿಸಂ ಎಲ್ಲರ ಮನೆಗಳಿಂದಲೂ – ಸಮಾಜವಾದಿಗಳಾಗಲಿ, ಉದಾರವಾದಿಗಳಾಗಲಿ – ಎಲ್ಲ ಸಂಸಾರಗಳಿಂದಲೂ ಮಕ್ಕಳನ್ನು ಎಂಟನೆಯ ವರ್ಷದಲ್ಲೇ ಸೆಳೆದುಕೊಂಡು, ಅವರಿಗೆ ಕೊಲೆಗಡುಕರ ಸಮವಸ್ತ್ರ ತೊಡಿಸಿ, ಅನಾಗರಿಕವೂ ಯುದ್ಧಾಸಕ್ತವೂ ಆದ ವಿದ್ಯಾಭ್ಯಾಸ ಕೊಡುತ್ತಿದೆ. "ಬಂದೂಕವನ್ನು ಪ್ರೀತಿಸು, ಮೆಷಿನ್‌ಗನ್ನನ್ನು ಪೂಜಿಸು, ಮತ್ತೆ ಕಠಾರಿಯನ್ನು ಮರೆಯಬೇಡ" ಎಂದು ಮುಸ್ಸೋಲಿನಿ ಮಕ್ಕಳಿಗಾಗಿಯೇ ಒಂದು ಲೇಖನ ಬರೆಯಲಿಲ್ಲವೇ!

ಆದರೆ ಫಾಸಿಸಮ್ಮನ್ನು ಮೆಚ್ಚಿಕೊಂಡು ಅದೇ ಕಾಲದಲ್ಲಿ ಅದರ ಅತಿರೇಕಗಳನ್ನು ಖಂಡಿಸುವುದೂ ಸಾಧ್ಯವಿಲ್ಲ. ಅದು ತನ್ನ ಅತಿಕ್ರೌರ್ಯದಿಂದಲೇ ಬದುಕಿ ಉಳಿಯಲು ಸಾಧ್ಯ. ಈ ಅತಿಕ್ರೌರ್ಯವೇ ಅದರ ಆಧಾರ ತರ್ಕ. ಫಾಸಿಸಮ್ಮಿನ ಅಸ್ತಿತ್ವದ ಪ್ರಮೇಯವೆಂದರೆ, ಹಿಂಸೆಯನ್ನು ಹಿರಿಯ ಸ್ಥಾನಕ್ಕೇರಿಸಿ, ತೊಸ್ಕಾನಿನಿಯಂತಹ* ಕಲಾವಿದರ ಮುಖಕ್ಕೆ ರಾಚುವುದು. ಮಾತ್ತೆ ಓತ್ತಿಯನ್ನು ಕೊಲೆ ಮಾಡಿದುದು ತಪ್ಪೆಂದು ಕೆಲವರು ಅನ್ನಬಹುದು, ಫಾಸಿಸ್ಟರ ಪ್ರಕಾರ ಅದೊಂದು ಧೀಮಂತ ಕೃತಿ. ಬಂದಿಗಳಿಂದ ತಪ್ಪೊಪ್ಪಿಗೆ ಪಡೆಯಲು ಅವರನ್ನು ಹಿಂಸಿಸುವುದು ತಪ್ಪೆನ್ನುತ್ತಾರೆ ಕೆಲವರು. ಆದರೆ ಫಾಸಿಸಂ ಬದುಕಬೇಕಾದರೆ ಹಾಗೆ ಮಾಡಲೇಬೇಕು. ವಿದೇಶೀ ಪತ್ರಿಕೆಗಳು ಇದನ್ನು ತಿಳಿದುಕೊಳ್ಳಬೇಕು. ಫಾಸಿಸಂ ಶಾಂತಮಯವಾಗಬೇಕು, ಮಾನವೀಯವಾಗಬೇಕು ಎಂದು ನಿರೀಕ್ಷಿಸುವುದೆಂದರೆ ಫಾಸಿಸಂ ಪೂರ್ತಿ ನಾಶವಾಗಬೇಕೆಂದು ಆಶಯಪಡುವುದೇ ಸರಿ. ಫಾಸಿಸಂ ಇದನ್ನು ಚೆನ್ನಾಗಿ ಅರ್ಥ ಮಾಡಿಕೊಂಡಿದೆ, ಅಂತೆಯೇ ಹಲವಾರು ವರ್ಷಗಳಿಂದ ಅದು ಇಟಲಿಯನ್ನು ಒಂದು ದೊಡ್ಡ ಬಂದೀಖಾನೆಯನ್ನಾಗಿ ಮಾರ್ಪಡಿಸಿದೆ. ತಮ್ಮ ಗುಲಾಮಗಿರಿಯನ್ನೇ ಮೆಚ್ಚಿ ಪೂಜಿಸುವುದನ್ನೂ ಮತ್ತು ಸ್ವತಂತ್ರರಾಗಿರುವವರ ಬಗ್ಗೆ ತಿರಸ್ಕಾರ ತುಂಬಿದ ಮರುಕ ತೋರುವುದನ್ನೂ ಮಕ್ಕಳಿಗೆ ಕಲಿಸಲಾಗುತ್ತಿದೆ. ಇಪ್ಪತ್ತು ವರ್ಷ ಪ್ರಾಯದ ಯಾರಿಗೂ ಬೇರೆ ಯಾವ ವಾತಾವರಣದ ನೆನಪೂ ಇಲ್ಲ. ಅವರಿಗೆ ಮಾತ್ತೆ ಓತ್ತಿಯ ಹೆಸರು ಕೂಡ ತಿಳಿಯದು. ಆಡಳಿತ ವರ್ಗವು ತನ್ನಿಚ್ಛೆ ಬಂದಂತೆ ಕೃಪೆಯಿಟ್ಟು ಕೊಡುವ ಹಕ್ಕುಗಳನ್ನುಳಿದು ಬೇರಾವ ಹಕ್ಕುಗಳೂ ಜರುಗಿಲ್ಲವೆಂಬ ಪಾಠವನ್ನು ಹದಿಮೂರನೆಯ ವಯಸ್ಸಿನಿಂದಲೇ ಅವರಿಗೆ ಕಲಿಸಲಾಗುತ್ತದೆ. ಬಹಳ ಜನ ಅದನ್ನೇ ನಿಜವೆಂದು ನಂಬುತ್ತಾರೆ. ಮುಸ್ಸೋಲಿನಿಯು ಇಟಲಿಯನ್ನು ಬಾಲ್ಷೆವಿಸ (ಕಮ್ಯೂನಿಸಂ) ಮ್ಮಿನಿಂದ ಕಾಪಾಡಿದನೆಂಬ ದಂತಕಥೆಯನ್ನು ಯಾವುದೇ ಚಕಾರವೆತ್ತದೇ ಒಪ್ಪುತ್ತಾರೆ. ಆದರೆ ಇಟಲಿಯಲ್ಲಿ ಎಲ್ಲರೂ ಮೋಸಹೋಗಿದ್ದಾರೆಂದು ತಿಳಿಯಬಾರದು. ಇಟಲಿಯ ಬಹುಸಂಖ್ಯಾತರು ತೀವ್ರ ಫಾಸಿಸ್ಟ್ ವಿರೋಧಿಗಳೆಂಬುದು ಆಡಳಿತ ವರ್ಗದವರ ರೀತಿಯಿಂದಲೇ ದೃಢವಾಗಿ ಖಚಿತವಾಗುತ್ತದೆ. ಪಿಸುಮಾತುಗಳಿಗೇ ಆಡಳಿತ ಹೆದರುತ್ತದೆ. ಸ್ವತಂತ್ರ ವಿಚಾರವನ್ನು ಒಂದಿಷ್ಟು ಪ್ರಕಟಿಸಿದರೂ ಸಾಕು, ಅಂಥವರನ್ನು ಪರಮ ಅಮಾನುಷ ರೀತಿಯಿಂದ ಶಿಕ್ಷಿಸುತ್ತಿದೆ. ನಿಜವಾಗಿ ಜನತೆಯಲ್ಲಿ ತನ್ನ ಶಕ್ತಿಯಿರುವ ಯಾವ ಆಡಳಿತವರ್ಗವೂ ಈ ರೀತಿಯ ಕ್ರಮಗಳಿಗೆ ಶರಣುಹೋಗಬೇಕಾಗಿಲ್ಲ.

---

* ತೊಸ್ಕಾನಿನಿ : ಆರ್ತುರೊ ತೊಸ್ಕಾನಿನಿ (1867–1957) ಇಟಲಿಯ ಒಬ್ಬ ಪ್ರಸಿದ್ಧ ವಾಗ್ಗೇಯಕಾರ ಮತ್ತು ಸಂಗೀತ ನಿರ್ದೇಶಕ.

1930ರ ಜೂನಿನಲ್ಲಿ ನಾನು ಹದಿನೈದು ದಿನಕ್ಕೊಮ್ಮೆ ಪತ್ರಗಳನ್ನು ಪ್ರಸಾರ ಮಾಡಲು ಪ್ರಾರಂಭಿಸಿದೆ. ಈ ಪತ್ರಗಳು ಸಂವಿಧಾನಾತ್ಮಕವಾಗಿದ್ದು, ಫ್ಯಾಸಿಸಮ್ಮಿನ ಪತನದ ಕಾಲಕ್ಕೆ ಸಿದ್ಧವಾಗಲು ಶಿಸ್ತು ಮತ್ತು ನ್ಯಾಯ ಪಾಲಿಸುವವರೆಲ್ಲ ಒಂದಾಗಬೇಕೆಂದು ಪ್ರತಿಪಾದಿಸುತ್ತಿದ್ದುವು. "ನಮ್ಮ ಅನಂತರ ಆದದ್ದಾಗಲಿ" ಎಂಬ ತತ್ತ್ವವನ್ನು ಫ್ಯಾಸಿಸ್ಟರು ಅನುಸರಿಸುತ್ತಿದ್ದುದರಿಂದ ನಾನು ಪ್ರಾರಂಭಿಸಿದ ಕಾರ್ಯ ಸಕಾಲಿಕವಾಗಿತ್ತು. ಉರುಳುವ ಮಂಜಿನ ಚೆಂಡು ದೊಡ್ಡದಾಗುತ್ತ ಹೋಗುವಂತೆ ಈ ಪತ್ರಗಳಿಗೆ ಬೇಡಿಕೆ ಹೆಚ್ಚುತ್ತ, ಅವು ಸಹಸ್ರಾರು ಸಂಖ್ಯೆಯಲ್ಲಿ ಎಲ್ಲೆಡೆಯೂ ಪ್ರಸಾರಗೊಂಡುವು. ಐದು ತಿಂಗಳ ಕಾಲ ನಾನೊಬ್ಬನೇ ದುಡಿದು ಪ್ರತಿ ಹದಿನೈದು ದಿನಕ್ಕೊಮ್ಮೆ 'ರಾಷ್ಟ್ರೀಯ ಒಕ್ಕೂಟ' ಎಂಬ ಸಹಿಯೊಂದಿಗೆ ಈ ಪತ್ರದ ಆರುನೂರು ಪ್ರತಿಗಳನ್ನು ಕಳಿಸಿ, ಇದನ್ನು ಪಡೆದ ಪ್ರತಿಯೊಬ್ಬನೂ ಆರು ಪ್ರತಿಗಳನ್ನು ಮಾಡಿ ಬೇರೆಯವರಿಗೆ ಕಳಿಸಿಕೊಡ ಬೇಕೆಂದು ಕೇಳಿಕೊಂಡೆ. ಡಿಸೆಂಬರಿನಲ್ಲಿ ನಾನು ಅತ್ಯವಶ್ಯವಾಗಿ ವಿದೇಶಕ್ಕೆ ಕೆಲವೇ ದಿನಗಳ ಕಾಲ ಹೋಗಿದ್ದಾಗ, ಈ ಪತ್ರಗಳನ್ನು ಅಂಚೆಗೆ ಹಾಕಲು ಒಪ್ಪಿದ್ದ ನನ್ನ ಇಬ್ಬರು ಮಿತ್ರರನ್ನು, ದುರದೃಷ್ಟವಶಾತ್ ಪೊಲೀಸರು ಬಂಧಿಸಿ ಚಿತ್ರಹಿಂಸೆಗೆ ಗುರಿ ಮಾಡಿದರು; ಹದಿನೈದು ವರ್ಷಗಳ ಕಠಿಣ ಶಿಕ್ಷೆಯನ್ನು ಅವರಿಗೆ ವಿಧಿಸಲಾಯಿತು. ಅವರಲ್ಲೊಬ್ಬ ಮಾರಿಯೋ ವಿನ್ಚಿಗ್ವೆರ್ರಾ, ಇಟಲಿಯ ಸುಪ್ರಸಿದ್ಧ ಲೇಖಕ, ಸಾಹಿತ್ಯ ಹಾಗೂ ಕಲಾವಿಮರ್ಶಕ. ಆತನ ಆರೋಗ್ಯ ಆಗ ಚೆನ್ನಾಗಿಲ್ಲದಿದ್ದರೂ ಡಿಸೆಂಬರಿನ ಥಂಡಿ ರಾತ್ರಿಯೆಲ್ಲ ರೋಮಿನ ಮುಖ್ಯ ಪೊಲೀಸ್ ಕಚೇರಿಯ ಮೇಲ್ಛಾವಣಿಯ ಮೇಲೆ ಸಂಪೂರ್ಣ ನಗ್ನನನ್ನಾಗಿ ಆತನನ್ನು ನಿಲ್ಲಿಸಿದ್ದರು. ತಲೆಯ ಮೇಲೆ ಪದೇ ಪದೇ ಏಟು ಹಾಕುತ್ತಿದ್ದುದರ ಫಲವಾಗಿ ಆತನ ಒಂದು ಕಿವಿ ಕಿವುಡಾಯಿತು. ಅರಡಿ ಚದರದ ಒಂದು ಕೊಠಡಿಗೆ ಆತನನ್ನು ದೂಡಿಬಿಟ್ಟರು. ಕುಳಿತುಕೊಳ್ಳಲು ಒಂದು ಕುರ್ಚಿ ಕೂಡ ಇಲ್ಲದ ಆ ಕೋಣೆಯಿಂದ ಬೆಳಗಾದೊಡನೆ ಹಾಸಿಗೆಯನ್ನು ಸಹ ಹೊರಕ್ಕೆಳೆದುಕೊಂಡು ಬಿಡುತ್ತಿದ್ದರು. ವಿದೇಶೀ ಪತ್ರಿಕೆಗಳ ಹಾಗೂ ಇಂಗ್ಲೆಂಡ್ ಮತ್ತು ಅಮೆರಿಕಗಳ ಅನೇಕ ಪ್ರಮುಖ ರಾಜಕಾರಣಿಗಳ ಪ್ರತಿಭಟನೆಯ ಅನಂತರ ಆತನ ಸ್ಥಿತಿಗತಿ ಸ್ವಲ್ಪ ಸುಧಾರಿಸಿತು. ತನಗೆ ಶರಣಾಗುವುದಾಗಿ ಪತ್ರ ಬರೆದುಕೊಟ್ಟರೆ, ಅವರಿಬ್ಬರನ್ನೂ ಬಿಡುಗಡೆ ಮಾಡುವುದಾಗಿ ಕೂಡ ಮುಸ್ಸೋಲಿನಿ ಘೋಷಿಸಿದ. ಆದರೆ ಅವರಿಬ್ಬರೂ ಆ ಕೊಡುಗೆಯನ್ನು ನಿರಾಕರಿಸಿದರು.

ನನ್ನ ಸ್ನೇಹಿತರ ಬಂಧನದ ಸುದ್ದಿಯನ್ನೋದಿದ ದಿನ ನಾನು ಇಟಲಿಗೆ ಹಿಂದಿರುಗಲು ಗಡಿಯನ್ನು ದಾಟುವವನಿದ್ದೆ, ಅವರಿಗಾಗುತ್ತಿದ್ದುದರಲ್ಲಿ ನಾನೂ ಭಾಗಿಯಾಗಲು ರೋಮಿಗೆ ಕೂಡಲೇ ಹೋಗಬೇಕೆಂಬುದೇ ಸಹಜವಾಗಿ ನನ್ನ ಮೊದಲ ಪ್ರತಿಕ್ರಿಯೆಯಾಗಿತ್ತು. ಆದರೆ ಹೋರಾಟಗಾರನ ಕರ್ತವ್ಯ ಕೊನೆತನಕ ಹೋರಾಡುವುದೇ ಹೊರತು, ಶರಣಾಗತನಾಗುವುದಲ್ಲ ವೆಂಬುದನ್ನು ನಾನು ಮನಗಂಡೆ, ಕೂಡಲೇ ರೋಮಿಗೆ ಹೋಗಲು ತೀರ್ಮಾನಿಸಿದೆ – ಶರಣಾಗುವುದಕ್ಕಲ್ಲ – ರಾಷ್ಟ್ರೀಯ ಒಕ್ಕೂಟದ ಕಾರ್ಯವನ್ನು ಮುಂದುವರಿಸಲು. ಇದಕ್ಕೋಸ್ಕರ ನನ್ನ ಪತ್ರದ ನಾಲ್ಕು ಸಾವಿರ ಪ್ರತಿಗಳನ್ನು ಆಕಾಶದಿಂದ ನಗರದೊಳಕ್ಕೆ ಎಸೆಯುವುದು, ಅನಂತರ ಹೋರಾಡುತ್ತ ಸಾಯುವುದು ಇಲ್ಲವೇ ಬೇರೆ ಯೋಜನೆಗಳನ್ನು ಸಿದ್ಧಪಡಿಸಲು ನನ್ನ ಮೊದಲ ಜಾಗಕ್ಕೇ ಹಿಂದಿರುಗುವುದು ಎಂದು ನಾನು ತೀರ್ಮಾನಿಸಿದೆ. ರೋಮಿನ ಆಕಾಶದಲ್ಲಿ ಈವರೆಗೆ ಶತ್ರು ವಿಮಾನಗಳು ಹಾರಾಡಿರಲಿಲ್ಲ. ನನ್ನದೇ ಮೊದಲನೆಯದಾಗುತ್ತದೆಂದು ನನಗೆ ನಾನೇ ಹೇಳಿಕೊಂಡೆ; ಈ ಸಾಹಸಕ್ಕೆ ಸಿದ್ಧತೆಗಳನ್ನು ಕೂಡಲೆ ಮಾಡಿಕೊಳ್ಳಲಾರಂಭಿಸಿದೆ. ಇದು ಸುಲಭಸಾಧ್ಯವಾದ ಉದ್ಯಮವಲ್ಲ. ಕವಿಗೆ ದಿನದ ಊಟ ಸಂಪಾದಿಸುವುದೂ ಕಷ್ಟ, ಜತೆಗೆ ಕ್ಲಿಷ್ಟ

ಪರಿಸ್ಥಿತಿಯ ವರ್ಷದಲ್ಲಿ ದೇಶಭ್ರಷ್ಟನೂ ಆಗಿದ್ದರೆ, ಆಗ ಅವನು ಅಲೆಮಾರಿ ಜೀವನದ ಪಾತಾಳಕ್ಕಿಳಿದರೂ ಏನೂ ಆಶ್ಚರ್ಯವಿಲ್ಲ. ನನಗಂತೂ ವಿಮಾನ ನಡೆಸುವುದಿರಲಿ, ಮೋಟಾರು ಸೈಕಲ್ಲನ್ನು ನಡೆಸುವುದೂ ಬರುತ್ತಿರಲಿಲ್ಲ. ರೂ ದ ಪಾಂಥಿಯೋ ಎಂಬ ರಸ್ತೆಯಲ್ಲಿದ್ದ ಮೂರನೆಯ ವಿಕ್ಟರ್ ಎಮ್ಯಾನ್ಯುಯೆಲ್ ಹೋಟೆಲಿನಲ್ಲಿ ಬಾಗಿಲು ಕಾಯುವವನ ಕೆಲಸಕ್ಕೆ ಸೇರಿದುದು ನನ್ನ ಮೊದಲ ಹೆಜ್ಜೆ. ನಾನು ಪಾಪ ಕೃತ್ಯಗಳನ್ನು ಮಾಡಿದ್ದ ಕಡೆಯಲ್ಲೇ ನನಗೆ ಶಿಕ್ಷೆಯಾಗುತ್ತಿರುವುದು ನ್ಯಾಯವೆಂದು ನನ್ನ ರಿಪಬ್ಲಿಕನ್ ಗೆಳೆಯರು ನನ್ನನ್ನು ಕೀಟಲೆ ಮಾಡುತ್ತಿದ್ದರು. ನಿಜ ಹೇಳುವುದಾದರೆ, ನಾನು ಕೇವಲ ಕಾವಲುಗಾರನೇ ಅಲ್ಲದೆ, ಟೆಲಿಫೋನ್ ಕೆಲಸದವನೂ, ಲೆಕ್ಕ ಬರೆಯುವವನೂ ಆಗಿದ್ದೆ. ಒಮ್ಮೊಮ್ಮೆ ನಾಲ್ಕು ಕೋಣೆಗಳ ಗಂಟೆ ಒಂದೇ ಸಾರಿ ಬಾರಿಸುತ್ತಿದ್ದುದೂ ಉಂಟು. ಆಗ ನಾನು ಮಹಡಿಯ ಕಡೆಗೆ ತಿರುಗಿ "ಇರ್ಮಾ, 35ನೇ ಕೋಣೆಗೆ ಎರಡು ಮುದ್ದೆ ಬೆಣ್ಣೆ" ಎಂದು ದಪ್ಪ ದನಿಯಲ್ಲಿ ಕೂಗುತ್ತಿದ್ದೆ. ರೋಮಿನ ಮೇಲೆ ದಾಳಿ ನಡೆಸಲು ಇದೇನೂ ಒಳ್ಳೆಯ ಸಿದ್ಧತೆಯಾಗಿರಲಿಲ್ಲ, ನಿಜ. ಆದರೆ ಹೋಟಲಿಗೆ ಕೊಳ್ಳುವ ಬ್ರೆಡ್ಡಿನ ಲೆಕ್ಕಾಚಾರ ಮತ್ತು ಕೋಣೆಗಳಲ್ಲಿ ತಂಗುವವರ ಬಿಲ್ಲುಗಳ ಲೆಕ್ಕಾಚಾರ ಬರೆಯುವುದರ ಮಧ್ಯೆ ಇಟಲಿಯ ದೊರೆಗೆ ನಾನು ಒಂದು ಪತ್ರವನ್ನು ಸಿದ್ಧಪಡಿಸುತ್ತಿದ್ದೆ ಮತ್ತು ತಿರ್ರೇನಿಯನ್ ಸಮುದ್ರದ ವಿವರಗಳನ್ನು ಅಭ್ಯಾಸ ಮಾಡುತ್ತಿದ್ದೆ. ನನ್ನ ಕಥೆಯ ಅತ್ಯಂತ ಸ್ವಾರಸ್ಯಕರ ಭಾಗವೆಂದರೆ ನಾನು ಮಾಡಿಕೊಂಡ ಉಳಿದ ಸಿದ್ಧತೆಗಳದು. ಆದರೆ ದುರದೃಷ್ಟವಶಾತ್ ಅದೆಲ್ಲ ರಹಸ್ಯವಾಗಿಯೇ ಉಳಿಯಬೇಕಾಗಿದೆ.

ಮೇ ತಿಂಗಳಲ್ಲಿ ವಸೆಗಿಲಿನ ಬಳಿ ಒಂದು ಫರ್ಮಾನ್ ವಿಮಾನದಲ್ಲಿ ನಾನು ಮೊತ್ತ ಮೊದಲ ಬಾರಿ ಒಂಟಿ ಯಾನ ಮಾಡಿದೆ. ನನ್ನ ರಹಸ್ಯ ಫಾಸಿಸ್ಟರ ಕಿವಿಗೆ ಬಿದ್ದಿದೆಯೆಂದು ತಿಳಿದೊಡನೆ ನಾನು ಅಲ್ಲಿಂದ ಮಾಯವಾದೆ. ಇಂಗ್ಲೆಂಡಿನಲ್ಲಿ ಬೇರೆ ಹೆಸರಿನಲ್ಲಿ ಪ್ರತ್ಯಕ್ಷವಾದೆ. ಜುಲೈ 13 ರಂದು ನಾನು ಇಬ್ಬರು ಕುಳಿತುಕೊಳ್ಳುವಂತಹ ಇಂಗ್ಲಿಷ್ ವಿಮಾನವೊಂದರಲ್ಲಿ ಎಂಟು ಕಿಲೋ ತೂಕದಷ್ಟು ಪ್ರಚಾರ ಪತ್ರಗಳೊಂದಿಗೆ ಕ್ಯಾನೆಸ್ ಪಟ್ಟಣವನ್ನು ಬಿಟ್ಟೆ. ನಾನು ಒಂಟಿ ವಿಮಾನಯಾನ ಮಾಡಿದ್ದುದು ಐದೇ ಗಂಟೆಯಾದ್ದರಿಂದ, ಒಬ್ಬ ಜತೆಗಾರನನ್ನು ಕರೆದುಕೊಂಡು ಆತನ ಜೀವವನ್ನು ಅಪಾಯಕ್ಕೀಡುಮಾಡಲು ಸಿದ್ಧನಾಗಿರಲಿಲ್ಲ. ದುರದೃಷ್ಟವಶಾತ್ ಕಾರ್ಸಿಕಾಲದ ಕಡಲ ತೀರದಲ್ಲಿ ಅಪಘಾತವಾಗಿ ನನ್ನ ವಿಮಾನ ಹಾಗೂ ಪತ್ರಗಳನ್ನೆಲ್ಲ ಅಲ್ಲಿನ ಬಯಲೊಂದರಲ್ಲಿ ಬಿಟ್ಟು ಕಷ್ಟದಿಂದ ತಪ್ಪಿಸಿಕೊಂಡೆ – ಆ ಬಾರಿಯ ಪ್ರಯತ್ನ ಹೀಗೆ ಮುಗಿಯಿತು. ನನ್ನ ರಹಸ್ಯವೂ ಈಗ ಬಯಲಾಯಿತು. ಈ ವಿಮಾನದ ಗುಪ್ತ ಚಾಲಕ ಯಾರೆಂಬುದನ್ನು ಇಟಲಿಯಲ್ಲಿ ಅರಿತುಕೊಳ್ಳಲು ಕಷ್ಟವಾಗಲಿಲ್ಲ. ಇಂಗ್ಲೆಂಡ್ ಮತ್ತು ಫ್ರಾನ್ಸಿನ ಪೊಲೀಸರು ನನ್ನನ್ನು ಹುಡುಕುವುದರಲ್ಲಿ ತೋರಿದ ಶ್ರಮ ನನಗೆ ಹೆಮ್ಮೆಯ ವಿಷಯ ವಾಯಿತು. ಅವರು ನನ್ನ ಭಾವಚಿತ್ರವನ್ನು ಎಲ್ಲ ಕಡೆಗೂ ಹಂಚಿದ್ದರು. ನಾನು ಅವರಿಗೆಲ್ಲ ತುಂಬಾ ತೊಂದರೆ ಕೊಟ್ಟುದಕ್ಕೆ ಅವರ ಕ್ಷಮೆ ಬೇಡುತ್ತೇನೆ.

ನನ್ನ ಗೆಲುವಿಗೆ ಮುಖ್ಯವಾಗಿ ಬೇಕಾಗಿದ್ದುದು ಅನಿರೀಕ್ಷಿತತೆ. ಈಗ ನಾನು ಅದನ್ನು ನೆಚ್ಚುವಂತಿಲ್ಲವೆಂಬುದು ದೊಡ್ಡ ಆಘಾತ. ಹೇಗಾದರೂ ಸರಿ – ಫ್ಲೈಯಿಂಗ್ ಡಚ್‌ಮನ್‌ಗೆ ಕೇಪ್‌ಹಾರ್ನ್ ಇದ್ದಂತೆ – ನನಗೆ ರೋಮ್. ಬದುಕಿಯಾದರೂ ಸರಿ, ಸತ್ತಾದರೂ ಸರಿ ಅಲ್ಲಿಗೆ ಹೋಗಿಯೇ ತೀರುತ್ತೇನೆಂದು ಪ್ರಮಾಣ ಮಾಡಿದೆ. ನಾನು ಸಾಧಿಸಬೇಕಾದುದು ಇನ್ನೂ ಎಷ್ಟೋ ಇರುವಾಗ, ನನಗೆ ಸಾವು ಅಷ್ಟಾಗಿ ಇಷ್ಟವಿರಲಿಲ್ಲವಾದರೂ, ಒಂದು ವೇಳೆ ಸಾವು ಸಂಭವಿಸಿದರೆ,

ಅದರಿಂದಾಗಿ ನನ್ನ ವಿಮಾನಯಾನದ ಯಶಸ್ಸು ಮತ್ತಷ್ಟು ಹೆಚ್ಚಾದೀತೆಂದು ನಾನು ಯೋಚಿಸಿದೆ. ಎಲ್ಲ ಅಪಾಯಗಳೂ ಹಿಂದಿರುಗುವಾಗಲೇ. ಆದ್ದರಿಂದ ಈ ನಾಲ್ಕು ಲಕ್ಷ ಪ್ರತಿಗಳನ್ನು ರೋಮಿನ ಮೇಲೆ ಚೆಲ್ಲಿದ ನಂತರವೇ ನಾನು ಸಾಯುವುದು. ಜನರ ದೃಷ್ಟಿಯಲ್ಲಿ ನನ್ನ ಅರ್ಹತೆಗೆ ಇದು ಹೆಚ್ಚಿನ ಶಿಫಾರಸಾಗುತ್ತದೆ. ಇಷ್ಟಕ್ಕೂ ಸ್ವಲ್ಪವಾದರೂ ಸಾಮಾಜಿಕ ಸತ್ವವನ್ನು ತೋರಿಸುವುದೂ, ಜನರ ನಿಜವಾದ ಸ್ಥಿತಿಯ ಬಗ್ಗೆ ಅವರ ಗಮನ ಸೆಳೆಯುವುದೂ ಮುಖ್ಯ ಪ್ರಶ್ನೆ ತಾನೇ. ಇಟಾಲಿಯನ್ನರ ಅಂತಃಸತ್ವವನ್ನು ಎಚ್ಚರಿಸಲು ಒಂದಿಪ್ಪತ್ತು ಜನ ಇಟಾಲಿಯನ್ ಯುವಕರು ತಮ್ಮ ಬದುಕನ್ನು ಬಲಿಕೊಡುವ ತನಕ ಫಾಸಿಸಮ್ಮಿನ ಅಂತ್ಯವಾಗುವುದಿಲ್ಲವೆಂದು ನನ್ನ ದೃಢ ನಂಬಿಕೆ. ದೇಶದ ಪುನರುತ್ಥಾನದ ಕಾಲದಲ್ಲಿ ತಮ್ಮ ಜೀವದ ಬಲಿದಾನ ಕೊಡಲು ಸಾವಿರಾರು ಜನರು ಸಿದ್ಧರಾಗಿದ್ದರೂ ಈಗ ಕೆಲವರೂ ಸಿಗುವುದಿಲ್ಲ. ಇದೇಕೆ ಹೀಗೆ? ಇವರ ತಂದೆ ತಾತಂದಿರಿಗಿಂತ ಇವರ ಧೈರ್ಯವಾಗಲಿ, ನಂಬಿಕೆಯಾಗಲಿ ಕಡಿಮೆಯೇನಲ್ಲ. ಫಾಸಿಸಮ್ಮನ್ನು ಇವರೆಲ್ಲರೂ ಗಂಭೀರ ಸಮಸ್ಯೆಯಾಗಿ ಪರಿಗಣಿಸುವುದಿಲ್ಲವೆಂಬುದೇ ಇದಕ್ಕೆ ಕಾರಣ. ಫಾಸಿಸ್ಟರ ನಾಯಕರಿಂದ ಹಿಡಿದು ಎಲ್ಲರೂ ಅದು ಬೇಗನೆ ನಾಶವಾಗುವುದೆಂದೇ ತಿಳಿದಿರುವುದರಿಂದ, ತಾನಾಗಿಯೇ ಉರುಳಲಿರುವ ಅದನ್ನು ನಾಶಪಡಿಸಲು ಜೀವವನ್ನು ತೆರುವುದು ಅತಿಯಾದ ಬೆಲೆ ತೆತ್ತಂತೆ ಎಂದು ಅವರೆಲ್ಲ ತಿಳಿದಿದ್ದಾರೆ. ಇದು ತಪ್ಪು ಭಾವನೆ. ಬಲಿದಾನ ಅತ್ಯಂತ ಅಗತ್ಯ. ನನ್ನನ್ನು ಇನ್ನೂ ಹಲವಾರು ಜನರು ಅನುಸರಿಸುತ್ತಾರೆ, ಜನತೆಯ ಭಾವನೆಗಳನ್ನು ಕೊನೆಗೂ ಕೆರಳಿಸುವುದರಲ್ಲಿ ಸಫಲರಾಗುತ್ತಾರೆಂಬುದು ನನ್ನ ಆಶಯ.

ಇನ್ನು ನನಗುಳಿದಿರುವ ಕೆಲಸ – ನನ್ನ ಮೂರು ಪತ್ರಗಳ ಸಂದೇಶಗಳನ್ನು ಪೂರ್ತಾ ನಿಮಗೆ ತಿಳಿಸುವುದು. ಮೊದಲನೆಯ ಪತ್ರದಲ್ಲಿ ಅರಸನಿಗೆ ನನ್ನ ವೈಯಕ್ತಿಕ ಭಾವನೆಗಳನ್ನು ತಿಳಿಸುವ ಮೂಲಕ ಜನಸಾಮಾನ್ಯರ ಭಾವನೆಯನ್ನು ವಿವರಿಸಲು ಯತ್ನಿಸಿದ್ದೇನೆ. ರಿಪಬ್ಲಿಕನ್ನರೂ ರಾಜಪ್ರಭುತ್ವಪ್ರಿಯರೂ ಈ ಸಂದೇಶದ ವಿಚಾರವನ್ನು ಒಪ್ಪುವರೆಂದು ನಾನು ತಿಳಿದಿದ್ದೇನೆ. ಇಲ್ಲಿ ನಾವು ಹಾಕುವ ಪ್ರಶ್ನೆ ಒಂದೇ – ನೀವು ಸ್ವಾತಂತ್ರ್ಯದ ಪರವೋ ವಿರೋಧವೋ? ಇಟಲಿಯು ತನ್ನ ಇತಿಹಾಸದಲ್ಲಿಯೇ ಹಿಂದೆಂದೂ ಕಾಣದಂತಹ ಅತ್ಯಂತ ಹೀನಾಯವಾದ ಸೋಲನ್ನನುಭವಿಸುವ ಕಾಲದಲ್ಲಿ ಕೂಡ ಇಟಲಿಯ ಸಂವಿಧಾನವನ್ನು ಭಂಗಪಡಿಸಬೇಕೆಂದು ಆಸ್ಟ್ರಿಯದ ಜನರಲ್ ಒತ್ತಾಯಿಸಿದಾಗ, ಇಂದಿನ ಅರಸನ ತಾತ ಅವನನ್ನು ಪ್ರಬಲವಾಗಿ ವಿರೋಧಿಸಿದ. ಈಗ ಇಟಲಿಯ ಇತಿಹಾಸದಲ್ಲೇ ಅತ್ಯದ್ಭುತವಾದ ಗೆಲುವಿನ ಕಾಲದಲ್ಲಿ ಕೂಡ (ಉದಾರವಾದಿಗಳ ಗೆಲುವು) ಈಗಿನ ಅರಸನು ಅತ್ಯಲ್ಪ ವಿರೋಧವನ್ನೂ ತೋರದೆ, ಸಂವಿಧಾನದ ಕೊನೆಯ ಅವಶೇಷವನ್ನೂ ಹಾಳಾಗಲು ಬಿಡಲೊಪ್ಪುತ್ತಾನೆಯೇ?

ಈ ನನ್ನ ಪತ್ರಗಳ ಜತೆಗೇ ಬೋಲ್ಟನ್ ಕಿಂಗ್ ಬರೆದ "ಇಟಲಿಯಲ್ಲಿ ಫಾಸಿಸಂ" ಎಂಬ ಉತ್ಕೃಷ್ಟ ಪುಸ್ತಕದ ಹಲವಾರು ಪ್ರತಿಗಳನ್ನು ರೋಮಿನ ಮೇಲೆ ಚೆಲ್ಲುತ್ತೇನೆ. ಹಸಿವಿನಿಂದ ಕಂಗಾಲಾಗಿರುವ ನಗರದ ಮೇಲೆ ರೊಟ್ಟಿಯ ಚೂರುಗಳನ್ನೆಸೆಯುವಂತೆ, ರೋಮ್ ನಗರದ ಮೇಲೆ ಇತಿಹಾಸದ ಪುಸ್ತಕಗಳನ್ನು ಎಸೆಯಬೇಕಾಗಿದೆ.

ಹನ್ನೆರಡು ಸಾವಿರ ಅಡಿಗಳ ಎತ್ತರದಲ್ಲಿ ಕಾರ್ಸಿಕಾ ಮತ್ತು ಮಾನ್ತೆಕ್ರಿಸ್ಟೋ ದ್ವೀಪಗಳ ಮೇಲೆ ಹಾರಿದ ನಂತರ ಸುಮಾರು ಎಂಟು ಗಂಟೆಯ ಹೊತ್ತಿಗೆ ನಾನು ರೋಮ್ ನಗರವನ್ನು ಮುಟ್ಟುತ್ತೇನೆ – ಕೊನೆಯ ಇಪ್ಪತ್ತು ಕಿಲೋಮೀಟರ್ ದೂರವನ್ನು ವಿಮಾನ ಹಾರಿಸುವ ಬದಲು, ತೇಲಿಕೊಂಡು ಬರುತ್ತೇನೆ, ಕೇವಲ ಏಳೂವರೆ ಗಂಟೆಗಳ ಕಾಲ ಮಾತ್ರವೇ ನಾನು

ಒಂಟಿ ಯಾನ ಮಾಡಿದ್ದರೂ, ನನ್ನ ವಿಮಾನವು ಕೆಳಗುರುಳಿದರೆ, ಅದಕ್ಕೆ ವಿಮಾನ ಚಾಲನೆಯ ದೋಷವೇ ಕಾರಣವಾಗಿರುವುದಿಲ್ಲ. ನನ್ನ ವಿಮಾನದ ಅತಿ ಹೆಚ್ಚಿನ ವೇಗ ಗಂಟೆಗೆ 150 ಕಿಲೋಮೀಟರ್ ಮಾತ್ರ. ಮುಸ್ಸೋಲಿನಿಯ ವಿಮಾನಗಳು ಗಂಟೆಗೆ ಮುನ್ನೂರು ಕಿಲೋಮೀಟರ್ ಹೋಗುವ ಸಾಮರ್ಥ್ಯ ಹೊಂದಿವೆ. ಅವನ ವಾಯುಸೇನೆಯಲ್ಲಿ ಇಂಥ ಒಟ್ಟು ಒಂಬೈನೂರು ವಿಮಾನಗಳಿದ್ದು ಯಾವುದಾದರೂ ಸಂಶಯಾಸ್ಪದ ವಿಮಾನದ ಸೂಚನೆ ಬಂದರೂ ಕೂಡಲೇ ಮೆಷಿನ್‌ಗನ್ನಿನಿಂದ ಹೊಡೆದುರುಳಿಸುವಂತೆ ಅವರಿಗೆಲ್ಲ ಆಜ್ಞೆ ನೀಡಲಾಗಿದೆ. ನನ್ನನ್ನು ಅವರು ಅಲ್ಪಸ್ವಲ್ಪವೂ ಅರಿತಿಲ್ಲದಿದ್ದರೂ ಚಿಂತೆಯಿಲ್ಲ. ನನ್ನ ಮೊದಲ ಪ್ರಯತ್ನ ವಿಫಲವಾಯಿತೆಂದು ನಾನು ನನ್ನ ಪ್ರಯತ್ನಗಳನ್ನು ಕೈಬಿಟ್ಟಿಲ್ಲವೆಂಬುದನ್ನು ಅರ್ಥಮಾಡಿಕೊಳ್ಳಲಿ. ನನ್ನ ಗೆಳೆಯ ಬಾಲ್ಬೋ ತನ್ನ ಕರ್ತವ್ಯವನ್ನು ಮಾಡಿದ್ದರೆ, ಅವರೆಲ್ಲ ನನಗಾಗಿ ಅಲ್ಲಿ ಕಾದಿದ್ದಾರೆ. ಅದೇ ಉತ್ತಮ–ಬದುಕಿರುವಾಗ ಇರುವುದಕ್ಕಿಂತಲೂ ಸತ್ತ ಮೇಲೆ ನನಗೆ ಹೆಚ್ಚು ಬೆಲೆ!

ಎಲ್. ದಿ. ಬಿ.

ಪತ್ರಗಳ ಪೂರ್ಣ ಪಾಠಗಳು ಇಲ್ಲಿವೆ:

1

ರಾಷ್ಟ್ರೀಯ ಒಕ್ಕೂಟದಿಂದ ಇಟಲಿಯ ಅರಸನಿಗೆ

ಗೌರವಾನ್ವಿತ ಪ್ರಭು,

ರಾಜನಿಗೂ ಪ್ರಜೆಗಳಿಗೂ ಒಂದು ಪವಿತ್ರ ಒಪ್ಪಂದವಿದ್ದು ಅದಕ್ಕೆ ನೀನು ನಿನ್ನ ಸಹಿ ಹಾಕಿ ವಾಗ್ದಾನ ಮಾಡಿದ್ದೀಯೆ. ಆ ಒಪ್ಪಂದದ ಹೆಸರಿನಲ್ಲಿ ಇಟಲಿಯ ಸ್ವಾತಂತ್ರ್ಯವನ್ನೂ, ತಾನು ಎತ್ತಿ ಹಿಡಿಯುವೆನೆಂದು ಮಾತು ಕೊಟ್ಟಿದ್ದ ತತ್ವಗಳನ್ನೂ ರಕ್ಷಿಸಲು ನೀನು ನಮಗೆ ಕರೆಕೊಟ್ಟಾಗ ನಾವೆಲ್ಲ ಸುಮಾರು 60 ಲಕ್ಷ ಜನ ಆ ಕರೆಗೆ ಮನ್ನಣೆ ಕೊಟ್ಟು ಸೇರಿದೆವು. ನಿನ್ನ ಆಜ್ಞೆಯ ಪಾಲನೆಗಾಗಿ 6 ಲಕ್ಷ ಜನ ಜೀವತ್ಯಾಗ ಮಾಡಿದರು. ಇಂದು ಹೇಯ ದಬ್ಬಾಳಿಕೆಯ ತುಳಿತಕ್ಕೆ ಸಿಕ್ಕಿರುವ ಅದೇ ತತ್ವಗಳ ಹೆಸರಿನಲ್ಲಿ, ಪ್ರಭುವಾದ ನಿನ್ನ ಹೆಸರಿನಲ್ಲಿ ಜೀವತ್ಯಾಗ ಮಾಡಿ ಮಡಿದವರ ಹೆಸರಿನಲ್ಲಿ – ನಾವು ನಿನಗೆ ಆ ಒಪ್ಪಂದದ ನೆನಪು ಮಾಡಿಕೊಡಲೇಬೇಕಾಗಿದೆ.

ಎರಡು ನಗರಗಳನ್ನು ಸ್ವತಂತ್ರಗೊಳಿಸಲು ನಿನ್ನ ಕರೆಯ ಮೇರೆಗೆ 6 ಲಕ್ಷ ಜನರು ಸಾವಿಗೆ ಗುರಿಯಾದರು. ಈಗ ಈ ಕೆಲವು ವರ್ಷಗಳಿಂದ ಇಟಲಿಯ ಜನರ ಹೆಗಲ ಮೇಲೆ ಅತಿ ನೀಚ ದಬ್ಬಾಳಿಕೆಯನ್ನು ಹೇರುತ್ತಿರುವುದು ನಿನ್ನ ಇಚ್ಛೆಯೇನು? ಮಹಾಪುರುಷನಾದ ನಿನ್ನ ತಾತ* ನೊವಾರಾದ ಅನಂತರ ಮಾಡಿಕೊಂಡ ಒಪ್ಪಂದವನ್ನು ವಿತ್ತೋರಿಓ ವೆನೆತೋದ** ತರುವಾಯ ಮುರಿಯಲು ನೀನು ನಿಜವಾಗಿ ಸಿದ್ಧವಾಗಿರುವೆಯಾ?

---

* ನಿನ್ನ ತಾತ : ಚಾರ್ಲ್ಸ್ ಆಲ್ಬರ್ಟ್ (1798–1849) ಸಾರ್ಡೀನಿಯದ ದೊರೆ (1831–1849) ಆಸ್ಟ್ರಿಯದ ಅಧಿಪತ್ಯದಿಂದ ಇಟಲಿಯನ್ನು ಬಂಧಮುಕ್ತಗೊಳಿಸಲು ಹೋರಾಡಿದ ಈತ ನೊವಾರದ ಕದನದಲ್ಲಿ ಆಸ್ಟ್ರಿಯನ್ನರಿಂದ ಸೋಲಿಸಲ್ಪಟ್ಟಿದ್ದ.

** ವಿತ್ತೋರಿಓ ವೆನೆತೊ : ಇಟಲಿಯ ಈಶಾನ್ಯ ಭಾಗದಲ್ಲಿರುವ ಒಂದು ಸ್ಥಳ. ಮೊದಲನೇ ಲೋಕ ಮಹಾಯುದ್ಧದಲ್ಲಿ ಆಸ್ಟ್ರಿಯದ ಸೇನೆಯನ್ನು ಇಟಾಲಿಯನ್ ಪಡೆಗಳು ಇಲ್ಲಿ ಸೋಲಿಸಿದವು.

ಏಳು ವರ್ಷಗಳ ಹಿಂದೆ ರಾಡೆಟ್‌ಸ್ಕಿಯ* ಅನುಶಾಸನಗಳಿಗೆ ಚಾರ್ಲ್ಸ್ ಆಲ್ಬರ್ಟ್‌ನ ಪೆನ್ನಿನಿಂದ ನೀನು ಸಹಿ ಹಾಕಿದುದನ್ನು ನಾವು ಕಂಡೆವು, ಆದರೂ ನಿನ್ನಲ್ಲಿ ನಾವು ನಂಬಿಕೆಯನ್ನು ಕಳೆದುಕೊಳ್ಳಬಯಸುವುದಿಲ್ಲ. ನೀನು ನಾಯಕತ್ವ ವಹಿಸಿ ನಮ್ಮನ್ನು ವಿಜಯಕ್ಕೊಯ್ದೆ, ಇಪ್ಪತ್ನಾಲ್ಕು ವರ್ಷಗಳ ಕಾಲ ನೀನು ಸ್ವಾತಂತ್ರ್ಯದ ವೀರ ಪಕ್ಷಪಾತಿಯಾಗಿದ್ದೆ. ನಾವು ಅದನ್ನು ಮರೆಯಲು ಸಾಧ್ಯವಿಲ್ಲ. ನಾವು ನಮ್ಮ ಪೂರ್ವಜರಿಂದ ಸ್ವತಂತ್ರ ಇಟಲಿಯನ್ನು ಪಡೆದುಕೊಂಡೆವು. ವಿಜಯೀ ಪ್ರಭುವಾದ ನೀನು ಈ ರಾಷ್ಟ್ರವನ್ನು ಗುಲಾಮರಾದ ಮಕ್ಕಳಿಗೆ ಒಪ್ಪಿಸುವೆಯೇನು? ನಾವು ಅದನ್ನು ನಂಬುವುದೇ ಇಲ್ಲ.

ರಾಜಪ್ರಭುತ್ವದಲ್ಲಿ ಬಹಳ ಜನಕ್ಕೆ ಈಗ ನಂಬಿಕೆ ಹೋಗಿಬಿಟ್ಟಿದೆ. ಅವರ ಸಂಖ್ಯೆ ಇನ್ನೂ ಹೆಚ್ಚಲು ಅವಕಾಶ ಕೊಡಬೇಡ. ಸ್ಪೇನಿನ ಜನರ ಮಾದರಿಯನ್ನು ನಮ್ಮ ಜನರೂ ಅನುಸರಿಸಲು, ನಿನ್ನನ್ನೇ ದಬ್ಬಾಳಿಕೆಗೆ ಹೊಣೆಯೆಂದು ದೂಷಿಸಲು ಅವಕಾಶ ಕೊಡಬೇಡ. ನಮ್ಮ ಅತ್ಯುತ್ತಮ ವ್ಯಕ್ತಿಗಳು ಸ್ವಾತಂತ್ರ್ಯದ ತತ್ವಗಳನ್ನು ಅನುಸರಿಸಿದಾಗ, ಅದೇ ಮಹಾಪಾತಕವೆನ್ನುವಂತೆ ಅವರನ್ನು ನಿನ್ನ ಹೆಸರಿನಲ್ಲಿ ಶಿಕ್ಷೆಗೆ ಗುರಿಪಡಿಸುತ್ತಿರುವಾಗ, ನಿನ್ನಲ್ಲಿ ನಾವು ನಂಬಿಕೆಯನ್ನು ಉಳಿಸಿ ಕೊಂಡಿರುವುದು ಹೇಗೆ ತಾನೇ ಸಾಧ್ಯ? "ಗುಲಾಮ ಕುರಿಗಳು" ಎಂದು ಜಗತ್ತೆಲ್ಲ ಕರೆಯುತ್ತಿರುವ ಇಟಾಲಿಯನ್ನರಿಗೆ ನೀನು ಅವರ ಪರವಾಗಿದ್ದೀಯೋ ಅವರನ್ನು ದಬ್ಬಾಳಿಕೆಯಲ್ಲಿ ತುಳಿದು ಹಾಕುತ್ತಿರುವ ಗುಂಪಿನ ಪರವಾಗಿದ್ದೀಯೋ ಎಂಬುದೇ ಸ್ಪಷ್ಟವಾಗಿ ತಿಳಿಯುತ್ತಿಲ್ಲ.

ಗೌರವಾನ್ವಿತ ಪ್ರಭು, ಆರಿಸಿಕೋ – ಇದಲ್ಲದೆ ಮೂರನೆಯ ದಾರಿಯೇ ಇಲ್ಲ.

ತಮ್ಮ ಹೃದಯಾಂತರಾಳದ ನಿರಾಸೆಯಿಂದ ನಾಲ್ಕು ಕೋಟಿ ಇಟಾಲಿಯನ್ನರು ನಿನ್ನನ್ನೇ ಕಣ್ಣಲ್ಲಿ ಕಣ್ಣಿಟ್ಟು ನೋಡುತ್ತಿದ್ದಾರೆ.

ನಿರ್ದೇಶಕರು

2

ರಾಷ್ಟ್ರೀಯ ಒಕ್ಕೂಟ

ರೋಮ್ **ಮಾತ್ತೆಒತ್ತಿ ಕೊಲೆಯ ಎಂಟನೆಯ ವರ್ಷ**

ನಾಗರಿಕರೇ,

ಸ್ವಾತಂತ್ರ್ಯದ ಅಜ್ಞಾತ ವೀರನಿಗೆ ನೀವು ಒಂದು ಪೂಜಾಪೀಠ ನಿರ್ಮಿಸಿದ್ದೀರಿ, ಆದರೆ ಸ್ವಾತಂತ್ರ್ಯದಲ್ಲಿ ನಂಬಿಕೆಯಿರುವ ಜನರನ್ನು ಬಂಧಿಸುವವರು ಪ್ರತಿದಿನವೂ ಅದನ್ನು ಹೊಲಗೆಡಿಸಲು ಅವಕಾಶ ಕೊಟ್ಟಿದ್ದೀರಿ. ಈ ಕಪ್ಪು ಶರ್ಟಿನ ಹ್ಯಾಪ್ಸ್‌ಬರ್ಗ್** ತನ್ನ ಜಾಗಕ್ಕೆ ಮತ್ತೆ

---

* ರಾಡೆಟ್‌ಸ್ಕಿ: ಕೌಂಟ್ ಜೋಸೆಫ್ ವೆನೆಜೆಲ್ ರಾಡೆಟ್‌ಸ್ಕಿ (1766–1858) ಆಸ್ಟ್ರಿಯದ ಒಬ್ಬ ಸೇನಾಧಿಪತಿ. 1831ರಿಂದ ಈತ ಇಟಲಿಯಲ್ಲಿದ್ದ ಆಸ್ಟ್ರಿಯನ್ ದಳಗಳ ಮುಖ್ಯ ದಂಡನಾಯಕನಾಗಿದ್ದ. ಅನಂತರ 1849ರಿಂದ 1857ರ ತನಕ ಆಸ್ಟ್ರಿಯದ ಅಧೀನದಲ್ಲಿದ್ದ ಇಟಲಿಯ ಭೂಭಾಗಗಳ ಗವರ್ನರನಾಗಿದ್ದ.

** ಕಪ್ಪು ಶರ್ಟಿನ ಹ್ಯಾಪ್ಸ್‌ಬರ್ಗ್: ಇದು ಮುಸ್ಸೋಲಿನಿಯನ್ನು ಕುರಿತು ಹೇಳಿರುವ ವ್ಯಂಗ್ಯ ನುಡಿ. ಹ್ಯಾಪ್ಸ್‌ಬರ್ಗ್ ಎಂಬುದು 15 ರಿಂದ 20 ನೇ ಶತಮಾನದವರೆಗೆ ಅಧಿಕಾರದಲ್ಲಿದ್ದ ಆಸ್ಟ್ರಿಯದ ರಾಜ ವಂಶದ ಹೆಸರು. ಇಟಲಿಯು ಹಲವು ವರ್ಷ ಕಾಲ ಆಸ್ಟ್ರಿಯದ ಈ ಹ್ಯಾಪ್ಸ್‌ಬರ್ಗ್ ಅರಸರ ದಾಸ್ಯದಲ್ಲಿತ್ತು. ಈಗ ಮುಸ್ಸೋಲಿನಿ ಅವರ ಸ್ಥಾನವನ್ನು ಆಕ್ರಮಿಸಿದ್ದಾನೆ ಎಂಬುದು ಇಲ್ಲಿನ ಭಾವಾರ್ಥ.

ನುಸುಳಿಕೊಂಡು ಬಂದಿದ್ದಾನೆ. ಸತ್ತ ನಮ್ಮವರೆಲ್ಲರಿಗೂ ಆತನೊಂದು ಕಳಂಕ. ಅವರೆಲ್ಲರೂ ಜೀವ ತೆತ್ತು ಸೃಜಿಸಿದ ಸ್ವಾತಂತ್ರ್ಯವನ್ನು "ಕೊಳೆತ ಹೆಣ" ಎಂದು ಕರೆದು ಅವನು, ಅಡೆತಡೆಯಿಲ್ಲದೆ, ಕಳೆದ ಒಂಭತ್ತು ವರ್ಷಗಳಿಂದ ಅದನ್ನು ತುಳಿದು ಹಾಕುತ್ತಿದ್ದಾನೆ.

ಎರಡು ನಗರಗಳನ್ನು ಸ್ವತಂತ್ರಗೊಳಿಸಲು ಆರು ಲಕ್ಷ ಜನರು ಸಾವಿಗೀಡಾದರು. ಅದರೆ ಇಡೀ ಇಟಲಿಯನ್ನೇ ದಾಸ್ಯಕ್ಕೆ ದೂಡಿರುವ ಈ ಮನುಷ್ಯನನ್ನು ಇನ್ನೆಷ್ಟು ಕಾಲ ಸಹಿಸಿಕೊಳ್ಳುತ್ತೀರಿ?

ಪ್ರಬಲವೂ ಕಾರ್ಯತತ್ಪರವೂ ಆದ ಸರ್ಕಾರದ ಸಲುವಾಗಿ ಆತ್ಮಸಾಕ್ಷಿಯ ಸ್ವಾತಂತ್ರ್ಯವನ್ನು ತ್ಯಾಗ ಮಾಡಬೇಕೆಂದು ಒಂಭತ್ತು ವರ್ಷಗಳ ಕಾಲ ಆತ ನಿಮಗೆ ಹೇಳುತ್ತಲೇ ಬಂದಿದ್ದಾನೆ. ಆದರೆ ಈ ಕಾಲದಲ್ಲಿ ನೀವು ಅನುಭವಿಸಿದ್ದು ಅತ್ಯಂತ ಅಮಾನುಷವೂ ಭ್ರಷ್ಟವೂ ಆದ ಹಾಗೂ ದಿವಾಳಿಯೆದ್ದ ಆಡಳಿತವನ್ನು ಎಂಬುದು ಈ ಒಂಭತ್ತು ವರ್ಷಗಳ ಅನಂತರ ನಿಮಗೆ ತಿಳಿದಿರಬೇಕು. ನೀವು ಸ್ವಾತಂತ್ರ್ಯವನ್ನು ಬಿಟ್ಟುಕೊಟ್ಟಿರಿ. ಜತೆಗೇ ರೊಟ್ಟಿಯನ್ನು ಕಳೆದುಕೊಂಡಿದ್ದೀರಿ.

ವಿದೇಶೀ ಸೈನ್ಯದಳದಂತೆ, ಫಾಸಿಸಂ ನಿಮ್ಮ ನಡುವೆ ಠಾಣ್ಯ ಹೂಡಿ, ನಿಮ್ಮ ಆತ್ಮವನ್ನು ಕಲುಷಿತಗೊಳಿಸುವುದೇ ಅಲ್ಲದೆ, ನಿಮ್ಮ ಸತ್ವವನ್ನೇ ನಾಶಪಡಿಸುತ್ತದೆ. ದೇಶದ ಆರ್ಥಿಕ ಬದುಕನ್ನು ಅದು ನಿರ್ಜೀವಗೊಳಿಸುತ್ತದೆ; ಯುದ್ಧ ಸಿದ್ಧತೆಗಾಗಿ ಮತ್ತು ನಿಮ್ಮನ್ನು ಹತ್ತಿಕ್ಕುವುದಕ್ಕಾಗಿ ಕೋಟಿಗಟ್ಟಲೆ ಹಣವನ್ನು ವ್ಯಯಿಸುತ್ತದೆ. ನಿಮಗೆ ಅದರ ಮೇಲೆ ಯಾವ ಹಿಡಿತವೂ ಇಲ್ಲವಾದ್ದರಿಂದ ದೇಶದ ಖರ್ಚನ್ನು ಏರಿಸುತ್ತಲೇ ಇದೆ; ಆಡಳಿತಶಾಹಿಯ ಹಿಂಗಲಾರದ ಸ್ವಾರ್ಥದ ಹಸಿವೆಗೆ ಅದು ದೇಶವನ್ನೇ ಬಡಿಸಿಬಿಟ್ಟಿದೆ. ನಿಮ್ಮನ್ನೆಲ್ಲ ಗುಲಾಮಗಿರಿಗೆ ನೂಕಲು, ಈ ಆಡಳಿತ, ತನ್ನ ಸಹಜ ಸೂತ್ರದಂತೆ ತೊಸ್ಕಾನಿನಿಯನ್ನು ಬಡಿದುಹಾಕಿ, ತನ್ನ ಪುಂಡ ಅನುಯಾಯಿಗಳ ಅಮಾನುಷ ಮೃಗತನವನ್ನು ಹಾಡಿ ಹೊಗಳಲೇಬೇಕಾಗಿದೆ. ಇಂತಹ ಆಡಳಿತ "ಪ್ರಪಂಚದಲ್ಲಿ ತನ್ನ ಪ್ರತಿಷ್ಠೆ"ಯ ಬಗ್ಗೆ ಬಡಾಯಿ ಕೊಚ್ಚಿಕೊಳ್ಳುತ್ತಿದೆ, ಆದರೆ ಇಡೀ ಪ್ರಪಂಚವೇ ಇದನ್ನು ದಿಗ್ಭ್ರಮೆಯಿಂದ ನೋಡುತ್ತಿದೆ.

ನಾಗರಿಕರೇ, ನೀವೇ ಹಣ ತೆರುತ್ತಿರುವ ಈ ದುಷ್ಟ ಕೂಟಕ್ಕಾಗಲಿ, ಈ 1848ರ ರಾಡೆಟ್‌ಸ್ಕಿಗಾಗಲೀ ನೀವು ಹೆದರಬೇಡಿ; ಮೊದಲಿನಂತೆಯೇ ಈ ಪುನರುತ್ಥಾನ ಕೂಡ ವಿಜಯ ಸಾಧಿಸುತ್ತದೆ. ಎಲ್ಲ ಫಾಸಿಸ್ಟ್ ವಿರೋಧೀ ಶಕ್ತಿಗಳನ್ನು ಒಂದುಗೂಡಿಸುವ ಕಾರ್ಯಕ್ರಮವನ್ನು ರಾಷ್ಟ್ರೀಯ ಒಕ್ಕೂಟ ಪ್ರಾರಂಭಿಸಿದೆ. ಅದರ ಕೆಲವರು ನಾಯಕರಿಗೆ ಶಿಕ್ಷೆ ವಿಧಿಸುವಲ್ಲಿನ ಕ್ರೂರ ಬೋರ್ಬನ್ ಅಮಾನುಷತೆಯೇ, ಈ ಆಡಳಿತವು ರಾಷ್ಟ್ರೀಯ ಒಕ್ಕೂಟದ ಕಾರ್ಯಕ್ರಮಕ್ಕೆ ಎಷ್ಟು ಹೆದರಿದೆಯೆಂಬುದನ್ನು ತೋರಿಸುತ್ತದೆ. ನೀವೆಲ್ಲ ಒಕ್ಕೂಟವನ್ನು ಸೇರಿ! ಸ್ಪೇನಿನ ಜನ ತಮ್ಮ ದೇಶವನ್ನು ಸ್ವತಂತ್ರಗೊಳಿಸಿದ್ದಾರೆ; ನೀವು ನಿಮ್ಮ ದೇಶಕ್ಕೆ ದ್ರೋಹ ಮಾಡಬೇಡಿ!

ನಿರ್ದೇಶಕ ಮಂಡಳಿ

3

ರೋಮ್ **ಮಾತ್ತೆಓತ್ತಿಯ ಕೊಲೆಯಾದ ಎಂಟನೆಯ ವರ್ಷ**

ನೀವು ಯಾರೇ ಆಗಿರಲಿ, ಖಂಡಿತ ನೀವು ಫಾಸಿಸಮ್ಮಿನ ತೀವ್ರ ಟೀಕಾಕಾರರಾಗಿರುತ್ತೀರಿ, ದಾಸ್ಯದ ಅಪಮಾನವನ್ನು ಅನುಭವಿಸುತ್ತಿದ್ದೀರಿ. ಆದರೆ ನಿಮ್ಮ ನಿಷ್ಕ್ರಿಯೆಯಿಂದ ನೀವೂ ಇದಕ್ಕೆ ಹೊಣೆಗಾರರು. ಏನೇನೂ ಮಾಡಲು ಸಾಧ್ಯವಿಲ್ಲವೆಂಬ ಭ್ರಮೆಯಲ್ಲಿ ನಿಮ್ಮ ನಿಷ್ಕ್ರಿಯತೆಯನ್ನು

ಸಮರ್ಥಿಸಿಕೊಳ್ಳಬೇಡಿ. ಅದು ನಿಜವಲ್ಲ. ಧೈರ್ಯ ಮತ್ತು ಗೌರವವುಳ್ಳ ಪ್ರತಿಯೊಬ್ಬ ವ್ಯಕ್ತಿಯೂ ಸದ್ದಿಲ್ಲದೆ ಸ್ವತಂತ್ರ ಇಟಲಿಗಾಗಿ ದುಡಿಯುತ್ತಿದ್ದಾನೆ. ನಮ್ಮ ಜತೆಗೆ ಸೇರಲು ನಿಮಗೆ ಇಷ್ಟವಿಲ್ಲದಿದ್ದರೂ, ನೀವೇ ಮಾಡಬಹುದಾದ ಹತ್ತು ವಿಷಯಗಳು ಉಂಟು, ಮಾಡಬಲ್ಲಿರಿ, ಅಂತೆಯೇ ಮಾಡಲೇಬೇಕು.

1. ಫಾಸಿಸ್ಟರ ಯಾವ ಉತ್ಸವಕ್ಕೂ ನೆರವು ನೀಡಬೇಡಿ.
2. ಫಾಸಿಸ್ಟ್ ಪತ್ರಿಕೆಗಳನ್ನು ಕೊಳ್ಳಬೇಡಿ. ಅವುಗಳಲ್ಲಿರುವುದೆಲ್ಲ ಪೂರ್ತಿ ಸುಳ್ಳು.
3. ಸಿಗರೇಟ್ ಮುಂತಾದುವನ್ನು ಸೇದಬೇಡಿ – [ತಂಬಾಕಿನ ಏಕಸ್ವಾಮ್ಯವು ಫಾಸಿಸ್ಟರಿಗೆ ತಮ್ಮ ಎಲ್ಲ ಹೇಯಕೃತ್ಯಗಳಿಗೂ ಅಗತ್ಯವಾದ 300 ಕೋಟಿ ಲಿರಾಗಳನ್ನು ಒದಗಿಸುತ್ತಿದೆ. ಮಿಲಾನಿನ ಜನತೆ ಹಿಂದೆ ರಾಡೆಟ್ಸ್ಕಿಯ ವಿಷಯವಾಗಿ ನಡೆದುಕೊಂಡಂತೆ ಈ ಹೊಸ ರಾಡೆಟ್ಸ್ಕಿಯ ಬಗ್ಗೆ ನೀವು ನಡೆದುಕೊಳ್ಳಿ. ಸುಪ್ರಸಿದ್ಧ ಐದು ದಿನಗಳು ಪ್ರಾರಂಭವಾದುದು ಹಾಗೆಯೇ.]
4. ಈ ಆಡಳಿತವನ್ನು ಹೊಗಳುವಂತಹ ಕೆಲಸ ಮಾಡಬೇಡಿ, ಮಾತಾಡಬೇಡಿ.
5. ನಿಮ್ಮ ವೈಯಕ್ತಿಕ ಹಾಗೂ ವ್ಯಾವಹಾರಿಕ ವಿಷಯಗಳಲ್ಲಿ ಆಡಳಿತದ ಎಲ್ಲ ಅಧಿಕಾರಿಗಳನ್ನು ಬಹಿಷ್ಕರಿಸಿ. ಅವರೆಲ್ಲರೂ ನಿಮ್ಮನ್ನು ಸುಲಿಗೆ ಮಾಡುವವರು.
6. ಫಾಸಿಸ್ಟರ ಪ್ರತಿಯೊಂದು ಯೋಜನೆಯನ್ನೂ ಬಹಿಷ್ಕರಿಸುವ ಅಥವಾ ಅಡ್ಡಿಪಡಿಸುವ ನೀತಿಯಿಂದ ತೊಡರುವಂತೆ ಮಾಡಿ. ಅವರ ಅತ್ಯುತ್ತಮ ಯೋಜನೆಯೂ ನಿಮ್ಮ ಹೊರೆಗೆ ಇನ್ನಷ್ಟು ಪೇರಿಸುತ್ತದೆ. (ಬೋತ್ತಾಇ ಹೇಳಿದ್ದಾನೆ: ಸಂಸ್ಥಾ ರೂಪದ ಸರ್ಕಾರವೇ ನಾವೀವರೆಗೆ ಕಂಡುಕೊಂಡಿರುವ ಅತ್ಯುತ್ತಮ ಪೊಲೀಸ್ ಕಾರ್ಯಕ್ರಮ.)
7. ಫಾಸಿಸಮ್ಮಿನಿಂದ ಏನನ್ನೂ ಸ್ವೀಕರಿಸಬೇಡಿ ಅದು ನಿಮಗೆ ನೀಡುವುದೆಲ್ಲವೂ ನಿಮ್ಮ ಗುಲಾಮಗಿರಿಯ ಬಲೆ.
8. ರಾಷ್ಟ್ರೀಯ ಒಕ್ಕೂಟದ ಪ್ರಚಾರ ಪತ್ರಿಕೆಗಳನ್ನು ಎಲ್ಲ ಕಡೆಯೂ ಹರಡಿ. ನಿಮಗೆ ದೊರಕುವ ಸತ್ಯಸಂಗತಿಯ ಪ್ರತಿ ಅಂಶವನ್ನು ಎಲ್ಲ ಕಡೆಯೂ ಪ್ರಸಾರ ಮಾಡಿ. ಸತ್ಯವು ಸದಾ ಫಾಸಿಸ್ಟ್ ವಿರೋಧಿ.
9. ಎಂತಹ ಸಂದರ್ಭದಲ್ಲೂ ಏನೇ ಆದರೂ ನಂಬಿಕೆಗರ್ಹರಾದಂತಹ ಗೆಳೆಯರ ಗುಂಪನ್ನು ಸಿದ್ಧಪಡಿಸಿಕೊಳ್ಳಿ.
10. ಇಟಲಿಯಲ್ಲಿ ಹಾಗೂ ಸ್ವಾತಂತ್ರ್ಯದಲ್ಲಿ ದೃಢ ನಂಬಿಕೆಯಿಡಿ. ಇಟಾಲಿಯನ್ ಜನರ ಸೋಲಿನ ಮನೋಭಾವವೇ ಫಾಸಿಸ್ಟರ ಆಡಳಿತದ ಆಧಾರ. ನಿಮ್ಮ ನಂಬಿಕೆ ಮತ್ತು ಹುರುಪನ್ನು ಉಳಿದವರಿಗೂ ತಿಳಿಸಿ. ನಾವೀಗ ಹೊಸ ಪುನರುತ್ಥಾನದಲ್ಲಿ ಪೂರ್ತಾ ನಿರತರಾಗಿದ್ದೇವೆ. ಹಳೆಯ ಪ್ರಜಾಪೀಡಕರಿಗಿಂತ ಈ ಹೊಸ ದಬ್ಬಾಳಿಕೆಗಾರರು ಹೆಚ್ಚು ಕ್ರೂರಿಗಳು, ಹೆಚ್ಚು ಭ್ರಷ್ಟರು, ಆದರೆ ಅವರು ಕೂಡ ಉರುಳುತ್ತಾರೆ. ಅವರು ತಮ್ಮ ಒಳಸಂಚಿನಿಂದ ಮಾತ್ರವೇ ಒಂದಾಗಿದ್ದಾರೆ, ಅಷ್ಟೇ. ನಾವಾದರೋ ಸ್ವಾತಂತ್ರ್ಯ ಸಾಧಿಸುವ ದೃಢ ಮನಸ್ಸಿನಿಂದ, ಛಲದಿಂದ ಒಂದಾಗಿದ್ದೇವೆ. ಸ್ಪೇನಿನ ಜನ ತಮ್ಮ ದೇಶಕ್ಕೆ ಸ್ವಾತಂತ್ರ್ಯ ಸಾಧಿಸಿಕೊಂಡಿದ್ದಾರೆ. ನೀವು ನಿಮ್ಮ ಸ್ವಾತಂತ್ರ್ಯದ ಬಗ್ಗೆ ನಿರಾಶೆ ತಳೆಯಬೇಡಿ.

ನಿರ್ದೇಶಕ ಮಂಡಲಿ

○ ಬೆಪ್ಪೆ ಫೆನೋಲ್ಯೊ

ಗುಪ್ತ ದಾಳಿ

ರೋಮ್‌ನಗರವನ್ನು ಬಿಡುಗಡೆ ಮಾಡಿದ ದಿನ, ಸ್ವತಂತ್ರ ಪ್ರದೇಶದ ಒಳಭಾಗದ ಮೇಲೆ ಫಾಸಿಸ್ಟರು ತೀವ್ರ ದಾಳಿ ನಡೆಸಿದರು. ಫಾಸಿಸ್ಟ್ ವಿರೋಧೀ ಗೆರಿಲ್ಲಾದಳದವರು ರಾತ್ರಿಯ ಹೊತ್ತಿನಲ್ಲಿ ನಡೆಸುತ್ತಿದ್ದ ದಾಳಿಯನ್ನು ಎದುರಿಸಲಾರದೆ ಕಕ್ಕಾವಿಕ್ಕಿಯಾಗಿ, ಯಾವ ತೀರ್ಮಾನಕ್ಕೂ ಬರಲಾರದ ಆಲ್ಪಾ ಠಾಣ್ಯದ ದಳದವರಾಗಿರಲಿಲ್ಲ ಈ ಫಾಸಿಸ್ಟ್ ಸೈನಿಕರು. ಧೈರ್ಯ ಮತ್ತು ಕುರುಡು ಶ್ರದ್ಧೆಯಿಂದ ಹೋರಾಡುವ ಆಸ್ಟಿ ಠಾಣ್ಯದವರು ಇವರೆಂದು ನಮಗೆ ಬೇಗ ಸುದ್ದಿ ತಿಳಿಯಿತು.

ಬಿಸಿಲ ಝಳದಲ್ಲಿ ಮಸಕುಮಸಕಾಗಿದ್ದ ಕಾಸ್ತಗ್ನೋಲೆ ಬಯಲಿನಲ್ಲಿ ಮೊದಲನೆಯ ಗುಂಡುಗಳು ಹಾರಿದುವು – ಭಾನುವಾರದ ಬೆಳಿಗ್ಗೆ ಇಗರ್ಜಿಯ ಗಂಟೆಗಳಿಂದ ಹೊರಡುವ ಒಂದು ವಿಧದ ಉಲ್ಲಾಸಮಯ ಶಬ್ದದಂತಿತ್ತು ಈ ಗುಂಡು ಹಾರಿಸಿದ ಸದ್ದು. ಬಯಲಿನಲ್ಲಿದ್ದ ಹಕ್ಕಿಗಳು ಹೆದರಿ ಇನ್ನೂ ಎತ್ತರದ ಪ್ರದೇಶಕ್ಕೆ ಹಾರಿ ಹೋಗಿ, ಕಣ್ಣಿನಲ್ಲಿ ಕಣ್ಣಿಟ್ಟು ಅಲ್ಲಿ ಕಾಯುತ್ತಿದ್ದ ಪಿಯರ್ ಮತ್ತು ಜಾನಿ ಇಬ್ಬರ ತಲೆಯ ಮೇಲ್ಗಡೆ ತಮ್ಮ ರೆಕ್ಕೆಗಳನ್ನು ಬಡಿಯುತ್ತಿದ್ದುವು. ಕಾಸ್ತಗ್ನೋಲೆಯ ಸ್ವಾತಂತ್ರ್ಯ ಯೋಧರ ಒಂದು ತುಕಡಿಯು ಮೊದಲ ಕಾಳಗದಲ್ಲಿ ಅಲ್ಪಸ್ವಲ್ಪ ವಿರೋಧ ತೋರಿ, ಅನಂತರ ಫಾಸಿಸ್ಟರ ದಳವು ಹತ್ತಿರದ ಕೋಅಸ್ನೋಲೊ ತುಕಡಿಯ ಕಡೆಗೆ ಹೋಗಲು ದಾರಿ ಬಿಟ್ಟುಕೊಟ್ಟಿತು. ಕೋಅಸ್ನೋಲೊ ತುಕಡಿಯಲ್ಲಿ ತನ್ನ ಹಳ್ಳಿಯವನೇ ಆದ ತನ್ನ ಗೆಳೆಯ, ಯು.ಎನ್.ಪಿ.ಎ.ಯ ತನ್ನ ಮಾಜಿ ಜತೆಗಾರ ಎತ್ತೋರೆ ಇದ್ದನೆಂದು ಜಾನಿ ಬಲ್ಲ. ಮೊದಲ ಬೆಟ್ಟ ಸಾಲಿನಲ್ಲಿ ಇಳಿಜಾರಿದ್ದುದರಿಂದ ಕೋಅಸ್ನೋಲೊ ಸ್ವಲ್ಪ ಹೆಚ್ಚುಕಾಲ ಹೋರಾಡಿತು. ಆಮೇಲೆ ಫಾಸಿಸ್ಟರು ಒಂದು ಮನೆಗೆ ಬೆಂಕಿ ಹಚ್ಚಿದರು, ತಮಗೆ ಅಸಾಮಾನ್ಯವಲ್ಲದ ಆ ದೃಶ್ಯವನ್ನು ನೋಡಿ ಖುಷಿಪಡುತ್ತ ಕಾಲವನ್ನು ವ್ಯರ್ಥವಾಗಿ ಕಳೆದರು. ಮಾಂಗೋ ಹಳ್ಳಿ ಅಲ್ಲಿಗೆ ಹತ್ತಿರವೇ ಇದ್ದರೂ ಬೆಂಕಿ ಅಲ್ಲಿಗೆ ಕಾಣಿಸುತ್ತಲೇ ಇರಲಿಲ್ಲ. ಧಗೆಯಿಂದ ಅವೃತವಾದ ಆಕಾಶದಲ್ಲಿ ಬೆಂಕಿಯ ಹೊಗೆ ಚದರಿ ತೆಳುವಾಗಿ ಹೋಗಿದ್ದುದೇ ಇದಕ್ಕೆ

ಕಾರಣ. ಅಂತೂ ಫಾಸಿಸ್ಟ್ ದಳದ ಮುಂಚೂಣಿಯ ಮಾಂಗೋ ಹಳ್ಳಿಯ ಬಳಿಗೆ ಬಂದಾಗ ಹತ್ತು ಗಂಟೆಯಾಗಿತ್ತು.

ಹಳ್ಳಿಯ ಹೊರವಲಯದಲ್ಲೇ ಈ ದಳವನ್ನೆದುರಿಸಿ, ಹಳ್ಳಿಯನ್ನು ಸಂರಕ್ಷಿಸಲು ಸಾಯುವ ತನಕ ಪ್ರಬಲವಾಗಿ ಹೋರಾಡಬೇಕೆಂಬುದು ಪಿಯರ್‌ನ ಅಭಿಪ್ರಾಯ. ಆದರೆ ಹಳ್ಳಿಯ ಬಲಕ್ಕಿದ್ದ ದುಂಡು ಬೆಟ್ಟ ಹೋರಾಟಕ್ಕೆ ಇನ್ನೂ ಉತ್ತಮ ಜಾಗ, ಅಲ್ಲಿನ ಇಳಿಜಾರು ತುಂಬಾ ಕಡಿದಾಗಿದೆ; ತುಂಬಾ ಮರ ಗಿಡಗಳು ಇರುವುದರಿಂದ ತಮಗೆ ರಕ್ಷಣೆ ಕೊಡುತ್ತವೆ ಎಂದು ಜಾನೀ ಹೇಳಿದ. ಆದರೆ ಫಾಸಿಸ್ಟ್ ದಳ ಬಯಲಿನ ಮೂಲಕ ಹಳ್ಳಿಗೆ ಸಲೀಸಾಗಿ ನುಗ್ಗಿಬಿಡುತ್ತದೆ, ಆಮೇಲೆ ಮನೆಗಳಿಗೆ ಬೆಂಕಿ ಹಚ್ಚುವುದು, ಲೂಟಿ, ಕೊಲೆಗಳು ನಡೆದುಬಿಡುತ್ತವೆ ಎಂಬ ವಾದ, ಆತಂಕ ತುಂಬಿದ ಪಿಯರ್‌ನದು.

ಅದಕ್ಕೆ ಜಾನಿಯ ಉತ್ತರ: "ನಾವು ಹಳ್ಳಿಯೊಳಗಿದ್ದೇ ಹೋರಾಟ ನಡೆಸಿ ಅದನ್ನುಳಿಸಿ ಕೊಳ್ಳದೇ ಹೋದರೆ, ಆಗ ಫಾಸಿಸ್ಟರು ಹಳ್ಳಿಯನ್ನು ಸುಟ್ಟು ಹಾಕಿಬಿಡೋದು ಖಂಡಿತ, ನಾವು ಈಗ ಹಳ್ಳಿಯನ್ನುಳಿಸುವಷ್ಟು ಶಕ್ತಿ ಹೊಂದಿಲ್ಲ, ಫಾಸಿಸ್ಟರನ್ನು ಹಿಂದೂಡುವಷ್ಟು ಸಾಮರ್ಥ್ಯ ನಮಗೆ ಇನ್ನೂ ಇಲ್ಲವೆಂಬುದಂತೂ ಕಟುಸತ್ಯ. ಹಳ್ಳಿಯ ಜನರ ಅಭಿಪ್ರಾಯವನ್ನು ಕೇಳೋದಾದರೆ, ಅವರೂ ನನ್ನ ಮಾತನ್ನೇ ಒಪ್ತಾರೆ."

ಫಾಸಿಸ್ಟರ ಅತ್ಯಾಚಾರಕ್ಕೆ ಹೇಗೆ ಒಪ್ಪಿಸುವುದು ಈ ಹಳ್ಳಿಯನ್ನು ಎಂದು ಪಿಯರ್ ತೀವ್ರವಾಗಿ ಉದ್ವೇಗ, ಆತಂಕಕ್ಕೊಳಗಾಗಿದ್ದ. ತನ್ನ ಮತ್ತು ಪಿಯರನ ನಡುವಿನ ಭಿನ್ನಾಭಿಪ್ರಾಯದ ತೀವ್ರ ಅಂತರದಿಂದ ಜಾನಿಯೂ ಉದ್ರೇಕಗೊಂಡು ಹೇಳಿದ :

"ಪಿಯರ್, ನಾವು ಅವರಲ್ಲೊಬ್ಬನನ್ನು ಕೊಂದರೂ ಸಾಕು, ಅವರು ಮಾಂಗೋ ಮತ್ತು ಇನ್ನೂ ಒಂದು ಹಳ್ಳಿಯನ್ನು ಸುಟ್ಟು ಬೂದಿಮಾಡ್ತಾರೆ. ಆಗಲೂ ನಮಗೆ ಗೆಲುವಾದಂತೆಯೇ. ಜಾಗಗಳನ್ನು ಉಳಿಸಿಕೊಳ್ಳೋದು ನಮ್ಮ ಕೆಲಸವಲ್ಲ – ಫಾಸಿಸ್ಟರನ್ನು ಕೊಲ್ಲೋದೇ ನಮ್ಮ ಕೆಲಸ. ಹಿನ್ನಡೆಯಿಂದ ನಾವು ಈ ಕೆಲಸವನ್ನು ಸಾಧಿಸಲಾಗೋದಾದರೆ, ನಾನಂತೂ ಸಮುದ್ರ ತೀರದವರೆಗೂ ಹಿನ್ನಡೆಯೋದಕ್ಕೆ ಸಿದ್ಧ."

ಮೊದಲ ಬೆಟ್ಟದ ಸಾಲುಗಳ ಜನ ಮೇಲು ಮೇಲಕ್ಕೆ ಓಡಿಹೋಗುತ್ತಿದ್ದರು. ಕಮರಿಗಳಲ್ಲಿ ಗುಂಪು ಗುಂಪಾಗಿ ಓಡುವ ಮೊಲಗಳಂತೆ ಕಾಣುತ್ತಿದ್ದರು.

ಕೊನಗೆ ಪಿಯರ್ ತನ್ನ ತುಕಡಿಯವರನ್ನು ದುಂಡು ಬೆಟ್ಟಕ್ಕೆ ಕಳಿಸಿದ. ಅನನುಭವಿಗಳಾದ ಅವರು ಪೆದ್ದು ಪೆದ್ದಾಗಿ ಸುತ್ತಲಿನ ದೃಶ್ಯವನ್ನು ನೋಡುತ್ತಾ ಅಲ್ಲಲ್ಲಿ ನಿಂತು ಬೆಟ್ಟವನ್ನೇರಿದರು. ಅವರ ಬಳಿ ಹೆಚ್ಚು ಮದ್ದುಗುಂಡುಗಳಾಗಲೀ ಶಸ್ತ್ರಾಸ್ತ್ರಗಳಾಗಲೀ ಇರಲಿಲ್ಲ. ವಾಲ್ದಿವಿಲ್ಲಕ್ಕೆ ಹೋಗುವ ಸುತ್ತು ರಸ್ತೆಯ ಕಡೆಗೆ ತಿರುಗಿ ನಿಲ್ಲಲಾಗುವಂತೆ ಬೆಟ್ಟದ ತುತ್ತ ತುದಿಯಲ್ಲಿ ಒಂದು ರಕ್ಷಣಾ ಗೋಡೆ ಕಟ್ಟಿಕೊಂಡರು. ಅವರನ್ನು ಸರಿಯಾದ ಸ್ಥಳಗಳಲ್ಲಿ ನಿಲ್ಲಿಸಿ, ಶಿಸ್ತನ್ನು ತರಲು ಸಾರ್ಜೆಂಟ್ ಮಿಕೆಲೆ ಮೇಲಿಂದ ಕೆಳಕ್ಕೆ ಓಡಾಡುತ್ತಿದ್ದ. ಕೊನೆಗೆ ಸೈನಿಕರ ಸಾಲಿನ ಮಧ್ಯದಲ್ಲಿ ಸ್ಥಾಪಿಸಿದ್ದ ಬ್ರೇಡಾ ಮೆಷೀನ್‌ಗನ್ನಿನ ಹಿಂದೆ ತಾನು ನಿಂತ. ಮೆಷೀನ್‌ಗನ್ನಿಗೆ ಹಾಕಲಿಟ್ಟು ಕೊಂಡಿದ್ದ ತೋಟಾಗಳು ಎಷ್ಟು ಸ್ವಲ್ಪವೆಂಬುದನ್ನು ಪಕ್ಕದಿಂದ ದುರುಗುಟ್ಟಿ ನೋಡಿದ ಜಾನಿ, ಅವುಗಳು ಅನಿವಾರ್ಯವಾಗಿ ನಿರುಪಯುಕ್ತವಾಗಿ ಬಳಕೆಯಾಗಲೇಬೇಕಾಗಿತ್ತು – ಈ ಲೆಕ್ಕಾಚಾರದ ವಿಧಿಯ ಬಗ್ಗೆ ಜಾನಿಗೆ ಮನಸ್ಸಿನಲ್ಲಿ ತುಂಬಾ ಅಸಮಾಧಾನ ಮೂಡಿತು.

ಬೆಚ್ಚಗಿದ್ದ ಮೃದು ಹುಲ್ಲಿನ ಮೇಲೆ ಸೋಮಾರಿಯಂತೆ ಬಿದ್ದುಕೊಂಡು ಶತ್ರುಪಡೆಗಾಗಿ

ಕಾಯುತ್ತಿದ್ದಂತೆ, ಮುಂದೆ ಬರಲಿದ್ದ ಕಾದಾಟದ ಅಮಲಿನ ಸಂತೋಷ ಅವನ ಮುಖದಲ್ಲಿ ಕಾಣುತ್ತಿತ್ತು. ಅಲ್ಲಾಡದಂತೆ ಬಿದ್ದಿದ್ದ ಕೈಗೆ ನಿಲುಕುವಂತೆ ಹತ್ತಿರವಾದರೂ ಕೊಂಚ ಅಚೆಕಡೆಗೆ ಅವನ ಬಂದೂಕ ಬಿದ್ದಿತ್ತು. ಯಾವನೋ ದೈತ್ಯ ಚಮ್ಮಾರ ಒಂದು ದೊಡ್ಡ ಹಾವನ್ನು ಹಿಡಿದು ಅದನ್ನು ನೆಟ್ಟಗೆ ನೇರಗೊಳಿಸಿ ಮರದ ಬೇರಿನಂತೆ ಹದಗೊಳಿಸಿ ಹುಲ್ಲಿನ ನಡುವೆ ಹಾಕಿದ್ದನೇನೋ ಎನ್ನುವಂತೆ ಜಾನಿ ಕಾಣುತ್ತಿದ್ದ. ಅವನ ಪಡೆಯ ಜನರ ನಡುವಿನಿಂದ ಅಲೆಅಲೆಯಾಗಿ ಚೂರುಚೂರಾಗಿ ಸಂಭಾಷಣೆ ತೇಲಿಬರುತ್ತಿತ್ತು. ವೈಯಕ್ತಿಕವಾದುದು, ವಿಶಾಲ ಸಮಾಜ ಸಂಬಂಧವಾದುದು, ಸಣ್ಣ ವಿಷಯ ದೊಡ್ಡ ವಿಷಯ, ಕಾಲ್ಪನಿಕ ಅಥವಾ ಹುಚ್ಚುಹುಚ್ಚು ವಿಷಯಗಳ ಈ ಸಂಭಾಷಣೆ ಮುಂದುವರಿದಿದ್ದು, ಕೇಂದ್ರದಲ್ಲಿದ್ದ ಪಿಯರ್ ತಟ್ಟನೆ ನಿಶ್ಶಬ್ದವಾಗಿರಬೇಕೆಂದು ಸಂಜ್ಞೆ ಮಾಡಿದ. ಮಿಕೆಲೆ ಆ ಆಜ್ಞೆಯನ್ನು ಪುನಃ ಮಾತಿನಲ್ಲಿ ಹೇಳಿದ. ಬೇಸಿಗೆಯೇ ಆದರೂ ಅವನ ಗಂಟಲಿನಲ್ಲಿ ಕಫ ತುಂಬಿ ದನಿ ಗೊಗ್ಗರವಾಗಿತ್ತು. ಅತಿ ಎತ್ತರದಲ್ಲಿದ್ದ ಮರಗಳ ತುತ್ತತುದಿಯ ಕೊಂಬೆಗಳಲ್ಲಿ ತಾತ್ಕಾಲಿಕವಾಗಿ ಆಸರೆ ಪಡೆದಿದ್ದ ಹಕ್ಕಿಗಳು ಗೊಂದಲಗೊಂಡಂತೆ ಅಲ್ಪಸ್ವಲ್ಪ ಹಾರಾಟ ನಡೆಸಿದುದು ಅವರ ಗಮನಕ್ಕೆ ಬಂತು. ಎದುರುಗಡೆ ಇದ್ದ ವಾಲ್ದಿವಿಲ್ಲ ಬೆಟ್ಟ ಮಾನವನ ಅಂಗದಂತೆ ಹದವಾಗಿ ಜನೋಪಯೋಗಿ ಯಾದುದು. ಈಗ ಅದರ ಮೇಲೆ ಯಾವುದೇ ಬಗೆಯ ಚಲನವಲನವೂ ಕಾಣುತ್ತಿರಲಿಲ್ಲ. ಹಸಿರಾದ ಅದರ ಮೈಮೇಲೆ ಏನೇನೂ ಇಲ್ಲದಂತಹ ಶೂನ್ಯದಲ್ಲಿನ ಸ್ತಬ್ಧ ಮೌನ ವಿದ್ಯುತ್ತಿನಂತೆ ಗುಂಯ್ಗುಡುತ್ತಿತ್ತು. ಯಾರೂ ಇಲ್ಲ – ಏನೂ ಇಲ್ಲದ ಅಲ್ಲಿ ಹಳ್ಳಿಯ ಕಡೆಗೆ ಹೋಗುವ ಜಾಡಿನಲ್ಲಿ ಒಂದು ನಾಯಿ ನಿಧಾನವಾಗಿ ಹೋಗುತ್ತಿತ್ತು. ಕಡಿದಾದ ಇಳಿಜಾರಿನಲ್ಲಿ, ಸೀಮೆ ಸುಣ್ಣದಲ್ಲಿ ಗುರುತು ಮಾಡಿದಂತೆ ಸ್ಪಷ್ಟವಾಗಿದ್ದ ಆ ನಾಯಿಯ ಅಲೆತದ ಸುಖ ಈ ಬೆಟ್ಟದ ಮೇಲಿದ್ದ ಅವರಿಗೂ ಅನುಭವವಾಗುತ್ತಿತ್ತು. ಆಗ ಜಾನೀ ಕಡೆಗಣ್ಣಿನಿಂದ ಹಳ್ಳಿಯ ಕಡೆಗೆ ನೋಡಿದ. ನಡು ಹಗಲಿನ ಬಿರುಬೆಳಕಿನಲ್ಲಿ ತನ್ನ ಪೂರ್ಣ ನಗ್ನತೆ ಹಾಗೂ ಹೊಳಪುಗಳನ್ನು ಆ ಹಳ್ಳಿ ಅರಿತಂತೆ ತೋರುತ್ತಿತ್ತು. ಕಿಟಿಕಿಗಳು ಹಾಗೂ ಬಾಗಿಲುಗಳನ್ನು ಧಡಾರನೆ ಮುಚ್ಚುತ್ತಿದ್ದ ಶಬ್ದ ಗುಂಡು ಹೊಡೆದಂತೆ ಕೇಳುತ್ತಿತ್ತು – ಒಂದು ಕೋಟೆಯನ್ನೋ ಜಲಾಂತರ್ಗಾಮಿ ನೌಕೆಯನ್ನೋ ಭದ್ರಪಡಿಸುವಂತೆ ಹಳ್ಳಿಯನ್ನು ಭದ್ರಪಡಿಸಿ ಮುಚ್ಚುತ್ತಿದ್ದರು. ವಿದ್ಯುಚ್ಚಾಲಿತ ಕೊರೆಯುವ ಯಂತ್ರದ ಸದ್ದು ಕೂಡ ನಿಂತೇಹೋಗಿತ್ತು. ಅದರ ಯಜಮಾನ ಒಬ್ಬ ಕರ್ಮಠ ಕಮ್ಮಾರ. ಯುದ್ಧದ ಮತ್ತು ಅದರ ಗುಂಡಿನ ಪಂದ್ಯಾಟಗಳ ಇದಿರಿನಲ್ಲೂ ದುಡಿಯುವ ತನ್ನ ಹಕ್ಕನ್ನು ಬಿಟ್ಟುಕೊಡದೆ, ಸಾಧ್ಯವಾದಷ್ಟೂ ಕೊನೆಯ ಗಳಿಗೆಯ ತನಕ ತನ್ನ ಯಂತ್ರವನ್ನು ಆತ ನಡೆಸಿದ್ದ.

ಹನ್ನೊಂದು ಗಂಟೆಯ ವೇಳೆಗೆ ಫಾಸಿಸ್ಟರು ಕಣ್ಣಿಗೆ ಬಿದ್ದರು. ತಮ್ಮನ್ನು ಗುರುತು ಹಿಡಿಯದಂತೆ ಅವರು ಕಪಟ ವೇಷ ಧರಿಸಿದ್ದರು. ಆದರೆ ಗೆರಿಲ್ಲಾ ಪಡೆಗಳ ಯುವಕ ಕಣ್ಣುಗಳಿಗೆ ಎಲ್ಲ ವಿವರಗಳೂ ಅತ್ಯಂತ ಸ್ಪಷ್ಟವಾಗಿ ಕಾಣುತ್ತಿದ್ದವು. ಫಾಸಿಸ್ಟ್ ಪಡೆಯಲ್ಲಿ, ಬಹಳ ಜನ – ಒಂದು ಬೆಟಾಲಿಯನ್ನಿಗೂ ಹೆಚ್ಚು ಜನ – ಸೈನಿಕರಿದ್ದರು. ರಸ್ತೆಯ ಕೊನೆಯ ತಿರುವಿನಲ್ಲಿ ಅವರು ಅಲೆಯಲೆಯಾಗಿ ನುಗ್ಗಿ ಬರುತ್ತಿದ್ದರು. ಅನಂತರ ರಸ್ತೆಯನ್ನು ಬಿಟ್ಟು ತೋಡುಗಳನ್ನು ಚಂಗನೆ ದಾಟಿ, ನಿಧಾನವಾಗಿ ಬಾಗಿಕೊಂಡೇ ಬೆಟ್ಟದ ಇಳಿಜಾರನ್ನು ಏರುತ್ತಿದ್ದರು. ಅವರ ತಲೆಯಿಂದಾಚೆಗೆ ದೂರದಲ್ಲಿ ಕೆಲವು ಲಾರಿಗಳು ಜಾನಿಗೆ ಕಾಣಿಸಿದವು. ಹೆಚ್ಚಿನ ಮದ್ದು ಗುಂಡು, ವೈದ್ಯಕೀಯ ನೆರವು ಹಾಗೂ ಕೆಲವರು ಹಿಂಚೂಣಿಯ ಸೈನಿಕರು

ಅವುಗಳಲ್ಲಿದ್ದಿರಬೇಕು. ಜಾನಿಯ ಹೃದಯ ಕೂಡಲೇ ಅಲ್ಲಿಗೆ ಹಾರಿತು – ಹಾಂ ! ಅದೀಗ ಸರಿಯಾದ ಪರಿಹಾರ! ಮಾಟಮಂತ್ರದಂತೆ ಅವರೆದುರಿನಿಂದ ಮಾಯವಾಗಿಬಿಡುವುದು, ಬೆಟ್ಟವನ್ನು ಆ ಕಡೆಯಿಂದ ಸುತ್ತಲು ಕಷ್ಟವಾದರೂ ಅದನ್ನು ಪರಿಕ್ರಮಿಸಿ, ಹಿಂದುಗಡೆಯಿಂದ ಥಟ್ಟನೆ ದಾಳಿಮಾಡಿ ಸೈನಿಕರನ್ನು ಕೊಂದು, ಸಾಮಾನುಗಳನ್ನು ಕೊಳ್ಳೆ ಹೊಡೆದು, ಲಾರಿಗಳನ್ನು ಮಟ್ಟ ಹಾಕಬೇಕು. ಇದೀಗ ಜಾನಿಯ ಹೃದಯದಲ್ಲಿ ಭುಗ್ಗನೆ ಉರಿಯುತ್ತಿದ್ದ ಆಸೆ. ಪ್ರಾಯಶಃ ಕಾರ್ಯರೂಪಕ್ಕೆ ತರಲಾಗದಿದ್ದ ಉತ್ಕಟ ಆಶಯ, ಆಕಾಂಕ್ಷೆಯಿಂದ ಜಾನಿ, ಸ್ವಲ್ಪವೇ ಎದ್ದು ಕಾಣುತ್ತಿದ್ದ ಪಿಯರ್ ಇನ್ನೇನು ಗುಂಡು ಹಾರಿಸುವ ಆಜ್ಞೆ ನೀಡುವನೆಂದು ಊಹಿಸಿ, ಬಂದೂಕವನ್ನು ಎತ್ತಿ ಎದೆಗಾನಿಸಿಕೊಂಡು, ಫಾಸಿಸ್ಟರ ಕಡೆಗೆ ಗುರಿಯಿಟ್ಟ.

ಆದರೆ ಫಾಸಿಸ್ಟ್ ಸೈನಿಕರು ಪ್ರತಿಯೊಂದು ಎಚ್ಚರಿಕೆಯ ನಿಯಮವನ್ನೂ ಅನುಸರಿಸುತ್ತಾ ನಿಧಾನವಾಗಿ ಮೇಲಕ್ಕೇರುತ್ತಿದ್ದರು. ಅತ್ಯಂತ ನಿಶ್ಚಲವೂ ನಿರುಪದ್ರವಿಯೂ ಆಗಿದ್ದ ಖಾಲಿ ಪೊದೆಗಳನ್ನು ಕೂಡ ಐದ್ಯೆದು ಸುದೀರ್ಘ ನಿಮಿಷಗಳ ಕಾಲ ಎಚ್ಚರಿಕೆಯಿಂದ ವೀಕ್ಷಿಸಿ ಪ್ರತಿಯೊಂದನ್ನು ಎದುರಿಸಿಲು ಸಿದ್ಧರಾಗಿದ್ದರು. ಕಾಲವೆಂಬುದಕ್ಕೆ ಅರ್ಥವೇ ಇಲ್ಲವೆನ್ನುವಂತೆ ಪ್ರತಿಯೊಂದು ದ್ರಾಕ್ಷಿ ಬಳ್ಳಿಯ ಒಳಹೊರಗೂ ಬೆದಕಿ ಅಪಾಯವಿಲ್ಲವೆಂದು ಖಚಿತ ಪಡಿಸಿಕೊಂಡು ನಡೆಯುತ್ತಿದ್ದರು.

ಗುಂಡು ಹಾರಿಸುವಂತೆ ಆಜ್ಞೆ ನೀಡುವ ತನಕ ಸುಮ್ಮನಿರಬೇಕೆಂದು ತೀರ್ಮಾನವಾಗಿದ್ದರೂ, ಗೆರಿಲ್ಲಾ ತುಕಡಿಯ ಕೆಲವು ಯುವಕರಿಗೆ ಸಹನೆ ಮೀರಿ, ಈತನಕ ತಮಗೆ ಸಿಕ್ಕದೆ ನುಣುಚಿಕೊಂಡ ಫಾಸಿಸ್ಟ್ ದೇಹಗಳು ಈಗ ತಮ್ಮ ಗುಂಡಿಗೆ ಈಡಾಗುತ್ತವೆ ಎನ್ನಿಸಿದೊಡನೆ ಸಮಯಕ್ಕೆ ಮುನ್ನವೇ ಗುಂಡು ಹಾರಿಸಲು ಪ್ರಾರಂಭಿಸಿದರು. ಆಗ ಎಲ್ಲ ಗೆರಿಲ್ಲಾಗಳೂ ಗುಂಡು ಹಾರಿಸಿದರು, ಸಾರ್ಜೆಂಟ್ ಮಿಕೆಲೆ ಗೋಣಗಿದೊಡನೆ ಅವನ ಬ್ರೇಡಾ ಮೆಷಿನ್‌ಗನ್ ಅಡಚಿಕೊಂಡಿದೆಯೆಂದು ಗೊತ್ತಾಗಿ ಹೋಯಿತು. ಈಗಾಗಲೇ ರಕ್ತ ಒಸರುತ್ತಿದ್ದ ಬೆರಳು ಗಳಿಂದ ಅವನು ಅದನ್ನು ಸರಿಪಡಿಸಿಕೊಳ್ಳಲು ಪ್ರಯತ್ನಿಸುತ್ತಿದ್ದ.

ಇತ್ತ ಗುಂಡು ಹಾರಿಸಿದೊಡನೆ ಫಾಸಿಸ್ಟರು ಸಂಪೂರ್ಣವಾಗಿ, ಗುರುತು ಕೂಡ ಉಳಿಯದಂತೆ ನೆಲದಲ್ಲಿ ಮರೆಯಾಗಿ ಬಿಟ್ಟರು. ಬಚ್ಚಿಟ್ಟುಕೊಂಡ ಜಾಗದಿಂದ ಈಗ ಕೇಳುತ್ತಿದ್ದುದು ಕೇವಲ ಕೆಲವು ಸೀಟಿಗಳ ಶಬ್ದ ಮಾತ್ರ. ಸ್ವಲ್ಪ ಹೊತ್ತಿನ ತರುವಾಯ ಅವರು ಒಂದು ಭಾರೀ ಸುತ್ತು ಗುಂಡು ಹಾರಿಸಿದರು – ಅದು ಗೆರಿಲ್ಲಾಗಳ ಮುಂದಿದ್ದ ರಕ್ಷಣೆಯ ಮೋಟು ಗೋಡೆಗೆ ಬಡಿಯಿತು. ಮಿಕೆಲೆ ತನ್ನ ಬ್ರೇಡಾವನ್ನು ರಿಪೇರಿ ಮಾಡಿಯಾಗಿತ್ತು. ಆದರಿಂದ ಅವನು ಫಾಸಿಸ್ಟರು ಗುಂಡು ಹಾರಿಸುತ್ತಿದ್ದ ರಸ್ತೆಯ ಹಿಂಬದಿಯ ಗುಂಡಿಯ ಕಡೆಗೆ ಗುಂಡು ಹಾರಿಸಿದ. "ಗುರಿ ಎತ್ತರ ಹೆಚ್ಚಾಯಿತು, ಮಿಕೆಲೆ" ಎಂದ ಜಾನೀ, ಸಾರ್ಜೆಂಟ್ ವಿಷಾದಪಟ್ಟು, ಬ್ರೇಡಾ ಮತ್ತೆ ಅಡಚಿಕೊಂಡಿದೆಯೆಂದ. ಈಗ ಫಾಸಿಸ್ಟರು ಎರಡನೆಯ ಸುತ್ತು ಗುಂಡು ಹಾರಿಸಿದರು. ಇದು ಗೆರಿಲ್ಲಾಗಳ ಹಿಂದೆ ಇದ್ದ ಮರಗಳ ತುದಿಗೊಂಬೆಗಳನ್ನು ಸವರಿತು. ಗೆರಿಲ್ಲಾಗಳು ಊಹೆಯ ಆಧಾರದ ಮೇಲೆ ಮತ್ತೆ ಗುಂಡು ಹಾರಿಸಿದರು. ಇದರಿಂದ ಎರಡು ಕಡೆಗಳಿಗೂ ವಿಶೇಷ ಹಾನಿಯೇನೂ ಉಂಟಾಗುತ್ತಿರಲಿಲ್ಲ ವೆಂಬುದು ಸ್ಪಷ್ಟವಾಗಿತ್ತು. ಆದರೆ ಎರಡು ಪಕ್ಷಗಳವರಿಗೂ ತಮ್ಮ ಸೈನಿಕರಿಗೆ ನೈತಿಕವಾಗಿ ಉತ್ಸಾಹ ತುಂಬುತ್ತಿದ್ದ ಗುಂಡು ಹಾರಿಸುವ ಆಕಾಂಕ್ಷೆ ಪ್ರಬಲವಾಗಿತ್ತು. ಈಗಾಗಲೇ ಮಧ್ಯಾಹ್ನ ದಾಟಿ ಹೋಗಿತ್ತು. ಫಾಸಿಸ್ಟರು ಕೆಳಗೆ ಅಲ್ಲಾಡದಂತೆ ಸಿಕ್ಕಿಹಾಕಿಕೊಂಡಿದ್ದರು – ಪಿಯರ್ ತನ್ನ

ಫ್ರೆಂಚ್ ಪೊಲೀಸ್ ದಳದ ಮಾಸ್ ಬಂದೂಕನ್ನು ಎದೆಗವಚಿಕೊಂಡಿದ್ದ – ಹಳ್ಳಿಯನ್ನು ಫ್ಯಾಸಿಸ್ಟರು ನಾಶಮಾಡದಂತೆ ಕಾಪಾಡಿದ ಸಂತೋಷವನ್ನು ಹೃದಯದಲ್ಲಿ ತುಂಬಿಕೊಂಡಿದ್ದ. ಜಾನಿ ವಿಪರೀತ ಬಾಯಾರಿಕೆಯಿಂದ ಒದ್ದಾಡುತ್ತಿದ್ದ. ಫ್ಯಾಸಿಸ್ಟರಾದರೋ ಒಂದೇ ಒಂದು ಹೆಜ್ಜೆಯನ್ನೂ ಮುಂದಿಡದೆ ಅಲ್ಲಿಂದಲೇ ಒಂದೇ ಸಮನಾಗಿ ಗುಂಡು ಹಾರಿಸುತ್ತಲೇ ಇದ್ದರು – ವ್ಯರ್ಥವಾಗಿ! ಹಲವು ನೂರು ಬಂದೂಕುಗಳೂ, ಕೆಲವೇ ಮೆಷಿನ್‌ಗನ್ನುಗಳೂ ಬಳಕೆಯಾಗುತ್ತಿದ್ದುವಾದರೂ ಆ ಬಟ್ಟಲಿನಂತಹ ಪ್ರದೇಶದಲ್ಲಿ ದೊಡ್ಡ ಸಂಗ್ರಾಮವೇ ಆಗುತ್ತಿರುವಷ್ಟು ಶಬ್ದವಾಗುತ್ತಿತ್ತು. ಫ್ಯಾಸಿಸ್ಟರ ಗುಂಡುಗಳ ಬಹು ಎತ್ತರದಲ್ಲಿದ್ದ ಮರಗಳಿಗೆ ಬಡಿದಾಗ, ಮರದ ಟೊಂಗೆಗಳು 'ಟಪ್' ಎಂದು ಮುರಿದು ಬೆದರಿಕೆ ತರುವಂತೆ ಗೆರಿಲ್ಲಾಗಳ ತಲೆಯ ಮೇಲೆ ಬೀಳುತ್ತಿದ್ದುವು.

ಈ ಫ್ಯಾಸಿಸ್ಟರಿಗೆ ಸರಿಯಾದ ಸಂಘಟನೆ ಹಾಗೂ ಸಾಮೂಹಿಕ ಮನೋಭಾವ ಇಲ್ಲವೆಂಬುದು ಸ್ಪಷ್ಟವಾಗಿತ್ತು. ಈಗ ಗೆರಿಲ್ಲಾಗಳ ಮತ್ತೊಂದು ತುಕಡಿ. ಆ ಪಕ್ಕದ ಗುಡ್ಡದ ಮೇಲೆ, ಅವರ ಆಚೆ ಬದಿಯಲ್ಲಿ, ಅವರಿಗೆ ಚೆನ್ನಾಗಿ ಕಾಣುವಂತೆ ಬಂದಿದ್ದರೆ ಸಾಕಿತ್ತು. ಆಗ ಫ್ಯಾಸಿಸ್ಟ್ ಪಡೆಗಳಲ್ಲಿ ಅತೀವ ಭೀತಿಯುಂಟಾಗಿ ಅವರು ಚೆಲ್ಲಾಪಿಲ್ಲಿಯಾಗಿ ಹಿಂದಕ್ಕೋಡುತ್ತಿದ್ದರು. ಆದರೆ ಆಕಾಶದ ಹಿನ್ನೆಲೆಗೆ ಎದ್ದು ಕಾಣುತ್ತಿದ್ದ ಆ ಬದಿಯ ಬೆಟ್ಟದ ಶಿಖರಗಳ ಮೇಲೆ ಒಂದೇ ಒಂದು ಪಿಳ್ಳೆಯಾದರೂ ಕಾಣಿಸಿಕೊಳ್ಳಲಿಲ್ಲ. ಬದಲಾಗಿ ಫ್ಯಾಸಿಸ್ಟರ ಲಾರಿಯೊಂದು ಅಲ್ಲಿ ನೆಲಬಾಂಬುಗಳಿವೆಯೋ ಎಂಬ ಭಯದಿಂದಲೋ ಅದರ ಇಂಜಿನ್ ಕೆಟ್ಟಿದ್ದರಿಂದಲೋ, ಬಹಳ ನಿಧಾನವಾಗಿ ಮುಂಚೂಣಿಯ ಕಡೆಗೆ ತೆವಳಿಕೊಂಡು ಬರಲಾರಂಭಿಸಿತು. "ಅವರು ಮಾರ್ಟರ್ ಫಿರಂಗಿಗಳನ್ನು ತರದಿದ್ದರೆ ಸಾಕು" ಎಂದು ಪಿಯರ್ ಉದ್ಗರಿಸಿದ. ವಾಯುಸೇನೆಯ ಅವನಿಗೆ ನೆಲ ಸೇನೆಯ ಮುಖ್ಯ ಅಸ್ತ್ರವಾದ ಮಾರ್ಟರ್ ಗುಂಡುಗಳನ್ನು ಕಂಡರೆ ಅತೀವ ಅಂಜಿಕೆ.

ಅಷ್ಟರಲ್ಲಿ, ಸೂರ್ಯ ಕಿರಣಗಳು ಕೊಂಬೆಗಳ ಮೂಲಕ ಹಾದು ಬರುತ್ತಿಲ್ಲವೆಂಬುದನ್ನೂ ಒಂದು ರೀತಿಯ ದ್ರವಸದೃಶ ಕತ್ತಲೆ ಅವುಗಳ ಹಸಿರಿನ ಮೇಲೆ ಕವಿಯುತ್ತಿದೆಯೆಂಬುದನ್ನೂ ಜಾನೀ ಗಮನಿಸಿ, ಆಕಾಶದ ಕಡೆಗೆ ತಲೆಯೆತ್ತಿ ನೋಡಿದ. ಈ ಬದಲಾವಣೆ ಪೂರ್ಣಗೊಂಡಂತೆ ಆಕಾಶದಲ್ಲೆಲ್ಲ ಅಲ್ಲೋಲಕಲ್ಲೋಲ. ಅದರ ನಡುಭಾಗದಲ್ಲಿ ಕಪ್ಪು ಮೋಡಗಳು ಹೆಪ್ಪುಹೆಪ್ಪಾಗಿ ಜಮಾಯಿಸಿದ್ದುವು. ಸೂರ್ಯನ ರಥ ಹೂತುಹೋದ ಜಾಗವನ್ನು ವಿವರ್ಣವಾದ ನೀಲಿಯ ಬೆಳಕು ಸೂಚಿಸುತ್ತಿತ್ತು. ಇನ್ನೇನು ಚಂಡಮಾರುತ ಏಳುತ್ತದೆಯೆಂದು ಜಾನೀ ಭರವಸೆಯಿಂದಿದ್ದ. ಆದರೆ ಆಕಾಶ ಪ್ರಸವ ವೇದನೆಯಿಂದ ಎಷ್ಟೇ ನರಳಾಡಿದರೂ ಚಂಡಮಾರುತ ಹುಟ್ಟುವಾಗಲೇ ಸತ್ತುಹೋಯಿತು.

ಅದೇ ಗಳಿಗೆಯಲ್ಲೇ ನೆಲದ ತಗ್ಗಿನಿಂದ ಮೊದಲ ಮಾರ್ಟರ್ ಫಿರಂಗಿಯ ಗುಂಡು ಮೇಲಕ್ಕೆ ಹಾರಿಬಂತು – ಹತ್ತಾರು ಲೋಹದ ಮುಚ್ಚಳಗಳ ಭಾರೀ ಸಂಘರ್ಷವಾದಂತೆ ಶಬ್ದಮಾಡುತ್ತಾ. ಪಿಯರ್‌ನ ಕಣ್ಣಿನಂತೆಯೇ ಅವನ ಚರ್ಮವೂ ಬಿಳಿಚಿಕೊಂಡಿತು. ನಿರೀಕ್ಷಿಸಿದ್ದಂತೆ ಮಾರ್ಟರ್ ಗುಂಡು ಸರಿಯಾದ ದೂರಕ್ಕಿಂತ ಕಡಿಮೆಯಾಗಿ ಅವರಿಗೆ ತುಂಬಾ ಮುಂದುಗಡೆ ಬಿತ್ತು. ಅವರ ಮೇಲೆ ಮಣ್ಣಿನ ಮಳೆಯನ್ನೇ ಕರೆಯಿತು. ಕೂಡಲೇ ಗೆರಿಲ್ಲಾಗಳೆಲ್ಲ ನೆಲದ ಮೇಲೆ ಪ್ರಾಣಿಗಳಂತೆ ಸರಿದು, ಇನ್ನೂ ಉತ್ತಮವಾದ ರಕ್ಷಣೆಯ ಜಾಗಕ್ಕೆ ಹೋಗಬೇಕೆಂದು ಆತುರಾತುರವಾಗಿ ಪರದಾಡಿದರು. ಅಷ್ಟರಲ್ಲಿ ಎರಡನೆಯ

ಮಾರ್ಟರ್ ಗುಂಡು ಹೆಚ್ಚು ದೂರಕ್ಕೆ ಹಾರಿ ಅವರ ಹಿಂದುಗಡೆಯಲ್ಲಿ ಎತ್ತರದ ಮರಗಳಿಗೆ ತಾಕಿತು. ಮೂರನೆಯ ಗುಂಡು ಗುರಿಯಿಂದ ಸ್ವಲ್ಪ ದೂರದಲ್ಲಿ ಸರಿಯಾದ ಎತ್ತರದಲ್ಲಿ ಬಿದ್ದು ಪ್ರಬಲವಾಗಿ ಸಿಡಿಯಿತು. ನಾಲ್ಕನೆಯದು ಅವರಿದ್ದ ಎಡಮೂಲೆಗೆ ಬಡಿದಾಗ ಜನರ ಚೀರಾಟದ ಸದ್ದು, ಗಿಡಗಳ ಕೊಂಬೆಗಳು ಪಟಪಟನೆ ಮುರಿದ ಸದ್ದಿನೊಂದಿಗೆ ಬೆರೆತುಹೋಯಿತು. ಧೂಳು ನೆಲಕ್ಕಿಳಿಯುತ್ತಿದ್ದಂತೆ ಒಬ್ಬ ಮಾತ್ರ ನೇರನಿಂತು ಸೈರನ್ ಕೆರಲುವಂತೆ ಜೋರಾಗಿ ಚೀರಿದ. ಗುಂಡಿನ ಸಿಡಿತದಿಂದ ಲೋಹದ ಚೂರೊಂದು ಅವನ ಕಣ್ಣನ್ನು ಬಗೆದುಬಿಟ್ಟಿತ್ತು. ಕಣ್ಣು ಬೆಣ್ಣೆಯ ಉಂಡೆಯಂತೆ ಅವನ ಕೆನ್ನೆಯ ಮೇಲಿಳಿದು ಕೆಳಕ್ಕುರುಳಿತು. ಹಿನ್ನಡೆಯುತ್ತಿದ್ದ ಗೆರಿಲ್ಲಾ ತುಕಡಿಗಳ ಕಾಲುಗಳ ತುಳಿತದಿಂದ ಅದನ್ನು ಕಾಪಾಡಿ ಮಿಕೆಲ್ ಆ ಕಣ್ಣನ್ನು ಕೈಗೆತ್ತಿಕೊಂಡು, ತನ್ನ ನೀಲಿ ಕರವಸ್ತ್ರದಲ್ಲಿ ಅದನ್ನು ಮುಚ್ಚಿ ಇಟ್ಟುಕೊಂಡ. ತನ್ನ ಮುಖವನ್ನು ಎರಡು ಕೈಗಳಿಂದಲೂ ಒತ್ತಿ ಹಿಡಿದುಕೊಂಡಿದ್ದ ಗಾಯಾಳುವನ್ನು ಹಳ್ಳಿಗೊಯ್ಯಲಾಯಿತು. ಅಲ್ಲಿಂದ ಹಳ್ಳಿಗನೊಬ್ಬ ಅವನನ್ನು ಸಾಂತೊ ಸ್ಟೆಫಾನೋದಲ್ಲಿದ್ದ ಆಸ್ಪತ್ರೆಗೆ ಕರೆದೊಯ್ಯುವವನಿದ್ದ. ಗಾಯಾಳುವಿನ ಕಣ್ಣಿದ್ದ ಕರವಸ್ತ್ರವನ್ನು ಮಿಕೆಲೆ ಅವನ ಜೇಬಿನಲ್ಲಿಟ್ಟಿದ್ದ.

ಅರೆಮುಚ್ಚಿದ್ದ ಸೂರ್ಯ ತನ್ನ ಚಂಚಲ ಬೆಳಕನ್ನು ಚಿಮುಕಿಸಿದ್ದ ತಾರ್ರೆತ್ತಾ ಬೆಟ್ಟದ ಕಡೆಗೆ ಅವರು ಹಿನ್ನಡೆಯುತ್ತಿದ್ದರು. ಹಿಂಚೂಣಿಯಲ್ಲಿದ್ದ ಜಾನೀ ಮತ್ತು ಮಿಕೆಲ್ ಮತ್ತೆ ಮತ್ತೆ ಹಿಂದಕ್ಕೆ ತಿರುಗಿ ನೋಡುತ್ತಿದ್ದರು. ಆದರೆ ಬರಿದಾದ ಬಯಲಿನ ಹಿನ್ನೆಲೆಗೆ ಮರೆಮಾಚಿ ಕೊಂಡಿದ್ದ ಫಾಸಿಸ್ಟರ ಕಪಟ ರಕ್ಷೆಗಳು ಬೆಳಗಿ ಸ್ಪಷ್ಟವಾಗಿ ಕಾಣುತ್ತಿರಲಿಲ್ಲ. ಆಮೇಲೆ ಅವರು ಕಲ್ಲುಬಂಡೆಗಳ ಬೆಟ್ಟವನ್ನೇರಿದ ನಂತರ, ಫಾಸಿಸ್ಟರು ಹಳ್ಳಿಯ ಕಡೆಗೆ ಗುಂಪಾಗಿ ಧಾವಿಸುತ್ತಿದ್ದುದು ಕಾಣಿಸಿತು. ಅವರು ಈಗ ಬೆಟ್ಟದ ಬೋಳು ಬಂಡೆಗಳ ಮೇಲೆ ಕುಳಿತು ಆರಾಮವಾಗಿ ಫಾಸಿಸ್ಟರ ಎಲ್ಲ ಕಾರ್ಯಗಳನ್ನೂ ವಿವರವಾಗಿ ನೋಡುತ್ತಿದ್ದರು. ಫಾಸಿಸ್ಟರು ಒಂದೊಂದು ಅಂಗುಲ ನೆಲವನ್ನೂ ಅಳೆದು ಸುರಿದು ಬಹಳ ಸೂಕ್ಷ್ಮವಾಗಿ ಪರಿಶೀಲಿಸಿ ಕೊನೆಯ ಇಳಿಜಾರನ್ನು ದಾಟುವಾಗ, ಸ್ತಬ್ಧವಾದ ವಾತಾವರಣವನ್ನು ಕರ್ಕಶವೂ ಪ್ರಬಲವೂ ಆದ ಸೀಟಿಗಳ ಧ್ವನಿ ಕಲುಷಿತಗೊಳಿಸುತ್ತಿತ್ತು. ಹಳ್ಳಿಯಲ್ಲಿ ಏನೇನೂ ಇಲ್ಲ – ಖಾಲಿಯಾಗಿದೆ ಯೆಂದು ಅವರ ಬೇಹುಗಾರರು ಸೂಚನೆ ಕೊಟ್ಟಿರಬೇಕು. ಎಲ್ಲರೂ ಹಳ್ಳಿಯೊಳಕ್ಕೆ ಬೇಗ ನಡೆದು ಕಣ್ಮರೆಯಾದರು. ಹಳ್ಳಿಯು ತನ್ನ ವಿಧಿಯೊಂದಿಗೆ ಇವರನ್ನೂ ಆಲಿಂಗಿಸಿಕೊಂಡ ಹಾಗಿತ್ತು.

"ಅವರು ಹಳ್ಳಿಯನ್ನೇನು ಮಾಡ್ತಾರೆ?" ಪಿಯರ್ ಕೇಳಿದ.

"ಏನೂ ಇಲ್ಲ."

"ಏನೂ ಇಲ್ಲ ಅಂದರೆ ಏನು?"

"ಏನೂ ಇಲ್ಲ. ಬ್ರೆಡ್ ಮತ್ತು ಸಲಾಮಿಯನ್ನೆಲ್ಲ ಬಲವಂತವಾಗಿ ವಸೂಲು ಮಾಡಿಕೊಳ್ತಾರೆ. ಊರಿನ ಚೌಕದಲ್ಲಿ ಊಟ ಹೊಡೀತಾರೆ. ಹಳ್ಳಿಗರನ್ನೆಲ್ಲ ಬೆದರಿಸಿ ಭಾಷಣ ಮಾಡಿ..."

ಜಾನಿಯ ಮಾತಿನ ಮಧ್ಯದಲ್ಲಿ ಸಾರ್ಜೆಂಟ್ ಬಾಯಿ ಹಾಕಿದ – "ಕಪ್ಪು ಬಣ್ಣದಲ್ಲಿ ಎಲ್ಲ ಗೋಡೆಗಳ ಮೇಲೂ ತಮ್ಮ ಘೋಷಣೆ ಬರೆದು ಹೊಲಗೆಡಿಸ್ತಾರೆ."

ಹಳ್ಳಿಯಲ್ಲಿ ಹಿಂಸೆಯಾದ ಸೂಚನೆ ಬರುತ್ತದೋ ಏನೋ ಎಂದು ಅವರು ಬಹುಹೊತ್ತು ಕಾದರು. ಆದರೆ ಗುಂಡಿನ ಶಬ್ದ ಕೇಳಲಿಲ್ಲ, ಬೆಂಕಿಯ ಹೊಗೆಯೂ ಮೇಲೇಳಲಿಲ್ಲ. ಒಂದು ತೋಟದ ಬಂಡಿ ಒಳದಾರಿಯಲ್ಲಿ ಕಣಿವೆಯ ಕಡೆಗೆ ಹೋಗುತ್ತಿದ್ದುದನ್ನು ಜಾನೀ ಕಂಡ. ಗಾಡಿಯ ಚಾಲಕ ಬೆದರುಗೊಂಬೆಯ ಹಾಗೆ ಉದ್ದನೆಯ ಅಂಗಿ, ಒಂದು ಹ್ಯಾಟು ಧರಿಸಿದ್ದ;

ಕುದುರೆಗೆ ಚಾವಟಿಯನ್ನು ಮುಟ್ಟಿಸದೆ, ಆತ ಶಾಂತವಾಗಿ ನಿಧಾನವಾಗಿ ಗಾಡಿಯನ್ನು ಹೊಡೆಯುತ್ತಿದ್ದ. ಗಾಡಿಯ ಎರಡು ಪಕ್ಕಗಳ ಪೀಠಗಳ ನಡುವೆ ಮಧ್ಯದಲ್ಲಿ ಗಾಯಾಳುವಿನ ದೇಹವನ್ನು ಮಲಗಿಸಲಾಗಿತ್ತು. ಅಲ್ಲೇ ಪಕ್ಕದ ಪೀಠದ ಮೇಲೆ ಮಾಂಗೋ ಹಳ್ಳಿಯ ಯುವಕ ಪಾದ್ರಿ ಪ್ರಾರ್ಥನೆ ಮಾಡುತ್ತಿರುವಂತೆ ತಲೆ ತಗ್ಗಿಸಿ ಕುಳಿತಿದ್ದ. ಗಾಳಿ ಸ್ತಬ್ಧವಾಗಿತ್ತು, ಸೂರ್ಯನ ಬೆಳಕಿಲ್ಲದೆ ತೆಳುವಾಗಿ ಪಾರದರ್ಶಕದಂತಾಗಿತ್ತು. ಗಾಯಾಳುವನ್ನು ಪಾರುಮಾಡುತ್ತಿದ್ದ ಆ ಪ್ರಶಾಂತ ಹಾದಿಯ ಕಲ್ಲುಗಳ ಮೇಲೆ ಬಂಡಿಯ ಚಕ್ರಗಳು ಕಟಕಟನೆ ಉರುಳುವ ಶಬ್ದವನ್ನು ಕೇಳಬಹುದಾಗಿತ್ತು ಅಥವಾ ಊಹಿಸಿಕೊಳ್ಳಬಹುದಾಗಿತ್ತು.

ಆಮೇಲೆ ಕೆಲವು ಫಾಸಿಸ್ಟರು ಹಳ್ಳಿಯನ್ನು ಸುತ್ತುವರಿದಿದ್ದ ಗೋಡೆಯಿಂದ ಹೊರಗೆ ಕಾಣಿಸಿಕೊಂಡರು. ಬೆಟ್ಟದ ಕಡೆಗೆ ಹೋಗುವ ರಸ್ತೆಯಲ್ಲಿ ಬಂದ ಅವರು ಮತ್ತೆ ಯುದ್ಧ ಪ್ರಾರಂಭಿಸುವ ತರಹ ಕಾಣಿಸಲಿಲ್ಲ, ಉಹುಂ – ಯುದ್ಧಾನಂತರ ಹಾಯಾಗಿ ವಾಯುವಿಹಾರಕ್ಕೆ ಹೊರಟವರಂತೆ ಅವರು ಆರಾಮವಾಗಿ ಅಡ್ಡಾಡುತ್ತಿದ್ದರು. ಅವರನ್ನು ನೋಡುತ್ತಿದ್ದರೆ, ತಮ್ಮ ಶತ್ರುಗಳ ದೈನಂದಿನ ಜೀವನದ ಹಿನ್ನೆಲೆಯನ್ನು ತುಸುವೇ ಆಸಕ್ತಿಯಿಂದ ವೀಕ್ಷಿಸುತ್ತಾ, ಯುದ್ಧದ ಮಧ್ಯೆ ಗೊತ್ತು ಗುರಿಯಿಲ್ಲದ ಒಂದು ಕ್ಷಣದಂತಿದ್ದ ಈ ದಿನದಂದು ಇಲ್ಲಿ ತಾವೇನು ಮಾಡುತ್ತಿದ್ದೇವೆ ಎಂದು ಹೆಜ್ಜೆ ಹೆಜ್ಜೆಗೂ ವಿಸ್ಮಯ ಪಡುತ್ತಿದ್ದ ಪ್ರವಾಸಿಗರಂತೆ ಕಾಣುತ್ತಿದ್ದರು. ಆದರೆ ಸಾರ್ಜೆಂಟ್ ಮಿಕೆಲೆಗೆ ಈ ನೋಟದಿಂದ ತುಂಬಾ ರೇಗಿತು. ಈ ದೃಶ್ಯವನ್ನು ತಾನು ಸಹಿಸುವುದು ಅಸಾಧ್ಯವೆಂದೂ, ಕೆಲವು ಜೊತೆಗಾರರನ್ನು ಕರೆದುಕೊಂಡು ಹೋಗಿ ಆ ರಸ್ತೆಯಲ್ಲಿಯೇ ಈ ಅಪಮಾನಕರ ವಾಯುವಿಹಾರಕ್ಕೆ ರಕ್ತಸಿಕ್ತ ಮುಕ್ತಾಯ ಮಾಡುವುದಾಗಿ ಆತ ಗಡುಸಾಗಿ ಸಾರಿದ. ಆದರೆ ಹಳ್ಳಿಯ ಹೊರ ವಲಯದಲ್ಲಿ ಗುಪ್ತ ದಾಳಿ ನಡೆಸಿದ್ದೇ ಆದರೆ, ಫಾಸಿಸ್ಟರಿಗೆ ಹಳ್ಳಿಯನ್ನು ಸುಡಲು, ಲೂಟಿ ಮಾಡಲು ಪರವಾನಗಿ ಕೊಟ್ಟಂತಾಗುತ್ತದೆಂಬುದನ್ನು ಮಿಕೆಲೆ ಅರ್ಥಮಾಡಿಕೊಂಡ – ಸಿಟ್ಟಿನಲ್ಲಿ ಹಾರಾಡುತ್ತಿದ್ದ ಅವನು ಮತ್ತೆ ತನ್ನ ಬಲಶಾಲಿಯಾದ ದೇಹದೊಂದಿಗೆ ಭೂಮಿಗೆ ಇಳಿದ. ಆಗ ಜಾನೀ ಮೆತ್ತಗೆ ಅವನ ಭುಜವನ್ನು ಮುಟ್ಟಿ ಹೇಳಿದ :

"ಸಾರ್ಜೆಂಟ್, ಈ ಸಂಜೆ ಆ ಕೆಲಸ ಮಾಡೋಣ. ಹಳ್ಳಿಯಿಂದ ಹೊರಟು ಹೋಗುವಾಗ, ಹೆಚ್ಚು ವಾಹನಗಳಿಲ್ಲದ ಅವರು ಲಾರಿಗಳಲ್ಲಿ ಕಿಕ್ಕಿರಿದು ತುಂಬಿಕೊಂಡಿರ್‍ತಾರೆ, ಮೈಕೈ ಆಡಿಸಲೂ ಅವರಿಗೆ ಜಾಗವಿರೋದಿಲ್ಲ. ಆಗ ಸುಲಭವಾಗಿ ಅವರನ್ನು ಬಡಿದು ಹಾಕಿಬಿಡೋಣ."

ಈಗ ಸಾರ್ಜೆಂಟ್‌ಗೆ ಅರ್ಥವಾಯಿತು. ಅವನೆಂದ :

"ಅವರು ಮುದುರಿಕೊಂಡು ಓಟ ಕೀಳಬೇಕು ಅಷ್ಟೇ. ಅವರಲ್ಲೊಬ್ಬನನ್ನು ಕೊಂದರೂ ನಾವು ಗೆದ್ದಂತೆ. ಯಾವ ಯಾವುದು ಏನೆಂಬುದು ತಿಳಿದವರಿಗೆ ಅದು ಗೊತ್ತಾಗ್ತದೆ. ಅನುಭವವುಳ್ಳವನು ಇದ್ದರೆ ಅವನಿಗೆ ಇದರ ಸೂಕ್ಷ್ಮ ಅರ್ಥವಾಗ್ತದೆ. ಅಂಥವನು ಮನೆಗೆ ಹಿಂತಿರುಗುತ್ತ ಇಡೀ ದಿನವೂ ರಾತ್ರಿಯೂ ಆತಂಕದಿಂದ ಒದ್ದಾಡ್ತಾನೆ."

ಪಿಯರ್ ಈ ತಂತ್ರವನ್ನು ಒಪ್ಪಿದ; ಆದರೆ ತುಕಡಿಯ ಮುಖ್ಯ ಭಾಗದೊಂದಿಗೆ ಅಲ್ಲೇ ಉಳಿದ. ಸಾರ್ಜೆಂಟ್ ಮಿಕೆಲೆ ತನ್ನ ಬ್ರೇಡಾ ಮೆಷಿಗನ್ ನತ್ತು ಉಳಿದಿದ್ದ ಅದರ ಮದ್ದುಗುಂಡುಗಳನ್ನು ತೆಗೆದುಕೊಂಡು, ನಾಲ್ಕು ಜನರನ್ನು ತನ್ನ ಜತೆಗೆ ಕರೆದು ತಾನು ಚಂಗನೆ ನೆಗೆದು ನಿಂತ. ಬೇರೆ ಕೆಲವರು ತಮ್ಮ ಖಾಲಿ ಮದ್ದು ಗುಂಡಿನ ಚೀಲ ತೋರಿದರು. ಅವರ ಮುಖದಲ್ಲಿ ದಣಿವು ಮತ್ತು ಬೇಸರ ಕಾಣಿಸಿಕೊಳ್ಳುತ್ತಿತ್ತು.

ಬೆಟ್ಟದ ಇನ್ನೊಂದು ಪಕ್ಕದಲ್ಲಿ ಇಳಿದು, ಅಲ್ಲಿದ್ದ ಕಮರಿಯಲ್ಲಿ ಮರೆಯಾಗಿದ್ದ ಒಳಹಾದಿಯಲ್ಲಿ ಜಾನೀ ಮತ್ತು ಗೆಳೆಯರು, ಬೆಳಿಗ್ಗೆ ಲಾರಿಗಳನ್ನು ಕಂಡಿದ್ದ ಜಾಗದ ಕಡೆಗೆ ನಡೆದರು. ಈ ಹಾದಿ ಮುಖ್ಯ ರಸ್ತೆಗೆ ಹೆಚ್ಚುಕಡಿಮೆ ಸಮಾನಾಂತರವಾಗಿತ್ತು. ಆದರೆ ಬೆಟ್ಟದ ಹರಹಿನ ರೀತಿಯಿಂದಾಗಿ ಅದು ಮುಖ್ಯ ರಸ್ತೆಯ ಮೂರರಷ್ಟು ಉದ್ದವಾಗಿತ್ತು. ಜಾನಿಗೆ ಬೇಕಾದಷ್ಟು ವೇಳೆಯಿದೆಯೆನ್ನಿಸಿ, ನಿಧಾನವಾಗಿ ಸಾಧಾರಣ ನಡಿಗೆಯ ವೇಗದಲ್ಲಿ ಆತ ಅವರನ್ನು ಕರೆದೊಯ್ದ. ತೋಟದಲ್ಲಿ ವಾಯುವಿಹಾರ ಹೋದಾಗ ಅಲ್ಲಲ್ಲಿ ಮೂಲೆಗಳಲ್ಲಿ ಕಾಣಿಸಿಕೊಳ್ಳುವ ವಿಗ್ರಹಗಳ ಹಾಗೆ, ದಾರಿಯಲ್ಲಿ ಇದ್ದಕ್ಕಿದ್ದಂತೆ ರೈತರು ಕಣ್ಣಿಗೆ ಬೀಳುತ್ತಿದ್ದರು. ಮುಂದೆ ಒಂದು ಕಡೆ ಇವರು ನಡೆದು ಹೋಗುತ್ತಿದ್ದಾಗ, ಒಮ್ಮೆ ಮಾತ್ರ ಒಬ್ಬ ರೈತ ಯುವಕ ಹಾದಿಯ ಪಕ್ಕದ ಮೋಟು ಗೋಡೆಯನ್ನೇರಿ 'ನೀವು ಸೈನಿಕರಿಗೆ ಹೆದರಿ ಓಡಿ ಹೋಗ್ತಿದ್ದೀರೋ,' ಎಂದು ಕೇಳಿದ. ಮಿಕೆಲೆ ಹೆಜ್ಜೆ ಹಾಕುತ್ತಿದ್ದಂತೆಯೇ ಕೈಬೀಸಿ ಆತನ ಕೆನ್ನೆಗೆ ಬಿಗಿದ. ಭುಜದ ಕಡೆಯಿಂದ ಕೈ ಎಷ್ಟು ವೇಗವಾಗಿ ಬಂತೆಂದರೆ, ಕಣ್ಣಿಗೆ ಬೀಳಲೇ ಇಲ್ಲ. ರೈತ ಯುವಕ ಏಟಿನಿಂದ ತತ್ತರಿಸಿ ಹಿಂದಕ್ಕೆ ತನ್ನ ಹೊಲದ ಮೇಲೆ ಬಿದ್ದ.

ಜಾನೀ ಈಗ ತಂಡದ ಮುಂಭಾಗಕ್ಕೆ ಬಂದ. ಶತ್ರುವನ್ನು ಸುತ್ತುವರಿಯುವ ತನ್ನ ತಂತ್ರ ನಿಜವಾಗಿ ಕಾರ್ಯಗತವಾಗುತ್ತಿದ್ದುದು ಅವನಿಗೇ ಆಶ್ಚರ್ಯ. ತಂಡದವರಲ್ಲೊಬ್ಬ ಪಕ್ಕೆ ನೋಯುತ್ತದೆಂದ. ಬೂದುಬಣ್ಣಕ್ಕೆ ತಿರುಗುತ್ತಿದ್ದ ಗಾಳಿಯಲ್ಲಿ ಲಾರಿಗಳ ಸದ್ದು ಇನ್ನೂ ಕೇಳಿಬರುತ್ತಿರಲಿಲ್ಲ. ಆದರೂ ಗುಪ್ತದಾಳಿಗೆ ಸರಿಯಾದ ಜಾಗವನ್ನು ಆರಿಸಿಕೊಳ್ಳಲು ಅವರು ಜಾಸ್ತಿ ಸಮಯ ಹಾಳು ಮಾಡುವಂತಿರಲಿಲ್ಲ. ಈ ಹಾದಿ ಮತ್ತು ಸುತ್ತಮುತ್ತಲಿನ ಜಾಗ ಸಾರ್ಜೆಂಟಿಗೆ ಚೆನ್ನಾಗಿ ಗೊತ್ತಿತ್ತೇನು? ಹೂಂ, ಗೊತ್ತಿತ್ತು. ಆದರೆ ಆ ಗಳಿಗೆಯಲ್ಲಿ ಅವನ ಮನಸ್ಸಿನಿಂದ ಎಲ್ಲವೂ ತೊಡೆದು ಹೋದಂತಾಗಿತ್ತು. ಆ ಕ್ಷಣದಲ್ಲಿ ಫಾಸಿಸ್ಟ್ ಸೈನಿಕರು ಪ್ರಯಾಣ ಹೊರಟ ಶಬ್ದ ಬೆಟ್ಟದ ಆ ಕಡೆಯಿಂದ ಎದ್ದಿತು. ಆದರೆ ಅದಿನ್ನೂ ಬಹು ದೂರವಾಗಿದ್ದುದರಿಂದ, ಬಹಳ ತೆಳುವಾಗಿ ಏರಿಳಿಯುತ್ತಾ ಕೇಳುತ್ತಿತ್ತು.

ಅವರು ಬೆಟ್ಟದ ದೊರಗು ಬಂಡೆಗಳ ಮೇಲೇರಿ ತಮ್ಮ ಹೊಟ್ಟೆಯ ಮೇಲೆ ಮಲಗಿ ಕಾಯಲಾರಂಭಿಸಿದರು. ಗುಂಡು ಹಾರಿಸಿದ ಅನಂತರ, ಕಾಲಿಗೇನೂ ಜಖಂ ಆಗದಂತೆ, ಕಾಲಿನ ಮಣಿಕಟ್ಟು ಉಳುಕದಂತೆ ಎಚ್ಚರಿಕೆಯಿಂದ ಮೆಲ್ಲನೆ ಹಿಂದಕ್ಕೆ ಜಾರಿಕೊಂಡು ಕೆಳಗಿನ ಕಮರಿಯ ಹಾದಿಯಲ್ಲಿ ಅವರು ಓಡಿಹೋಗಬಹುದಾಗಿತ್ತು. ಯಾವನಾದರೂ ಗಾಯಗೊಂಡು ಅಲ್ಲೇ ಸಿಕ್ಕಿಬಿದ್ದರೆ ಅವನು ಈ ಹೋರಾಟದ ಅತಿ ದೊಡ್ಡ ಹುತಾತ್ಮನಾಗಲಿದ್ದ. ಸತ್ತ ಒಬ್ಬ ಫಾಸಿಸ್ಟನ ಬದಲಿಗೆ ಇವನು ಸಾವಿರ ಸಲ ಸಾಯಬೇಕಾಗುತ್ತಿತ್ತು. ಅವರು ಸೇರಿದ್ದ ಜಾಗದ ಹಿಂದೆ, ಕಮರಿಯ ಅಚೆಕಡೆಗೆ ಪೊದೆಗಳ ಕಾಳ್ಗಪ್ಪು ಮತ್ತು ಮಂಜಿನಪೊರೆಯ ನಡುವೆ ಒಂದೇ ಒಂದು ಮನೆ ಕಾಣುತ್ತಿತ್ತು. ಸಂಜೆಯ ಅಡುಗೆಯ ಹೊಗೆ ಅದರಿಂದ ನಿಧಾನವಾಗಿ ಮೇಲೇರುತ್ತಿತ್ತು. ಮನೆಯೊಳಗಿನ ನಿಶ್ಚಿಂತ ಜನರ ಮಾತು, ಕತ್ತಲಿನಲ್ಲಿ ಮುಳುಗಿದ್ದ ಗೂಡಿನೊಳಗಣ ಹಕ್ಕಿಗಳ ಚಿಲಿಪಿಲಿ ಶಬ್ದದಂತೆ ಕೇಳಿಸುತ್ತಿತ್ತು.

ರಸ್ತೆಯ ಕಡೆಯಿಂದ ಗೆರಿಲ್ಲಾಗಳ ಮೇಲೆ ವೈರಿಗಳ ದೃಷ್ಟಿ ನೇರವಾಗಿ ಬೀಳುವ ಅಪಾಯಕರ ಸಾಧ್ಯತೆ ಇತ್ತು. ಆದರೆ ಅವರ ಉದ್ವಿಗ್ನ ಹಣೆಗಳು ಮಾತ್ರ ಬಂಡೆಯ ಮೇಲಿಂದ ಎದ್ದು ಕಾಣುತ್ತಿದ್ದವಷ್ಟೆ. ಸಾರ್ಜೆಂಟ್ ಮಿಕೆಲೆ ಆಗ "ಕ್ಷಮಿಸಿ, ಹೋಗಲೇಬೇಕು" ಎಂದು ಹೇಳಿ ಪಕ್ಕಕ್ಕೆ ತಿರುಗಿ ಮೂತ್ರ ಮಾಡಿದ. ಸುಣ್ಣಕಲ್ಲಿನ ಮೇಲೆ ಮೂತ್ರ ಬಿದ್ದು ಬುರಬುರನೆ

ನೊರೆಯೇರಿತು. ಉಳಿದವರು ಹಳ್ಳಿಗರು ನಿಶ್ಚಲವಾಗಿ, ಗಟ್ಟಿಯಾಗಿ ತಮ್ಮ ಬಂದೂಕಗಳನ್ನು ಬಗ್ಗಿಸಿ ಬಿಡುವಷ್ಟು ಬಿಗಿಯಾಗಿ ಹಿಡಿದು ಕುಳಿತಿದ್ದರು.

ಫಾಸಿಸ್ಟರು ಇನ್ನೂ ಬಹಳ ದೂರದಲ್ಲಿದ್ದರೂ ಆಗಲೇ ಅವರ ಗೊಂದಲದ ಶಬ್ದ ತುಂಬಾ ಜೋರಾಗಿದ್ದು, ಅಲ್ಲಿ ಎಷ್ಟು ಜನ ಲಾರಿಗಳಲ್ಲಿ ಹೋಗುತ್ತಿರಬಹುದೆಂಬ ಯೋಚನೆಯಿಂದಲೇ ಜಾನಿಯ ಕೂದಲೆಲ್ಲ ನಿಮಿರಿ ನಿಂತವು. ಬಿಗುಪಿನ ದನಿಯಲ್ಲಿ ಆತ "ಕೊನೆಯ ಲಾರಿ, ಆಂ? ಕೊನೇದು?" ಎಂದ. ಕೊನೆಯ ಲಾರಿ. ತುಂಬಾ ಕಷ್ಟ. ಲಾರಿಗಳ ಸಾಲು, ಸಮೂಹ ನೋಡಿಯೇ ನಮ್ಮ ಜನ ಹೆದರಿಕೆಯಿಂದ ಸ್ತಬ್ಧರಾಗಬಹುದು. ಪರಿಣಾಮವಾಗಿ ಎಲ್ಲ ಲಾರಿಗಳೂ – ಕೊನೆಯ ಲಾರಿ ಸಹ ಕಣ್ಣೆದುರಿಗೇ ಮುಂದೆ ಸಾಗಿ, ಹಾದು ಹೋಗಿಬಿಡುವ ಸಂಭವವಿತ್ತು ಅಥವಾ ಉದ್ರೇಕದಲ್ಲಿ ಸಾಲಿನ ಮೊದಲನೆಯ ಲಾರಿಯನ್ನು ಕಂಡೊಡನೆಯೇ ಅವರು ಗುಂಡು ಹಾರಿಸಿಬಿಡುವ ಸಂಭವವೂ ಇತ್ತು. ಅದೇ ಕಷ್ಟ – ಕೊನೆಯ ಲಾರಿ! ಮಿಕೆಲೆ ಅಂತೂ ತನ್ನ ಬ್ರೇಡಾದ ಬಗ್ಗೆ "ಮೂರು ಬಾರಿ ಗುಂಡು ಹಾರಿಸಿದರೆ ಕೈಕೊಟ್ಟು ಬಿಡ್ತದೆ" ಎಂದು ಕಳವಳದಿಂದ ಹೇಳಿಕೊಳ್ಳುತ್ತಿದ್ದ.

ಸದ್ದು ಹತ್ತಿರ ಬಂದಿತು. ಲಾರಿಗಳ ಎಂಜಿನುಗಳ ಶಬ್ದಕ್ಕೆ ಬದಲು ಶಸ್ತ್ರಾಸ್ತ್ರಗಳ ಘರ್ಷಣೆಯ ಶಬ್ದದಂತೆ ಕೇಳುತ್ತಿತ್ತು ಆ ಸದ್ದು. ಗೆರಿಲ್ಲಾಗಳೆಲ್ಲರ ಕೂದಲೂ ಬೇರಿನಿಂದ ತುದಿಯವರೆಗೆ ದ್ವೇಷದ ಶಕ್ತಿಯನ್ನು ತುಂಬಿಕೊಂಡು ನಿಮಿರಿನಿಂತಿದ್ದವು. ಹುಚ್ಚಾಪಟ್ಟೆ ಏರುತ್ತಿದ್ದ ಗೊಂದಲದ ಗರ್ಜನೆಯ ನಡುವೆಯೂ ಆ ಫಾಸಿಸ್ಟ್ ಸೈನಿಕರು ಹಾಯಾಗಿ ಮನಸ್ಸಿಗೆ ಬಂದ ಹಾಗೆ ಅರಚಿಕೊಂಡು ಹಾಡುತ್ತಿದ್ದರು. "ಮುಟ್ಠಾಳರು" ಎಂದುಕೊಂಡು ಜಾನೀ ಸಾಕಷ್ಟು ಶಾಂತವಾಗಿಯೇ ಇದ್ದ.

ಆ ವಿಚಿತ್ರ ಸಂಜೆಗೆ ಸ್ವಲ್ಪವೂ ಹೊಂದಿಕೊಳ್ಳದಂತಹ ಪ್ರಾಚೀನ ಭೂತಗಳಂತೆ ಲಾರಿಗಳು ತಮ್ಮ ಮುಂದೀಪಗಳನ್ನಿರಿಸಿಕೊಂಡು ತಿರುವನ್ನು ದಾಟಿ ಗಡಗಡ ಶಬ್ದದೊಂದಿಗೆ ರಸ್ತೆಗೆ ಬಂದುವು. ಈ ಐವರು ಗೆರಿಲ್ಲಾಗಳೂ ಮೇಲಿನಿಂದ ಕೆಳಕ್ಕೆ ಲಾರಿಯ ಪಕ್ಕಗಳನ್ನು ಇಣಿಕಿ ನೋಡುತ್ತಾ ಬಂಡೆಗಳ ಮೇಲೆ ಮೈಚಾಚಿ ಕಾದಿದ್ದರು. ತಾವು ರಕ್ಷಣೆಯೇ ಇಲ್ಲದ ನಗ್ನರು, ಮೊದಲ ಗುಂಡೇ ತಮ್ಮನ್ನು ಗಾಸಿಗೊಳಿಸಬಹುದೆಂದು ಅವರಿಗೆನ್ನಿಸುತ್ತಿತ್ತು. ಈಗ ಲಾರಿಯ ಸಾಲು ಪೂರ್ತಾ ಕಣಿವೆಯ ರಸ್ತೆಗೆ ಇಳಿದಿತ್ತು – ಲಾರಿಗಳು ಮತ್ತು ಅವುಗಳೊಳಗಿದ್ದ ಭಯಾನಕ ವ್ಯಕ್ತಿಗಳು. ಪಕ್ಕಗಳಲ್ಲಿ ತಗಲುಹಾಕಿದ್ದ, ಬಿಳಿಯ ಮಚ್ಚೆಗಳ ತರಹ ಕಾಣುತ್ತಿದ್ದುದು ಪ್ರಾಯಶಃ ಅವರು ಬಲವಂತದಿಂದ ಹಳ್ಳಿಗರಿಂದ ಕಿತ್ತುಕೊಂಡ ಪ್ರಾಣಿಗಳಿದ್ದಿರಬೇಕು. ಸೈನಿಕರೆಲ್ಲ ಜೋರಾಗಿ ಹಾಡನ್ನು ಅರಚಿಕೊಳ್ಳುತ್ತಿದ್ದರು. ಲಾರಿಗಳ ಇಂಜಿನ್ನುಗಳ ಶಬ್ದಕ್ಕಿಂತ ಈ ಮುರುಕು ಹಾಡಿನ ಶಬ್ದಗಳು ಮುಖಕ್ಕೆ ರಾಚುತ್ತಿದ್ದುವು.

ಅದೇ ಕೊನೆಯ ಲಾರಿ. ಅದರ ಬದಿಯಿಂದ ಹೊರಗೆ ಇಣುಕುತ್ತಾ ನೆರಳುಗಳಂತೆ ಕಾಣುತ್ತಿದ್ದವರ ಮೇಲೆ ಗೆರಿಲ್ಲಾಗಳು ಎಲ್ಲರೂ ಒಮ್ಮೆಗೇ ಗುಂಡು ಹಾರಿಸಿದರು. ಇಬ್ಬರು–ಮೂವರು ಮುದುರಿಕೊಂಡು ಕುಸಿದರು. ಒಬ್ಬ ರಸ್ತೆಗೆ ಉರುಳಿ ಬಿದ್ದ – ಅನಿರೀಕ್ಷಿತವಾಗಿ ಗಾಳಿ ಬೀಸಿ ಅವನನ್ನು ಹಿಡಿದು ಹೊರಕ್ಕೆಸೆಯಿತೋ ಎಂಬಂತೆ! ಲಾರಿ ಜಕ್ಕನೆ ನಿಂತುಬಿಟ್ಟು, ತಕ್ಷಣ ಮುಂದೆ ಜಿಗಿದು, ತಿರುಗಿ ನಿಧಾನವಾಯಿತು. ಚಾಲಕ ಬ್ರೇಕ್ ಒತ್ತಿರಬೇಕು. ಲಾರಿಯ ಒಳಗಿದ್ದ ಅಧಿಕಾರಿ ವೇಗವಾಗಿ ಲಾರಿಯನ್ನೋಡಿಸೆಂದು ಕೂಡಲೇ ಅರಚಿರಬೇಕು. ಆಗ ಲಾರಿಯ ಚಕ್ರಗಳು ಮಣ್ಣಿನೊಂದಿಗೆ ಘರ್ಷಿಸುತ್ತಾ ಚಕ್ಕನೆ ಜಿಗಿದಿರಬೇಕು.

ಆ ಭೂತಾಕಾರದ ಬಂಡೆಯಿಂದ, ಈಗಾಗಲೇ ಕತ್ತಲೆ ತುಂಬಿದ್ದ ಕಮರಿಯ ಕಡೆಗೆ ಗೆರಿಲ್ಲಾಗಳು ಸರಿದು ಇಳಿದಾಗ, ಲಾರಿಗಳ ಸಾಲು ನಿಂತ ಶಬ್ದ ಕೇಳಿಸಿತು. ದ್ವೇಷ ಹಾಗೂ ಭಯ ತುಂಬಿದ್ದ ಅರಚಾಟದ ನಡುವೆ ಸೀಟಿ ಊದಿದ ಕರ್ಕಶ ಸದ್ದು ಮೇಲೇರುತ್ತಿತ್ತು. ಬಳಿಕ ಒಂದೆರಡು ಸುತ್ತು ಗುಂಡು ಹಾರಿಸಿದ ಹಾಗೂ ಗೊತ್ತುಗುರಿಯಿಲ್ಲದೆ ಎಸೆದ ಕೆಲವು ಕೈ ಬಾಂಬುಗಳ ಸ್ಫೋಟದ ಶಬ್ದ ಅವರ ಕಿವಿಗೆ ಬಿತ್ತು.

ಈ ಐದು ಗೆರಿಲ್ಲಾಗಳೂ ಸದ್ದಿಲ್ಲದೆ ಹಗುರವಾಗಿ ಕತ್ತಲು ಕವಿದಿದ್ದ ಕಮರಿಗೆ ಇಳಿದು ಸಾಗಿದರು. ಸ್ವಲ್ಪ ಹೊತ್ತಿನ ತರುವಾಯ ಜಾನೀ ಮತ್ತು ಸಾರ್ಜೆಂಟ್ ಇಬ್ಬರೂ ಸಿಗರೇಟ್ ಹಚ್ಚಿದರು. ಲಾರಿಯ ಸಾಲು ಬಯಲಿನ ಕಡೆಗೆ ಹೋಗುತ್ತಿದ್ದ ಸದ್ದು ಕೇಳಿಸಿತು. ಅದರೊಳಗಿನ ಫಾಸಿಸ್ಟ್ ಸೈನಿಕರ ಷಂಡ ದ್ವೇಷ ಹಾಗೂ ಸೇಡಿನ ಕ್ರೌರ್ಯವನ್ನು ಇಂಜಿನ್ನುಗಳ ಕರ್ಕಶತೆ ಸೂಚಿಸುವಂತೆ ತೋರುತ್ತಿತ್ತು. ತುಂಬಾ ದೂರ ನಡೆದ ಅನಂತರ ಗೆರಿಲ್ಲಾಗಳು ಮುಖ್ಯ ರಸ್ತೆಯನ್ನೇರಿ ಹಳ್ಳಿಯ ಕಡೆಗೆ ಹೊರಟರು. ಬ್ರೇಡಾ ಮತ್ತೆ ಅಡಚಿಕೊಂಡಿತ್ತು. ಆದರೆ ವಿಜಯದ ಆಚರಣೆಯ ಪ್ರಯುಕ್ತ ಅದನ್ನು ಬೆಳಿಗ್ಗೆಯ ತನಕ ರಿಪೇರಿ ಮಾಡುವುದಿಲ್ಲವೆಂದು ಮಿಕೆಲೆ ಘೋಷಿಸಿದ.

ಪಿಯರ್ ಹಳ್ಳಿಯನ್ನು ಪುನರ್ವಶಪಡಿಸಿಕೊಂಡಿದ್ದನೆಂಬುದು ಸ್ಪಷ್ಟವಾಗಿತ್ತು. ಗಾಢ ಕತ್ತಲಲ್ಲಿ ಹೊಳೆಯುತ್ತಿದ್ದ ಅನೇಕ ದೀಪಗಳು, ಫಾಸಿಸ್ಟರನ್ನು ಎದುರಿಸಿದ ಹಳ್ಳಿ ರಾತ್ರಿಯ ವಿಮಾನ ದಾಳಿಯನ್ನೆದುರಿಸಲು ಸಿದ್ಧವೆಂದು ಸವಾಲು ಹಾಕುತ್ತಿದ್ದುದನ್ನು ಸಾರುತ್ತಿದ್ದುವು. ನಿಯಮವನ್ನು ಶಿಸ್ತಿನಿಂದ ಅನುಸರಿಸಿ ದೀಪಗಳನ್ನಾರಿಸಿ ಕತ್ತಲಿನಲ್ಲಿದ್ದ ಸುತ್ತಮುತ್ತಲಿನ ಹಳ್ಳಿಗಳು ಮಾಂಗೋ ಹಳ್ಳಿ ಏಕೆ ಹೀಗೆ ಮಾಡುತ್ತಿದೆಯೆಂದು ಪ್ರಾಯಶಃ ವಿಸ್ಮಯ ತಾಳಿರಬಹುದು. ಹತ್ತಿರ ಬಂದಂತೆ ಹಳ್ಳಿಯ ಒಳಗಿನಿಂದ ಉದ್ರೇಕ ಮತ್ತು ಆತಂಕ, ದೂರು ಮತ್ತು ಜಂಬದ ಮಾತುಗಳು ಗುಸುಗುಸುನೆ ಕೇಳಿ ಬರುತ್ತಿದ್ದುವು – ಆ ಹಳ್ಳಿಯಲ್ಲೇನೇನೂ ಆಗಿರಲಿಲ್ಲ ವೆಂಬುದು ಜಾನಿಗೆ ಇದರಿಂದ ಅರ್ಥವಾಯಿತು. ಹಳ್ಳಿಯನ್ನು ಈ ತುದಿಯಿಂದ ಆ ತುದಿಯವರೆಗೆ ಇಬ್ಭಾಗ ಮಾಡುವ ಮುಖ್ಯ ರಸ್ತೆಗೆ ಊರ ಮಂದಿಯೆಲ್ಲ ಮನೆಯೊಳಗಿಂದ ಪ್ರವಾಹದಂತೆ ಹರಿದು ಬಂದು ಅದೇ ತಾನೇ ಹಿಂದಿರುಗಿದ್ದ ಗೆರಿಲ್ಲಾ ತಂಡದವರೊಂದಿಗೆ ಬೆರೆತರು. ಮನೆಗಳೊಳಗಿಂದ ಬರುತ್ತಿದ್ದ ಹಳೆಯ ಕಾಲದ ದೀಪಗಳ ಸಮಾಧಾನ ನೀಡುವ ಬೆಳಕಿನಲ್ಲಿ ಎಲ್ಲರೂ ಸಂತೋಷ ಹಾಗೂ ಹಿತವಾದ ಹಬ್ಬದ ವಾತಾವರಣದಲ್ಲಿ ಪರಸ್ಪರ ಸಂಭಾಷಣೆಯಲ್ಲಿ ತೊಡಗಿದ್ದರು. ಪಿಯರ್‌ಗೆ ವರದಿಯೊಪ್ಪಿಸಲು ಜಾನೀ ಸಾರ್ಜೆಂಟ್ ಮಿಕೆಲೆಯನ್ನು ಕಳಿಸಿದ. ಹಲವು ತೆರದ ಜನ ಸೇರಿದ್ದ ಸಮೂಹದ ನಡುವೆ ತಾನೂ ಹಾದು ಹೋದ. ಈ ಜನರಂತೂ ತುಂಬಾ ಆಶ್ಚರ್ಯಕರವಾಗುವಂತೆ ವಾಚಾಳಿಗಳಾಗಿ, ತಾವು ಅನಿವಾರ್ಯವಾದ ಭಯಂಕರ ಪರೀಕ್ಷೆಯಲ್ಲಿ ಬಹಳ ಗೌರವ ಪೂರ್ವಕವಾಗಿ ಹಾದು ಹೋಗಿದ್ದೇವೆ ಎಂಬ ಹೆಮ್ಮೆಯ ಆತ್ಮ ತೃಪ್ತಿಯಲ್ಲಿ ಮಾತಾಡಿಕೊಳ್ಳುತ್ತಿದ್ದರು. ಇನ್ನು ಬಹಳ ಕಾಲ ಕಳವಳಕ್ಕೆ ಕಾರಣವಾಗಬಾರದೆಂಬ ಆಶಯವನ್ನು ವ್ಯಕ್ತಪಡಿಸುತ್ತಿದ್ದರು.

ಫಾಸಿಸ್ಟರು ಹಲವು ಗಂಟೆಗಳ ಕಾಲ ಹಳ್ಳಿಯಲ್ಲೇ ಇದ್ದರಾದರೂ ಏನೂ ಮಾಡಿರಲಿಲ್ಲ. ನಿಜ, ಒಂದು ರಾಶಿ ತಿನಿಸುಗಳನ್ನೂ ಇತರ ವಸ್ತುಗಳನ್ನೂ ಬಲವಂತದಿಂದ ಕಿತ್ತುಕೊಂಡು, ಪುರಸಭಾ ಭವನದ ಮುಂದಿನ ಚೌಕದಲ್ಲಿ ಹೊಟ್ಟೆ ಬಿರಿಯುವಂತೆ ಒಳ್ಳೆಯ ಊಟ ಮಾಡಿದ್ದರು. ವಸ್ತುಗಳ ಹಣವನ್ನು ಮಾರ್ಷಲ್ ಬದೋಲ್ಯೋನಿಂದ ಪಡೆಯಬೇಕೆಂದು

ವ್ಯಂಗ್ಯವಾಗಿ ಹೇಳಿದ್ದರು. (ಅಂದಹಾಗೆ, ಯುದ್ಧಾನಂತರದ ಸರ್ಕಾರ ಈ ಋಣವನ್ನೆಲ್ಲಾ ಒಪ್ಪಿಕೊಳ್ಳುವುದೇನು?) ಎಂದೂ ಸೋಲಿಸಲಾಗದ ಮುಸ್ಸೋಲಿನಿ ಮತ್ತು ಹಿಟ್ಲರ್ ಸೋಲುವರೆಂದು ಹಿಂದೆಯೂ ಈಗಲೂ ಪಣ ಕಟ್ಟುತ್ತಿದ್ದ ಹಳ್ಳಿಯ ಜನರನ್ನು – ಉದ್ದನೆಯ ಅಂಗಿ ತೊಟ್ಟು ನೇರವಾಗಿ ಗತ್ತಿನಿಂದ ನಿಲ್ಲುತ್ತಿದ್ದ ಆ ಹಳ್ಳಿಗರನ್ನು–ಬೆದರಿಸುವುದಕ್ಕೆ ಬದಲು ಕೀಟಲೆ ಹಾಗೂ ಹಾಸ್ಯಕ್ಕೀಡು ಮಾಡಿದ್ದರು. ಕೊನೆಗೆ ಗೆರಿಲ್ಲಾಗಳ ಜ್ಞಾನವನ್ನು ಉತ್ತಮಗೊಳಿಸ ಲಿಕ್ಕೆಂದೇ ಗೋಡೆಗಳ ಮೇಲೆ ಬರೆದು ಹೊಲಸು ಮಾಡಿದ್ದರು. ದೂಚೆ ಚಿರಾಯುವಾಗಲಿ, ಮಾರ್ಷಲ್ ಗ್ರಾತ್ಸಿಯಾನಿ ಚಿರಾಯುವಾಗಲಿ, ತಮ್ಮ ಬೆಟಾಲಿಯನ್ನಿನ ದಳಪತಿ ಚಿರಾಯುವಾಗಲಿ, ಗೆರಿಲ್ಲಾಗಳು ಸಾಯಲಿ, ಹಿಂದಿರುಗಿ ಬಂದು ನೋರ್‌ನನ್ನು ಹಿಡಿದು ಚರ್ಮ ಸುಲಿಯುತ್ತೇವೆಂದು ಆಣೆ – ಹೀಗೆ ಗೋಡೆಗಳ ಮೇಲೆಲ್ಲ ಬರೆದು ಹೊಲಗೆಡಿಸಿದ್ದರು. ಪಿಯರ್ ಈಗಾಗಲೇ ನೋರ್‌ನ ಬಳಿಗೆ ಒಬ್ಬ ದೂತನನ್ನು ಕಳಿಸಿಕೊಟ್ಟಿದ್ದ. ಅವನ ಬಗ್ಗೆ ಗೋಡೆಯ ಮೇಲೆ ಅಲಂಕಾರವಾಗಿ ಬರೆದಿದ್ದುದನ್ನು ಕಣ್ಣಾರ ನೋಡಲೆಂದು ನೋರ್ ಇನ್ನೇನು ಬರುತ್ತಾನೆಂದು ನಿರೀಕ್ಷಿಸುತ್ತಿದ್ದ. ಜಾನಿ ಆ ಬರಹವನ್ನು ತಾನೂ ನೋಡಲು ಹೋದ. ಕಂದು ಬೆಳಕಿನಲ್ಲಿ ಆ ಅಕ್ಷರಗಳು ಕಪ್ಪಗೆ, ಗಟ್ಟಿಯಾಗಿ ಕೆತ್ತಿದಂತೆ ಎದ್ದು ಕಾಣುತ್ತಿದ್ದುವು.

ಸಾರ್ಜೆಂಟ್ ಆ ಕಡೆಯ ಮೂಲೆಯಿಂದ ಜಾನಿಯನ್ನು ಬಂದು ಊಟ ಮಾಡೆಂದು ಕರೆಯುತ್ತಿದ್ದ. ಆದರೆ ಜಾನೀ ತಕ್ಷಣ ಹೋಗಲಿಲ್ಲ. ಸಿಗರೇಟ್ ಹಚ್ಚಿ ಹಳ್ಳಿಯ ಅಂಚಿಗೆ ಹೋದ. ನಡೆಯುತ್ತಾ ಹೋದಂತೆ ಆ ದಿನದ ತಮ್ಮ ಗುಪ್ತ ದಾಳಿಯ ಬಗ್ಗೆ ವಿಚಾರ ಮಾಡತೊಡಗಿದ. ಆತ ಬಹಳ ಹೊತ್ತು ಕಾದು ಕುಳಿತಿದ್ದ; ಖಂಡಿತವಾಗಿ ಶತ್ರುಗಳನ್ನು ಸಾಯಿಸಿದ್ದ. ಅದೊಂದು ದೊಡ್ಡ ಮುನ್ನಡೆ. ಮುಂದೆ ತನಗೊದಗುವ ಸಾವಿಗೆ ಈಗಲೇ ತಂದುಕೊಂಡ ಸಮಾಧಾನ, ತೀರಿಸಿದ ಸೇಡು.

ಬೇಗ ಬಾ, ಊಟ ಮಾಡು ಎಂದು ಪದೇಪದೇ ಮಿಕೆಲೆ ಕೂಗುತ್ತಿದ್ದುದನ್ನು ಕಿವಿಯ ಮೇಲೆ ಹಾಕಿಕೊಳ್ಳದೇ ಜಾನೀ, ಇರುಳ ಕತ್ತಲೆ ತುಂಬಿದ್ದ ಕಣಿವೆಯ ಆಳದಿಂದ ಬಹು ಎತ್ತರದಲ್ಲಿದ್ದ ಹಾದಿಯ ಪಕ್ಕದ ಸಣ್ಣ ಗೋಡೆಗೆ ಒರಗಿ ನಿಂತುಕೊಂಡ. ಅವನು ನಿಂತಿದ್ದಲ್ಲಿ ಸ್ತಬ್ಧವಾದ ವಾತಾವರಣದ ಕೊನೆಯ ಅಂಚು. ಅದರ ಹೊಸಿಲಿಂದಾಚೆಗೆ ಉರಿಯುವ ಬಿರುಗಾಳಿಯ ನಡುವಿನಿಂದ ಚಂಡಮಾರುತಗಳ ಮಹಾಸಾಗರದ ಕರ್ಕಶ ಕಿರಿಚಾಟ ಮೇಲೇಳುತ್ತಿತ್ತು. ಜಾನೀ ಬಹಳ ಹೊತ್ತು ತೀವ್ರವಾಗಿ ನಡುಗುತ್ತಲೇ ಇದ್ದ. ○

ಆಸ್ಟ್ರಿಯ

○ ಹಾಇಮಿಟೊ ಫಾನ್ ಡೋಡ್‌ರರ್

ಸ್ಟೆಪ್‌ಫೀಲ್ಡ್

ನನ್ನ ಮಧ್ಯ ವಯಸ್ಸಿನಲ್ಲಿ, ಅಗ್ನಿವಿಮಾ ಕಂಪನಿಯೊಂದರ ಪ್ರತಿನಿಧಿಯಾಗಿ ನಾನು ಬಹುಕಾಲ ಪ್ರವಾಸದಲ್ಲಿರುತ್ತಿದ್ದೆ. ಅನೇಕ ಹಳ್ಳಿಗಳ ಮತ್ತು ಸಣ್ಣ ಪಟ್ಟಣಗಳ ಪರಿಚಯ ನನಗೊದಗಿತು. ಅವುಗಳಲ್ಲೆಲ್ಲ ಅತ್ಯಂತ ವಿಚಿತ್ರವಾದುದು, ನಿಸ್ಸಂದೇಹವಾಗಿ, ಸ್ಟೆಪ್‌ಫೀಲ್ಡ್. ಪೂರ್ತಿ ಸಮತಟ್ಟು ಪ್ರದೇಶದ ಮಧ್ಯಭಾಗದಲ್ಲಿ ಇದ್ದ ಈ ಹಳ್ಳಿ, ಇತರ ಹಳ್ಳಿಗಳಿಂದ ಬಹಳ ದೂರದಲ್ಲಿರಲಿಲ್ಲ. ಆದುದರಿಂದ ನೆರೆಯ ಹಳ್ಳಿಗಳಲ್ಲಿ ಯಾವುದರಲ್ಲಿಯೂ ಇರದ ವಿಲಕ್ಷಣ ರೀತಿನೀತಿಗಳನ್ನು ಬಲವಾಗಿ ಬೆಳೆಸಿಕೊಂಡು ಗಟ್ಟಿಯಾಗಿ ಉಳಿಸಿಕೊಂಡಿರಲು ಈ ಹಳ್ಳಿಗೆ ಹೇಗೆ ಸಾಧ್ಯವಾಯಿತೆಂದು ನಾನು ಅನಂತರ ಅಚ್ಚರಿಪಟ್ಟಿದ್ದೇನೆ.

ನಾನು ಅಲ್ಲಿಗೆ ಬಂದಾಗ ಕಂಡುದು ಅಂದ ಚಂದದ ಒಂದು ಹಳ್ಳಿ, ಅಸಾಮಾನ್ಯವಾದ ವಾಸ್ತುಶಿಲ್ಪ ಸೌಂದರ್ಯವುಳ್ಳ ಒಂದು ಇಗರ್ಜಿ. ದಪ್ಪ ಗೋಡೆಯಿಂದ ಆವೃತವಾದ ಒಂದು ಪ್ರಾಚೀನ ಕಟ್ಟಡದಲ್ಲಿ – ಪ್ರಾಯಶಃ ಹಿಂದೆ ಅದೊಂದು ಮಠವಾಗಿದ್ದಿರಬಹುದೇನೋ – ಹಳ್ಳಿಯ ಹೋಟೆಲು. ಈ ಹೋಟೆಲು ಸಾಕಷ್ಟು ಆಕರ್ಷಕವಾಗಿತ್ತು. ಆಮೇಲೆ ನಾನು ಕಂಡುಕೊಂಡಂತೆ ಅದು ತುಂಬಾ ಸ್ವಚ್ಛವಾಗಿತ್ತು, ಸೊಗಸಾದ ಊಟ ಉಣಿಸನ್ನು ನೀಡುತ್ತಿತ್ತು. ನನ್ನ ಕೋಣೆಯ ಆಳವಾದ ಕಿಟಕಿಗಳು ಅದರ ಗೋಡೆಯ ಅಗಾಧತೆಯನ್ನೂ ದಪ್ಪವನ್ನೂ ಸೂಚಿಸುತ್ತಿದ್ದವು. ರಾತ್ರಿಯ ಊಟಕ್ಕೆ ಕೆಳಗೆ ಇಳಿದು ಹೋಗುವ ಮೊದಲು ನಾನು ನನ್ನ ಬಟ್ಟೆಗಳನ್ನು ಬ್ರಷ್ಷಿನಿಂದ ಒರೆಸಿಕೊಳ್ಳ ಬೇಕೆಂದುಕೊಂಡು ನನ್ನ ಪ್ರವಾಸದ ಕೈಪೆಟ್ಟಿಗೆಯನ್ನು ತೆಗೆಯುತ್ತಿದ್ದೆ. ಅಷ್ಟರಲ್ಲಿ ಕಿಟಕಿಯ ಮೂಲಕ ಠಣ್ ಎಂದು ಶಬ್ದಮಾಡುತ್ತಾ ಭಾರವಾದ ದೊಡ್ಡ ಮರದ ತುಂಡೊಂದು ಒಳಕ್ಕೆ ತೂರಿಬಂದು ಧಿಡೀರನೆ ನನ್ನ ಕಾಲ ಬಳಿ ಬಿತ್ತು. ನನ್ನ ಕೋಣೆ ಮೊದಲನೆಯ ಮಹಡಿ ಮನೆಯಲ್ಲಿತ್ತು. ಆ ಮರದ ತುಂಡು ಸುಮಾರು ಎರಡೂವರೆ ಕೆ.ಜಿ. ತೂಕವಿದ್ದು, ಮರದ ಬುಡದಲ್ಲಿ ಕಡಿದ ತುಂಡಾಗಿತ್ತು. ಅದನ್ನು ತುಂಬಾ ಬಲವನ್ನುಪಯೋಗಿಸಿಯೇ ಮೇಲಕ್ಕೆಸೆದಿರಬೇಕು. ಊಟಕ್ಕಾಗಿ ಇಳಿಯುವಾಗ ಅದನ್ನು

ಕಂಕುಳಲ್ಲಿಟ್ಟುಕೊಂಡು ಹೋಗಿ, ಸೊಗಸಾದ ಮೇಲ್ಭಾವಣಿಯುಳ್ಳ ಹಿತಕರವಾದ ಊಟದ ಕೋಣೆಯಲ್ಲಿ ನನ್ನ ಪಕ್ಕದಲ್ಲೇ ಅದನ್ನು ಬೆಂಚಿನ ಮೇಲಿಟ್ಟೆ. ನನ್ನ ಊಟ ಮುಗಿದ ಮೇಲೆ, ಹೋಟೆಲಿನ ಮಾಲಿಕ, ಮಧ್ಯವಯಸ್ಸಿನ ಸುಂದರ ಪುರುಷ, ನನ್ನ ಮೇಜಿನ ಬಳಿ ಬಂದು, ನನ್ನ ಜತೆ ಕುಳಿತು ಮಾತಾಡಲು ಅನುಮತಿ ಕೇಳಿದ. ಅದೂ ಇದೂ ಮಾತಾಡಿದೆವು; ಕೊನೆಯಲ್ಲಿ ನಾನು ನನ್ನ ಕೋಣೆಯೊಳಕ್ಕೆ ಎಸೆದಿದ್ದ ಮರದ ದಿಮ್ಮಿಯ ಬಗ್ಗೆ ಕೇಳಿದೆ. ಆತನ ಉತ್ತರ ನುಣುಚಿಕೊಳ್ಳುವಂತಹುದು – 'ಹೂಂ, ಅದು ಹಾಗೆ' ಮುಂತಾಗಿ, ನನಗೆ ಇದರಿಂದ ಸ್ವಲ್ಪ ಬೇಸರವಾಯಿತು. ದಿಮ್ಮಿಯ ಬಗ್ಗೆ ಮತ್ತೆ ಪ್ರಸ್ತಾಪಿಸಿ ಇದು ಇಲ್ಲಿಯ ಸಂಪ್ರದಾಯವೇ ಎಂದು ಕೇಳಿದೆ. ನನ್ನ ಊಹೆಯನ್ನು ಅವನು ಒಪ್ಪಿದಂತೆ ತೋರಿತು. ಆದರೆ 'ಹೂಂ, ಸಂಪ್ರದಾಯ' ಎಂದಷ್ಟೇ ಹೇಳಿದ್ದು. ಕೊನೆಗೆ ನಾನು ಅಲ್ಲಿಂದ ಹೊರಟು ಸ್ವಲ್ಪ ಜಿಗುಪ್ಸೆ ಯಿಂದಲೇ ಮಲಗಲು ಹೋದೆ.

ಮರುದಿನ ಬೆಳಿಗ್ಗೆ ನಾನು ಬೇಗನೆ ಎದ್ದು ಪ್ರಯಾಣ ಹೊರಡಬೇಕಾಗಿತ್ತು. ಒಂದು ಹೊಲಮನೆಯಲ್ಲಿ ಯಂತ್ರದ ಷೆಡ್ ಉರಿದುಹೋಗಿ, ಉಪಕರಣಗಳೆಲ್ಲ ಹಾಳಾಗಿಹೋಗಿದ್ದು, ಅಲ್ಲಿಗೆ ನಾನು ಹೋಗಲು ಕಾರಿನಲ್ಲಿ ಅರ್ಧ ಗಂಟೆಯಾದರೂ ಬೇಕಿತ್ತು. ನಾನು ಮುಖಕ್ಷೌರ ಮಾಡಿಕೊಂಡು ಕಿಟಕಿಯ ಬಳಿ ನಿಂತಿದ್ದೆ – ಬೆಳಗಿನ ತಿಂಡಿಗೆ ಹೋಗಲು ಸಿದ್ಧನಾಗಿ. ಹಳ್ಳಿಯ ಚೌಕದ ಆಕಡೆ ಇಗರ್ಜಿಯ ಪಕ್ಕದ ಬಾಗಿಲಿಂದ, ಬಹುಶಃ ಅದರ ಉಗ್ರಾಣದಿಂದ, ಕಪ್ಪು ಉಡುಪಿನಲ್ಲಿದ್ದ ಒಬ್ಬ ವ್ಯಕ್ತಿ ಹೊರಗೆ ಬಂದು ಕಿರಿದಾದ ಕಾಲು ಹಾದಿಯಲ್ಲಿ ಸಾಗುವುದನ್ನು ಕಂಡೆ. ಪ್ರಾಯಶಃ ಆತ ಇಗರ್ಜಿಯ ಪಾರುಪತ್ಯಗಾರನಿದ್ದಿರಬೇಕು. ಇದ್ದಕ್ಕಿದ್ದಂತೆ ಮನೆಗಳಲ್ಲೊಂದರಿಂದ ಒಬ್ಬಾತ ಅವನನ್ನು ಅಟ್ಟಿಸಿಕೊಂಡು ಹೋಗಿ ಆ ಪಾರುಪತ್ಯಗಾರನೋ ಎಂಥವನೋ ಅವನಿಗೆ ಹಿಂದಿನಿಂದ ಪಿರ್ರೆಯ ಮೇಲೆ ಬಲವಾಗಿ ಒದ್ದ; ಆತ ಮುಖ ನೆಲಕ್ಕೆ ತಾಗುವಂತೆ ಮುಂದಕ್ಕುರುಳಿದ ರಸ್ತೆಯ ಮೇಲೆ. ಇದಕ್ಕಿಂತಲೂ ನನಗೆ ಹೆಚ್ಚು ವಿಸ್ಮಯ ವಾದುದು – ಎದುರುಗಡೆಯಿಂದ ಒಬ್ಬ ಮುದುಕ ಒದೆದವನ ಮತ್ತು ಒದೆಸಿಕೊಂಡವನ ಪಕ್ಕದಲ್ಲಿಯೇ ಘಟನೆಯ ಮತ್ತು ಅವರ ಬಗ್ಗೆ ಸ್ವಲ್ಪವೂ ಗಮನವನ್ನೇ ಕೊಡದೆ ತನ್ನಷ್ಟಕ್ಕೆ ತಾನು ಹೊರಟಹೋದದ್ದು. ಒದ್ದವನಂತೂ ತಕ್ಷಣ ತನ್ನ ಮನೆಯೊಳಕ್ಕೆ ಹಿಂತಿರುಗಿದ. ನಾನು ಆಗ ತಿಂಡಿ ತಿನ್ನಲು ಊಟದ ಮನೆಗೆ ಇಳಿದುಹೋದೆ. ಮನೆಗೆ ಸುಣ್ಣಬಣ್ಣ ಹಾಕುವವರು ಕೆಳಗಿನ ಬಾಗಿಲ ಬಳಿ ಕಾರ್ಯನಿರತರಾಗಿದ್ದುದನ್ನು ಕಂಡೆ. ಅವರು ಹಳೆಯ ಸುಣ್ಣದ ಪದರವನ್ನಾಗಲೇ ಕೆರೆದುಹಾಕಿದ್ದರು. ಬಾಗಿಲ ಬಳಿ ಸಾಲಾಗಿಟ್ಟುಕೊಂಡಿದ್ದ ಹಲವಾರು ಬಕೆಟ್ಟುಗಳಲ್ಲಿ ಬಣ್ಣವನ್ನು ಕಲಸುತ್ತಿದ್ದರು. ನಾನು ತಿಂಡಿ ತಿನ್ನುತ್ತಿದ್ದಾಗ ಹೋಟೆಲಿನ ಯಜಮಾನ ಶುಭೋದಯ ಹೇಳಿದ. ನಾನು ತಿಂಡಿ ಮುಗಿಸಿ, ಸ್ವಲ್ಪ ಅರೆಮನಸ್ಸಿನಿಂದಲೇ ಆ ಕಪ್ಪು ಉಡುಪಿನ ವ್ಯಕ್ತಿಗೆ ಸಂಬಂಧಿಸಿದ ಘಟನೆಯ ಅರ್ಥವೇನಿರಬಹುದೆಂದು ಕೇಳಿದೆ. ಸರಿ, ಆತನೂ ಆ ವಿಚಿತ್ರ ಘಟನೆಯನ್ನು ನೋಡಿದ್ದನೆಂದು ಗೊತ್ತಾಯಿತು. ಊಟದ ಕೋಣೆಯ ದೊಡ್ಡ ಕಿಟಕಿ ಗಳಿಂದ ಇಗರ್ಜಿಯ ಚೌಕ ಚೆನ್ನಾಗಿ ಕಾಣುತ್ತಿತ್ತು. ಆತನ ಟೀಕೆ ಸುಮಾರು ಈ ತರಹ ಇತ್ತು.

"ನಿಜ, ಆ ವ್ಯಕ್ತಿಗೆ ಈಚೆಗೆ ಕೊಂಚ ಕಷ್ಟವಾಗ್ತಿದೆ. ಅವನ ಬೆನ್ನು ಹತ್ತಿದ್ದಾರೆ ಅವರು..."

ನಾನು ಕೂಡಲೇ "ದೇವರಾಣೆಗೂ ಯಾಕೆ?" ಎಂದು ಉದ್ಗರಿಸಿದೆ; ಆದರೆ ಇಲ್ಲಿ ಇದು ಸಂಪ್ರದಾಯವೇ ಎಂಬ ಪ್ರಶ್ನೆಯನ್ನು ಮತ್ತೆ ಹಾಕುವುದು ವಿವೇಕವಲ್ಲವೆಂದು ನನ್ನ ಮನಸ್ಸಿಗೇನೋ ತೋಚಿತು. ಹೋಟೆಲಿನ ಯಜಮಾನ ಒಂದು ಬಗೆಯ ಗಂಭೀರ ಮೌನ

ತಾಳಿದ, ನಾನು ಮತ್ತೇನೂ ಕೇಳಲಿಲ್ಲ. ಸುಣ್ಣ ತುಂಬಿದ್ದ ಬಕೇಟುಗಳ ಪಕ್ಕದಲ್ಲಿ ಎಚ್ಚರಿಕೆಯಿಂದ ನಡೆದು, ನನ್ನ ಕಾರಿನಲ್ಲಿ ತಕ್ಷಣ ಕುಳಿತೆ. ನನಗೆ ಹೊಲಮನೆಗೆ ಹೋಗಲು ಅರ್ಧ ಗಂಟೆಯೂ ಬೇಕಾಗಲಿಲ್ಲ. ಆದರೆ ಅಲ್ಲಿ ಎರಡು ಗಂಟೆ ಕಳೆದೆ. ಅದು ಬೇಜವಾಬ್ದಾರಿಯಿಂದ ಅಥವಾ ವಂಚನೆಯ ಉದ್ದೇಶದಿಂದ ಆದುದಲ್ಲವೆಂದು ಆ ಬೆಂಕಿಯ ಪ್ರಕರಣದ ವಿಷಯವನ್ನೆಲ್ಲ ಸಮಗ್ರವಾಗಿ ಪರಿಶೀಲಿಸಿ ತಿಳಿಸಿದ ಬಳಿಕ ನಿಧಾನವಾಗಿ ಸ್ಟೆಪ್‌ಫೀಲ್ಡಿನ ಕಡೆಗೆ ಕಾರನ್ನು ಬಿಟ್ಟುಕೊಂಡು ಬಂದೆ. ಮುಖ್ಯರಸ್ತೆಯನ್ನು ಹಿಡಿದು ಇಗರ್ಜಿ ಹಾಗೂ ಹೋಟೆಲು ಕಡೆಗೆ ಹೊರಟೆ. ನನ್ನ ಮುಂದೆ ಹಳ್ಳಿಗರ ಗುಂಪೊಂದು ಅತ್ಯಾಸಕ್ತಿಯಿಂದ ಮಾತಾಡಿಕೊಳ್ಳುತ್ತಿರುವುದು ಬೇಗನೆ ನನ್ನ ಗಮನಕ್ಕೆ ಬಂತು. ನನ್ನ ಆಶ್ಚರ್ಯವು ಬಹು ಬೇಗನೆ ದಿಗ್ಭ್ರಮೆಯಾಯಿತು. ಅವರ ಮಾತುಗಳಿಗೆ ಜತೆ ಜತೆಯಾಗಿ, ಬೇರೆ ಕಡೆ ಕ್ರೂರ ಬಡಿದಾಟವೆನ್ನಬಹುದಾದ ಉದ್ರೇಕದ ನಡವಳಿಕೆಯೂ ಸೇರಿಕೊಂಡಿತ್ತು. ಸಂಭಾಷಣೆಯಲ್ಲಿ ನಿರತರಾಗಿದ್ದವರು ಮಾತನ್ನು ನಿಲ್ಲಿಸದೆ, ತಮ್ಮ ಗುಂಪನ್ನು ಚದರಿಸದೆಯೇ ಪರಸ್ಪರ ಜೋರಾಗಿ ಕೆನ್ನೆಗೆ ಹೊಡೆಯುತ್ತಿದ್ದರು, ಮೊಣಕಾಲನ್ನು ತುಳಿಯುತ್ತಿದ್ದರು. ಮಾತು ನಿಂತುಹೋಗುವ ಬದಲು ಇನ್ನೂ ಆಸಕ್ತಿಯಿಂದ ಓತಪ್ರೋತವಾಗಿ ಅವರ ನಡುವೆ ಹರಿಯುತ್ತಲೇ ಇತ್ತು. ಇಂತಹ ಸಂಭಾಷಣೆ ಮಾಡಲು ನನ್ನಲ್ಲಿ ಸಾಮರ್ಥ್ಯವಿಲ್ಲವೆಂಬುದನ್ನು (ಅದರ ಬಗ್ಗೆ ನನಗೆ ಮೆಚ್ಚಿಗೆಯಿದ್ದರೂ) ಅರಿತ ನಾನು ಯಾವುದೋ ಅಪಾಯದಲ್ಲಿದ್ದೇನೆನ್ನಿಸಿತು. ಕಾರಿನ ವೇಗ ಹೆಚ್ಚಿಸಿ, ಆ ಗುಂಪನ್ನು ಬೇಗ ದಾಟಿ ಹೋಟೆಲಿನ ಮುಂಭಾಗಕ್ಕೆ ಬಂದು ಕಾರನ್ನು ನಿಲ್ಲಿಸಿದೆ. ಒಂದು ಕ್ಷಣದಲ್ಲಿ ನನ್ನ ಕೋಣೆಯನ್ನು ಸೇರಿ, ನನ್ನ ಬಾಚಣಿಗೆಗಳು, ಬ್ರಷ್ಷುಗಳು ಮತ್ತಿತರ ವಸ್ತುಗಳನ್ನೆಲ್ಲ ಪ್ರಸಾಧನದ ಪೆಟ್ಟಿಗೆಯೊಳಗೆ ಸೇರಿಸಿ, ವೇಗವಾಗಿ ಕೆಳಕ್ಕಿಳಿದು ಹೋಗಿ ನನ್ನ ಪೆಟ್ಟಿಗೆಯನ್ನು ಕಾರಿನೊಳಗಿಟ್ಟುಬಿಟ್ಟೆ. ಪದೇಪದೇ ಬಾಗಿ ನಮಸ್ಕಾರ ಮಾಡುತ್ತಿದ್ದ ಹೋಟೆಲಿನ ಯಜಮಾನನಿಗೆ ಸಲ್ಲಬೇಕಾದ ಬಿಲ್ ಹಣ ಪಾವತಿ ಮಾಡಿಬಿಟ್ಟೆ. ಆದರೆ ಕಾರನ್ನು ನಿಲ್ಲಿಸಿದ್ದ ಗೇಟಿನ ಬಳಿ ಬಂದಾಗ, ಈತನಕ ನನ್ನಲ್ಲಿ ತುಂಬಿಕೊಂಡಿದ್ದ ಅಸಹಾಯಕ ಆಶ್ಚರ್ಯ ಕೋಪವಾಗಿ ತಟ್ಟನೆ ಸಿಡಿಯಿತು. ದೂರದಲ್ಲಿ ಮುಖ್ಯ ರಸ್ತೆಯು ಸೇರುವ ಚೌಕದಲ್ಲಿ ಇನ್ನೂ ಅದೇ ಸಂಭಾಷಣೆಯಲ್ಲಿ ತೊಡಗಿ ಗುದ್ದಾಟ ನಡೆಸುತ್ತಿದ್ದ ಗುಂಪನ್ನು ಹೋಟೆಲಿನ ಯಜಮಾನನಿಗೆ ತೋರಿಸಿ "ಅದಕ್ಕೇನು ಅರ್ಥ?" ಎಂದು ಆತನ ಮುಂದೆ ನಾನು ಗುಡುಗಿದೆ.

ಚಿಂತಾಕ್ರಾಂತ ದನಿಯಲ್ಲಿ ಆತ ನಿಧಾನವಾಗಿ "ಅದು ಹಾಗೆಯೇ, ಅದು ಹಾಗೆಯೇ" ಎಂದು ಎಳೆದೆಳೆದು ಹೇಳಲಾರಂಭಿಸಿದ, ಆ ಚೌಕದ ಕಡೆಗೆ ತಿರುಗಿ ನೋಡುತ್ತಾ!

"ಅದು ಸಂಪ್ರದಾಯವೋ?" ಎಂದು ಗರ್ಜಿಸಿದ ನಾನು ಅಲ್ಲಿದ್ದ ಸುಣ್ಣದ ಬಕೆಟ್ಟೊಂದನ್ನು ಎತ್ತಿಕೊಂಡು ಅವನ ತಲೆಯ ಮೇಲೆ ಬೋರಲು ಹಾಕಿದೆ. ಅದು ಅಲ್ಲಿಯೇ ಸಿಕ್ಕಿಹಾಕಿಕೊಂಡಿತು; ಮರುಕ್ಷಣವೇ ನಾನು ಕಾರಿನೊಳಗೆ ಕುಳಿತಿದ್ದೆ. ಸ್ಟಾರ್ಟರ್ ನನಗೆ ಕೈಕೊಡಲಿಲ್ಲ. ವೇಗವಾಗಿ ಆ ಹಳ್ಳಿಯಿಂದ ಹೊರಕ್ಕೆ ಕಾರನ್ನು ಓಡಿಸಿದೆ. ಈ ವಿಚಿತ್ರ ವಿಷಯವಾಗಿ ತೀವ್ರ ವಿಸ್ಮಯದಿಂದ ವಿಚಾರ ಮಾಡಲಾರಂಭಿಸಿದೆ. ಯಾವುದೋ ಒಂದು ಪ್ರಾಕೃತ ಜೀವನ ರೀತಿ, ಅದು ದೃಢವಾಗಿ ತನ್ನದೇ ಅಸ್ತಿತ್ವವನ್ನು ಉಳಿಸಿಕೊಂಡು ಬಂದಿರುವಾಗ, ಏನೋ ಒಂದು ರೀತಿಯ ಆಕರ್ಷಣೆಯನ್ನು ಪಡೆದಿರುತ್ತದೆ. ಅದರಲ್ಲಿಯೂ ಈ ಮೊದಲೇ ಅದರ ಕಡೆಗೆ ಪ್ರವೃತ್ತಿಯಿದ್ದು ಮನಸ್ಸು ವಾಲುತ್ತಿದ್ದರಂತೂ ಕೇಳುವುದೇ ಬೇಡ. ಅಂಥವರಿಗೆ ಸ್ವಲ್ಪ ಉತ್ತೇಜನ ದೊರೆತರೂ ಸಾಕು, ಈ ಆಕರ್ಷಣೆ ಪ್ರಬಲವಾಗಿಬಿಡುತ್ತದೆ.

❍ ಫ್ರೆಡ್ ವಾಣ್ಡರ್

ಏಳನೆಯ ಬಾವಿ

ಈಗ ಈ ಜನ ಮಾತನಾಡುತ್ತಿಲ್ಲ. ಸುಮಾರು ಒಂದು ವಾರದ ಹಿಂದೆ, ರೀಜನ್‌ಬೀಯರ್ಗ್‌ದಲ್ಲಿ ನಮಗೆಲ್ಲ ತಿನ್ನಲು ಸ್ವಲ್ಪವಾದರೂ ಇದ್ದಾಗ, ಪ್ರತಿಯೊಬ್ಬರೂ ಒಂದೊಂದು ತುಂಡು ಬ್ರೆಡ್ ಮತ್ತು ಸ್ವಲ್ಪ ಡಬ್ಬಿಯೊಳಗಿನ ಮಾಂಸವನ್ನು ನುಂಗಿ, ತುಟಿಯನ್ನು ಮಂಜಿನಿಂದ ಒದ್ದೆ ಮಾಡಿಕೊಂಡಿದ್ದರು. ಒಂದು ವಾರದ ಹಿಂದೆ ಪ್ರತಿಯೊಬ್ಬರ ಗಡುಸು ದನಿಯನ್ನು ಕೇಳಬಹುದಾಗಿತ್ತು. ಈಗ ಅವರ ತುಟಿಗಳು ಒಣಗಿ ಹೋಗಿವೆ, ತಮಗೆ ತಾವೇ ಸಂಕಟದಲ್ಲಿ, ಜ್ವರದಲ್ಲಿ ಮಾತನಾಡಿಕೊಳ್ಳುತ್ತಾರೆ. ಮನೆಗೆ ಹಿಂದಿರುಗಿ ತಮ್ಮ ಪ್ರೀತಿಪಾತ್ರರೊಂದಿಗೆ ಮಾತನಾಡುತ್ತಿದ್ದಾರೆ. ಅವರ ಅಸ್ಪಷ್ಟ ಗೊಣಗು ಮತ್ತು ಸಾವಿನ 'ಗೊರಗೊರ' ಸದ್ದು ರೈಲಿನ ಬಂಡಿಯ ಚಕ್ರಗಳ ಕಟಕಟ ಸದ್ದಿನಲ್ಲಿ ಮುಳುಗಿ ಹೋಗುತ್ತಿವೆ. ಈ ರೈಲು ಹಲವಾರು ದಿನಗಳಿಂದ ಪ್ರಯಾಣ ಮಾಡುತ್ತಿದೆ. ಒಂದೊಂದು ಸಾರಿ ಇಡೀ ರಾತ್ರಿ ರೈಲು, ನಿಲ್ದಾಣದ ಪಕ್ಕದ ಹಳಿಗಳ ಮೇಲೆಯೋ ಸೇತುವೆಯ ಮೇಲೆಯೋ ನಿಂತು ಬಿಟ್ಟಿರುತ್ತದೆ. ಆಗ ಪಟ್ಟಣಿಗರು ಆತುರಾತುರವಾಗಿ, ಒಮ್ಮೊಮ್ಮೆ ರೈಲಿನ ಕಡೆಗೆ ಯಾರಿಗೂ ಕಾಣದಂತೆ ಕಳ್ಳತನದಿಂದ ನೋಟ ಬೀರಿ, ಆ ಕಡೆ ಹೊರಟುಹೋಗುತ್ತಾರೆ. ಛಾವಣಿಯಿಲ್ಲದ ಬಂಡಿಗಳು ಥಂಡಿಯಿಂದ ಬಾಗಿ ಮುದುರಿಕೊಂಡ ಜನರಿಂದ ಕಿಕ್ಕಿರಿದು ತುಂಬಿವೆ. ಸತ್ತಾಗ ಮಾತ್ರವೇ ಇಡೀ ದೇಹದುದ್ದಕ್ಕೂ ಗಂಭೀರವಾಗಿ ಅವರು ಮೈಚಾಚಿಕೊಳ್ಳುವುದು. ಅಲ್ಲಿ ಮಾಯರ್ ಬೇಅರ್ನ್‌ಷ್ಟಾ ಇನ್ ಬಿದ್ದುಕೊಂಡಿದ್ದಾನೆ. ಈಗಾಗಲೇ ಅರ್ಧ ಸೆಟೆದುಕೊಂಡಿದ್ದರೂ, ಅವನ ಕಣ್ಣುಗಳು ಮಾತ್ರ ತೆರೆದೇ ಇವೆ – ನೇರವಾಗಿ ತೀಕ್ಷ್ಣ ದೃಷ್ಟಿಯಿಂದ ನೋಡುತ್ತಿವೆ. ಅವನು ನೋಡುತ್ತಿರುವುದಾದರೂ ಏನನ್ನು? ಅವನ ಅಂತ್ಯವನ್ನು ಕಾಯುತ್ತಾ ಅವನ ಕಾಲ ಬಳಿ ಕುಳಿತಿರುವ ಪೆರೆಥ್ ಮತ್ತು ಬೆಲಕೋರ್ವಿತ್ಸ್ ಅವನಿಗೆ ಕಾಣುವುದಿಲ್ಲ. ಈ ರೈತ ಬೇಅರ್ನ್‌ಷ್ಟಾಇನ್ ಬಳಿ ಇನ್ನೂ ಒಳ್ಳೆಯ ಷೂಗಳಿವೆ, ಒಂದು ಬೆಚ್ಚನೆಯ ಕೃತಕ ಉಣ್ಣೆಯ ಮೇಲಂಗಿ ಇದೆ. ಸತ್ತ ರೈತನಿಗೆ ಷೂಗಳಾಗಲಿ ಅಂಗಿಯಾಗಲಿ ಯಾಕೆ ಬೇಕು? ಅವರು

ಬಹಳ ಸಹನೆಯಿಂದ ಕಾಯುತ್ತಾರೆ. ಮಾಯರ್ ಬೇಅರ್ನ್‌ಷ್ಟಾಇನ್ ಅವರಿಂದಾಚೆಗೆ ನೋಡುತ್ತಾನೆ, ತನ್ನ ಹೆಂಡತಿ ಖಾನಾ ಮತ್ತು ಐದು ಮಕ್ಕಳನ್ನು ಕಾಣುತ್ತಿದ್ದಾನೆ. ಎಲ್ಲರೂ ಹಬ್ಬದ ಊಟದ ಮೇಜಿನ ಸುತ್ತ ಕುಳಿತಿದ್ದಾರೆ. ತಾಯಿ ಎರಡು ಮೇಣದಬತ್ತಿಗಳನ್ನು ಹಚ್ಚಿದ್ದಾಳೆ, ತಲೆಯ ಮೇಲೊಂದು ಬಿಳಿಯ ವಸ್ತ್ರ ಹೊದ್ದಿದ್ದಾಳೆ. ಪ್ರಾರ್ಥನೆ ಮಾಡುವಾಗ ಕಣ್ಣು ಮುಚ್ಚಿಕೊಂಡಿದ್ದಾಳೆ. ಅನಂತರ ತಲೆಬಾಗಿ ಮೇಣದ ದೀಪಗಳನ್ನು ಹರಸುತ್ತಾಳೆ. ಜೇನುತುಪದದ ಬಣ್ಣದ ಘಮಘಮಿಸುವ ಬ್ರೆಡ್ಡನ್ನು ಹರಸುತ್ತಾಳೆ – ಇನ್ನು ಕೆಲವೇ ನಿಮಿಷಗಳಲ್ಲಿ ಆ ಬ್ರೆಡ್ಡನ್ನು ಅವರು ಕತ್ತರಿಸಿ ತಿನ್ನುತ್ತಾರೆ – ಮಕ್ಕಳನ್ನು ಹರಸುತ್ತಾಳೆ. ಮಾಯರ್ ಬೇಅರ್ನ್‌ಷ್ಟಾಇನ್ ಪೂರ್ಣಾನಂದದಿಂದ ನಸುನಗುತ್ತಾನೆ. ಮನಸ್ಸಿನಲ್ಲೇ ಅಂದುಕೊಳ್ಳುತ್ತಾನೆ. ಖಾನಾ ನೋಡು ನಾನಿಲ್ಲಿ ಮತ್ತೆ ಬಂದಿದ್ದೇನೆ. ಸೇಡರ್ ಸಮಾರಾಧನೆಯಂದು.* ಪಾಸೋವರ್ ಹಬ್ಬದ ವೇಳೆಗೆ ನಿಮ್ಮ ಜತೆ ಇರುತ್ತೇನೆಂದು ನನಗೆ ಯಾವಾಗಲೂ ಗೊತ್ತಿತ್ತು. ಇದು ಅವನು ಈಗ ಯೋಚಿಸುತ್ತಿರುವುದು! ನನಗೆ ಹೇಗೆ ಗೊತ್ತು? ಈ ಶ್ರೀಮಂತ ರೈತ, ಮಾಯರ್ ಬೇಅರ್ನ್‌ಷ್ಟಾಇನ್ ನನಗೆ ಎಷ್ಟೋ ಬಾರಿ ತನ್ನ ಮನೆಯಲ್ಲಿ ನಡೆಯುವ ಸೇಡರ್ ಸಮಾರಾಧನೆಯ ವಿಷಯವಾಗಿ ಹೇಳಿದ್ದಾನೆ. ಪೂರ್ವ ಭಾಗದ ಯೆಹೂದಿಗಳು ಎಲ್ಲರಿಗೂ ತಮ್ಮ ಹಬ್ಬಗಳ ಬಗ್ಗೆ ಮಾತನಾಡುವುದೆಂದರೆ ತುಂಬಾ ಇಷ್ಟ. ಈಗ ಅವರು ಮಾತಾಡುತ್ತಿರಲಿಲ್ಲ. ಕನಸು ಕಟ್ಟುತ್ತಿದ್ದರು. ಮತ್ತೆ ಬಾರದ ಬದುಕಿನಿಂದ ಉದ್ರೇಕಕಾರೀ ಕಥೆಗಳು ಇನ್ನಿಲ್ಲ – ಧಾರ್ಮಿಕ ವಾದವಿವಾದವಿನ್ನಿಲ್ಲ. ಹರಟೆ ಮತ್ತು ಕನಸುಗಳೂ ಇನ್ನಿಲ್ಲ – ಜ್ವರತಾಪದ ಕನಸುಗಳು, ಹುಚ್ಚುಗನಸುಗಳು–ಕೊನೆಯುಸಿರಿನ ವೇಳೆಯ ಕನಸುಗಳು ಬಿಟ್ಟು ಬೇರೇನೂ ಇಲ್ಲದ ರೈಲು – ಜರ್ಮನಿಯ ಗಂಭೀರ ಅರಣ್ಯಗಳಲ್ಲಿ ಪಯಣಿಸುತ್ತಿರುವ ಕನಸಿನ ರೈಲು... ದುಗುಡ–ನಲಿವಿನ ವಾರ್ಸಾದ ಮತ್ತು ಬಿಸಿಲಲ್ಲಿ ಕಾದ ಪ್ರೊವೆನ್ಸ್‌ನ ಕನಸುಗಳ, ವಿಯನ್ನಾ ಹಾಗೂ ಪ್ಯಾರಿಸ್‌ಗಳ ಕನಸುಗಳು, ಶಾರ್ಲವಾರ್ದ ಕಪ್ಪು ಕಲ್ಲಿದ್ದಲಿನ ಬಯಲುಗಳ ಕನಸುಗಳು. ಅಲ್ಲಿ ಮೊದಲ ಪ್ಲಾಟ್‌ಫಾರಮ್ಮಿನಲ್ಲಿ ಸತ್ತು ಬಿದ್ದಿರುವವರ ಕತೆಗಳ ನನಗೆ ಗೊತ್ತು. ಮಾಯರ್ ಬೇಅರ್ನ್‌ಷ್ಟಾಇನ್‌ನ ಕತೆಯೂ ಗೊತ್ತು, ಹಲವು ಬಾರಿ ನನಗೆ ಅವನೇ ಹೇಳಿದ್ದಾನೆ. ಈಗ ಅವನ ತುಟಿಗಳು ಅಲುಗುತ್ತಿವೆ, ಅವನೇನು ಪಿಸುಗುಟ್ಟುತ್ತಿದ್ದಾನೆ–ವಂದನೆಯ ಪ್ರಾರ್ಥನೆಯೇ? ಅನಂತನೇ, ನಿನಗೆ ನನ್ನ ವಂದನೆಗಳು ಎಂದು ಥಂಡಿ ಗಾಳಿಗೆ ಪಿಸು ನುಡಿಯುತ್ತಾನೆ. ನನ್ನ ಖಾನಾ ಮತ್ತು ಮಕ್ಕಳನ್ನು ಮತ್ತೆ ಕಾಣಲು ಅವಕಾಶ ನೀಡಿದ್ದಕ್ಕಾಗಿ ನಿನಗೆ ವಂದನೆಗಳು. ಪ್ರಭುವೇ ನಿನಗೆ ವಂದನೆಗಳು. ರೈಲು ಹಳಿ ಬದಲಾಯಿಸುವಾಗ ಕುಕ್ಕಿ ಎದ್ದುದರಿಂದ ಅವನ ಕನಸಿನಿಂದ ಅವನನ್ನು ಕಿತ್ತೆಳೆಯಿತು. ಕರಕರ ಶಬ್ದದೊಡನೆ ರೈಲು ಬ್ರೇಕ್ ಹಾಕಿ ನಿಲ್ಲುತ್ತದೆ. ಖಾಲಿ ಹಳಿಗಳ ಮೇಲೆಯೇ ಈಗಲೂ ಅದರ ನಿಲುಗಡೆ. ಕಾವಲು ಪಡೆಯವರು ಪಕ್ಕದ ದಿಣ್ಣೆಯ ಮೇಲೆ ಹಾರುತ್ತಾರೆ – ಕಾಲುಗಳನ್ನು ಜಾಡಿಸಿ ನಗುತ್ತಾ ಒಬ್ಬರನ್ನೊಬ್ಬರು ಕೂಗುತ್ತಾರೆ. ಎಂಜಿನ್ ಕೂಗು ಹಾಕಿ ದಾರಿ ಕೊಡಿರೆಂದು ಕೇಳುತ್ತದೆ, ಆದರೆ ಇಲ್ಲಿಯೇ ಅದು ಬಹಳ ಹೊತ್ತು ನಿಲ್ಲುತ್ತದೆ. ಸೆರೆ ಸಿಕ್ಕಿದ ರಾಕ್ಷಸನಂತೆ ಏದುಸಿರು ಬಿಡುತ್ತದೆ, ಇದ್ದಕ್ಕಿದ್ದಂತೆ ಖಾಇಮ್

---

* ಸೇಡರ್ ಸಮಾರಾಧನೆ: ಪ್ರಾಚೀನ ಕಾಲದಲ್ಲಿ ಈಜಿಪ್ಟಿನ ದಾಸ್ಯದಿಂದ ದೇವರು ತಮ್ಮನ್ನು ವಿಮೋಚನೆ ಮಾಡಿದ ಸ್ಮರಣಾರ್ಥವಾಗಿ ಯೆಹೂದ್ಯರು ಪ್ರತಿ ವರ್ಷ ಒಂದು ಹಬ್ಬವನ್ನು ಆಚರಿಸುತ್ತಾರೆ. ಇದಕ್ಕೆ 'ಪಾಸೋವರ್' ಎಂದು ಹೆಸರು. ಒಂದು ವಾರ ಕಾಲ ನಡೆಯುವ ಈ ಹಬ್ಬದ ಮೊದಲ ರಾತ್ರಿಯ ಸಮಾರಾಧನೆಯೇ 'ಸೇಡರ್'.

ಯಿಜ್‌ಖೋಕ್, ಹದಿನಾರು ವರ್ಷದ ಚಿಕ್ಕ ಹುಡುಗ ಖಾಇಮ್, ಗಾಡಿಯ ಪಕ್ಕದಿಂದ ಹೊರಗೆ ನೆಗೆದು ಓಡಲಾರಂಭಿಸಿದ. ಮೂರ್ಖ ಹುಡುಗ, ಏನಾದರೂ ಮಾಡುವ ಮೊದಲು ಯೋಚಿಸಬಾರದೇ! ಎಲ್ಲವೂ ಪ್ರಶಾಂತ, ನಾವು ಉಸಿರು ಹಿಡಿದು ಕಿವಿಗೊಟ್ಟೆವು, ಆಮೇಲೆ ಎಲ್ಲ ಕಡೆಯಿಂದಲೂ ಗುಂಡಿನ ಶಬ್ದ, ಇಲಿಯೊಡನೆ ಬೆಕ್ಕು ಆಡುವಂತೆ ಅವರೂ ಅವನನ್ನು ಓಡಲು ಬಿಟ್ಟಿದ್ದರು. ಖಾಇಮ್‌ಗೆ ಬುದ್ಧಿಗೆಟ್ಟಿರಬೇಕು – ಅವನ ಬೇಟೆ ಅವರಿಗೆ ಖುಷಿಯಾಗಿ ಕಾಲ ಕಳೆಯಲು ಒದಗಿದ ಅವಕಾಶ. ಸೈನಿಕರು ಅವನನ್ನು ಸಾವಿಗೆ ದೂಡುತ್ತಾ ವಿನೋದದಿಂದ ನಗುವುದು ನಮಗೆ ಕೇಳಿಸಿತು. ಖಾಇಮ್ ಯಿಜ್‌ಖೋಕ್ ಕೆಸರು ಗದ್ದೆಯನ್ನು ದಾಟಲು ಓಡಿ, ಅಲ್ಲಿದ್ದ ಒಂದು ತೆಳುವಾದ ಭೂರ್ಜ ವೃಕ್ಷದ ಬಳಿಗೆ ತೆವಳಿಕೊಂಡು ಹೋಗುತ್ತಾನೆ. ಬಹು ಬೇಗ ಆ ಮರ ಗುಂಡು ತಾಕಿ ಚಕ್ಕೆ ಚಕ್ಕೆ ಬಿಟ್ಟುಕೊಳ್ಳುತ್ತದೆ. ಅವನು ಇನ್ನೂ ಮುಂದೆ ಓಡುತ್ತಾನೆ. ಅವನ ಮೈಗೆ ಕಟ್ಟಿಕೊಂಡ ಹುರಿ ಸಡಿಲವಾಗುತ್ತದೆ, ಷರಾಯಿ ಕೆಳಗೆ ಜಾರುತ್ತದೆ; ಅವನು ಒಂದು ಸಣ್ಣ ಹೊಂಡಕ್ಕೆ ಬೀಳುತ್ತಾನೆ, ಅದರ ಮೇಲಣ ಮಂಜುಗಡ್ಡೆ ಗಂಟೆ ಹೊಡೆದಂತೆ ಸಿಡಿಯುತ್ತದೆ. ಗುಡುಗಿನಂತಹ ನಗು. ಆಗ ರೈಲು ಹೊರಡುತ್ತದೆ – ಇನ್ನು ವ್ಯರ್ಥವಾಗಿ ಕಳೆಯಲು ಹೊತ್ತಿಲ್ಲ. ಬೇಟೆಯನ್ನು ಕೊನೆಯಲ್ಲಿ ಗುಂಡು ಹೊಡೆದು ಮುಗಿಸುತ್ತಾರೆ. ಮತ್ತೆ ಶಾಂತಿ – ಇವತ್ತು ಇಂಜಿನ್ ಕೂಡ ಏದುಸಿರು ಬಿಡುತ್ತಾ ಮನುಷ್ಯರ ಗೋಳುಕರೆಯಂತಹ ಶಬ್ದವನ್ನೇ ಮಾಡುತ್ತಿದೆ; ಕಾವಲುಗಾರರು ಒದ್ದೆಯಾದ ಮರದ ತುಂಡಿನ ಮೇಲೆ ಕಾಲುಗಳನ್ನು ಜಾಡಿಸುತ್ತಾರೆ. ಹಸಿರು ಗಿಡಗಳ ಕೊಂಬೆಗಳ ಮೇಲಿದ್ದ ಹುಡಿ ಮಂಜನ್ನು ತೆಗೆದುಕೊಳ್ಳಲೆಂದು ಮೂರು ನಾಲ್ಕು ಜನ ಬಂದಿಗಳು ಬಂಡಿಯ ಪಕ್ಕದಿಂದ ಮೇಲೆ ಕೈ ಚಾಚುತ್ತಾರೆ. ಆಗ ಸೈನಿಕರು ಗುಡುಗುತ್ತಾರೆ – ಒಳಕ್ಕೆ ಮುದುರ್ಕೊಳ್ಳಿ, ಹೊಲಸು ಯೆಹೂದ್ಯರೇ – ಇಲ್ಲದಿದ್ದರೆ ಎಲ್ಲರನ್ನು ತರಿದುಹಾಕಿಬಿಡ್ತೇವೆ! ಈ ಬಂದಿಗಳು ಹಿಂದಕ್ಕೆ ಮುದುರಿಕೊಳ್ಳುತ್ತಾರೆ. ಮತ್ತೆಂದೂ ಅವರು ತಮ್ಮ ತುಟಿಗಳನ್ನು ಒದ್ದೆ ಮಾಡಿಕೊಳ್ಳುವುದಿಲ್ಲ. ನಿಶ್ಶಬ್ದವಾಗಿ ಅವರು ಸಾಯುತ್ತಾರೆ. ಮಾಯರ್ ಬೇಅರ್ನ್‌ಷ್ಟಾಇನ್ ಮಾತ್ರ ತಲೆಯೆತ್ತುತ್ತಾನೆ, ಆಶ್ಚರ್ಯಪಟ್ಟವನಂತೆ ಕಸಿವಿಸಿಯಿಂದ. ಅವನ ಯೋಚನೆಗಳಿಗೆ ಕಿವಿಗೊಟ್ಟು ಕೇಳುವವರಂತೆ ಪೆರೆಥ್ ಮತ್ತು ಬೆಅರ್ಕೋವಿತ್ಸ್ ಅವನ ಕಾಲಬಳಿ ಕಾಯುತ್ತಲೇ ಇದ್ದಾರೆ. ಈ ಸಾಮಾನ್ಯ ಜನ ಮಾಯರ್ ಬೇಅರ್ನ್‌ಷ್ಟಾಇನ್ ಕತೆ ಹೇಳುತ್ತಿದ್ದಾಗ ಕಿವಿಗೊಟ್ಟು ಕೇಳುತ್ತಿದ್ದರು – ಅವನಾದರೋ ಐವತ್ತು ದನಗಳನ್ನು ಕಟ್ಟಿದ್ದ, ವಿಶಾಲವಾದ ಜಮೀನುಗಳನ್ನು ಹೊಂದಿದ್ದ, ಶ್ರೀಮಂತ ರೈತರಿಗೆ ತಕ್ಕ ಗತ್ತು ಮತ್ತು ಗರ್ವಗಳಿಂದಲೇ ಮಾತಾಡುತ್ತಿದ್ದುದು. ಮೆಣ್ಡೆಲ್ ಟಾಇಶ್‌ಮಾನ್ ಮತ್ತಿತರರು ಶತಶತಮಾನಗಳಿಂದ ದಬ್ಬಾಳಿಕೆಗೆ ತುತ್ತಾಗಿ, ಕೇವಲ ತಮ್ಮ ಮಾತುಗಳಲ್ಲಿಯೇ ಉಳಿದು ಕೊಂಡಿದ್ದಾರಲ್ಲ, ಅವರಷ್ಟೇ ಚೆನ್ನಾಗಿ ಮಾಯರ್ ಬೇಅರ್ನ್‌ಷ್ಟಾಇನ್ ಹೇಳುತ್ತಾನೆ. "ಅದೊಂದು ಕತೆ, ನಾನು ನಿಮಗೆ ಹೇಳಲಿರೋದು" ಎಂದು ಮಾಯರ್ ಪ್ರಾರಂಭಿಸುತ್ತಾನೆ.

ಆಗ ಷಬ್ಬಾಸ್* – ಮಾಯರ್ ಬೇಆರ್ನ್‌ಷ್ಟಾಇನ್‌ನ ಮನೆಯಲ್ಲಿ ಷಬ್ಬಾಸ್ ಎಂದರೆ

---

* ಷಬ್ಬಾಸ್ : ವಾರದ ಕೊನೆಯ ದಿನ – ಶನಿವಾರ. ಯೆಹೂದ್ಯರ ಧಾರ್ಮಿಕ ವಿಧಿಯಂತೆ ಈ ದಿನ ಅವರು ಸಂಪೂರ್ಣ ವಿಶ್ರಾಂತಿ ತೆಗೆದುಕೊಂಡು ಭಗವಂತನ ಧ್ಯಾನದಲ್ಲಿ ನಿರತರಾಗಿರಬೇಕು, ಯಾವ ಕೆಲಸವನ್ನೂ ಮಾಡಕೂಡದು. ಕೆಲವು ಪದಾರ್ಥಗಳನ್ನು ತಿನ್ನಬಾರದು, ಕೆಲವು ವಸ್ತುಗಳನ್ನು ಮುಟ್ಟಕೂಡದು.

ಪವಿತ್ರ ಸಮಾರಾಧನೆ ಎಂದು ಎಲ್ಲರಿಗೂ ಗೊತ್ತು. ಅವನು ತಾಲ್ಮದ್‌ನ* ವಿಧಿಗಳನ್ನು ಅಕ್ಷರಶಃ ಅನುಸರಿಸುವ ನಿಷ್ಠಾವಂತ ಯೆಹೂದಿ ಅಲ್ಲದಿರಬಹುದು. ದೇವರಲ್ಲಿ ಭಯಭಕ್ತಿಯುಳ್ಳವನು, ನಿಜ. ಆದರೆ ಶಾಸ್ತ್ರಾಂಧನಲ್ಲ. ದೇವರು, ಅವನು ನನ್ನಲ್ಲಿಯೂ ನಿನ್ನಲ್ಲಿಯೂ ಪ್ರತಿಯೊಂದು ಪೊದೆಯಲ್ಲಿಯೂ ಇದ್ದಾನೆ. ಅವನು ಅಕ್ಷರಕ್ಕಿಂತ ದೊಡ್ಡವನು; ಅಂದ ಮೇಲೆ ನಾನೂ ಅಕ್ಷರಕ್ಕಿಂತ ದೊಡ್ಡವನು. ಆದರೆ ಷಬ್ಬಾಸ್ ಎಂದರೆ ಷಬ್ಬಾಸ್. ಆ ದಿನ ಕೈಯಲ್ಲಿ ಯಾವ ದೀಪವನ್ನೂ ಮುಟ್ಟುವುದಿಲ್ಲ. ಕುದುರೆಗಳು ತಮ್ಮ ಲಾಯಗಳಲ್ಲಿಯೇ ಇರುತ್ತವೆ. ಶುಕ್ರವಾರ ರಾತ್ರಿ ಒಬ್ಬ ಹಳ್ಳಿಗ ಬರುತ್ತಾನೆ–ಅವನು ಯೆಹೂದಿಯಲ್ಲದಿದ್ದರೂ ಕೆಟ್ಟ ಮನುಷ್ಯನಲ್ಲ. ಆದರೆ ಕೊಂಚ ಕುಡಿದಿದ್ದು ನನ್ನನ್ನು ಪರೀಕ್ಷಿಸಲು ಬಂದಿದ್ದ. ನಾನು ಧರ್ಮನಿಷ್ಠ ಯೆಹೂದಿಯಲ್ಲ ಅಂತ ತೋರಿಸಿಕೊಡಲು, ಅವನು ನನಗೆ ಹೇಳಿದ : 'ನಿನ್ನ ಕುದುರೆ ಮತ್ತು ಗಾಡಿಯೊಡನೆ ಈಗಲೇ ನನ್ನ ಜತೆ ಬಾ. ಅಲ್ಲಿ ಅಣೆಕಟ್ಟು ಮುಚ್ಚಿಹೋಗಿದೆ, ಈ ಸ್ಥಿತಿಯಲ್ಲಿ ನದಿಯು ಅದರ ಮೇಲೇರಿ ಹರಿಯದಂತೆ ತಡೆಯಲಸಾಧ್ಯ. ಈಗ ಅಲ್ಲಿಯ ತಿರುಪಳಿಯನ್ನು ಸಡಿಲಗೊಳಿಸದಿದ್ದರೆ ನಿನ್ನ ಜಮೀನೆಲ್ಲ ನೀರು ತುಂಬಿಕೊಳ್ಳುತ್ತದೆ.' ನಾನಾಗ ನಮ್ಮ ಭೂಮಿಯಲ್ಲಿ ಕೆಲಸ ಮಾಡುವ ಆಳನ್ನು ಕರೆಯಲು ಹೋದರೆ, ಅವನು ಮದ್ಯದಿಂದ ಅಮಲೇರಿ ಹುಲ್ಲಿನ ಬಣವೆಯಲ್ಲಿ ಪವಡಿಸಿದ್ದ. ನಾನು ಕುದುರೆಯನ್ನು ಗಾಡಿಗೆ ಕಟ್ಟಿ ಹೊರಟೆ. ಕೆಟ್ಟ ಜನರು ಆಳಿಗೆ ಮದ್ಯ ಕುಡಿಸಿ, ಅಣೆಯನ್ನು ಮುಚ್ಚಿದ್ದರು. ನಾನು ತಿರುಪಳಿಯನ್ನು ನನ್ನ ಕೈಯಿಂದಲೇ ಸಡಿಲ ಮಾಡಿದೆ. ಈ ಯೆಹೂದ್ಯೇತರ ನೋಡುತ್ತಲೇ ನಿಂತ, ಅವನನ್ನು ಆ ಕೆಲಸ ಮಾಡೆಂದು ನಾನು ಹೇಳದಿದ್ದುದು ಅವನಿಗೆ ಆಶ್ಚರ್ಯ! ನಾವು ಮತ್ತೆ ಗಾಡಿಯಲ್ಲಿ ಹಳ್ಳಿಗೆ ಬರುತ್ತಿದ್ದಾಗ ಅವನು ಒಂದು ಲೋಟ ಪಾನಕ್ಕೆ ಬಾ ಎಂದು ಕರೆದ. ದೇವರೇ, ನನ್ನನ್ನು ಅವನು ಕರೆದೊಯ್ದಿದ್ದ. ಆದ್ದರಿಂದ ಅವನು ಪಾನ ಪಡೆಯಲು ಅರ್ಹನೆನಿಸಿತು! ಹೋಟೆಲಿನೊಳಗೆ ಹಳ್ಳಿಗರು ತುಂಬಿದ್ದಾರೆ, ಮದ್ಯದ ವಾಸನೆಯೂ ತುಂಬಿದೆ. ಕೆಲವರು ಮೇಜನ್ನು ಕುಟ್ಟುತ್ತಿದ್ದರು. ಕೆಲವರು ಅರಚುತ್ತಿದ್ದರು, ಮತ್ತೆ ಕೆಲವರು ಪೋಲಿ ಹಾಡುಗಳನ್ನು ಕಿರಿಚುತ್ತಿದ್ದರು. ಈ ಹಳ್ಳಿಗ ನನ್ನ ಕಡೆ ಬೊಟ್ಟುಮಾಡಿ ತೋರಿಸಿ, 'ನಾನೇನು ಹೇಳಿದೆ, ಮಿತ್ರರೇ?' ಎನ್ನುತ್ತಾನೆ. ಅವರೆಲ್ಲ ಜೋರಾಗಿ ನಗುತ್ತಾರೆ. ಅವರೆಲ್ಲ ನನಗೆ ದ್ರಾಕ್ಷಾರಸದ ಮದ್ಯ ಮತ್ತು ಮಾಂಸ ನೀಡುತ್ತಾರೆ. ನಾನು ಮದ್ಯ ಕುಡಿಯುತ್ತೇನೆ – ಆದರೆ ಮಾಂಸ ಮುಟ್ಟುವುದಿಲ್ಲ. ಆಗ ಯೆಹೂದ್ಯೇತರರಲ್ಲೊಬ್ಬ, 'ಮಾಯರ್, ನೀನು ಕುದುರೆಯನ್ನು ಗಾಡಿಗೆ ಕಟ್ಟಿದೆ, ಗಾಡಿಹೊಡೆದ – ಷಬ್ಬಾಸ್ ದಿನದಲ್ಲಿ. ಆದ್ದರಿಂದ ನಿಷಿದ್ಧ ಮಾಂಸವನ್ನು ತಿನ್ನಬಹುದು'–ಎಂದ. ಅವರೆಲ್ಲ ಜೋರಾಗಿ ನಗುತ್ತಾರೆ. ಆದರೆ ನಾನು ಗಂಭೀರವಾಗಿದ್ದೇನೆ. ಷಬ್ಬಾಸ್–ಇವತ್ತೆ? ಸ್ನೇಹಿತರೇ, ಎಲ್ಲೋ ತಪ್ಪಾಗಿದೆ. ನಾಳೆ ಷಬ್ಬಾಸ್–ಮಾಯರ್ ಬೇಲರ್ನ್‌ಷ್ಟಾಇನ್‌ನನ್ನು ಮಂಕುಮಾಡಲು ಬಂದವನು ಎಲ್ಲೋ ನಿನ್ನೆ ಹುಟ್ಟಿದವನಿರಬೇಕು! ಹೋಟೆಲ್ ಮಾಲಿಕ, ಒಬ್ಬ ಯುವಕ, ಅವನನ್ನು ಕರೆದು ಇವತ್ತು ಏನು ಷಬ್ಬಾಸ್ ಹೌದೇ ಅಲ್ಲವೆ? ಅವರು ಕೇಳಿದರು. ಅವನ ಕುರ್ಚಿ ಮೇಜುಗಳನ್ನು, ಕುದುರೆಗಳನ್ನು ಜಫ್ತಿ ಮಾಡದಿರಲಿ ಎಂದು ಒಂದು ಸಾವಿರ ಸ್ಲೋಟಿಸ್ (ಚಿನ್ನದ ನಾಣ್ಯ) ಗಳನ್ನು ನಾನು ಅವನಿಗೆ ಸಾಲ ಕೊಟ್ಟಿದ್ದೆ. ಅವನು ರೈತರ ಕಡೆ ನೋಡಿದ, ನನ್ನ ಮುಖ

---

* ತಾಲ್ಮದ್ : ಯೆಹೂದ್ಯರ ಧರ್ಮಶಾಸ್ತ್ರ ಮತ್ತು ಪುರಾಣಗಳನ್ನೊಳಗೊಂಡ ಪವಿತ್ರ ಗ್ರಂಥ.

ನೋಡಿದ. 'ಅಲ್ಲ, ಈ ದಿನ ಷಬ್ಬಾಸ್ ಅಲ್ಲ, ದೇವರ ದಯದಿಂದ, ನಾಳೆ ಷಬ್ಬಾಸ್' ಎಂದ ಅವನು. ಹಳ್ಳಿಯವರೆಲ್ಲ ನಗುತ್ತಾ ಕಿರಿಚಾಡತೊಡಗುತ್ತಾರೆ. ಹೊರಗೆ ಕ್ಯಾಥೊಲಿಕ್ ಪಾದ್ರಿ ಗಲಾಖ್ ಹೋಗುತ್ತಿದ್ದ. ಆತನನ್ನು ಕರೆಯಿರಿ, ಅದುದನ್ನು ಹೇಳಿ, ಕೇಳಿ, ಗಲಾಖ್ ಅವರನ್ನೇ ನೋಡುತ್ತಾನೆ. ಮುಖಗಳು ಒದ್ದೆ – ಕೆಂಗಣ್ಣುಗಳು, ಮದ್ಯಪಾನದಿಂದ ಕಣ್ಣುಗಳು ಮಬ್ಬುಗಟ್ಟಿವೆ. ಆತ ತಲೆಯಾಡಿಸುತ್ತಾನೆ. ಮಾಯರ್ ಬೇಅರ್ನ್‌ಷ್ಟಾಇನ್ ಕುದುರೆಯ ಕತ್ತಿನ ಪಟ್ಟಿ ಮುಟ್ಟಿ, ಅಣೆಯ ತಿರುಪಳಿ ಸಡಿಲಗೊಳಿಸಿದ್ದರೆ, ಖಂಡಿತವಾಗಿ ಈ ದಿನ ಸಬ್ಬತಿನ ದಿನವಲ್ಲ– ಮಾಯರ್ ಹೇಳುವುದೇ ಸರಿ.

ಪೆರೆಥ್ ಮತ್ತು ಬೆಲಕೋರ್ಜವಿಟ್ಸ್ ಮಾಯರ್ ಬೇಅರ್ನ್‌ಷ್ಟಾಇನ್‌ನ ಬಳಿಯಿಂದ ಸರಿದರು– ಯಾಕೆಂದರೆ ಬೇಅರ್ನ್‌ಷ್ಟಾಇನ್‌ನ ಪಕ್ಕದಲ್ಲಿದ್ದವನು ಮೊದಲೇ ಸತ್ತುಹೋದ. ಅವನ ಬಳಿಯೂ ಮೇಲಂಗಿ ಹಾಗೂ ಷೂಗಳು ಇದ್ದುವು. ಆ ಆಸ್ತಿಯನ್ನು ಇಬ್ಬರೂ ಹಂಚಿಕೊಂಡು, ಅಲ್ಲಿ ಯಾರೋ ತಂದಿದ್ದ ಕ್ಯಾನ್ವಾಸಿನ ಅಡಿಯಲ್ಲಿ ನುಸುಳಿಕೊಂಡರು. ಹಾಸಿಗೆಗೆ ಹಾಸುವ ದುಪಟಿಯಷ್ಟು ಅಗಲವಿತ್ತು ಆ ಕ್ಯಾನ್ವಾಸ್. ಸಂಜೆಯ ವೇಳೆಗೆ ಬೆಟ್ಟದ ಇಳಿಜಾರು ಹಾಗೂ ಕಾಡಿನ ಮೇಲೆ ಮಂಜು ಬೆಳ್ಳಗೆ ಹಾಲಿನಂತೆ ಆವರಿಸಿಕೊಂಡಿದೆ, ಸದ್ದಿಲ್ಲದೆ ಕಾಗೆಗಳ ಸಮೂಹ ಅಲ್ಲಿಂದ ಹಾರಿ ಹೋಗುತ್ತದೆ. ಗಾಳಿಯಲ್ಲಿ ವಿಪರೀತ ತೇವ, ಕ್ಯಾನ್ವಾಸಿನ ಅಡಿಯಲ್ಲಿ ಇಪ್ಪತ್ತು ಜನ ಹೆರ್ರಿಂಗ್ ಮೀನುಗಳಂತೆ ಕಿಕ್ಕಿರಿದು ಬಿದ್ದಿದ್ದಾರೆ, ಕೆಳಭಾಗದಲ್ಲಿರುವವರಿಗೆ ಉಸಿರು ಕಟ್ಟಿದಂತಾದರೂ, ಅವರು ಬೆಚ್ಚಗಿದ್ದಾರೆ. ಕ್ಯಾನ್ವಾಸಿನ ಸುತ್ತಲೂ ಮುದುಕರೂ ಶಕ್ತಿಹೀನರೂ ಕುಕ್ಕರಗಾಲಿನಲ್ಲಿ ಕುಳಿತಿದ್ದಾರೆ. ಅವರು ಕ್ಯಾನ್ವಾಸಿನೊಳಕ್ಕೆ ಹೋಗುವುದೂ ಇಲ್ಲ, ಹೊರಗೆ ಮಲಗಿ ನಿದ್ರಿಸುವುದೂ ಇಲ್ಲ – ಹಾಗೆಯೇ ಕುಕ್ಕರಗಾಲಿನಲ್ಲೇ ಕುಳಿತಿರುತ್ತಾರೆ. ಯಾರಾದರೂ ನಿದ್ರೆ ಹೋದರೆ ಅವರು ಮುಗಿದಂತೆಯೇ – ಕಾಗೆಗಳಂತೆ ಸದ್ದಿಲ್ಲದೆ ಹಾರಿ ಹೋಗುವವರು ಎಂಬುದು ಅವರಿಗೆ ಗೊತ್ತು. ಅವರಿಗೆ ಬದುಕಿ ಉಳಿಯಲು ಇಷ್ಟ. ಆದರೆ ಏತಕ್ಕಾಗಿ? – ನಾನು ನಿದ್ರೆ ಹೋಗಬಹುದೆಂದುಕೊಂಡಿದ್ದೆ, ಆದರೆ ಈ ದಿನ ನಾನು ಕ್ಯಾನ್ವಾಸಿನೊಳಕ್ಕೆ ಹೋಗಿ ಸೇರಿಕೊಳ್ಳುವುದಿಲ್ಲ, ನಾನು ತಪ್ಪಿಸಿಕೊಂಡು ಓಡಿಹೋಗುವ ತೀರ್ಮಾನ ಮಾಡಿದ್ದೇನೆ. ಖಾಇಮ್ ಯಿಜ್‌ಖೋಕ್, ತಲೆ ಕೆಟ್ಟವನು, ಮಾಡಿದಂತಲ್ಲ – ರಾತ್ರಿಯಲ್ಲಿ ಪ್ರಯತ್ನಿಸತ್ತೇನೆ. ಬಹು ಹೊತ್ತಿನ ನಂತರ, ಅರ್ಧ ರಾತ್ರಿಯಾದ ಮೇಲೆ, ಕಾವಲಿನ ಸೈನಿಕರು ನಿದ್ರಿಸುತ್ತಲೇ ನಿಂತಿರುವಾಗ ಗಾಡಿಯ ಪಕ್ಕಕ್ಕೆ ತೂರಾಡುತ್ತಾ ಒರಗುತ್ತಿರುವಾಗ – ಅದೀಗ ಸರಿಯಾದ ಸಮಯ. ರೈಲು ರಾತ್ರಿಯಲ್ಲಿ ಭುಗಭುಗನೆ ಏದುಸಿರಿಟ್ಟು ಹೋಗುತ್ತಿದೆ, ಎಲ್ಲೂ ಬೆಳಕಿಲ್ಲ, ಮಂದ ಪ್ರಕಾಶವೂ ಇಲ್ಲ. ಈಗ ನಾವೆಲ್ಲಿದ್ದೇವೆಂದು ನನ್ನನ್ನೇ ಕೇಳಿಕೊಳ್ಳುತ್ತಿದ್ದೇನೆ. ನನ್ನ ಯೋಜನೆಯನ್ನು ಎಚ್ಚರಿಕೆಯಿಂದ ಪರಿಶೀಲಿಸಿಕೊಳ್ಳುತ್ತೇನೆ. ರಕ್ತಹೀನ ಮೆದುಳು ಸ್ಫುಟವಾಗಿ ಯೋಚಿಸಲು ಗಂಟೆಗಟ್ಟಲೆ ತೆಗೆದುಕೊಳ್ಳುತ್ತದೆ: ಕಡು ಕತ್ತಲಿರಬೇಕು, ಮಂಜು ಕವಿದ ಬಯಲಿರಬಾರದು ಎಂದು ನನಗೆ ನಾನೇ ಹೇಳಿಕೊಳ್ಳುತ್ತೇನೆ. ಕೇವಲ ಪೊದೆಗಳು ಮತ್ತು ಮರಗಳ ಗುಂಪು ಮಾತ್ರ ನನಗೆ ಬಚ್ಚಿಡುವ ಜಾಗ ಕೊಡಬಲ್ಲವು. ನಾನು ಕೆಳಗೆ ಬಾಗುತ್ತೇನೆ – ರಕ್ತ ಹೆಪ್ಪುಗಟ್ಟುತ್ತದೆ. ಕಣ್ಣನ್ನು ತೆರೆದಿಟ್ಟುಕೊಳ್ಳಲಾರೆ. ಕ್ಯಾನ್ವಾಸಿನೊಳಗೆ ನಿದ್ರೆ ಹೋಗುವುದೇ ಪರಮಾನಂದವೆನ್ನಿಸುತ್ತದೆ. ಸುಮ್ಮನೆ ಹಿಂಸೆಪಡಬೇಕೆ? ಈ ಪ್ರದೇಶದಲ್ಲಿ ತಪ್ಪಿಸಿಕೊಳ್ಳುವುದೆಂದರೆ ಪ್ರಾಯಶಃ ಸಾವು ಖಂಡಿತ. ಆದರೆ ಒಬ್ಬರಾದ ಮೇಲೊಬ್ಬರಂತೆ ಮೈ ಚಾಚುವ ಇಲ್ಲಿ ಕೂಡ ಅಷ್ಟೇ ಖಂಡಿತ. ಈಗೇನು ಮಾಡಲಿ? ಇವರು ನಿದ್ರಿಸುತ್ತಿದ್ದಾರೆ

ಅಥವಾ ತೂಕಡಿಸುತ್ತಿದ್ದಾರೆ ಅಥವಾ ಯಾವ ನೋವನ್ನೂ ಅನುಭವಿಸುತ್ತಿಲ್ಲ. ನಮ್ಮ ಬಂಡಿಯ ಮೂಲೆಯಲ್ಲಿ, ಮುಂದೆ ಕಾವಲುಗಾರನೊಬ್ಬ ಇನ್ನೂ ಸಿಗರೇಟ್ ಸೇದುತ್ತಿದ್ದಾನೆ, ಆದರೆ ಅರೆನಿದ್ರೆಯಲ್ಲಿರುವಂತೆ ಕಾಣುತ್ತಾನೆ. ಎಚ್ಚರವಾಗಿಯೇ ಇರಲು ಉಗುರಿನಲ್ಲಿ ಮೈ ಪರಚಿಕೊಳ್ಳುತ್ತೇನೆ. ಗಾಡಿಗಳು ಕಿರಲುತ್ತವೆ, ಹಾಡುತ್ತವೆ, ಚಕ್ರಗಳು ಕಿಣಿಕಿಣಿಸುತ್ತವೆ, ದೂರುತ್ತವೆ, ಅಳುತ್ತವೆ – ರಾತ್ರಿಯದು ಕಡುಥಂಡಿ! ನಾನೇನಾದರೂ ನಿದ್ರೆ ಹೋದರೆ, ಹೆಪ್ಪುಗಟ್ಟಿ ಸಾಯುತ್ತೇನೆ, ಸಮಯಕ್ಕಿಂತ ಮುಂಚೆ ಹೊರ ಜಿಗಿದರೆ, ನನ್ನನ್ನು ಅವರು ತರಿದುಹಾಕಿ ಬಿಡುತ್ತಾರೆ. ಆದ್ದರಿಂದ ನಾನು ಎಚ್ಚರವಾಗಿಯೇ ಇರಬೇಕು, ಕಾಯಬೇಕು ಮತ್ತು ನನ್ನ ವಿಚಾರಗಳನ್ನು ಸಹಿಸಿಕೊಳ್ಳಬೇಕು. ಮಾಯರ್ ಬೇಅರ್ನ್‌ಷ್ಟಾಇನ್ ಈ ವೇಳೆಗೆ ಸತ್ತಿರಬೇಕು. ಸಾವಿನ ಗಳಿಗೆಯಲ್ಲಿ ಅವನ ಕಣ್ಣಮುಂದೆ ದೇವರೂಪ ಹಾದು ಹೋದಂತೆ, ತುಟಿಯನ್ನು ಮತ್ತೊಮ್ಮೆ ಮಾತ್ರ ಅವನು ಅಲುಗಿಸಬಹುದು. ಯಾರಿಗೂ ಕಾಣಲವಕಾಶ ವಿಲ್ಲದ, ಜಗತ್ಪಿತ ದೇವರು. ತೋಟದ ಬೇಲಿಯೊಳಗಿಂದ ಒಂದು ತಾಳೆ ಗರಿಯನ್ನು ಬೀಸುತ್ತಾನೆ, ಕೂಡಲೆ ಮಾಯರ್ ಬೇಅರ್ನ್‌ಷ್ಟಾಇನ್ –"ನಾನು ಬರ್ತೇನೆ, ಹಿರಿಯನೇ, ಕರೀತಿದ್ದಾನೆ, ಒಂದು ಗಳಿಗೆ ತಾಳು, ನಾನು ಬರ್ತೇನೆ, ಈ ಜೀವನ ಸಿಹಿ" ಎನ್ನುತ್ತಾನೆ.

ರೀಜನ್‌ಗಬೀಯರ್ಗದಲ್ಲಿ ನಾವು ಮುನ್ನಡೆಯುತ್ತಿದ್ದಾಗ ಗುಂಡು ಹೊಡೆಯುವಲ್ಲಿಗೆ ನುಗ್ಗಿ ಸಾಯಲೆತ್ನಿಸಿದ ಕ್ರೈಸ್ತನೊಬ್ಬನಿಗೆ ಮಾಯರ್ 'ಪಾಪ ಕೃತಿ ಮಾಡಬೇಡ' ಎಂದು ಹೇಳಿದ್ದ. ಪಾಪ ಕೃತ್ಯ ಮಾಡಬೇಡ - ಎಲ್ಲವನ್ನೂ ಕಿತ್ತೊಗೆಯುವುದು ಆದರೆ ನಿನ್ನ ಜೀವವನ್ನಲ್ಲ! ದೇವರು ಮಾತ್ರ ನಿನ್ನ ಜೀವವನ್ನು ತೆಗೆಯಬಲ್ಲ. ಮತ್ತಾರೂ ಅಲ್ಲ! – ಈಗ ಸರಿಯಾದ ವೇಳೆ, ರೈಲು ಬೆಟ್ಟವನ್ನೇರಲು ಪ್ರಯಾಸಪಡುತ್ತಿದೆ. ಬಂಡಿಯ ಅಂಚುಗಳಿಗೆ ಚೀಲಗಳಂತೆ ತೂಗು ಬಿದ್ದಿದ್ದಾರೆ ಕಾವಲಿನ ಸೈನಿಕರು. ನಾನು ನಿಧಾನವಾಗಿ ಮೇಲಕ್ಕೇರುತ್ತೇನೆ. ನನ್ನ ಚಲನೆಯಿಂದ ಅವರಿಗೆ ಎಚ್ಚರವಾಗಿಬಿಡಬಹುದು. ಬಂಡಿಯ ಪಕ್ಕಕ್ಕೆ ಆಗ ನೋಡುತ್ತೇನೆ– ಚಪ್ಪಟೆಯಾದ ಮಂಜು ಕವಿದ ನೆಲ - ವಿಸ್ತಾರವಾದ ಬಿಳಿಯ ಬಯಲು... ಈಗ ತೀರ್ಮಾನ ವಾಗಿದೆ – ನೆಲಕ್ಕೆ ನಾನು ಬೇಕಿಲ್ಲ. ನಾನು ಹಿಂದೆ ಜಾರುತ್ತೇನೆ, ಕ್ಯಾನ್ವಾಸಿನ ಮೇಲೆ ಬೀಳುತ್ತೇನೆ. ಒಳಗಿಂದ ಒದೆಯುತ್ತಾರೆ – ಯಾರೋ ಒಬ್ಬ ಶಪಿಸುತ್ತಾನೆ. ಅದು ಶಾರ್ಲರ್ವಾನ ಗಣಿ ಕಾರ್ಮಿಕ ಲೆಡೆರೆರ್. ಅವನಿಗಿನ್ನೂ ಬಲವಿದೆ – ತನ್ನ ಕೈಗಳು ಮತ್ತು ಮೊಳಕೈಗಳಿಂದ ನನ್ನನ್ನು ಗುದ್ದುತ್ತಾನೆ ಅಥವಾ ಅವನಿನ್ನೇನು ಉಸಿರುಗಟ್ಟಿ ಹೋಗಬಹುದು... ನಾಳೆಯ ದಿನ ಅವನನ್ನು ಬಂಡಿಯ ಮುಂಭಾಗಕ್ಕೆ ಸಾವಿನ ಹತ್ತಿರವಿರುವವರಲ್ಲಿಗೆ ಎಳೆದುಹಾಕುತ್ತಾರೆ. ಮಾಯರ್ ಬೇಅರ್ನ್‌ಷ್ಟಾಇನ್‌ನ ಜತೆಗೆ ಮಲಗಿಸುತ್ತಾರೆ. ಅವನ ಷೂಗಳನ್ನು ಕಳಚಿಕೊಳ್ಳುತ್ತಾರೆ.

ಮಾಯರ್ ಬೇಅರ್ನ್‌ಷ್ಟಾಇನ್ ತನ್ನ ಎಲ್ಲವನ್ನೂ ಕಳೆದುಕೊಂಡು ಅನಂತರ – ಭೂಮಿಕಾಣಿ, ಜಾನುವಾರು, ಹೆಂಡತಿಮಕ್ಕಳು ಮತ್ತು ತನ್ನ ಅಂಗಿಯಲ್ಲಿ ಹೊಲಿದುಕೊಂಡು ಬಚ್ಚಿಟ್ಟುಕೊಂಡಿದ್ದ ಕೊನೆಯ ಚಿನ್ನದ ನಾಣ್ಯಗಳನ್ನು ಅವರು ಕಿತ್ತುಕೊಂಡ ಮೇಲೆ 1942ರ ಹೇಮಂತ ಕಾಲದಲ್ಲಿ ನಮ್ಮ ಶಿಬಿರಕ್ಕೆ ಬಂದುದು. ಬಹಳ ಕಾಲ ಅವನು ಮೌನ ತಾಳಿದ್ದ. ಆಮೇಲೆ ಅವನು ಮಾತಾಡಲು ಪ್ರಾರಂಭಿಸಿದ್ದು.

ಅವನು ತನ್ನ ಮಾತಿನಲ್ಲಿ ಮತ್ತೆ ತನ್ನ ಜೀವನವೆಲ್ಲವನ್ನೂ ಮರುಜೀವಿಸಿದ. ಎರಡು ವರ್ಷಗಳ ಕಾಲ ಅವನು ಎಲ್ಲವನ್ನೂ ಗೆಲ್ಲುತ್ತಾ ಬಂದ. ಅನಂತರ ಎಲ್ಲವನ್ನೂ ಸ್ವಲ್ಪ ಸ್ವಲ್ಪವಾಗಿ ಕಳೆದುಕೊಂಡ. ಮೊದಲು ತನ್ನ ಅತೀ ಪ್ರೀತಿಯ ಮಗು – ಬೇಸಿಗೆಯ ಮಧ್ಯದ

ಒಂದು ಬೆಚ್ಚನೆಯ ದಿನ ಆ ಮಗು ಸತ್ತಿತು. ಮನೆಯ ಮುಂದೆ ಆಡುತ್ತಿದ್ದ ಮಗುವಿನ ಮೇಲೆ ಉರುಳಿದ ಹುಲ್ಲಿನ ಬಂಡಿ ಅದನ್ನು ಮುಗಿಸಿತು. ಮಾಯರ್ ಮೇರೆ ಮೀರಿ ಅಳಲಿಲ್ಲ, ಜೋ ಮಾಡಿದಂತೆ ದೂರಲಿಲ್ಲ, ದೇವರೊಂದಿಗೆ ವ್ಯರ್ಥ ಜಗಳದಲ್ಲಿ ತೊಡಗಲಿಲ್ಲ – ರೇಖಾ, ನನ್ನ ಪುಟ್ಟ ರೇಖಾ, ಅವಳು ಮುಗ್ಧ ಹುಡುಗಿ, ಸುಖವಾಗಿದ್ದಳು – ಎಂದು ಪದೇಪದೇ ಹೇಳುತ್ತಿದ್ದ. ತನ್ನ ಐದು ಬೆರಳುಗಳಿಂದಲೇ ಸಂಗೀತ ಮಾಡುತ್ತಿದ್ದ ಏರಿಕ್ ಪೆಶ್‌ಮಾನ್ ಮಧ್ಯೆ ಬಾಯಿಹಾಕಿದ "ದೇವರು ಮುಗ್ಧರನ್ನು ಸುಖಿಗಳನ್ನೇ ಕರೆದೊಯ್ಯುವುದು!" ಪಶ್ಚಿಮ ಪ್ರದೇಶದ ಯೆಹೂದ್ಯರ ಬಗ್ಗೆ ಮಾಯರ್‌ಗೆ ತಾತ್ಸಾರ. ಪೆಶ್‌ಮಾನ್ ಪಶ್ಚಿಮದ ಯೆಹೂದ್ಯ. "ದೇವರ ವಿಷಯಕ್ಕೇನು ಬಡಬಡಿಸ್ತೀ? ಬಾಯಿ ಮುಚ್ಚು. ನಿನಗೆ ಗೊತ್ತಿಲ್ಲದ ವಿಷಯದಲ್ಲಿ ಮಾತಾಡಬೇಡ" ಎಂದು ಮಾಯರ್ ಕೂಗಾಡಿದ. ಅದಕ್ಕೆ ಪೆಶ್‌ಮಾನ್ "ನೋಡು, ಅವಳು ಸುಖಿಯಾಗಿಯೆ ಸತ್ತಳು. ನಮ್ಮ ಸಂಕಟದಿಂದ ಅವಳನ್ನು ದೇವರು ಕಾಪಿಟ್ಟ" ಎಂದು ವಾದ ಹೂಡಿದ. ಆದರೆ ಮಾಯರ್ ಬೇಅರ್ನ್‌ಷ್ಟಾಇನ್ ತಲೆಯಲ್ಲಾಡಿಸಿದ: "ರೇಖಾ ಬದುಕಿರಬೇಕಾಗಿತ್ತು. ಎಲ್ಲ ಸಂಕಟವನ್ನು ಅವಳು ಸಂತೋಷದಿಂದ ಸ್ವಾಗತಿಸುತ್ತಿದ್ದಳು. ಬದುಕೋದೇ ಮುಖ್ಯ – ಸಂಕಟ ಏನೂ ಲೆಕ್ಕಕ್ಕಿಲ್ಲ!"

ಕೆಲಸವಿಲ್ಲದ ಒಂದು ದಿನ, ಶಿಬಿರದಲ್ಲಿ ರಾತ್ರಿಯ ಕತ್ತಲಲ್ಲಿ ನಡೆದ ಮತ್ತೊಂದು ಸಂಭಾಷಣೆ ನೆನಪಾಗುತ್ತದೆ. ಮಾಯರ್ ಬೇಅರ್ನ್‌ಷ್ಟಾಇನ್ ಮತ್ತು ಮೆಣ್ಡೆಲ್ ಟಾಇಶ್‌ಮಾನ್ ಸರದಿಯಂತೆ ಕತೆ ಹೇಳುತ್ತಿದ್ದರು. ಮಾತಿನಲ್ಲಿ ಮಜಾ ಕಂಡಿದ್ದರು. ಹಬ್ಬದ ದಿನ ಸಣ್ಣ ಗಲ್ಲಿಗಳಲ್ಲಿ ಸುಸಂಸ್ಕೃತ ಯೆಹೂದಿಗಳ ಮನೆಗಳ ಮುಂದೆ ಬಾಗಿಲ ಬಳಿ ಭಿಕ್ಷೆಗಾಗಿ ಕಾಯುವ ಬಡ ಯೆಹೂದಿಗಳನ್ನು ಆಕರ್ಷಿಸುವ ಪರಿಮಳವನ್ನು ತಮ್ಮ ಮಾತುಗಳಲ್ಲಿ ಇವರು ಸೃಷ್ಟಿಸಿದ್ದರು. ಬೇಯಿಸಿದ ಜಿಂಕೆಯ ಮಾಂಸ, ಮೀನು, ಈರುಳ್ಳಿ, ವಿನೆಗಾರ್, ಒಣದ್ರಾಕ್ಷಿ ತುಂಬಿದ ಕೇಕ್ ಮತ್ತು ಹುಳಿ ಕಿತ್ತಲೆಹಣ್ಣುಗಳ ಘಮಘಮಿಸುವ ಪರಿಮಳ. ಮಕ್ಕಳ ಹೊಳಪುಕಣ್ಣುಗಳು, ಹಾಡು, ತುಂಟ ನಗೆ ಮತ್ತು ಪುಟ್ಟ ಹುಡುಗಿಯರ ಕಿಲಕಿಲ ನಗು. ಮಧ್ಯೆ ಕತೆ ನಿಂತುಹೋಯಿತು. ಮಾಯರ್ ಬೇಅರ್ನ್‌ಷ್ಟಾಇನ್‌ನ ದನಿ ಬದಲಾಯಿತು. "ನಾನು ಪಾಪಿ–ದುರಹಂಕಾರದ ಪಾಪಿ! ನಾನು ಶ್ರೀಮಂತ. ಎಂದೆಂದೂ ಕಷ್ಟ ನಿಷ್ಠೂರಗಳನ್ನು ಮೀರಿ ನಿಲ್ಲುವವ ಅಂತ ತಿಳಿದಿದ್ದೆ. ನನ್ನ ರಕ್ತ ನನ್ನ ಮಕ್ಕಳಲ್ಲಿ, ಅವರ ಮಕ್ಕಳಲ್ಲಿ ಗೆದ್ದು ಮುನ್ನಡೆಯುತ್ತದೆಂದಿದ್ದೆ!" ಎಂದ. ಆಗ ಶಿಬಿರದ ಕತ್ತಲಲ್ಲಿ ಸುಸ್ತಾಗಿ ಮಲಗಿದ್ದ ಬಂದಿಗಳೆಲ್ಲ ಆಸಕ್ತಿಯಿಂದ ಕೇಳುತ್ತಿದ್ದಂತೆ, ಮೆಣ್ಡೆಲ್ ಟಾಇಶ್‌ಮಾನನ ದನಿ ಮೇಲೆದ್ದಿತು. "ನಮ್ಮ ಮೇಲಿರುವ ಶಾಪ ಏಳನೆಯ ಬಾವಿಯೊಳಗಿನ ನೀರಿನಂತೆ. ಘನತೆವೆತ್ತ ರಬ್ಬಿ* ಲೂವ್ ಅದನ್ನು ಹೇಳಿದುದು ಹೇಗೆ? 'ಏಳನೆಯ ಬಾವಿಯು ನೀವು ಪೇರಿಸಿಕೊಂಡ ಎಲ್ಲವನ್ನೂ, ಚಿನ್ನದ ದೀಪದಾನಿಗಳನ್ನು, ನಿಮ್ಮ ಮನೆಯನ್ನು, ನಿಮ್ಮ ಮಕ್ಕಳನ್ನು ತೊಳೆದುಹಾಕಿಬಿಡ್ತದೆ. ನೀವು ಅದೇ ತಾನೇ ತಾಯಿಯ ಬಸಿರಿನಿಂದ ಬಂದಂತೆ, ಸಂಪೂರ್ಣ ನಗ್ನರಾಗಿ ಜೋಬ್‌ನಂತೆ ಹಿಂದೆ ಉಳಿದುಕೊಳ್ಳುವಿರಿ. ಅನಂತರ ಪರಿಶುದ್ಧವಾದ ಏಳನೆಯ ಬಾವಿಯ ನೀರು ನಿಮ್ಮನ್ನು ತೊಳೀತದೆ. ಆಗ ನೀವು ಪಾರದರ್ಶಕದಂತಾಗುತ್ತೀರಿ, ಬಾವಿಯಂತೆಯೇ ಆಗುತ್ತೀರಿ – ಶುದ್ಧವಾದ ಮತ್ತು ತಿಳಿಯಾದ ಕಣ್ಣುಗಳಿಂದ, ಹಗುರವಾದ ಹೃದಯಗಳಿಂದ

* ರಬ್ಬಿ : ಯೆಹೂದಿ ಧರ್ಮಗುರು.

ತುಂಬಿ ಕತ್ತಲಿಂದ ಇಳಿಯಲು ಮುಂದಿನ ಪೀಳಿಗೆಯವರಿಗೆ ನೆರವಾಗಲು ಸಿದ್ಧವಾಗಿರ್ರಿರಿ."

ಕೊನೆಗೂ ನಾನು ನಿದ್ರೆ ಮಾಡಿಯೇ ಬಿಟ್ಟೆ, ಹೆಪ್ಪುಗಟ್ಟಿ ಸಾಯಲಿಲ್ಲ. ನನಗೆ ಎಚ್ಚರವಾದಾಗ ರೈಲು ನಿಂತಿತ್ತು. ಬಂಡಿಯ ಮುಂಭಾಗದ ಹಲಗೆಯ ಮೇಲೆ, ಹೆಣಗಳನ್ನು ಒಂದರ ಮೇಲೊಂದರಂತೆ, ಯಾವುದೇ ಬಲಿಪೀಠದಲ್ಲಿಟ್ಟಂತೆ ಪೇರಿಸಿದ್ದರು. ಎಲ್ಲಕ್ಕಿಂತ ಮೇಲೆ ಮಾಯರ್ ಬೇಅರ್ನ್‌ಷ್ಟಾಇನ್ ಕಾಲು ಚಾಚಿ, ಪೂರ್ತಿ ನಂದಿ ಹೋಗಿ ಮಲಗಿದ್ದ. ಅವನ ಮೂಳೆಗೊಂಡ ಮುಖ ಮುಕ್ಕಾಲು ಕಪ್ಪಾಗಿತ್ತು, ಬಾಯಿ ಮತ್ತು ಕಣ್ಣುಗಳು ಮುಚ್ಚಿಹೋಗಿದ್ದುವು. ನಮಗೆ ಹತ್ತಿರದಲ್ಲೇ ಇನ್ನೊಂದು ರೈಲುಹಳಿಯ ಮೇಲೆ ಯುದ್ಧರಂಗಕ್ಕೆ ಹೊರಡುವ ಸೈನಿಕರನ್ನು ಗಾಡಿಗೆ ತುಂಬುತ್ತಿದ್ದರು. ಅವರಿನ್ನೂ ಎಳೆ ಯುವಕರು. ಕೆಲವರಂತೂ ಬಾಲಕರು. ಕುದುರೆಗಳು ಕೆನೆದುವು, ಯುವ ಸೈನಿಕರು ಪರಸ್ಪರ ಕೀಟಲೆ ಮಾಡುತ್ತಾ ನಗುತ್ತಿದ್ದರು. ಅವರು ನಗುವಂತೆ ಅವರ ಬುದ್ಧಿಗೆ ಯಾವ ಮಂಕು ಕವಿದಿತ್ತೋ? ಆಕಾಶದಲ್ಲಿ ವಿಷಮಯ ಕೆಂಬಣ್ಣದ ಅರುಣೋದಯ ಕಾಣಿಸಿಕೊಂಡಿತು. ಬೆಟ್ಟದ ಇಳಿಜಾರಿನಲ್ಲಿದ್ದ ಮನೆಗಳು ಅಸ್ಪಷ್ಟ ನೆರಳುಗಳಾಗಿ ಕಂಡವು. ಅಲ್ಲಿ ಜನ ಊಟ ಮಾಡುತ್ತಿದ್ದರು, ಕುಡಿಯುತ್ತಿದ್ದರು, ಹಾಸಿಗೆಗಳಲ್ಲಿ ಮಲಗುತ್ತಿದ್ದರು. ನನ್ನ ಮುಂದಿದ್ದ ಈ ಜನ ಕೂಡ, ಬದುಕಿರುವವರು ಮತ್ತು ಸತ್ತವರು, ಸೆಟೆದುಕೊಂಡ ಈ ಮೌನ ಮುದ್ರಿತ ಆಕೃತಿಗಳು – ಅವರ ನೋವು ಸಂಕಟಗಳ ಮುಂದೆ ಅವರ ಅಜ್ಞಾನ ಎಷ್ಟು ಸಣ್ಣದೆಂದು ನನಗೆ ಆಗ ತೋರಿತು. ರೈಲು ಮತ್ತೆ ಚಲಿಸಿತು, ನಿಧಾನವಾಗಿ. ಆ ಗುರುತಿಲ್ಲದ ಪಟ್ಟಣದ ತುಂಬಿದ ರಸ್ತೆಗಳು ಕಲ್ಲಿನಂತೆ ಶೂನ್ಯವೂ ನಿರ್ಜೀವವೂ ಆಗಿದ್ದಂತೆ ತೋರಿದವು. ಅಲ್ಲಿಯ ಜನಗಳು ಮಂತ್ರಮುಗ್ಧರಾದಂತೆ, ಮುಂದೆ ನಡೆಯಲೂ ಆಗದವರಂತೆ ಅಲ್ಲಲ್ಲಿ ನಿಂತೇ ಇದ್ದರು. ಇಲ್ಲೊಬ್ಬ ಸಿಗ್ನಲ್ ಕೊಡುವವನು, ಒಬ್ಬ ಪೊಲೀಸಿನವನು; ರಸ್ತೆ ದೀಪಗಳನ್ನು ಒರೆಸಲು ಏಣಿಯ ಮೇಲೇರಿದವನು. ಅವನು ನಮ್ಮನ್ನು ಮೇಲಿನಿಂದ ನೋಡಿದ. ಅವನ ಮುಖ ಭುಜಗಳಿಂದ ಹಿಂದೆಳೆದುಕೊಂಡಂತಿತ್ತು. ಕಣ್ಣುಗಳು ಕತ್ತಲೆಯ ಗುಳಿಗಳು. ಏನೋ ಹೇಳುವಂತೆ ಅವನ ಬಾಯಿ ಬಿಗಿದುಕೊಂಡಿತು: ಎರಡೂ ಇದ್ದಿರಬಹುದೋ ಏನೋ ನನಗೆ ತಿಳಿಯದು – ಆ ಬೆಳಿಗ್ಗೆ ಶಾರ್ಲವಾರ್ನ ಬೇಅರ್ಟಾಣ್ಡ್ ಲೆಡೆರರ್, ಮೋಂಪೇಲ್ಯೆನ ಅಬ್ರಾಮ್ ಲಾರ್‌ಬೋ ಸತ್ತರು. ಪ್ರಾಗ್‌ನ ಎಫ್ರಾಇಮ್ ಬುನ್ಸ್ಲ್ ಮತ್ತು ಲೋಡ್ಸ್‌ನ ಸಾಮ್ಯುವೆಲ್ ವೆಕ್ಸ್‌ಬರ್ಗ್ ಸತ್ತರು. ನಮ್ಮ ಹಿಂದಿನ ಮತ್ತು ಮುಂದಿನ ಬಂಡಿಗಳಲ್ಲಿ ಯಾರು ಸತ್ತರೋ ನಮಗೆ ತಿಳಿಯಲಿಲ್ಲ. ನನ್ನ ಪಕ್ಕದಲ್ಲಿ ದೈವಭಕ್ತನೊಬ್ಬ ಪ್ರಾರ್ಥನೆ ಸಲ್ಲಿಸುತಿದ್ದ! "ಶ್ಮಾ ಇಸ್ರೊಯೆಲ್, ಅದೊನಾಯ್ ಎಲಬೇಸು, ಅದೊನಾಯ್ ಅಕಾದ್– ಓ ಅನಂತನೇ, ನಿನ್ನ ಹೆಸರನ್ನು ಹೊಗಳೋಣ, ಎಲ್ಲ ಜನಾಂಗಗಳ ಪೈಕಿ ನಮ್ಮನ್ನು ಆಯ್ದುಕೊಂಡ ದೇವನೇ..." ಆತನ ಕಣ್ಣಿನಲ್ಲಿ ತಾಮ್ರದಂತೆ ಪ್ರತಿಫಲನಗೊಂಡ ಬೆಳಕಿತ್ತು, ಚಳಿಯಲ್ಲಿ ಹೊರಗೆ ನಿಂತ ಜನರ ಬಾಯಿಂದ ಬರುತ್ತಿದ್ದ ಸಣ್ಣ ಹಬೆಯ ತುಣುಕುಗಳು ಬರುವಷ್ಟೂ ಅವನ ದೇಹದಲ್ಲಿ ಬಿಸಿ ಮತ್ತು ತೇವ ಉಳಿದಿರಲಿಲ್ಲ. ಈಗ ರೈಲು ವೇಗವಾಗಿ ಚಲಿಸಿತು, ಹಳಿಗಳನ್ನು ಬದಲಾಯಿಸುವಲ್ಲಿ ಗಡಗಡನೆ ಅಲ್ಲಾಡಿ ನಮ್ಮನ್ನೆಲ್ಲಾ ಅಲುಗಾಡಿಸಿಬಿಟ್ಟಿತು. ಅಲ್ಲಲ್ಲಿ ಕೆಲವರು ಧಿಡೀರನೆ ಎದ್ದು ನರಳಿದರು. ಆಕಾಶ ಉಕ್ಕಿನ ಕಡುನೀಲ ಬಣ್ಣ ತಾಳಿತು. ಅಲ್ಲೊಂದು ಇಲ್ಲೊಂದು ಪುಟ್ಟ ನಸುಗೆಂಪು ಮೋಡಗಳು ನಕ್ಕುವು – ಮುಗ್ಧತೆಯಲ್ಲಿ!

ಮಾರಿ ಫಾನ್ ಎಬ್‌ನರ್-ಎಶನ್‌ಬಾಖ್

ಕ್ರಾಂಬಾಂಬೂಲಿ

ಮನುಷ್ಯನಿಗೆ ಎಂತೆಂತಹ ವಸ್ತುಗಳ ಮೇಲೆ ಮೋಹ ಉಂಟಾಗುತ್ತದೆ; ಆದರೆ ನಿಜವಾದ ಅಳಿಯಲಾಗದ ಪ್ರೇಮ ವ್ಯಕ್ತಿಗೆ ಬರುವುದಾದರೂ ಜೀವನದಲ್ಲಿ ಒಮ್ಮೆ ಮಾತ್ರ. ಹಾಗೆಂದುಕೊಂಡ ಬೇಟೆ ಕಾವಲುಗಾರ ಹಾಪ್. ಎಷ್ಟೊಂದು ನಾಯಿಗಳು ಅವನ ದಾಗಿದ್ದುವು, ಅವನ ಪ್ರೀತಿಗೆ ಪಾತ್ರವಾಗಿದ್ದುವು! ಆದರೆ ಅವನ ಹೃದಯಕ್ಕೆ ಹತ್ತಿರವಾಗಿದ್ದುದು, ಎಂದೂ ಮರೆಯಲಾಗದಂತೆ ಹತ್ತಿರವಾಗಿದ್ದುದು ಒಂದೇ ಒಂದು ನಾಯಿ-ಕ್ರಾಂಬಾಂಬೂಲಿ.

ವಿಶಾಲುನ ಲಯನ್ಸ್ ಹೋಟೆಲಿನಲ್ಲಿ ನಿರುದ್ಯೋಗಿ ಉಪ-ಅರಣ್ಯಾಧಿಕಾರಿಯೊಬ್ಬನಿಂದ ಕೊಂಡಿದ್ದ - ಸರಿಯಾಗಿ ಹೇಳುವು ದಾದರೆ ವಿನಿಮಯವಾಗಿ ಪಡೆದಿದ್ದ. ನಾಯಿಯನ್ನು ಕಂಡ ಕ್ಷಣ ದಿಂದಲೇ ಅದರ ಕೊನೆಯ ಗಳಿಗೆಯವರೆಗೆ ಉಳಿಯುವಂತಹ ಪ್ರೇಮ ಇವನಲ್ಲಿ ಉಂಟಾಯಿತು. ಆ ಸುಂದರ ನಾಯಿಯ ಮಾಲಿಕನ ಕಣ್ಣುಗಳು ಅವನೊಬ್ಬ ಕಿಡಿಗೇಡಿ ಎಂಬುದನ್ನು ಸ್ಪಷ್ಟವಾಗಿ ಹೇಳುತ್ತಿದ್ದುವು. ಖಾಲಿಯಾದ ಬ್ರಾಂಡಿ ಲೋಟವನ್ನು ಮುಂದಿಟ್ಟುಕೊಂಡು ಒಂದು ಮೇಜಿನ ಬಳಿ ಕುಳಿತಿದ್ದ ಅವನು ಬಿಟ್ಟಿಯಾಗಿ ತನಗೆ ಮತ್ತೊಂದು ಲೋಟ ಬ್ರಾಂಡಿ ಕೊಡಲಿಲ್ಲವೆಂದು ಹೋಟೆಲಿನ ಮಾಲಿಕನನ್ನು ಬಯ್ಯುತ್ತಿದ್ದ. ಅವನದು ಸಣ್ಣ ಮೈಕಟ್ಟು, ಕೆಂಚು-ಹಳದಿ ಕೂದಲು ಮತ್ತು ಪುಟ್ಟ ಗಡ್ಡ. ಇನ್ನೂ ಯುವಕ ನಾಗಿದ್ದ ಆತ ಒಣಕಲು ಮರದಂತೆ ಮುರುಟಿಹೋಗಿದ್ದ. ತನ್ನ ಹಿಂದಿನ ಕೆಲಸ ಬಿಟ್ಟಾಗ ಗತ ವೈಭವದ ಪಳೆಯುಳಿಕೆಯಾಗಿ ಪ್ರಾಯಶಃ ಉಳಿಸಿಕೊಂಡಿದ್ದ ಅವನ ಬೇಟೆಯ ಜಾಕೀಟು ಬಚ್ಚಲು ಗುಂಡಿಯಲ್ಲಿ ಅವನು ರಾತ್ರಿಯನ್ನು ಕಳೆದಿದ್ದರ ಕುರುಹುಗಳಿಂದ ತುಂಬಿತ್ತು.

ಇಂತಹ ಅನುಮಾನಾಸ್ಪದ ವ್ಯಕ್ತಿಯೊಂದಿಗೆ ಬೆರೆಯಲು ಹಾಪ್‌ಗೆ ಇಷ್ಟವಿಲ್ಲದಿದ್ದರೂ, ಅವನ ಪಕ್ಕದಲ್ಲಿ ಹೋಗಿ ಕುಳಿತು ಆತ ಮಾತು ಪ್ರಾರಂಭಿಸಿದ. ಆ ಅಪ್ರಯೋಜಕ ವ್ಯಕ್ತಿ ಈಗಾಗಲೇ ತನ್ನ ಬಂದೂಕು, ಬೇಟೆಯ ಚೀಲಗಳನ್ನು ಮದ್ಯಕ್ಕಾಗಿ ಹೋಟೆಲಿನವನಿಗೆ ಅಡವು ಹಾಕಿದ್ದ. ಈಗ ತನ್ನ ನಾಯಿಯನ್ನು ಅಡವಿಡಲು ಯತ್ನಿಸುತ್ತಿದ್ದ. ಆದರೆ ಹಣದಾಹಿಯಾದ ಮಾಲಿಕ

ತಾನು ಅದಕ್ಕಾಗಿ ಉಣಿಸು ಕೊಡಬೇಕಾಗುತ್ತದೆಂದು ಅದನ್ನು ಒಲ್ಲೆಯೆಂದ. ಮೊದಮೊದಲು ಹಾಪ್ ತನಗೆ ನಾಯಿಯಲ್ಲಿ ಆಸಕ್ತಿ ಇದೆಯೆಂಬುದನ್ನು ಸೂಚಿಸಲಿಲ್ಲ. ಡಾನ್ಜಿಗ್ ಚೆರ್ರಿ ಬ್ರಾಂಡಿಯ ಒಂದು ಲೋಟ ತರಿಸಿ, ಅದನ್ನು ಲೋಟಗಳಿಗೆ ಸುರುವಿದ.

ಅಂತೂ, ಒಂದು ಗಂಟೆಯಲ್ಲಿ ಎಲ್ಲ ತೀರ್ಮಾನವಾಯಿತು. ಹನ್ನೆರಡು ಸೀಸೆ ಬ್ರಾಂಡಿಯನ್ನು ಹಾಪ್ ಅವನಿಗೆ ಕೊಟ್ಟ – ಅವನು ಹಾಪ್‌ಗೆ ತನ್ನ ನಾಯಿಯನ್ನು ಕೊಟ್ಟ – ಒಲ್ಲದ ಮನಸ್ಸಿನಿಂದ ಎಂದು ಹೇಳಿ ಅವನಿಗೆ ಮರ್ಯಾದೆ ಕೊಡಲೇಬೇಕು. ನಾಯಿಯ ಕತ್ತಿನ ಪಟ್ಟಿಯನ್ನು ಹಾಕುವಾಗ ಅವನ ಕೈ ನಡುಗುತ್ತಿತ್ತು – ಎಷ್ಟೇ ಹೊತ್ತಾದರೂ ಹಾಕಿ ಮುಗಿಸುವನೋ ಇಲ್ಲವೋ ಎನಿಸುತ್ತಿತ್ತು.

ಹಾಪ್ ಸಹನೆಯಿಂದ ಕುಳಿತು ಆ ಅದ್ಭುತ ನಾಯಿಯನ್ನು ಮೆಚ್ಚುಗೆಯಿಂದ ನೋಡುತ್ತಲೇ ಇದ್ದ. ಸುಮಾರು ಎರಡು ವರ್ಷವಿರಬಹುದು ಅದರ ಪ್ರಾಯ. ಕೂದಲಿನ ಬಣ್ಣ – ಅವನನ್ನು ಕೊಡುತ್ತಿರುವ ಅಯೋಗ್ಯನಿಗಿಂತ ಕೊಂಚ ಕಡುವಾದ ಬಣ್ಣ, ಅಷ್ಟೆ. ಹಣೆಯ ಮೇಲೆ ಒಂದು ಗುರುತು – ಎಡ, ಬಲಗಳ ಕಡೆಗೆ, ಫರ್ ಗಿಡದ ಟೊಂಗೆಯಲ್ಲಿ ಮುಳ್ಳು ಚಾಚುವಂತೆ, ಸಣ್ಣಗೆರೆಗಳಲ್ಲಿ ಚಾಚಿಕೊಂಡ ಬಿಳಿಯ ಪಟ್ಟೆ. ಕಣ್ಣುಗಳು ದೊಡ್ಡವು–ಕಪ್ಪಗೆ ಹೊಳೆಯುತ್ತಿದ್ದುವು. ಅವುಗಳ ಸುತ್ತ ಹಿಮದ ಹನಿಯಂತೆ ಸ್ಫುಟವಾದ ನಸುಹಳದಿಯ ಗೆರೆಗಳು. ಕಿವಿಗಳು ಉದ್ದವಾಗಿ, ಪರಿಪೂರ್ಣತೆಯನ್ನು ತೋರುತ್ತಿದ್ದುವು. ಆ ನಾಯಿಯಲ್ಲಿ ಎಲ್ಲವೂ ಕೊರೆಯಿಲ್ಲದಂತೆ ಕಾಣುತ್ತಿತ್ತು – ಅದರ ಪಂಜದ ಉಗುರುಗಳಿಂದ ಹಿಡಿದು, ಸೂಕ್ಷ್ಮವಾದ ಮೂಗಿನ ತುದಿಯವರೆಗೆ. ಅದರ ಬಲಿಷ್ಠವಾದ ಸಪುರ ದೇಹ, ಅದರ ನಿಲುವು, ಎಲ್ಲ ಪರಿಪೂರ್ಣವಾಗಿದ್ದು ಎಷ್ಟು ಹೊಗಳಿದರೂ ಸಾಲದು. ಒಂದು ಗಂಡು ಜಿಂಕೆಯ ಭಾರವನ್ನು ಹೊರಲು ಶಕ್ತವಾದ ನಾಲ್ಕು ಜೀವಂತ ಕಂಬಗಳಂತಿದ್ದ ಕಾಲುಗಳು – ಆದರೆ ಅವು ಕೇವಲ ಮೊಲದ ಕಾಲುಗಳಷ್ಟೇ ತೆಳುವಾಗಿದ್ದುವು! ಸಂತ ಹ್ಯೂಬರ್ಟನಾಣೆ! ಈ ಪ್ರಾಣಿಯ ವಂಶ ಪರಂಪರೆ ಟ್ಯುಟಾನಿಕ್ ವೀರ ವರ್ಗಕ್ಕೆ ಸೇರಿದ ಒಬ್ಬ ಮಹಾಯೋಧನ ವಂಶವೃಕ್ಷದಷ್ಟೇ ಪುರಾತನವೂ ಪರಿಶುದ್ಧವೂ ಆಗಿರಬೇಕು! ಈ ವ್ಯವಹಾರ ಕುದುರಿದ್ದಕ್ಕೆ ಕಾವಲುಗಾರ ಹಾಪ್‌ನ ಹೃದಯ ಆತುರದಲ್ಲಿ ಕುಣಿಯುತ್ತಿತ್ತು. ಅವನು ಎದ್ದುನಿಂತು, ಸರಪಳಿ ಹಿಡಿದು, "ನಾಯಿಯ ಹೆಸರೇನು?" ಎಂದು ಕೇಳಿದ.

"ನೀನೀಗ ಕೊಡಿಸಿದ ಬ್ರಾಂಡಿಯ ಹೆಸರೇ – ಕ್ರಾಂಬಾಂಬೂಲಿ" ಎಂದು ಉತ್ತರ ಬಂತು.

"ಚಂದ ಚಂದ, ಕ್ರಾಂಬಾಂಬೂಲಿ! ಹೋಗೋಣ! ಬಾ, ಬಾ! ನಡಿ!"

ಉಹುಂ, ಅವನೆಷ್ಟೇ ಕರೆಯಲಿ, ಸಿಳ್ಳು ಹಾಕಲಿ, ಸರಪಳಿಯನ್ನೆಳೆಯಲಿ, ಕ್ರಾಂಬಾಂಬೂಲಿ ಅವನನ್ನು ಗಮನಿಸಲೇ ಇಲ್ಲ. ಅದು ಇನ್ನೂ ತನ್ನ ಮಾಲಿಕನೆಂದುಕೊಂಡಿದ್ದವನ ಹತ್ತಿರ ಹೋಗಿ, ಅವನ ಕಡೆಗೆ ತಲೆಯೆತ್ತಿತ್ತು. ಅವನು 'ತೊಲಗು!' ಎಂದು ಕೂಗಿ ಒದ್ದಮೇಲೆ, ನೋವಿನಿಂದ ಕಿರಿಚಿಕೊಂಡಿತು. ಬಹಳ ಕಠಿಣ ಹೋರಾಟದ ಅನಂತರವೇ ಹಾಪ್‌ಗೆ ಆ ನಾಯಿಯನ್ನು ವಶಪಡಿಸಿಕೊಳ್ಳಲು ಸಾಧ್ಯವಾದುದು. ಅದರ ಬಾಯಿ ಕಟ್ಟಿ ಮೈಗೆಲ್ಲ ಹಗ್ಗ ಬಿಗಿದು, ಒಂದು ಚೀಲಕ್ಕೆ ಅದನ್ನು ತುಂಬಿಸಿಕೊಂಡು, ಹಾಪ್ ಚೀಲವನ್ನು ಹೆಗಲ ಮೇಲೆ ಹೊತ್ತುಕೊಂಡು ಹಲವಾರು ಗಂಟೆಗಳ ಕಾಲ ತನ್ನ ಮನೆಗೆ ನಡೆಯಬೇಕಾಯಿತು.

ಕ್ರಾಂಬಾಂಬೂಲಿಯನ್ನು ಆಗಾಗ ಬಡಿದು, ಅದು ತಪ್ಪಿಸಿಕೊಳ್ಳಲು ಯತ್ನಿಸಿದಾಗಲೆಲ್ಲ ಚುಚ್ಚು ಮುಳ್ಳಿನ ಕತ್ತುಪಟ್ಟಿ ಹಾಕಿ ಎರಡು ತಿಂಗಳಿಡೀ ಹದಕ್ಕೆ ತಂದ ಮೇಲೆ, ಕೊನೆಗೆ ತನ್ನ ಹೊಸ ಮಾಲಿಕ ಇವನೆಂದು ಅದಕ್ಕೆ ಅರಿವಾಯಿತು. ಆದರೆ ಹಾಗೆ ಹದಕ್ಕೆ ತಂದ ಮೇಲೆ, ಅಬ್ಬಾ ಎಂತಹ ನಾಯಿ ಅದು! ಅದು ಸಾಧಿಸಿಕೊಂಡ ಪರಿಪೂರ್ಣತೆಯ ಪರಮೋಚ್ಚ

ಸ್ಥಿತಿಯನ್ನು ವರ್ಣಿಸಲು ಯಾವ ನಾಲಿಗೆಗೂ ಸಾಗದು, ಯಾವ ಪದಗಳೂ ಸಾಲದು. ತನ್ನ ಬೇಟೆಯ ಕಾವಲಿನ ಬಗ್ಗೆಯೇ ಅಲ್ಲದೆ, ಮನೆಯ ದಿನಜೀವನದಲ್ಲಿ ಶ್ರದ್ಧಾವಂತ ಸೇವಕ, ಒಳ್ಳೆಯ ಸಂಗಾತಿ, ರಕ್ಷಕ ಹಾಗು ಸ್ನೇಹಿತನಾಗಿ ಕ್ರಾಂಬಾಂಬೂಲಿ ಹಿರಿಮೆ ಪಡೆಯಿತು. ಉಳಿದ ಬುದ್ಧಿವಂತ ನಾಯಿಗಳ ಬಗ್ಗೆ "ಅದಕ್ಕೆ ಮಾತು ಮಾತ್ರ ಬಾರದು" ಎನ್ನುವುದು ಸಾಮಾನ್ಯ. ಆದರೆ ಕ್ರಾಂಬಾಂಬೂಲಿಗೆ ಆ ಕೊರತೆಯೂ ಇರಲಿಲ್ಲ. ಹೇಗೂ, ಅದರ ಮಾಲೀಕ ಅದರೊಂದಿಗೆ ಸುದೀರ್ಘ ಸಂಭಾಷಣೆಗಳನ್ನು ನಡೆಸುತ್ತಲೇ ಇದ್ದ.

ಕಾವಲುಗಾರನ ಹೆಂಡತಿ ಮಾತ್ರ ಅದನ್ನು ತಿರಸ್ಕಾರದಿಂದ 'ಬುಲೀ' ಎನ್ನುತ್ತಿದ್ದಳು, ಅದರ ಬಗ್ಗೆ ತುಂಬಾ ಹೊಟ್ಟೆಕಿಚ್ಚಿನಿಂದ. ಒಂದು ರಾತ್ರಿಯಂತೂ ಗಂಡನನ್ನು "ನೀನು ಬುಲೀಯೊಡನೆ ಮಾತ್ರ ಮಾತಾಡೋದೇ ಹೊರತು, ನನ್ನೊಂದಿಗೆ ಹೇಳೋದಕ್ಕೆ ನಿಮಗೇನು ಇಲ್ವೆ?" ಎಂದು ಕೇಳಿಯೇ ಬಿಟ್ಟಳು. "ನೀನು ಆ ಪ್ರಾಣಿಯೊಂದಿಗೆ ಮಾತನಾಡಿ, ಅಡಿ, ಮನುಷ್ಯನೊಂದಿಗೆ ಮಾತನಾಡೋದನ್ನೇ ಮರೆಯುತ್ತಿದ್ದೀಯೆ" ಎಂದು ಹಂಗಿಸಿದಳು.

ತನ್ನ ಹೆಂಡತಿ ಹೇಳುವುದರಲ್ಲಿ ಸ್ವಲ್ಪ ನಿಜವಿದೆಯೆಂದು ಹಾಪ್ ತನ್ನಲ್ಲೇ ಒಪ್ಪಿಕೊಂಡ, ಆದರೆ ಇದಕ್ಕೇನು ಮಾಡಬೇಕೆಂಬುದು ಅವನಿಗೆ ತಿಳಿಯದು. ಹೆಂಡತಿಯೊಂದಿಗೆ ಏನು ಮಾತನಾಡಬೇಕು? ಅವರಿಗೆ ಮಕ್ಕಳಿರಲಿಲ್ಲ, ಹಸುವನ್ನು ಸಾಕುವಂತಿರಲಿಲ್ಲ, ಕೋಳಿ ಸಾಕಣೆಯಲ್ಲಿ ಬೇಟೆಗಾರನಾದ ಅವನಿಗೆ ಆಸಕ್ತಿಯಿರಲಿಲ್ಲ. ಸುಟ್ಟ ಕೋಳಿಯೂ ಆಹಾರವಾಗಿ ಅಷ್ಟಾಗಿ ಇಷ್ಟವಾಗುತ್ತಿರಲಿಲ್ಲ ಅವನಿಗೆ. ಇನ್ನು ಮರಗಳನ್ನು ನೋಡಿಕೊಳ್ಳುವುದು ಮತ್ತು ಬೇಟೆಯ ವಿಷಯದಲ್ಲಿ ಹೆಂಡತಿಗೆ ಸ್ವಲ್ಪವೂ ಆಸಕ್ತಿಯಿರಲಿಲ್ಲ. ಕೊನೆಗೆ ಈ ಇಕ್ಕಟ್ಟಿನಿಂದ ಪಾರಾಗಲು ಒಂದು ದಾರಿ ಕಂಡುಕೊಂಡ ಹಾಪ್, ಕ್ರಾಂಬಾಂಬೂಲಿಯೊಂದಿಗೆ ಮಾತನಾಡುವ ಬದಲಿಗೆ, ಅದರ ಬಗ್ಗೆ ಮಾತನಾಡಲಾರಂಭಿಸಿದ : ಅದರ ಸಾಧನೆಗಳು, ಅದು ತನ್ನದಾದುದರಿಂದ ಇತರರು ಪಡುತ್ತಿದ್ದ ಅಸೂಯೆ, ಅದನ್ನು ಕೊಳ್ಳಲು 'ಅಪಾರ ಹಣ'ಕೊಡಲು ಬಂದುದು, ತಾನು ಸಹಜವಾಗಿಯೇ ನಿರಾಕರಿಸಿದುದು ಇತ್ಯಾದಿ.

ಹೀಗೇ ಎರಡು ವರ್ಷ ಕಳೆಯಿತು. ಒಂದು ದಿನ ಅಲ್ಲಿಯ ಕೌಂಟೆಸ್-ಹಾಪ್‌ನನ್ನು ಕೆಲಸಕ್ಕಿಟ್ಟುಕೊಂಡಿದ್ದ ಕೌಂಟ್‌ನ ಹೆಂಡತಿ. ಅವನ ಮನೆಯ ಮುಂದೆ ಪ್ರತ್ಯಕ್ಷವಾದಳು. ಈ ಭೇಟಿಯ ಉದ್ದೇಶವೇನೆಂಬುದು ಹಾಪ್‌ನಿಗೆ ತಕ್ಷಣ ಹೊಳೆಯಿತು. ಆ ಒಳ್ಳೆಯ ಮತ್ತು ಸುಂದರಿ ಕೌಂಟೆಸ್ "ಹಾಪ್, ನಾಳೆ, ಕೌಂಟ್‌ನ ಹುಟ್ಟು ಹಬ್ಬ – " ಎಂದು ಪ್ರಾರಂಭಿಸಿ ದೊಡನೇ, ಹಾಪ್ ಮೆಲ್ಲನೆ ಬಾಯಿ ಹಾಕಿದ :

"ಮಹಾರಾಣಿಯವರು ಅವರಿಗೆ ಒಂದು ಬಳುವಳಿ ನೀಡಲಿಚ್ಛಿಸಿದೀರಿ – ಈ ನಾಯಿ ಕ್ರಾಂಬಾಂಬೂಲಿ ಎಲ್ಲ ಬಳುವಳಿಗಿಂತ ಹೆಚ್ಚು ಪ್ರಿಯವಾದುದು ಅಂತ ನಿಮಗೆ ಖಚಿತವಾಗಿದೆ."

"ನಿಜ, ನಿಜ, ಪ್ರಿಯ ಹಾಪ್." ಕೌಂಟೆಸ್ ಗೌರವಾನ್ವಿತ ನಡತೆಯಿಂದ ಸಂತೋಷದಲ್ಲಿ ಮುಖ ಕೆಂಪೇರಿದಂತೆ, ಅವನಿಗೆ ತಾನೆಷ್ಟು ಕೃತಜ್ಞಳೆಂದೂ, ಅವನು ಕೇಳಿದಷ್ಟು ಬೆಲೆ ಕೊಡುವುದಾಗಿಯೂ ಹೇಳಿದಳು.

ಈ ನರಿಬುದ್ಧಿಯ ಕಾವಲುಗಾರ ಒಳಗೊಳಗೇ ನಗುತ್ತಾ, ಬಹಳ ದೈನ್ಯ ತೋರುತ್ತಾ, ಕೊನೆಗೆ ತನ್ನ ಸೂಚನೆಯನ್ನು ಆಕೆಗೆ ತಿಳಿಸಿದ:

"ಮಹಾರಾಣಿಯವರೇ, ನಿಮ್ಮ ಅರಮನೆಯಲ್ಲಿ ನಾಯಿ ನಿಲ್ಲೋದಾದರೆ, ಎಲ್ಲ ಬಗೆಯ ಕತ್ತಿನ ಪಟ್ಟಿ, ಹಾಗೂ ಸರಪಳಿಯನ್ನೂ ಕಚ್ಚಿ ಕಿತ್ತು ಹಾಕಿಕೊಳ್ಳದಿದ್ದರೆ ಅಥವಾ ಹಾಗೆ

ಮಾಡಲಾಗದೆ, ತನ್ನ ಸರಪಳಿಯಲ್ಲೇ ಉರುಳು ಹಾಕಿಕೊಳ್ಳದಿದ್ದರೆ, ಆಗ ಅದು ನನಗೆ ಬೇಕಿಲ್ಲ; ಅದನ್ನು ಬಿಟ್ಟಿಯಾಗಿ ತಮಗೇ ಕೊಟ್ಟುಬಿಡ್ತೇನೆ."

ಅದನ್ನೂ ಪ್ರಯೋಗ ಮಾಡಿಯಾಯಿತು. ಅಂತೂ ಉರುಳು ಹಾಕಿಕೊಳ್ಳುವ ಸ್ಥಿತಿಗೆ ಬರಲಿಲ್ಲ, ಅಷ್ಟೇ. ಆ ಸ್ಥಿತಿಗೆ ಬರುವ ಮೊದಲೇ ಈ ಶತಮೊಂಡು ನಾಯಿಯಲ್ಲಿ ಕೌಂಟ್ ತನ್ನ ಆಸಕ್ತಿ ಕಳೆದುಕೊಂಡ. ನಾಯಿಯನ್ನು ಪ್ರೀತಿಯಿಂದ ವಶಪಡಿಸಿಕೊಳ್ಳಲು ಮೊದಲಿಗೆ ಯತ್ನಿಸಿದರು, ಅನಂತರ ಬಲ ಪ್ರಯೋಗದಿಂದ ಬಗ್ಗಿಸಲು ನೋಡಿದರು. ಹತ್ತಿರ ಬಂದವರನ್ನೆಲ್ಲ ಅದು ಕಚ್ಚುತ್ತಿತ್ತು. ಆಹಾರವನ್ನು ಮೂಸಿಯೂ ನೋಡುತ್ತಿರಲಿಲ್ಲ. ಬೇಟೆಯ ನಾಯಿ ಸಾಮಾನ್ಯವಾಗಿ ತೂಕವನ್ನು ಕಳೆದುಕೊಳ್ಳದಿದ್ದರೂ, ಅದು ಸಣ್ಣಗಾಗುತ್ತಾ ಬಂತು. ಕೆಲವು ವಾರಗಳ ಅನಂತರ, ತನ್ನ ಈ ನಾಯಿಯನ್ನು ತೆಗೆದುಕೊಂಡು ಹೋಗಲು ಹಾಪ್‌ಗೆ ಕರೆ ಬಂತು. ಅವನು ತಡಮಾಡಲಿಲ್ಲ – ನಾಯಿಯನ್ನು ತರಲು ಅದರ ರೊಪ್ಪಕ್ಕೆ ಹೋದಾಗ, ಅಪರಿಮಿತ ಆನಂದದ ಮಿಲನವೇ ಆಯಿತು, ಕ್ರಾಂಬಾಂಬೂಲಿ ಜೋರಾಗಿ ಒರಲಿತು. ತನ್ನ ಮಾಲಿಕನ ಮೈಮೇಲೆ ಜಿಗಿದು, ತನ್ನ ಮುಂಗಾಲುಗಳನ್ನು ಅವನ ಎದೆಯ ಮೇಲಿಟ್ಟು, ಹಾಪ್‌ನ ಕಣ್ಣಿನಿಂದ ಕೆನ್ನೆಯ ಮೇಲೆ ಸುರಿಯುತ್ತಿದ್ದ ಕಣ್ಣೀರನ್ನು ನೆಕ್ಕಿತು.

ಆ ಸೊಗದ ಸಂಜೆ ಇಬ್ಬರೂ ಹೋಟೆಲಿಗೆ ಹೋದರು. ಅಲ್ಲಿ ಹಾಪ್ ಕೌಂಟ್‌ನ ಜಮೀನುಗಳ ಮೇಲ್ವಿಚಾರಕ ಮತ್ತು ಡಾಕ್ಟರೊಂದಿಗೆ ಇಸ್ಪೀಟಾಡುತ್ತ ಕುಳಿತಾಗ, ಕ್ರಾಂಬಾಂಬೂಲಿ ಹಾಪ್‌ನ ಹಿಂದೆ ಮೂಲೆಯಲ್ಲಿ ಕುಳಿತಿತ್ತು. ಆಗಾಗ ಹಾಪ್ ಆ ಕಡೆಗೆ ನೋಡುತ್ತಿದ್ದ. ತೋರಿಕೆಗೆ ನಿದ್ರಿಸುತ್ತಿದ್ದಂತೆ ಇದ್ದರೂ ಕ್ರಾಂಬಾಂಬೂಲಿ "ಹಾಜರಿ!" ಎಂದು ಹೇಳುವಂತೆ ತನ್ನ ಬಾಲವನ್ನು ನೆಲದ ಮೇಲೆ ಬಡಿಯುತ್ತಿತ್ತು. ಆಗ ಹಾಪ್ ತನ್ನನ್ನೇ ತಾನು ಮರೆತು "ಹೇಗಿದೆ ನನ್ನ ಕ್ರಾಂಬಾಂಬೂಲಿ" ಎಂಬ ಹಾಡಿನ ರಾಗವನ್ನು ಆನಂದದಿಂದ ಗುಂಯ್ಗುಟ್ಟಿದಾಗ, ನಾಯಿ ಗಂಭೀರವಾಗಿ ಎದ್ದು ಕುಳಿತು, ತನ್ನ ಹೊಳೆವ ಕಣ್ಣುಗಳಿಂದ ಗೌರವಪೂರ್ವಕವಾಗಿ "ಎಲ್ಲವೂ ಚೆನ್ನಾಗಿದೆ" ಎಂದು ಉತ್ತರಿಸುತ್ತಿತ್ತು.

ಕೆಲವು ವಾರಗಳಿಂದ ಕಳ್ಳ ಬೇಟೆಗಾರರ ಒಂದು ಗುಂಪು ಯಾರಿಗೂ ಹೆದರದೆ ದಿಟ್ಟತನದಿಂದ ರಾಜಾರೋಷಾಗಿ ತಮ್ಮ ಅಕೃತ್ಯಗಳನ್ನು ಕೌಂಟ್‌ನ ಅರಣ್ಯಗಳಲ್ಲೇ ಅಲ್ಲದೆ, ಇಡೀ ಜಿಲ್ಲೆಯಲ್ಲೇ ನಡೆಸಿಕೊಂಡು ಹೋಗುತ್ತಿದ್ದಿತು. ಈ ಗುಂಪಿನ ನಾಯಕ ಒಬ್ಬ ಹೇಯ ಮನುಷ್ಯನೆಂದು ಪ್ರತೀತಿ. ಕೆಟ್ಟ ಹೆಸರಿನ ಕೆಳ ದರ್ಜೆಯ ಮದ್ಯದಂಗಡಿಗಳಲ್ಲಿ ತಮ್ಮ ಕಣ್ಣಿಗೆ ಬಿದ್ದಿದ್ದ ಅವನನ್ನು ಅರಣ್ಯ ವಾಸಿಗಳು 'ಕೆಂಚ' ಎಂದು ಕರೆಯುತ್ತಿದ್ದರು. ಅರಣ್ಯಾಧಿಕಾರಿಗಳ ಸಹಾಯಕರು ಅಲ್ಲಲ್ಲಿ ಅವನ ಬೆನ್ನು ಹತ್ತಿದ್ದರೂ, ಅವನು ಕಳ್ಳ ಬೇಟೆಯಾಡುವಾಗ ಹಿಡಿಯಲಾಗಿರಲಿಲ್ಲ. ಪ್ರತಿಯೊಂದು ಹಳ್ಳಿಯಲ್ಲಿಯೂ ಕೆಳಮಟ್ಟದ ಜನರಲ್ಲಿ ಅವನ ಗೂಢಚಾರರಿದ್ದರು, ಇವರೆಲ್ಲರೂ ಅವನನ್ನು 'ಕೆಂಚ' ಎಂದೇ ಕರೆಯುತ್ತಿದ್ದರು.

ಪ್ರಾಣಿಗಳ ಹಾಗೂ ಕಾಡಿನ ಸಂಪತ್ತಿನ ನಾಶ ವಿಪರೀತವಾಯಿತು. ಇದರಿಂದ ಕೆರಳಿದ ಕಾಡಿನ ರಕ್ಷಣಾಧಿಕಾರಿಗಳು ಬಹಳ ಸಿಟ್ಟುಗೊಳ್ಳುತ್ತಿದ್ದರು. ಇದರಿಂದಾಗಿ ಅರಣ್ಯ ಕಾಯಿದೆಯ ಭಂಗದ ಸಣ್ಣಪುಟ್ಟ ತಪ್ಪುಗಳನ್ನು ಮಾಡಿದ ಸಾಮಾನ್ಯ ಜನ ಹಿಂದೆಂದೂ ಇಲ್ಲದಂತಹ ಮತ್ತು ತಪ್ಪಿಗೆ ಮೀರಿದ ಕಠಿಣ ಶಿಕ್ಷೆಗೆ ಒಳಗಾಗುತ್ತಿದ್ದರು. ಪರಿಣಾಮವಾಗಿ ಹಳ್ಳಿಗಳಲ್ಲೆಲ್ಲ ತುಂಬಾ ಕಹಿ ಅಸಮಾಧಾನ ಹಬ್ಬಿತು. ಎಲ್ಲರ ದ್ವೇಷವೂ ಮುಖ್ಯ ಅರಣ್ಯಪಾಲಕನ ಮೇಲೆ ತಿರುಗಿತು. ಅವನಿಗೆ ಅನೇಕ ಎಚ್ಚರಿಕೆಗಳನ್ನು ನೀಡಲಾಯಿತು. ಬಹಿಷ್ಕೃತ ಕಳ್ಳ ಬೇಟೆಗಾರನಂತೂ ಅವನ ಮೇಲೆ ಸೇಡು ತೀರಿಸಲು ಪಣತೊಟ್ಟುದಾಗಿ ಎಲ್ಲರೂ ಹೇಳುತ್ತಿದ್ದರು.

ಈ ಮಾತನ್ನೆಲ್ಲ ಧೈರ್ಯಶಾಲಿಯೂ ಮುಂಗೋಪಿಯೂ ಆಗಿದ್ದ ಮುಖ್ಯ ಅರಣ್ಯಪಾಲಕ ತಳ್ಳಿಹಾಕಿಬಿಟ್ಟ. ಸ್ವಲ್ಪವೂ ಬೆದರದೆ, ತಾನು ತನ್ನ ಕೈ ಕೆಳಗಿನವರಿಂದ ಅತ್ಯಂತ ಕಟ್ಟುನಿಟ್ಟಾದ ನಿಷ್ಕರುಣೆಯ ಕಾರ್ಯಕ್ರಮ ನಿರೀಕ್ಷಿಸುವುದಾಗಿಯೂ, ಅನಾಹುತವೇನಾದರೂ ಆದಲ್ಲಿ ತಾನೇ ಅದಕ್ಕೆ ಜವಾಬ್ದಾರನಾಗುವುದಾಗಿಯೂ ಎಲ್ಲ ಕಡೆಯೂ ಪ್ರಚಾರ ಮಾಡಿದ. ಹಾಪ್ ತನ್ನ ಕರ್ತವ್ಯವನ್ನು ಕಟ್ಟುನಿಟ್ಟಾಗಿ ನಡೆಸಬೇಕೆಂದು ಆತ ಆಗಾಗ ತಾಕೀತು ಮಾಡುತ್ತಿದ್ದುದಲ್ಲದೆ ಒಮ್ಮೊಮ್ಮೆ ಅವನಿಗೆ 'ಧೈರ್ಯ'ವಿಲ್ಲವೆಂದೂ ಹಂಗಿಸುತ್ತಿದ್ದ. ಮುದುಕ ಹಾಪ್ ಇದಕ್ಕೆಲ್ಲ ಉತ್ತರವಾಗಿ ನಸುನಕ್ಕುಬಿಡುತ್ತಿದ್ದ. ಅಂತಹ ವೇಳೆಯಲ್ಲಿ ಕ್ರಾಂಬಾಂಬೂಲಿಯ ಕಡೆ ತಿರುಗಿ ಹಾಪ್ ಕಣ್ಣು ಮಿಟುಕಿಸುತ್ತಿದ್ದ – ನಾಯಿ ಆಗ ದೊಡ್ಡದಾಗಿ ಆಕಳಿಸಿ ತನ್ನ ತೀವ್ರ ತಾತ್ಸಾರ ತೋರಿಸುತ್ತಿತ್ತು. ಅರಣ್ಯಪಾಲಕನ ಮಾತಿನಿಂದ ನಾಯಿಯಾಗಲಿ, ಮಾಲಿಕನಾಗಲಿ ಏನೂ ಬೇಸರಪಟ್ಟುಕೊಳ್ಳಲಿಲ್ಲ.

ಹಾಪ್‌ನಿಗೆ ಬೇಟೆಯ ಅಮೋಘ ಕಲೆಯನ್ನು ಕಲಿಸಿದವನು ಮಗನೇ. ಈಗ ಅರಣ್ಯಪಾಲಕ ನಾಗಿದ್ದ. ಅವನು ಚಿಕ್ಕವನಾಗಿದ್ದಾಗ ಹಾಪ್ ಅವನಿಗೆ ತನ್ನ ಕರ್ತವ್ಯಗಳು ಮತ್ತು ಬೇಟೆಯಾಡುವ ವಿಧಾನಗಳ ಪಾಠ ಹೇಳಿಕೊಟ್ಟಿದ್ದ. ಆ ಹುಡುಗ ತನಗೆ ಕೊಟ್ಟಿದ್ದ ಆತಂಕ, ತೊಂದರೆಗಳನ್ನು ಈಗಲೂ ಹಾಪ್ ಸಂತೋಷದಿಂದ ನೆನೆಯುತ್ತಿದ್ದ. ತನ್ನ ಈ ಹಳೆಯ ಶಿಷ್ಯನ ಬಗ್ಗೆ ಅವನಿಗೆ ಹೆಮ್ಮೆ. ಉಳಿದೆಲ್ಲರಂತೆ ಹಾಪ್‌ನನ್ನೂ ಅವನು ಒರಟಾಗಿ ನಡೆಸಿಕೊಂಡರೂ, ಹಾಪ್‌ಗೆ ಅವನ ಬಗ್ಗೆ ತುಂಬಾ ಪ್ರೇಮ.

ಒಂದು ಜೂನ್ ಪ್ರಾತಃಕಾಲ ಅರಣ್ಯಪಾಲಕನ ಪೋಲೀಸ್ ಕಾರ್ಯಾಚರಣೆಯಲ್ಲಿ ಹಾಪ್ ಪಾಲುಗೊಂಡಿದ್ದ. ಕೌಂಟ್‌ನ ಅರಣ್ಯದ ಅಂಚಿನಲ್ಲಿದ್ದ ಅವನ ಉಪವನದ ತುದಿಯಲ್ಲಿ, ನಿಂಬೆ ಮರಗಳ ಒಂದು ಸಾಲಿನ ಬಳಿ ಈ ಕಾರ್ಯಕ್ರಮ ನಡೆಯಿತು. ಅರಣ್ಯಪಾಲಕನಿಗೆ ಸ್ವಾತಂತ್ರ್ಯವಿದ್ದಿದ್ದರೆ ಅದರ ಸುತ್ತೆಲ್ಲ ಆತ ನೆಲಬಾಂಬುಗಳ ರಕ್ಷಣೆ ಒದಗಿಸಿಬಿಡುತ್ತಿದ್ದ ! ನಿಂಬೆ ಮರಗಳು ಅತ್ಯಂತ ಸುಂದರವಾಗಿ ಹೂವು ತುಂಬಿಕೊಂಡಿದ್ದುವು. ಹತ್ತಾರು ಚಿಕ್ಕ ಹುಡುಗರು ಅಳಿಲುಗಳಂತೆ ಆ ಮರಗಳ ಕೊಂಬೆಗಳ ಮೇಲೆ ತೆವಳುತ್ತಾ, ಕೈಗೆ ಸಿಕ್ಕಿದ ಚಿಕ್ಕಪುಟ್ಟ ಕಡ್ಡಿಗಳನ್ನು ಕಿತ್ತು ಕೆಳಕ್ಕೆಸೆಯುತ್ತಿದ್ದರು. ಕೆಳಗೆ ಇಬ್ಬರು ಹೆಂಗಸರು ಆ ಜೊಂಪೆಗಳು ತಕ್ಷಣ ಆರಿಸಿ ತಮ್ಮ ಬುಟ್ಟಿಗಳಿಗೆ ತುಂಬಿಕೊಳ್ಳುತ್ತಿದ್ದರು. ಈಗಾಗಲೇ ಬುಟ್ಟಿಗಳು ಅರ್ಧ ತುಂಬಿದ್ದುವು. ಅರಣ್ಯಪಾಲಕನಿಗೆ ತಡೆಯಲಾರದದಷ್ಟು ಕೋಪ ಏರಿತು. ಹುಡುಗರನ್ನು ಮರಗಳಿಂದ ಕೆಡಹುವಂತೆ ಆತ ತನ್ನ ಕೈ ಕೆಳಗಿನವರಿಗೆ ಆಜ್ಞೆ ಮಾಡಿದ. ಅಷ್ಟೆತ್ತರದಿಂದ ಬಿದ್ದರೇನಾಗುತ್ತದೆಂಬ ಬಗ್ಗೆ ಅವನಿಗೆ ನಿರಾಸಕ್ತಿ. ಆ ಹುಡುಗರಲ್ಲಿ ಒಬ್ಬನಿಗೆ ಮುಖ ಜಜ್ಜಿತು, ಮತ್ತೊಬ್ಬನಿಗೆ ಕೈಮೂಳೆ ಮುರಿಯಿತು. ಮೂರನೆಯವನಿಗೆ ಕಾಲು ಹೊರಳಿತು. ಅವರೆಲ್ಲ ಗೋಳಾಡುತ್ತಾ ನೆಲದಲ್ಲಿ ತೆವಳಲಾರಂಭಿಸಿದರು. ಅರಣ್ಯಪಾಲಕ ಆ ಇಬ್ಬರು ಹೆಂಗಸರನ್ನು ತನ್ನ ಕೈಯಿಂದಲೇ ಬಡಿದುಹಾಕಿದ. ಅವರಲ್ಲಿ ಒಬ್ಬಳು 'ಕೆಂಚ'ನ ಪ್ರೇಯಸಿಯೆಂದು ಜನ ಹೇಳುತ್ತಿದ್ದವಳು ಎಂದು ಕಸಿವಿಸಿಯಿಂದ ಹಾಪ್ ಗುರುತಿಸಿದ. ಆ ಹೆಂಗಸರ ಬುಟ್ಟಿಗಳು ಮತ್ತು ಶಾಲುಗಳನ್ನು ವಶಪಡಿಸಿಕೊಂಡು ಹುಡುಗರ ಹ್ಯಾಟುಗಳನ್ನು ಕಿತ್ತುಕೊಂಡು, ಅವನ್ನೆಲ್ಲ ನ್ಯಾಯಾಲಯದ ಮುಂದೆ ತರಲು ಅರಣ್ಯಪಾಲಕ ತನ್ನ ವಶಕ್ಕೆ ಕೊಟ್ಟಾಗ, ಹಾಪ್‌ನಿಗೆ ಭವಿಷ್ಯದ ದುರಂತದ ಭಾವನೆಯನ್ನು ಅಳಿಸಲಾಗಲಿಲ್ಲ!

ನರಕದ ದೆವ್ವದಂತೆ ಭೀಕರನಾಗಿ, ನರಕಯಾತನೆ ಅನುಭವಿಸುವ ಪಾಪಿಗಳಿಂದ ಸುತ್ತುವರಿಯಲ್ಪಟ್ಟು ನಿಜವಾಗಿಯೂ ಸೈತಾನನಂತೆ ಕಾಣುತ್ತಿದ್ದ ಅರಣ್ಯಪಾಲಕ ಆಗ ಹಾಪ್‌ಗೆ ಕೊಟ್ಟ ಆಜ್ಞೆಯೇ ಅವನ ಕೊನೆಯ ಆಜ್ಞೆಯಾಯಿತು.

ಒಂದು ವಾರದ ಅನಂತರ ಅದೇ ನಿಂಬೆಮರಗಳ ಕಾಡಿನಲ್ಲಿ ಹಾಪ್ ತನ್ನ ಈ ಅಧಿಕಾರಿಯನ್ನು ಕಂಡ – ಹೆಣವಾಗಿ! ಆ ದೇಹದ ಸ್ಥಿತಿ ನೋಡಿದಾಗ ಅವನನ್ನು ಚೌಗುನೆಲ ಮತ್ತು ಕಲ್ಲುಗಳ ಮೇಲೆ ಎಳೆದುಕೊಂಡು ಇಲ್ಲಿಗೆ ತಂದೆಸೆಯಲಾಗಿತ್ತೆಂದು ಸ್ಪಷ್ಟವಾಗಿ ಕಾಣುತ್ತಿತ್ತು. ಕಡಿದುಹಾಕಿದ ಟೊಂಗೆಗಳ ಮೇಲೆ ಅರಣ್ಯಪಾಲಕನ ದೇಹ ಮಲಗಿತ್ತು, ಹಣೆಯ ಮೇಲೆ ನಿಂಬೆ ಹೂಗಳ ಜೊಂಪೆಯ ಅಲಂಕಾರ, ಎದೆಯ ಮೇಲೆ ಹೂಗಳ ಹಾರವನ್ನು ಪಟ್ಟಿಯ ತರಹ ಹೊದಿಸಲಾಗಿತ್ತು. ಪಕ್ಕದಲ್ಲೇ ಕಾಡು ಹೂ ತುಂಬಿದ ಅವನ ಹ್ಯಾಟು. ಅವನ ಬೇಟೆಯ ಸಂಚಿಯಲ್ಲಿದ್ದ ತೋಟಾಗಳನ್ನು ತೆಗೆದುಕೊಂಡು, ನಿಂಬೆ ಹೂಗಳನ್ನು ತುರುಕಿ, ಅದನ್ನು ಅವನ ಪಕ್ಕದಲ್ಲಿ ಬಿಸಾಡಲಾಗಿತ್ತು. ಅರಣ್ಯ ಪಾಲಕನ ಸೊಗಸಾದ ಎರಡು ನಳಿಗೆಯ ಬಂದೂಕವನ್ನು ಒಯ್ಯಲಾಗಿತ್ತು. ಅದರ ಬದಲಿಗೆ ಒಂದು ಸಾಧಾರಣ ತುಪಾಕಿಯನ್ನು ಅವನ ಹೆಗಲಿಗೆ ತಗಲು ಹಾಕಲಾಗಿತ್ತು. (ಅನಂತರ ನೋಡಿದಾಗ ಅವನ ಮೈಯಲ್ಲಿ ಸಿಕ್ಕಿದ ತೋಟಾ ಈ ತುಪಾಕಿಯದೇ ಎಂದು ಗೊತ್ತಾಯಿತು.)

ವಿಕಾರಗೊಂಡ ದೇಹವನ್ನು ಕಂಡೊಡನೆ ಹಾಪ್ ಭಯಾನಕತೆಯಿಂದ ಕಲ್ಲಿನಂತೆ ನಿಂತುಬಿಟ್ಟ. ಬೆರಳನ್ನು ಕೂಡ ಅಲ್ಲಾಡಿಸಲು ಅವನಿಗೆ ಸಾಧ್ಯವಾಗಲಿಲ್ಲ – ತಲೆಯಂತೂ ಹೆಪ್ಪುಗಟ್ಟಿದಂತಾಗಿತ್ತು. ಆತ ಒಂದೇ ಸಮನಾಗಿ ನೋಡುತ್ತಲೇ ಇದ್ದ – ಏನನ್ನು ಯೋಚಿಸ ಲಾರದೆ. ಕೊಂಚ ಹೊತ್ತಿನ ಅನಂತರ ಅವನು ದೇಹದ ಆ ಪಕ್ಕವನ್ನು ನೋಡಿದಾಗ ಕೂಡಲೆ "ನಾಯಿಗೆ ಏನಾಗಿದೆ?" ಎಂದುಕೊಂಡ.

ಕ್ರಾಂಬಾಂಬೂಲಿ ಹೆಣವನ್ನು ಮೂಸಿ ಮೂಸಿ ನೋಡುತ್ತಿತ್ತು. ಹುಚ್ಚು ಹಿಡಿದಂತೆ ಹೆಣದ ಸುತ್ತ ನೆಲವನ್ನು ಮೂಸಿ ನೋಡುತ್ತಾ ಓಡಾಡುತ್ತಿತ್ತು, ಒರಲುತ್ತಿತ್ತು. ಅನಂತರ ಸಂತೋಷದಿಂದ ನೆಗೆಯುತ್ತಿತ್ತು, ಕಿರಿಚುತ್ತಿತ್ತು ಮತ್ತು ಕಿರಲುತ್ತಿತ್ತು. ಅದರ ಮನಸ್ಸಿನಲ್ಲಿ ಬಹುಕಾಲದಿಂದ ಸುಪ್ತವಾಗಿದ್ದ ಯಾವುದೋ ನೆನಪು ಈಗ ಮರುಕಳಿಸಿದಂತೆ ತೋರಿತು.

"ಇಲ್ಲಿ ! ಬಾ ಇಲ್ಲಿ!" ಎಂದು ಹಾಪ್ ಕೂಗಿದ.

ಕ್ರಾಂಬಾಂಬೂಲಿ ಅವನ ಆಜ್ಞೆ ಪಾಲಿಸಿತು. ಆದರೆ ತುಂಬಾ ಉದ್ವಿಗ್ನತೆಯಿಂದ ತನ್ನ ಮಾಲಿಕನ ಕಡೆಗೇ ನೋಡಿತು. ಅವನ ಮಾತಿನಲ್ಲೇ ಹೇಳುವುದಾದರೆ, ನಾಯಿ ಅವನಿಗೆ ಹೀಗೆ 'ಹೇಳಿತು' :

"ಪ್ರಪಂಚದಲ್ಲಿ ಎಲ್ಲಕ್ಕೂ ಮಿಗಿಲಾಗಿ, ನಾನು ಬೇಡಿಕೊಳ್ತೇನೆ. ನಿನಗಿದು ಕಾಣೋದಿಲ್ಲವೇ ? ಅದರ ವಾಸನೆ ತಾಕೋದಿಲ್ಲವೇ ? ಓ, ಪ್ರಿಯ ಮಾಲಿಕನೇ ! ನೋಡು ! ನಿನ್ನ ಮೂಗನ್ನುಪ ಯೋಗಿಸು ! ಬಾ, ಯಜಮಾನನೇ ! ಇಲ್ಲಿ ಬಾ !"

ಅದು ತನ್ನ ಮೂಗಿನಿಂದ ಕಾವಲುಗಾರನ ಮಂಡಿಯನ್ನು ನೂಕಿತು, ಮತ್ತೆ ಆ ದೇಹದ ಕಡೆಗೆ ಜಾರಿಕೊಂಡು ಹೋಯಿತು – ಪದೇ ಪದೇ ಹಿಂದಿರುಗಿ ನೋಡುತ್ತಿತ್ತು – "ನೀನು ನನ್ನ ಹಿಂದೆ ಬರುತ್ತಿದ್ದೀಯೋ ?" ಎಂದು ಕೇಳುವಂತೆ. ಅನಂತರ ಕ್ರಾಂಬಾಂಬೂಲಿ ಆ ಭಾರವಾದ ತುಪಾಕಿಯನ್ನು ಎತ್ತಿ ನೂಕಲು ಯತ್ನಿಸಿತು. ಕೊನಗೆ ತುಪಾಕಿಯನ್ನು ತನ್ನ ಹಲ್ಲಿನಲ್ಲಿ ಕಚ್ಚಿಕೊಂಡು ಎಳೆಯಲು ಪ್ರಯತ್ನಿಸಿತು.

ಕಾವಲುಗಾರ ಹಾಪ್‌ನ ಬೆನ್ನು ಜಿಲ್ಲೆಂದಿತು. ಏನೇನೋ ಕಲ್ಪನೆಗಳು ಅವನ ಮುಂದೆ ಕಾಣಹತ್ತಿದುವು. ಆದರೆ ಊಹೆಗಳು ಅವನ ಕೆಲಸವಲ್ಲ – ಜತೆಗೆ ಅಧಿಕಾರಿಗಳ ಮುಂದೆ ಊಹೆಗಳಿಂದ ವಿಷಯವನ್ನು ಸ್ಪಷ್ಟಪಡಿಸುವುದು ಅವನ ಜವಾಬ್ದಾರಿಯೂ ಅಲ್ಲ. ಎಲ್ಲವನ್ನೂ

ತಾನು ಕಂಡಾಗ ಅದು ಇದ್ದಂತೆಯೇ ಬಿಟ್ಟು ನೇರವಾಗಿ ನ್ಯಾಯಾಲಯಕ್ಕೆ ಹೋಗುವುದಷ್ಟೇ ಅವನ ಕರ್ತವ್ಯ. ಹಾಪ್ ತನ್ನ ಕರ್ತವ್ಯವನ್ನಷ್ಟು ಮಾಡಿದ.

ನ್ಯಾಯವು ಇಂತಹ ಅನಾಹುತಗಳಲ್ಲಿ ನಿಯಮಿಸಿರುವ ಎಲ್ಲ ವಿಧಿಗಳನ್ನೂ ಮುಗಿಸುವ ವೇಳೆಗೆ ಇಡೀ ದಿನವೂ, ರಾತ್ರಿಯ ಬಹಳ ಹೊತ್ತೂ ಕಳೆದು ಹೋಗಿದ್ದುವು. ಆಗ ಮಾತ್ರ ಹಾಪ್ ನಿದ್ರೆ ಹೋಗುವ ಮೊದಲು ನಾಯಿಯ ಕಡೆಗೆ ತಿರುಗಲು ಸಾಧ್ಯವಾಯಿತು.

"ನೋಡು, ನನ್ನ ಮುದ್ದು ನಾಯಿ, ಈಗ ಪೊಲೀಸರು ಕಾರ್ಯನಿರತರಾಗಿದ್ದಾರೆ – ಲೆಕ್ಕವಿಲ್ಲದಂತೆ ದಾಳಿಗಳು ನಡೆಯಲಿವೆ. ನಮ್ಮ ಮುಖ್ಯ ಅರಣ್ಯಪಾಲಕನನ್ನು ಗುಂಡಿಕ್ಕಿ ಕೊಂದ ದ್ರೋಹಿಯನ್ನು ಈ ಪ್ರಪಂಚದಿಂದ ತೊಡೆದು ಹಾಕುವ ಕೆಲಸವನ್ನು ಬೇರೆಯವರಿಗೆ ಬಿಟ್ಟುಬಿಡೋಣವೇನು ? ನನ್ನ ನಾಯಿಗೆ ಆ ಕಚಡಾ ಅಲೆಮಾರಿ ಗೊತ್ತಿದೆ. ನಿಜಕ್ಕೂ ಗೊತ್ತಿದೆ. ಆದರೆ ಆ ವಿಷಯ ಬೇರೆಯವರಾರಿಗೂ ಗೊತ್ತಾಗಬೇಕಿಲ್ಲ. ನಾನಂತೂ ಯಾರಿಗೂ ಅದನ್ನು ಹೇಳಿಲ್ಲ. ನಾನು ಹಾಹಾ ! ನಾನು ಈ ವಿಷಯದಲ್ಲಿ ನನ್ನ ನಾಯಿಯನ್ನು ತೊಡಗಿಸೋದು ! ಇಲ್ಲ, ಸ್ವಾಮಿ, ಖಂಡಿತ ನಾನು – ಇಲ್ಲ !"

ಕ್ರಾಂಬಾಂಬೂಲಿಯ ಕಡೆಗೆ ಬಾಗಿ ಹಾಪ್ ತನ್ನ ಕೆನ್ನೆಯನ್ನು ಅದರ ತಲೆಗೆ ಒತ್ತಿದ. ಅವನ ಕಾಲಿನ ಸಂದಿಯಲ್ಲಿ ಕುಳಿತಿದ್ದ ಕ್ರಾಂಬಾಂಬೂಲಿ ಕೃತಜ್ಞತೆಯಿಂದ ಮೂಗು ತುರಿಸಿತು ಅವನ ಕೆನ್ನೆಗೆ. ಹಾಪ್ "ಹೇಗಿದೆ ನನ್ನ ಕ್ರಾಂಬಾಂಬೂಲಿ" ಎಂದು ಗುಂಯ್ಗುಡುವುದರಲ್ಲೇ ಅವನನ್ನು ನಿದ್ರೆ ಆವರಿಸಿಕೊಂಡಿತು.

ಕೊಲೆಪಾತಕಿಗಳು ತಾವು ಮಾಡಿದ ಅಪರಾಧದ ಜಾಗಕ್ಕೆ ಮತ್ತೆ ತಮಗರಿವಿಲ್ಲದೆಯೇ ಏಕೆ ಆಕರ್ಷಿತರಾಗುತ್ತಾರೆಂಬುದನ್ನು ಮನೋವಿಜ್ಞಾನಿಗಳು ವಿವರಿಸಲು ಯತ್ನಿಸಿದ್ದಾರೆ. ಈ ವಿಜ್ಞಾನದ ವಿಚಾರಗಳೊಂದೂ ತಿಳಿಯದು ಹಾಪ್‌ಗೆ. ಆದರೂ ಅವನು ತನ್ನ ನಾಯಿಯೊಂದಿಗೆ ನಿಂಬೆ ತೋಟದಲ್ಲಿ ಹಗಲಿರುಳೂ ಶಾಂತಿ ಸಮಾಧಾನಗಳಿಲ್ಲದೆ ಅಲೆಯುತ್ತಲೇ ಇದ್ದ. ಅರಣ್ಯಪಾಲಕನು ಸತ್ತ ಹತ್ತನೆಯ ದಿನ, ಮೊತ್ತಮೊದಲ ಬಾರಿಗೆ ಸೇಡಿನ ಯೋಚನೆ ಬಿಟ್ಟು ಬೇರೆ ವಿಚಾರ ಅವನಲ್ಲಿ ಬಂದಿತು. ಮುಂದಿನ ಕುಯಿಲಿನಲ್ಲಿ ಕೌಂಟ್‌ನ ಕಾಡಿನಲ್ಲಿ ಕಡಿಯಬೇಕಾದ ಮರಗಳನ್ನು ಗುರುತು ಮಾಡುವುದರಲ್ಲಿ ಕೆಲವು ಕಾಲ ಆತ ನಿರತನಾಗಿದ್ದ.

ಕೆಲಸವೆಲ್ಲ ಮುಗಿಸಿ, ಬಂದೂಕವನ್ನು ಹೆಗಲಿಗೆ ತಗಲಿಸಿಕೊಂಡು ನಿಂಬೆ ಕಾಡಿನ ಬಳಿಯ ಹಣ್ಣುಗಳ ತೋಟಕ್ಕೆ ಹಾಪ್ ಒಳದಾರಿಯಲ್ಲಿ ನಡೆದ. ಬೀಚ್ ಮರಗಳ ಬೇಲಿಯ ಪಕ್ಕದ ರಸ್ತೆಗೆ ತಿರುಗಿದಾಗ ಎಲೆಗಳ ಮೇಲೆ ಏನೋ ಸದ್ದಾದಂತಾಯಿತು. ಮರುಗಳಿಗೆಯೇ ಆಳವಾದ ಮೌನ ಮತ್ತೆ ಎಲ್ಲವನ್ನೂ ಆವರಿಸಿತು – ಆಳವಾದ, ಸುದೀರ್ಘ ನೀರವತೆ!

ಆತ ಅದೇನೂ ಅಸಾಮಾನ್ಯವಾದುದಲ್ಲವೆಂದುಕೊಳ್ಳುತ್ತಿದ್ದ. ಆದರೆ ನಾಯಿ ಕೂದಲು ನಿಮಿರಿಸಿ, ಕತ್ತನ್ನು ಮುಂದೆ ಚಾಚಿ, ಬಾಲ ನೇರ ನಿಗುರಿಸಿಕೊಂಡು ಬೇಲಿಯ ಒಂದು ಜಾಗವನ್ನೇ ದಿಟ್ಟಿಸುತ್ತಿತ್ತು. "ಓಹೋ ! ತಾಳು ! ನೀನೇ ಕೊಲೆಗಾರನಾದರೆ !" ಎಂದು ಕೊಂಡ ಹಾಪ್, ಮರವೊಂದರ ಹಿಂದಕ್ಕೆ ಸರಿದು ನಿಂತು, ಬಂದೂಕದ ಕುದುರೆಯನ್ನು ಸಿದ್ಧಪಡಿಸಿಕೊಂಡ. ಇದ್ದಕ್ಕಿದ್ದಂತೆ ಕೆಂಚ ಕಾಲುದಾರಿಗೆ ನೆಗೆದು ಬಂದಾಗ, ಹಾಪ್‌ನ ಎದೆ ಬಿರುಸಾಗಿ ಡವಗುಟ್ಟಿತು. ಈಗಾಗಲೇ ಏದುಸಿರು ಬಿಡುತ್ತಿದ್ದ ಅವನ ಉಸಿರು ಹಾಗೆಯೇ ನಿಂತಂತಾಯಿತು.

ಕೆಂಚನ ಬೇಟೆಚೀಲದಿಂದ ಎರಡು ಎಳೆಯ ಮೊಲಗಳು ನೇತುಬಿದ್ದಿದ್ದುವು – ಹೆಗಲ ಮೇಲೆ

ಅರಣ್ಯಪಾಲಕನ ಎರಡು ನಳಿಗೆಯ ಬಂದೂಕು ತೂಗುತ್ತಿತ್ತು. ತನ್ನ ಸುರಕ್ಷಿತ ಗುಪ್ತಸ್ಥಳದಿಂದ ಈ ಪಾತಕಿಯನ್ನು ಮುಗಿಸುವುದು ಎಷ್ಟು ಆಕರ್ಷಕ!

ಆದರೆ ತನ್ನ ಪರಮಶತ್ರುವನ್ನೂ ಎಚ್ಚರಿಕೆ ಕೊಡದೆ ಕೊಲ್ಲುವುದು ಕಾವಲುಗಾರ ಹಾಪ್‌ಗೆ ಸಾಧ್ಯವೇ ಇರಲಿಲ್ಲ. ಆತ ಒಂದೇ ನೆಗೆತಕ್ಕೆ ಮರದ ಹಿಂದಿನಿಂದ ಹಾದಿಗೆ ನೆಗೆದು "ಹಾಳಾದವನೇ ಶರಣಾಗು!" ಎಂದು ಕೂಗು ಹಾಕಿದ. ಕಳ್ಳಬೇಟೆಯವನು ಹೆಗಲಿನಿಂದ ಬಂದೂಕವನ್ನು ಆತುರವಾಗಿ ಸೆಳೆಯುತ್ತಿದ್ದಂತೆ ಹಾಪ್ ಗುಂಡು ಹಾರಿಸಿದ. ಆದರೆ – ದೇವರೇ ಗತಿ – ಸದ್ದೇ ಇಲ್ಲ ! ಒಳಗೆ ತೋಟಾಗಳಿದ್ದಂತೆಯೇ ಥಂಡಿಯ ಕಾಡಿನಲ್ಲಿ ಮರಕ್ಕೆ ಬಹಳ ಕಾಲ ಅನಿಸಿದ್ದ ಬಂದೂಕ ಈಗ ಹಾರಲೊಲ್ಲದು!

"ಹೋಗಿ ಬರುತ್ತೇನೆ! ಸಾವೆಂದರೆ ಹೀಗೇ ಇರಬೇಕು!" ಎಂಬ ಯೋಚನೆ ಅವನ ತಲೆಯಲ್ಲಿ ಹರಿದ ಹಾಗೆ, ಅವನ ಹ್ಯಾಟು ಹಾರಿ ಹುಲ್ಲಿನ ಮೇಲೆ ಬಿತ್ತು. ಆ ದುರಾಚಾರಿಯ ಅದೃಷ್ಟವೂ ಕೈಕೊಟ್ಟಿತ್ತು. ಅವನ ಬಂದೂಕದಲ್ಲಿದ್ದ ಒಂದೇ ಒಂದು ತೋಟಾವನ್ನು ಆತ ವ್ಯರ್ಥ ಮಾಡಿದ್ದ. ತನ್ನ ಬೇಟೆಯ ಸಂಚಿಯಿಂದ ಇನ್ನೊಂದು ತೋಟಾವನ್ನು ಅವನು ತೆಗೆಯುತ್ತಿದ್ದಂತೆಯೇ ಹಾಪ್ ನಾಯಿಗೆ ಕೂಗಿ ಹೇಳಿದ :

"ಹಿಡಿದುಕೊ – ಕ್ರಾಂಬಾಂಬೂಲಿ – ಹಿಡಿ !"

"ಇಲ್ಲಿ, ಬಾ ಇಲ್ಲಿ. ನನ್ನ ಬಳಿ. ಕ್ರಾಂಬಾಂಬೂಲಿ!" ನಯವಾದ, ಪ್ರೇಮಪೂರಿತವಾದ ಸುಪರಿಚಿತವಾದ ದನಿ ನೇವರಿಸುವಂತೆ ಆಚೆ ಕಡೆಯಿಂದ ಅದನ್ನು ಕರೆಯಿತು "ಬಾ ಇಲ್ಲಿ...." ಆದರೆ ನಾಯಿ–

ಈಗಾದುದು ವಿವರಿಸುವುದಕ್ಕಿಂತ ಹೆಚ್ಚು ವೇಗದಲ್ಲಿ ನಡೆದುಹೋಯಿತು.

ಕ್ರಾಂಬಾಂಬೂಲಿ ತನ್ನ ಮೊದಲಿನ ಮಾಲಿಕನನ್ನು ಗುರುತಿಸಿ ಅವನ ಬಳಿಗೆ ಅರ್ಧ ದಾರಿ ಓಡಿತು. ಆಗ ಹಾಪ್ ಸಿಳ್ಳುಹಾಕಲು ಈ ಕಡೆ ತಿರುಗಿತು; ಕೆಂಚ ಸಿಳ್ಳುಹಾಕಿದ, ಮತ್ತೆ ಆ ಕಡೆ ತಿರುಗಿತು. ಈಗ ದಿಕ್ಕೆಟ್ಟು ಹಾಪ್ ಮತ್ತು ಕೆಂಚರ ನಡುವೆ ಅರ್ಧ ದಾರಿಯಲ್ಲಿ ಒದ್ದಾಡುತ್ತಾ ಏನು ಮಾಡಲೂ ತಿಳಿಯದೆ ಹೊರಳಾಡಿತು.

ಕೊನೆಗೆ ಆ ಬಡಪಾಯಿ ನಾಯಿ ತನ್ನ ಉಭಯ ಸಂಕಟದ ತಾಕಲಾಟವನ್ನು ಮುಗಿಸಿಕೊಂಡು – ಆದರೆ ಒಳಗಿನ ಸಂಕಟವಂತೂ ಮುಗಿಯಲಿಲ್ಲ. ಬೊಗಳುತ್ತಾ, ಕಿರಿಚುತ್ತಾ, ನೆಲಕ್ಕೆ ಹೊಟ್ಟೆಯನ್ನು ಅವುಕಿಕೊಂಡು, ದೇಹವನ್ನು ಸೆಟೆದುಕೊಂಡು ತನ್ನ ಸಂಕಟವನ್ನು ದೇವರು ಕೇಳಲೆಂಬಂತೆ ಆಕಾಶದ ಕಡೆಗೆ ತಲೆ ಎತ್ತಿಕೊಂಡು, ತನ್ನ ಮೊದಲ ಯಜಮಾನನ ಕಡೆಗೆ ಅದು ತೆವಳಿಕೊಂಡು ಹೋಯಿತು.

ಈಗ ರಕ್ತಚೆಲ್ಲುವ ದಾಹದಲ್ಲಿ ಹಾಪ್ ನಡುಗುವ ಕೈಗಳಿಂದ ಹೊಸ ತೋಟಾವನ್ನು ತೆಗೆದುಕೊಂಡ. ಆದರೆ ಬಂದೂಕಕ್ಕೆ ಅದನ್ನು ತುಂಬುವಾಗ ದೃಢ ನಿಶ್ಚಯವಿತ್ತು. ಅದೇ ಸಮಯದಲ್ಲಿ ಕೆಂಚನೂ ಅವನ ಕಡೆಗೆ ಬಂದೂಕ ಗುರಿಯಿಟ್ಟ. ಅದೇ ಕೊನೆ ! ಬಂದೂಕಗಳ ದೃಷ್ಟಿವೃತ್ತದ ಮೂಲಕ ಒಬ್ಬರನ್ನೊಬ್ಬರು ನೋಡುತ್ತಿದ್ದಂತೆ ಇಬ್ಬರಿಗೂ ಅದು ಅರ್ಥವಾಗಿತ್ತು. ಅವರ ಯೋಚನೆಗಳೇನೇ ಇರಲಿ. ಚಿತ್ರದಲ್ಲಿನ ಗುರಿಕಾರರಂತೆ ಇಬ್ಬರೂ ಬಂದೂಕುಗಳ ಕುದುರೆಗಳನ್ನೆಳೆದರು.

ಎರಡು ಗುಂಡುಗಳು ಹಾರಿದುವು – ಹಾಪ್‌ನದು ಸರಿಯಾಗಿ ತನ್ನ ಗುರಿಯ ಕಡೆಗೆ; ಕಳ್ಳ ಬೇಟೆಗಾರನದು ಗಾಳಿಗೆ! ಆತ ಅಲ್ಲಾಡಿಬಿಟ್ಟಿದ್ದ; ಅವನು ಕುದುರೆಯನ್ನೆಳೆಯುವ ಸೂಕ್ಷ್ಮ

ಗಳಿಗೆಯಲ್ಲಿ ನಾಯಿ ಪ್ರೀತಿಯ ಉದ್ವೇಗದಲ್ಲಿ ಅವನೆದೆಯ ಮೇಲೆ ನೆಗೆದುಬಿಟ್ಟಿತ್ತು. "ಘಾತಕಿ!" ಎಂದಷ್ಟೇ ಆತ ಬುಸುಗುಟ್ಟಿದ, ಬೆನ್ನ ಮೇಲೆ ಉರುಳಿದ, ಮತ್ತೆ ಅಲುಗಾಡಲೂ ಇಲ್ಲ.

ಹಾಪ್ ನಿಧಾನವಾಗಿ ಅವನತ್ತ ನಡೆದ. "ನಿನಗೆ ಸಾಕಷ್ಟು ಆಗಿದೆ – ಮತ್ತೊಂದು ಗುಂಡು ವ್ಯರ್ಥ ಮಾಡಬೇಕಾಗಿಲ್ಲ" ಎಂದುಕೊಂಡ. ಆದರೆ ತನ್ನ ಬಂದೂಕವನ್ನು ಕೆಳಕ್ಕಿಳಿಸಿ ಮತ್ತೊಂದು ತೋಟಾವನ್ನು ಅದರಲ್ಲಿ ತುಂಬಿದ. ನಾಯಿ ಅವನ ಮುಂದೆ ನೇರ ಮೈಮಾಡಿ ಕುಳಿತಿತ್ತು. ನಾಲಗೆ ಹೊರಚಾಚಿ, ಜೋರಾಗಿ ಶಬ್ದ ಮಾಡುತ್ತಾ ಏದುಸಿರು ಬಿಡುತ್ತಾ ಅವನ ಕಡೆಗೇ ನೋಡುತ್ತಿತ್ತು. ಕಾವಲುಗಾರ ಹಾಪ್ ತನ್ನ ಬಂದೂಕವನ್ನು ಕೈಗೆತ್ತಿಕೊಂಡ ಮೇಲೆ, ಅವರಿಬ್ಬರ ನಡುವೆ ನಡೆದ ಸಂಭಾಷಣೆಗೆ ಜೀವಂತ ಸಾಕ್ಷಿದಾರರು ಯಾರೂ ಇರಲಿಲ್ಲ. ಒಂದು ವೇಳೆ ಇದ್ದಿದ್ದರೂ, ಸತ್ತು ಬಿದ್ದ ಕೆಂಚನಂತೆ ಅವರಿಗೂ ಅದನ್ನು ಕೇಳಿಸಿಕೊಳ್ಳಲು ಸಾಧ್ಯವಾಗುತ್ತಿರಲಿಲ್ಲ!

"ಈ ಗುಂಡು ಯಾರಿಗಾಗಿ, ಗೊತ್ತೋ?"

"ನಾನು ಊಹಿಸಬಲ್ಲೆ."

"ದ್ರೋಹಿ! ಕೃತಘ್ನ! ವಿಶ್ವಾಸದ್ರೋಹಿ, ಅಲೆಮಾರಿ ನಾಯಿ!"

"ನಿಜ, ಸ್ವಾಮಿ, ನಿಜ."

"ನೀನೇ ನನ್ನ ಸಂತಸವಾಗಿದ್ದೆ. ಈಗ ಅದು ಮುಗಿಯಿತು, ನಿನ್ನಲ್ಲಿ ನಾನಾವ ಸಂತೋಷವನ್ನೂ ಇನ್ನು ಕಾಣಲಾರೆ."

"ಅರ್ಥವಾಗುತ್ತಿದೆ – ಅದು ಸಹಜ, ಸ್ವಾಮಿ" ಕ್ರಾಂಬಾಂಬೂಲಿ ನೆಲದ ಮೇಲೆ ನಾಲ್ಕು ಕಾಲನ್ನೂ ಚಾಚಿ, ಮುಂಗಾಲಿನ ಮೇಲೆ ತಲೆಯನ್ನಿಟ್ಟುಕೊಂಡು ತನ್ನ ಯಜಮಾನನ ಕಡೆಗೇ ನೋಡಲಾರಂಭಿಸಿತು.

ನಿಜ, ಹಾಳಾದ ಪ್ರಾಣಿ ಅವನ ಕಡೆಗೆ ಹಾಗೆ ನೋಡದೆ ಇದ್ದಿದ್ದರೆ! ಆಗ ವಿಷಯವನ್ನು ಬೇಗ ಇತ್ಯರ್ಥ ಮಾಡಿಬಿಡುತ್ತಿದ್ದ – ನಾಯಿಗೂ ತನಗೂ ಅಪಾರ ನೋವಾಗದಂತೆ ನಿವಾರಿಸಬಹುದಿತ್ತು... ಆದರೆ ಹಾಗೆ ತನ್ನ ಕಡೆಗೆ ನೋಡುತ್ತಿರುವ ನಾಯಿಯನ್ನು ಯಾರು ತಾನೇ ಗುಂಡಿಕ್ಕಿ ಕೊಂದಾನು! ಹಾಪ್ ಹಲ್ಲು ಕಚ್ಚಿ ನಾಲ್ಕಾರು ಶಾಪ ಹಾಕಿದ – ಒಂದೊಂದೂ ಹೆಚ್ಚು ಹೆಚ್ಚು ಹೊಲಗೆಟ್ಟ ಮಾತುಗಳು – ತನ್ನ ಬಂದೂಕನ್ನು ಹೆಗಲಿಗೇರಿಸಿ, ಮೊಲಗಳನ್ನು ಎತ್ತಿಕೊಂಡು ಹೊರಟುಹೋದ.

ಮರಗಳ ನಡುವೆ ಹಾಪ್ ಮರೆಯಾಗುವ ತನಕ ನಾಯಿ ಅವನ ಕಡೆಗೇ ನೋಡುತ್ತಿತ್ತು. ಅನಂತರ ಎದ್ದು ನಿಂತಿತು. ಅದರ ಅಪಾರ ನೋವಿನ, ರಕ್ತ ಹೆಪ್ಪುಗಟ್ಟುವಂತಹ ಹುಯಿಲು ಕಾಡಿನಲ್ಲೆಲ್ಲ ಮಾರ್ದನಿಸಿತು. ಅದು ಹಲವಾರು ಬಾರಿ ಸುತ್ತಿಸುತ್ತಿ ಕೊನೆಗೆ ಸತ್ತವನ ಪಕ್ಕದಲ್ಲಿ ನೆಟ್ಟಗೆ ಕುಳಿತಿತು.

ರಾತ್ರಿ ಹಾಪ್‌ನ ನಿರ್ದೇಶನದಲ್ಲಿ ತನಿಖಾಧಿಕಾರಿಗಳು ಅಲ್ಲಿಗೆ ಬಂದಾಗಲೂ ಕ್ರಾಂಬಾಂಬೂಲಿ ಹಾಗೆಯೇ ಕುಳಿತಿತ್ತು. ಕಳ್ಳ ಬೇಟೆಗಾರನ ಶವವನ್ನು ತನಿಖೆ ನಡೆಸಿ, ಅದನ್ನೊಯ್ಯಲು ಅವರು ಬಂದಾಗ ಕ್ರಾಂಬಾಂಬೂಲಿ ನಾಲ್ಕಾರು ಅಡಿಯಷ್ಟು ದೂರ ಸರಿಯಿತು.

ಅಧಿಕಾರಿಗಳಲ್ಲೊಬ್ಬ ಹಾಪ್‌ನನ್ನು ಕುರಿತು "ಓ, ಅದು ನಿನ್ನ ನಾಯಿ" ಎಂದ.

ನಿಜ ಹೇಳಲು ಅವಮಾನವೆನಿಸಿ ಹಾಪ್ "ಕಾವಲಿರಿಸಿದ್ದೆ ಅಲ್ಲೇ" ಎಂದುತ್ತರಿಸಿದ.

ಅದರೇನು ಪ್ರಯೋಜನ? ನಿಜ ಹೊರಬಿತ್ತು ಹೇಗೂ. ಹೆಣವನ್ನು ಗಾಡಿಯಲ್ಲಿ ಹಾಕಿಕೊಂಡು ಹೊರಟಾಗ ಕ್ರಾಂಬಾಂಬೂಲಿ ತಲೆ ತಗ್ಗಿಸಿಕೊಂಡು ತನ್ನ ಹಿಂಗಾಲುಗಳ ನಡುವೆ ಬಾಲ ಮುದುರಿಕೊಂಡು ಗಾಡಿಯ ಹಿಂದೆಯೇ ಓಡಿತು.

ಕೆಂಚನ ದೇಹವನ್ನಿಟ್ಟಿದ್ದ ಕೋಣೆಯ ಬಳಿಯೇ ಮರುದಿನವೂ ಅದು ಅಡ್ಡಾಡುತ್ತಿದ್ದುದನ್ನು ಕಂಡ ನ್ಯಾಯಾಲಯದ ಅಧಿಕಾರಿ, ಅದನ್ನು ಒದ್ದು 'ಮನೆಗೆ ತೊಲಗು!" ಎಂದು ಕೂಗಿದ. ಕ್ರಾಂಬಾಂಬೂಲಿ ಅವನ ಕಡೆಗೆ ತಿರುಗಿ ಹಲ್ಲನ್ನು ಕಟಕಟನೆ ಕಡಿದು ಓಡಿಹೋಯಿತು. ಆ ಅಧಿಕಾರಿಯ ಹೇಳಿಕೆಯಂತೆ ಅದು ಕಾವಲುಗಾರ ಹಾಪ್‌ನ ಮನೆಯ ಕಡೆಗೇ ಓಡಿತ್ತು.

ಆದರೆ ಕ್ರಾಂಬಾಂಬೂಲಿ ಹಾಪ್‌ನ ಮನೆಗೆ ಬರಲೇ ಇಲ್ಲ – ಬದಲಿಗೆ ಅಲೆಮಾರಿಯ ಹೊಲಸು ಜೀವನವನ್ನು ಆರಂಭಿಸಿತು.

ಒಂದು ದಿನ ಕೇವಲ ಮೂಳೆ ಬಿಟ್ಟುಕೊಂಡ ಸಣಕಲ ನಾಯಿ, ಕಾಡುಮೃಗದಂತೆ ತೋರುತ್ತಿದ್ದ ಕ್ರಾಂಬಾಂಬೂಲಿ ಹಳ್ಳಿಯ ಅಂಚಿನ ಗುಡಿಸಲ ಕೇರಿಯ ಬಳಿ ಕದ್ದು ಕದ್ದು ನುಸುಳಿತು. ಕೊನೆಯ ಗುಡಿಸಲ ಮುಂದೆ ನಿಂತಿದ್ದ ಒಂದು ಮಗುವಿನ ಮೇಲೆ ಧಿಡೀರನೆ ಬಿದ್ದು, ಅದು ತಿನ್ನುತ್ತಿದ್ದ ಬ್ರೆಡ್ಡಿನ ಚೂರನ್ನು ಬಲವಂತದಿಂದ ಕಿತ್ತು ಓಡಲು ಯತ್ನಿಸಿತು. ಮಗು ಗಾಬರಿಯಲ್ಲಿ ದಿಗ್ಭ್ರಮೆಗೊಂಡಿತು, ಆದರೆ ಒಳಗಿಂದ ಪುಟ್ಟ ನಾಯಿಯೊಂದು ಹೊರಬಂದು ಈ ಕಳ್ಳ ನಾಯಿಯನ್ನು ಕಂಡು ಬಿರುಸಾಗಿ ಬೊಗಳಿತು. ಕ್ರಾಂಬಾಂಬೂಲಿ ಕದ್ದುದನ್ನು ಕೆಳಗೆ ಹಾಕಿ ಓಡಿಹೋಯಿತು.

ಆ ರಾತ್ರಿ ನಿದ್ರೆ ಹೋಗುವ ಮೊದಲು, ಹಾಪ್ ಕಿಟಿಕಿಯ ಬಳಿ ನಿಂತು, ಬೇಸಿಗೆಯ ರಾತ್ರಿಯ ನಸುಬೆಳಕನ್ನೇ ನೋಡುತ್ತಿದ್ದ. ಕಾಡಿನ ಅಂಚಿನಲ್ಲಿದ್ದ ಹುಲ್ಲು ಬಯಲಿನ ಆ ಕಡೆ ನಾಯಿ ಕುಳಿತು, ತನ್ನ ಹಿಂದಿನ ಸುಖದ ಆವಾಸದ ಕಡೆಗೇ ಆಸೆಗಣ್ಣುಗಳಿಂದ, ನೆಟ್ಟ ನೋಟದಿಂದ ನೋಡುತ್ತಿದ್ದಂತೆ ಅವನಿಗೆ ತೋರಿತು. ನಂಬುಗೆಯವರಲ್ಲಿ ಅತ್ಯಂತ ನಂಬುಗೆಯದು – ಆದರೆ ಯಜಮಾನನಿಲ್ಲ!

ಕಿಟಿಕಿಯನ್ನು ಮುಚ್ಚಿ ಹಾಪ್ ಹಾಸಿಗೆಯ ಮೇಲೆ ಮಲಗಿದ. ಕೊಂಚ ಹೊತ್ತಿನ ಬಳಿಕ ಎದ್ದು, ಮತ್ತೆ ಕಿಟಿಕಿಯ ಹತ್ತಿರ ಹೋದ, ನಾಯಿ ಮೊದಲ ಜಾಗದಲ್ಲಿ ಈಗ ಇರಲಿಲ್ಲ. ಹಾಪ್ ನಿದ್ರೆ ಹೋಗಲು ಮತ್ತೆ ಪ್ರಯತ್ನಿಸಿದ. ಆದರೆ ಮತ್ತೆಯೂ ನಿದ್ರೆ ಬರಲಿಲ್ಲ.

ಇನ್ನು ಅವನಿಗೆ ತಡೆಯಲಾಗಲಿಲ್ಲ. ನಾಯಿಯಿಲ್ಲದೆ ಇನ್ನು ಅವನಿಗೆ ತಡೆಯಲಾಗುತ್ತಿರಲಿಲ್ಲ. ಹಾಗೇ ಆಗಲಿ. "ಮನೆಗೆ ಕರೆತರುತ್ತೇನೆ ಅದನ್ನು" ಎಂದು ತೀರ್ಮಾನಿಸಿದ. ಈ ತೀರ್ಮಾನ ಮಾಡಿದೊಡನೆ ಅವನಿಗೆ ಮರುಹುಟ್ಟು ಪಡೆದಂತೆನಿಸಿತು, ಹಾಯೆನಿಸಿತು.

ಅರುಣೋದಯದ ಮೊದಲ ಬೆಳಕಿನೊಂದಿಗೇ ಅವನೆದ್ದು ತನ್ನ ಉಡುಪು ಧರಿಸಿಯಾಗಿತ್ತು. ಮಧ್ಯಾಹ್ನದ ಊಟಕ್ಕೆ ತನಗೆ ಕಾಯಬೇಕೆಂದು ಹೆಂಡತಿಗೆ ಹೇಳಿ, ಆತ ಆತುರದಲ್ಲಿ ಹೊರಟ.

ಬಾಗಿಲು ತೆರೆದುದೇ ಕ್ರಾಂಬಾಂಬೂಲಿಯನ್ನು ಕಂಡ. ನಾಯಿ ತಾನಿನ್ನು ಎಂದೂ ದಾಟಲಾಗದ ಹೊಸಿಲ ಮೇಲೆ ತಲೆಯಿಟ್ಟುಕೊಂಡು ಸತ್ತುಬಿದ್ದಿತ್ತು.

ಕಾವಲುಗಾರ ಹಾಪ್ ಈ ನಷ್ಟದಿಂದ ಚೇತರಿಸಿಕೊಳ್ಳಲೇ ಇಲ್ಲ. ಎಷ್ಟೋ ಬಾರಿ ನಾಯಿ ಸತ್ತು ಹೋಗಿದೆಯೆಂಬುದನ್ನೇ ಮರೆತುಬಿಡುತ್ತಿದ್ದ – ಅಂತಹ ಆನಂದದ ವೇಳೆಯಲ್ಲಿ, ವಿಚಾರಗಳಲ್ಲಿ ಮೈಮರೆತು ಎಂದಿನಂತೆ "ಹೇಗಿದ್ದೀಯೆ ನನ್ನ ಕ್ರಾಂಬಾಂಬೂಲಿ – " ಎಂದು ರಾಗ ಪ್ರಾರಂಭಿಸುತ್ತಿದ್ದ. ಆದರೆ ಮಾತಿನ ಮಧ್ಯೆ ನಿಲ್ಲಿಸುತ್ತಿದ್ದ. ತಲೆಯಲ್ಲಾಡಿಸಿ, ನಿಟ್ಟುಸಿರು ಬಿಟ್ಟು ತನ್ನಲ್ಲಿ ತಾನೇ ಗೊಣಗುತ್ತಿದ್ದ.

"ಆ ನಾಯಿ – ಅಯ್ಯೋ ಪಾಪ!"

O ಆರ್ಟುಅರ್ ಶ್ನಿತ್‌ಸ್ಲರ್

ಸತ್ತವರು ಮೂಕರು

ಕುದುರೆ ಸಾರೋಟಿನಲ್ಲಿ ಇನ್ನೂ ಹೆಚ್ಚು ಹೊತ್ತು ಕುಳಿತಿರಲು ಅವನಿಗೆ ಸಹ್ಯವಾಗಲಿಲ್ಲ. ಆತ ಹೊರಕ್ಕಿಳಿದು ಅತ್ತಿಂದಿತ್ತ ಶತಪಥ ಸುತ್ತಿದ. ಈಗಾಗಲೇ ಕತ್ತಲಾಗಿತ್ತು. ಸದ್ದಿಲ್ಲದ ಈ ಒಳ ರಸ್ತೆಯಲ್ಲಿ ಉರಿಯುತ್ತಿದ್ದ ಕೆಲವು ದಾರಿ ದೀಪಗಳು ಗಾಳಿಯಲ್ಲಿ ನಡುಗುತ್ತಿದ್ದವು. ಮಳೆ ನಿಂತಿತ್ತು. ರಸ್ತೆಯ ಬದಿಯ ಕಾಲು ಹಾದಿಗಳು ಸುಮಾರಾಗಿ ಒಣಗಿ ಹೋಗಿದ್ದುವು. ಆದರೆ ರಸ್ತೆಗಳು ಮಾತ್ರ ಇನ್ನೂ ತೇವವಾಗಿಯೇ ಇದ್ದುವು – ಅಲ್ಲಲ್ಲಿ ನೀರು ನಿಂತು ಹಳ್ಳಗಳೂ ಆಗಿದ್ದುವು.

ಪ್ರೇಟರ್‌ಷ್ಟ್ರಾಸಿನಿಂದ ಕೇವಲ ನೂರಡಿ ದೂರದಲ್ಲಿರುವ ಇಲ್ಲಿ ಹಂಗೆರಿಯ ಪುಟ್ಟ ಪಟ್ಟಣದಲ್ಲಿರುವಂತೆ ಸುಲಭವಾಗಿ ಕಲ್ಪಿಸಿಕೊಳ್ಳ ಬಹುದೆಂಬುದು ಎಷ್ಟು ವಿಚಿತ್ರ ಎಂದುಕೊಂಡ ಫ್ರಾನ್ಟ್ಸ್. ಅದೇನಿದ್ದರೂ ಇದು ನಿರಪಾಯದ ಜಾಗ. ಈ ರಸ್ತೆಯಲ್ಲಿ ಆಕೆ ತನ್ನ ಗುರುತಿನವರಾರನ್ನೂ ಭೇಟಿ ಮಾಡುವ ಸಂಭವವಿಲ್ಲ.

ತನ್ನ ಗಡಿಯಾರ ನೋಡಿಕೊಂಡ ಅವನು. ಏಳು ಗಂಟೆ. ಆಗಲೇ ಕತ್ತಲೆ ಇಳಿದಿದೆ. ಈ ವರ್ಷ ಬಹುಬೇಗ ಶರತ್ಕಾಲ ಬಂದಿದೆ! ಅನಿಷ್ಟ ಮಳೆ ಬೇರೆ !

ತನ್ನ ಕಾಲರನ್ನು ಮೇಲಕ್ಕೆ ಮಡಚಿಕೊಂಡು ಆತ ಇನ್ನೂ ಬೇಗನೆ ಅತ್ತಿಂದಿತ್ತ ಹೆಜ್ಜೆಯಿಡಲಾರಂಭಿಸಿದ. ರಸ್ತೆಯ ದೀಪಗಳ ಗಾಜುಗಳು ಕಟಕಟ ಅಲ್ಲಾಡಿದುವು. ಅವನು ತನಗೆ ತಾನೇ ಮೆಲ್ಲನೆ ಹೇಳಿಕೊಂಡ :

'ಇನ್ನು ಅರ್ಧಗಂಟೆ ಮಾತ್ರ. ಅಷ್ಟರಲ್ಲಿ ಆಕೆ ಇಲ್ಲಿಗೆ ಬರದಿದ್ದರೆ, ನಾನು ಹೊರಟು ಹೋಗುತ್ತೇನೆ. ಆಹ್! ಆ ಅರ್ಧ ಗಂಟೆ ಬೇಗನೆ ಮುಗಿದು ಹೋಗಬಾರದೇ.'

ಬಳಿಕ ಆತ ಒಂದು ಮೂಲೆಯಲ್ಲಿ ನಿಂತುಕೊಂಡ; ಇಲ್ಲಿಂದ ಎರಡು ರಸ್ತೆಗಳೂ ಚೆನ್ನಾಗಿ ಕಾಣುತ್ತಿದ್ದುವು – ಅವುಗಳಲ್ಲಿ ಯಾವ ಕಡೆಯಿಂದಾದರೂ ಆಕೆ ಬರಬಹುದು.

ನಿಜ, ಈವತ್ತು ಆಕೆ ಬರುತ್ತಾಳೆ ಎಂದುಕೊಳ್ಳುತ್ತ, ಗಾಳಿಯಲ್ಲಿ ಹಾರಿ ಹೋಗುವಂತಿದ್ದ ತನ್ನ ಹ್ಯಾಟನ್ನು ಅವನು ಭದ್ರವಾಗಿ ಹಿಡಿದುಕೊಂಡ. ಶುಕ್ರವಾರ – ಅಧ್ಯಯನ ವಿಭಾಗದ ಸಭೆ –

ಆಗ ಅವಳು ಧೈರ್ಯ ಮಾಡಿ ಬರುತ್ತಾಳೆ. ಹೆಚ್ಚು ಹೊತ್ತು ತನ್ನ ಜತೆ ಇರುತ್ತಾಳೆ. ಕುದುರೆಬಂಡಿಗಳ ಗಂಟೆಯ ಶಬ್ದ ಕೇಳಿಸಿತು: ಈಗ ಇಗರ್ಜಿಯ ಗಂಟೆಗಳೂ ಸದ್ದು ಮಾಡಲಾರಂಭಿಸಿದುವು. ರಸ್ತೆಯು ಕೊಂಚ ಕಳೆ ತುಂಬಿಕೊಂಡಿತು. ಈಗ ಜನಸಂಚಾರ ಜಾಸ್ತಿ ಯಾಯಿತು. ಅವರಲ್ಲಿ ಹೆಚ್ಚಿನವರು ಅಂಗಡಿಯ ಹುಡುಗಿಯರು ಮತ್ತು ಗುಮಾಸ್ತರು. ಎಲ್ಲರೂ ವೇಗವಾಗಿ ನಡೆದು ಹೋಗುತ್ತಿದ್ದರು. ಬಿರುಗಾಳಿ ಬೀಸುವ ಮೊದಲೇ ಹೋಗುವ ಆತುರ ಅವರಿಗೆ. ಯಾರೂ ಅವನ ಕಡೆಗೆ ಗಮನವನ್ನೇ ಕೊಡಲಿಲ್ಲ; ಒಮ್ಮೆ ಮಾತ್ರ ಇಬ್ಬರು ಅಂಗಡಿಯ ಹುಡುಗಿಯರು ಕುತೂಹಲದಿಂದ ಅವನ ಕಡೆಗೆ ನೋಡಿದರು. ದೂರದಲ್ಲಿ ತನ್ನ ಕಡೆಗೆ ಆತುರಾತುರವಾಗಿ ಬರುತ್ತಿದ್ದ ಒಂದು ಪರಿಚಿತ ಆಕೃತಿ ಇದ್ದಕ್ಕಿದ್ದಂತೆ ಅವನಿಗೆ ಕಾಣಿಸಿತು. ಬೇಗಬೇಗ ಅವಳನ್ನು ಎದುರುಗೊಳ್ಳಲು ಅವನು ನಡೆದ. ಸಾರೋಟಿನಲ್ಲಲ್ಲ? ಆಕೆಯೇ ಏನು?

ಆಕೆಯೇ ಹೌದು ; ಅವನು ಇರುವುದನ್ನು ಕಂಡ ಆಕೆ, ಸ್ವಲ್ಪ ನಿಧಾನವಾಗಿ ಹೆಜ್ಜೆಯಿಟ್ಟಳು.

"ನಡೆದೇ ಬಂದೆಯಾ?" ಅವನು ಕೇಳಿದ.

"ಈ ರಸ್ತೆಯನ್ನು ಮುಟ್ಟುವ ಮೊದಲೇ ಸಾರೋಟನ್ನು ಕಳಿಸಿಬಿಟ್ಟೆ – ಅದೇ ಚಾಲಕ ಹಿಂದೆಯೂ ನನ್ನನ್ನು ಕರೆತಂದಿದ್ದಾನೆಂದು ನನಗೆ ಅನಿಸಿತು."

ಗಂಡಸೊಬ್ಬ ಆಕಡೆ ಹಾದುಹೋಗುತ್ತಾ ಒಮ್ಮೆ ಆಕೆಯನ್ನು ನೋಡಿದ ನಿರಾಸಕ್ತಿಯಿಂದ. ಈ ಯುವಕ ಅವನನ್ನೇ ಬೆದರಿಸುವಂತೆ ದಿಟ್ಟಿಸಿ ನೋಡಿದ. ಆತ ಮುಂದೆ ಹೆಜ್ಜೆ ಹಾಕಿ ಹೋದ. ಅವನು ಹೋದ ಕಡೆಗೇ ಆ ಹೆಂಗಸು ದಿಟ್ಟಿಸುತ್ತಿದ್ದಳು.

ಹೆದರಿಕೆಯಿಂದ ಆಕೆ "ಯಾರು ಆತ?" ಎಂದು ಕೇಳಿದಳು.

"ನನಗೆ ಗೊತ್ತಿಲ್ಲ. ಇಲ್ಲಿ ಗುರುತಿನವರು ಯಾರನ್ನೂ ನೀನು ನೋಡಲಾರೆ, ಆದ್ದರಿಂದ ನಿರಾಳವಾಗಿರು. ಬೇಗ ಬೇಗ ಬಾ, ಸಾರೋಟಿನೊಳಕ್ಕೆ ಹತ್ತು."

"ಅದು ನಿನ್ನದೇ?"

"ಹೌದು."

"ತೆರೆದ ಸಾರೋಟೇನು?"

"ಒಂದು ಗಂಟೆಯ ಮೊದಲು ಹವಾಮಾನ ಆದರ್ಶವಾಗಿತ್ತು."

ಇಬ್ಬರೂ ಬೇಗ ಬೇಗ ಹೋಗಿ, ಅಲ್ಲಿ ನಿಂತಿದ್ದ ಸಾರೋಟನ್ನು ಏರಿದರು.

"ಚಾಲಕನೇ!" ಯುವಕ ಕೂಗಿದ.

"ಅವನೆಲ್ಲಿ ಹೋಗಿದ್ದಾನೆ?" ಆ ಯುವತಿ ಕೇಳಿದಳು.

ಫ್ರಾನ್ಟ್ಸ್ ಎಲ್ಲ ಕಡೆಯೂ ನೋಡಿದ. "ನಂಬೋದೇ ಸಾಧ್ಯವಿಲ್ಲ, ಅವನು ಎಲ್ಲಿಯೂ ಕಾಣಿಸ್ತಿಲ್ಲ!" ಎಂದ.

"ದೇವರಾಣೆ!" ಎಂದಳು ಆಕೆ ಮೃದುವಾಗಿ.

"ಸ್ವಲ್ಪ ತಾಳು, ಪ್ರಿಯೆ. ಅವನಿಲ್ಲೇ ಇರಬೇಕು."

ಆತ ಅಲ್ಲಿದ್ದ ಸಣ್ಣ ತಂಗುದಾಣದ ಬಾಗಿಲು ತೆರೆದ. ಬೇರೆ ಕೆಲವರ ಜತೆಯಲ್ಲಿ ಚಾಲಕ ಮೇಜಿನ ಬಳಿ ಕುಳಿತಿದ್ದ. ಈಗ ತಟ್ಟನೆದ್ದ.

"ಇಲ್ಲೇ ಇದ್ದೇನೆ ಸರ್!" ಎನ್ನುತ್ತಾ ಚಾಲಕ ಎದ್ದು ನಿಂತು, ತನ್ನ ಕೈಯಲ್ಲಿದ್ದ ಲೋಟದ ಮದ್ಯವನ್ನು ಕುಡಿದು ಮುಗಿಸಿದ.

"ನಮ್ಮನ್ನು ಹೀಗೆ ಕಾಯಿಸೋದಕ್ಕೆ, ನಿನಗೆ ಯಾವ ದೆವ್ವ ಹೊಕ್ಕಿದೆ?"

"ಕ್ಷಮಿಸಿ, ಸರ್, ಇದೀಗಲೇ ನಿಮ್ಮ ಜತೆ ಬಂದೆ."

ಸ್ವಲ್ಪ ತೂರಾಡುತ್ತಲೇ ಚಾಲಕ ಸಾರೋಟಿನ ಬಳಿ ಬಂದ.

"ಎಲ್ಲಿಗೆ ಹೊಡೀಬೇಕು, ಸರ್?"

"ಪ್ರೇಟರ್‌ಗೆ."

ಯುವಕ ಸಾರೋಟಿನೊಳಹೊಕ್ಕ. ಜತೆಗಾತಿ ಮೂಲೆಯಲ್ಲಿ ಮುದುರಿ ಕುಳಿತಿದ್ದಳು, ಯುವಕ ಅವಳ ಕೈಗಳೆರಡನ್ನೂ ತನ್ನ ಕೈಗೆತ್ತಿಕೊಂಡ. ಆಕೆ ನಿಶ್ಚಲಳಾಗಿದ್ದಳು. ಆಗ ಅವನು "ಹೋಗಲಿ, ಶುಭಸಂಜೆ ಅಂತ ಕೂಡ ಹೇಳೋದಿಲ್ಲವೇ?" ಎಂದ.

"ಕೊಂಚ ಹೊತ್ತು ನನ್ನಷ್ಟಕ್ಕೆ ಇರಲು ಬಿಡು, ನನಗಿನ್ನೂ ಏದುಸಿರು."

ತನ್ನ ಮೂಲೆಯಲ್ಲಿ ಅವನು ಒರಗಿಕೊಂಡ. ಸ್ವಲ್ಪ ಹೊತ್ತು ಇಬ್ಬರೂ ಮೌನವಾಗಿದ್ದರು. ಸಾರೋಟು ಈಗ ಪ್ರೇಟರ್‌ಷ್ಟ್ರಾಸಿಗೆ ತಿರುಗಿತ್ತು. ತೆಗೆತೋಫ್ ಸ್ಮಾರಕವನ್ನು ದಾಟಿ ಕೆಲವೇ ಕ್ಷಣಗಳಲ್ಲಿ, ಕತ್ತಲಾಗಿದ್ದ ಪ್ರೇಟರ್ ರಸ್ತೆಯ ಕಡೆಗೆ ಜೋರಾಗಿ ಓಡಿತು. ಥಟ್ಟನೆ ಎಮ್ಮಾ ತನ್ನ ಪ್ರೇಮಿಯ ಸುತ್ತ ಕೈಬಳಸಿದಳು. ಅವಳ ತುಟಿಗಳನ್ನು ತನ್ನಿಂದ ಬೇರ್ಪಡಿಸಿದ್ದ ಅವಕುಂಠನವನ್ನು ಅವನು ಮೇಲೆತ್ತಿ, ಅವಳಿಗೆ ಮುತ್ತಿಟ್ಟ.

"ಸದ್ಯಃ ಕೊನೆಗೂ ನಿನ್ನ ಜತೆಗಿದ್ದೇನಲ್ಲ!" ಎಂದಳು ಆಕೆ.

"ನಾವಿಬ್ಬರೂ ಪರಸ್ಪರ ನೋಡದೆ ಎಷ್ಟು ದಿನಗಳಾದುವು, ನಿನಗೆ ಗೊತ್ತೇ?" ಅವನು ಕೇಳಿದ.

"ಭಾನುವಾರದಿಂದ."

"ನಿಜ. ಆದರೆ ಆದಿನ ದೂರದಿಂದ ನೋಡಿದ್ದು, ಅಷ್ಟೆ."

"ಯಾಕೆ, ಹಾಗೆಂದರೇನು? ನಮ್ಮ ಮನೆಗೇ ಬಂದಿದ್ದೆಯಲ್ಲ?"

"ಹೌದು, ನಿಜ – ನಿಮ್ಮ ಮನೆಯಲ್ಲಿ. ಆದರೆ ಈತರಹ ಮುಂದುವರಿಸೋದು ಅಸಾಧ್ಯ. ನಾನು ನಿಮ್ಮ ಮನೆಗೆ ಮತ್ತೆ ಕಾಲಿಡೋದಿಲ್ಲ. ಆದರೆ ನಿನಗೇನಾಯಿತು ಈಗ?"

"ಹತ್ತಿರದಲ್ಲೇ ಒಂದು ಸಾರೋಟು ಹಾದುಹೋಯಿತು."

"ಪ್ರಿಯ ಮಗು, ಈ ದಿನ ಪ್ರೇಟರ್‌ನಲ್ಲಿ ಸವಾರಿ ಹೋಗುತ್ತಿರುವವರೆಲ್ಲ ನಿಜವಾಗಿ ನಮ್ಮ ಬಗ್ಗೆ ಏನೂ ಆಸಕ್ತಿ ವಹಿಸೋದಿಲ್ಲ."

"ಅದನ್ನು ನಾನು ಒಪ್ಪೇನೆ. ಆದರೆ ನಮ್ಮ ಸ್ನೇಹಿತರು ಯಾರಾದರೂ ನಮ್ಮನ್ನು ನೋಡಬಹುದು."

"ಅದು ಸಾಧ್ಯವೇ ಇಲ್ಲ. ಯಾರನ್ನೂ ಗುರುತಿಸಲಾಗದಷ್ಟು ಕತ್ತಲಾಗಿದೆ."

"ಬೇರೆಲ್ಲಿಗಾದರೂ ಹೋಗೋಣ."

"ನಿನ್ನಿಷ್ಟ."

ಅವನು ಚಾಲಕನನ್ನು ಕರೆದ, ಆದರೆ ಅದು ಚಾಲಕನಿಗೆ ಕೇಳಿಸಿದಂತೆ ತೋರಲಿಲ್ಲ. ಆಗ ಯುವಕ ಮುಂದಕ್ಕೆ ಬಾಗಿ ತನ್ನ ಕೈಯಲ್ಲಿ ಚಾಲಕನನ್ನು ಮುಟ್ಟಿದ. ಚಾಲಕ ಈಗ ಹಿಂತಿರುಗಿ ನೋಡಿದ.

"ಹಿಂದಕ್ಕೆ ಹೋಗಬೇಕು... ಕುದುರೆಗಳನ್ನೇಕೆ ಹಾಗೆ ಚಾವಟಿಯಿಂದ ಹೊಡೀತಿದ್ದೀಯೆ? ನಮಗೇನೂ ಅತುರವಿಲ್ಲ, ಗೊತ್ತಾಯಿತೇ! ಸಾರೋಟನ್ನು ಅಲ್ಲಿ – ಅದೇ ರಾಇಖ್ಸ್ ಸೇತುವೆಯ ಕಡೆ ಹೋಗೋ ರಸ್ತೆ ನಿನಗೆ ಗೊತ್ತಲ್ಲ – ಅಲ್ಲಿಗೆ ಬಿಡು."

"ಆಗಲಿ, ಸರ್."

"ಹುಚ್ಚು ವೇಗದಲ್ಲಿ ಓಡಿಸಬೇಡ, ಅದರಲ್ಲೇನೂ ಅರ್ಥವಿಲ್ಲ."

"ಕ್ಷಮಿಸಿ, ಸರ್. ಈ ಹವಾ ಕುದುರೆಗಳನ್ನು ಹಿಡಿತ ತಪ್ಪಿಕೊಳ್ಳುವಂತೆ ಮಾಡ್ತಿದೆ."

ಯುವಕ ಸಾರೋಟಿನೊಳಕ್ಕೆ ತಿರುಗಿದ.

"ನಿನ್ನೆ ನಿನ್ನನ್ನೇಕೆ ಕಾಣಲಿಲ್ಲ?" ಆಕೆ ತಟ್ಟನೆ ಕೇಳಿದಳು.

"ಹೇಗೆ ಸಾಧ್ಯ?"

"ನನ್ನ ಸೋದರಿ ನಿನ್ನನ್ನು ಕರೆದಿದ್ದಳೆಂದುಕೊಂಡೆ."

"ಕರೆದಿದ್ದಳು."

"ಮತ್ತೆ ನೀನೇಕೆ ಬರಲಿಲ್ಲ?"

"ಬೇರೆಯವರ ಮಧ್ಯೆ ನನಗೆ ನಿನ್ನ ಜತೆ ಇರೋದು ಸಾಧ್ಯವೇ ಇಲ್ಲ. – ಇಲ್ಲ, ಮತ್ತೆಂದೂ ಇಲ್ಲ!"

ಅವಳು ಭುಜವನ್ನು ಅಲುಗಿಸಿದಳು.

"ನಾವೀಗ ಎಲ್ಲಿದ್ದೇವೆ?" ಎಂದು ಅನಂತರ ಕೇಳಿದಳು.

ಅವರೀಗ ರಾಇಖ್‌ಸ್‌ಷ್ಟ್ರಾಸಿಗೆ ಹೋಗುವ ರೈಲು ಸೇತುವೆಯ ಕೆಳಗೆ ಹೋಗುತ್ತಿದ್ದರು.

ಫ್ರಾನ್ಟ್ಸ್ ಉತ್ತರಿಸಿದ: "ಅದೋ ನೋಡು, ದಾನ್ಯೂಬಿಗೆ ಹೋಗೋ ರಸ್ತೆ. ನಾವೀಗ ರಾಇಖ್‌ಸ್ ಸೇತುವೆಯ ಕಡೆಗೆ ಹೋಗ್ತಿದ್ದೇವೆ. ಅಲ್ಲಿ ನಿನ್ನ ಸ್ನೇಹಿತರಾರನ್ನೂ ನೀನು ಕಾಣಲಾರೆ" ಎಂದ, ತಮಾಷೆ ಮಾಡುವಂತೆ.

"ಸಾರೋಟು ವಿಪರೀತ ವಾಲುತ್ತಿದೆ."

"ನಾವು ನುರುಜುಗಲ್ಲುಗಳ ಮೇಲೆ ಹೋಗ್ತಿದೇವಲ್ಲ, ಅದರಿಂದ."

"ಆದರೆ ಹೀಗೆ ವಕ್ರವಕ್ರವಾಗಿ ಯಾಕೆ ಓಡಿಸ್ತಿದ್ದಾನೆ?"

"ಹಾಗೆ ನಿನಗೆನ್ನಿಸ್ತದೇನು!"

ಅಗತ್ಯವಾದುದಕ್ಕಿಂತ ಹೆಚ್ಚಿಗೆ ಅತ್ತಿತ್ತ ತೀವ್ರವಾಗಿ ಸಾರೋಟು ತಮ್ಮನ್ನು ಎತ್ತಿ ಒಗೆಯುತ್ತಿದೆಯೆಂದು ಅವನಿಗೂ ತೋರಿತು. ಆದರೆ ಆಕೆಯನ್ನು ಭೀತಿಪಡಿಸುವುದು ಅವನಿಗಿಷ್ಟವಿರಲಿಲ್ಲ. ಅವನೆಂದ :

"ಎಮ್ಮಾ, ಈ ದಿನ ನಾನು ಗಂಭೀರವಾಗಿ ಮುಖ್ಯ ವಿಷಯಗಳ ಬಗ್ಗೆ ನಿನ್ನೊಂದಿಗೆ ಮಾತನಾಡಬೇಕಾಗಿದೆ."

"ಹಾಗಾದರೆ ಈಗಲೇ ಪ್ರಾರಂಭಿಸಿ ಬಿಡಬೇಕು, ನಾನು ಒಂಭತ್ತು ಗಂಟೆಯ ವೇಳೆಗೆ ಮನೆಯಲ್ಲಿರಬೇಕು."

"ಎಲ್ಲ ಎರಡೇ ಮಾತಿನಲ್ಲಿ ತೀರ್ಮಾನಿಸಬಹುದು."

"ಅಯ್ಯೋ ದೇವರೇ, ಅದೇನದು?" ಆಕೆ ಇದ್ದಕ್ಕಿದ್ದಂತೆ ಚೀರಿದಳು. ಸಾರೋಟು ಕಾರಿನ ಜಾಡಿನಲ್ಲಿ ಓಡುತ್ತಿದ್ದು, ಈಗ ಚಾಲಕನು ಅಲ್ಲಿಂದ ಈಚೆಗೆ ಬರಲು ಪ್ರಯತ್ನಿಸುತ್ತಿದ್ದುದರಿಂದ ಒಂದು ಗಳಿಗೆ ಅದು ಇನ್ನೇನು ಉರುಳಿಕೊಳ್ಳುವುದೋ ಎನ್ನುವಷ್ಟು ಒಂದು ಕಡೆಗೆ ವಾಲಿಕೊಂಡಿತು. ಫ್ರಾನ್ಟ್ಸ್ ಚಾಲಕನ ಅಂಗಿಯನ್ನೇ ಭದ್ರವಾಗಿ ಹಿಡಿದು ಗರ್ಜಿಸಿದ :

"ನಿಲ್ಲಿಸು! ಏನು, ನೀನು ಕುಡಿತದ ಅಮಲಿನಲ್ಲಿದ್ದೀ!"

ಬಹು ಕಷ್ಟದಿಂದ, ಕುದುರೆಗಳನ್ನು ಹಿಡಿತಕ್ಕೆ ತಂದು ನಿಲ್ಲಿಸಿದ್ದಾಯಿತು.

"ಆದರೆ, ಸರ್–"

"ಬಾ. ಎಮ್ಮಾ, ಇಲ್ಲಿ ಇಳಿದುಬಿಡೋಣ."

"ನಾವೀಗ ಎಲ್ಲಿದ್ದೇವೆ?"

"ಸೇತುವೆಯ ಬಳಿ. ಈಗ ಅಷ್ಟು ಬಿರುಸಾಗಿಲ್ಲ ಗಾಳಿ. ಆದ್ದರಿಂದ ಸ್ವಲ್ಪ ಹೊತ್ತು ನಡೆದಾಡೋಣ. ಸಾರೋಟಿನೊಳಗೆ ಸರಿಯಾಗಿ ಮಾತನಾಡೋದೂ ಸಾಧ್ಯವಿಲ್ಲ."

ಎಮ್ಮಾ ತನ್ನ ಮುಖಕ್ಕೆ ಮತ್ತೆ ತೆರೆ ಹಾಕಿಕೊಂಡು ಕೋಚಿನಿಂದ ಇಳಿದು ಅವನನ್ನು ಹಿಂಬಾಲಿಸಿದಳು.

ಭಾರಿ ಗಾಳಿ ಅವಳ ಸುತ್ತ ಬೀಸಿದಾಗ "ಇದು ಬಿರುಸಲ್ಲವೆನ್ನುತ್ತೀಯೇನು!" ಎಂದು ಉದ್ಗರಿಸಿದಳು.

ಅವನು ಅವಳ ಕೈಹಿಡಿದುಕೊಂಡ. "ನಮ್ಮ ಹಿಂದೆಯೇ ಬಾ" ಎಂದು ಸಾರೋಟಿನ ಚಾಲಕನಿಗೆ ಹೇಳಿದ. ಅವರಿಬ್ಬರೂ ಮುಂದೆ ನಡೆದರು. ತಮ್ಮ ಕೆಳಗೆ ನೀರು ವೇಗವಾಗಿ ಹರಿಯುವ ಶಬ್ದ ಕೇಳಿದಾಗ ನಿಂತರು. ಗಾಢ ಕತ್ತಲೆಯಲ್ಲಿ ವಿಶಾಲವಾದ ನದಿ ಕೊನೆಯಿಲ್ಲದ ಬೂದು ಬಣ್ಣದ ಹರಹಿನಂತೆ ತೋರಿತು. ದೂರದಲ್ಲಿ ಕೆಂಪುದೀಪಗಳು ಕಾಣಿಸಿದುವು. ಅವು ನದಿಯ ನೀರಿನ ಮೇಲೆ ಬಾಗಿಕೊಂಡು, ಅದರ ಹೃದಯದಲ್ಲಿ ಪ್ರತಿಬಿಂಬಿತವಾಗಿದ್ದವು. ಅವರೀಗತಾನೇ ಬಿಟ್ಟುಬಂದ ದಡದ ಮೇಲಿನ ದೀಪಗಳೆಲ್ಲ ನೀರಿನಲ್ಲಿ ಕರಗಿಹೋದಂತೆ ಕಾಣುತ್ತಿತ್ತು. ಈಗ ಹತ್ತಿರ ಹತ್ತಿರ ಬರುತ್ತಿದ್ದ ಗುಡುಗಿನ ತೆಳು ಶಬ್ದ ಕೇಳಲಾರಂಭ. ಕೆಂಪುದೀಪ ಬೆಳಗುತ್ತಿದ್ದ ಕಡೆಗೆ ಇಬ್ಬರೂ ನೋಡಿದರು. ಕಿಟಿಕಿಗಳಿಂದ ಬೆಳಕು ಬೀರುತ್ತಿದ್ದ ರೈಲುಬಂಡಿಗಳು ರಾತ್ರಿಯ ಕತ್ತಲಿನಿಂದ ಹೊರಬಂದು ಮತ್ತೆ ಮಾಯವಾದುವು. ಕ್ರಮೇಣ ಗುಡುಗು ಸಣ್ಣಗಾಯಿತು. ಒಮ್ಮೊಮ್ಮೆ ಬೀಸುತ್ತಿದ್ದ ಜೋರು ಗಾಳಿಯ ಹೊರತು ಎಲ್ಲ ಕಡೆಯೂ ಶಾಂತಿ ನೆಲೆಸಿತು.

ಬಹು ಹೊತ್ತಿನ ಮೌನದ ತರುವಾಯ ಫ್ರಾನ್ಸ್ "ನಾವು ಹೊರಟು ಹೋಗಬೇಕು," ಎಂದ.

"ಖಂಡಿತ" ಎಂದಳು ಎಮ್ಮಾ, ಮೃದುವಾಗಿ.

ಫ್ರಾನ್ಸ್ ಉದ್ರೇಕದಿಂದ ಹೇಳಿದ :

"ನಾವು ಹೊರಟು ಹೋಗಬೇಕು – ಬಹು ದೂರ ಅಂತ ನನ್ನ ಅರ್ಥ."

"ಅದು ಆಗೋದಿಲ್ಲ."

"ನಾವು ಹೇಡಿಗಳಾದ್ದರಿಂದ, ಅದಕ್ಕೇ ಅದು ಆಗೋದಿಲ್ಲ."

"ನನ್ನ ಮಗು?"

"ಅದನ್ನು ಕರೆದೊಯ್ಯಲು ಆತ ಬಿಡ್ತಾನೆ ಅಂತ ನನ್ನ ನಂಬಿಕೆ."

ಆಕೆ ನಯವಾಗಿ ಕೇಳಿದಳು :

"ನಾವು ಅದನ್ನು ಹೇಗೆ ಮಾಡೋದು? ಅರ್ಧ ರಾತ್ರಿಯಲ್ಲಿ ಕದ್ದು ಓಡಿ ಹೋಗೋಣವೇ?"

"ಇಲ್ಲ ಖಂಡಿತ ಹಾಗಲ್ಲ. ನೀನು ಮಾಡಬೇಕಾದ್ದು ಇಷ್ಟೇ. ನೀನು ಬೇರೊಬ್ಬನಿಗೆ ಸೇರಿರೋದರಿಂದ, ಆತನೊಂದಿಗೆ ಇನ್ನು ಇರೋದಕ್ಕೆ ಸಾಧ್ಯವಿಲ್ಲ ಅಂತ ಸುಮ್ಮನೆ ಹೇಳಿಬಿಡು."

"ನಿನಗೇನು ಬುದ್ಧಿ ಕೆಟ್ಟಿದೆಯೇ, ಫ್ರಾನ್ಸ್?"

"ನಿನಗೆ ಆ ಕಷ್ಟವನ್ನು ನಾನು ತಪ್ಪಿಸ್ತೇನೆ. ನಿನಗದು ಸಾಧ್ಯವಿಲ್ಲದಿದ್ದರೆ, ನಾನೇ ಆತನಿಗೆ ಅದನ್ನು ಹೇಳಿಬಿಡ್ತೇನೆ."

"ನೀನು ಹಾಗೆ ಮಾಡಕೂಡದು, ಫ್ರಾನ್ಸ್."

ಆಕೆಯ ಮುಖವನ್ನು ನೋಡಲು ಯತ್ನಿಸಿದ ಅವನು. ಆದರೆ ಅವಳು ತನ್ನ ತಲೆಯನ್ನು ಮೇಲೆತ್ತಿ ಅವನ ಕಡೆಗೆ ತಿರುಗಿ ನೋಡಿದ್ದಳೆಂಬುದನ್ನು ಮಾತ್ರ ಗಮನಿಸಿದ.

ಆತ ಸ್ವಲ್ಪ ಹೊತ್ತು ಮೌನವಾಗಿದ್ದ. ಅನಂತರ "ಹೆದರಬೇಡ ನಾನು ಹಾಗೆ ಮಾಡೋದಿಲ್ಲ" ಎಂದ ಮೆತ್ತಗೆ.

ಅವರೀಗ ಆಚೆಯ ದಡದ ಬಳಿ ಇದ್ದರು.

"ಏನೋ ಶಬ್ದ ಕೇಳೋದಿಲ್ಲವೇ? ಅದೇನದು?" ಎಂದಳು ಆಕೆ,

"ಅದು ಆ ಕಡೆಯಿಂದ ಬರ್‍ತಿದೆ."

ನಿಧಾನವಾಗಿ ಅದು ರಾತ್ರಿಯೊಳಗಿನಿಂದ ಬಂತು – ಒಂದು ಪುಟ್ಟ ಕೆಂಪು ಬೆಳಕು. ಅದು ಯಾರೋ ಹಳ್ಳಿಯವನ ಗಾಡಿಯ ಮೂಕಿಗೆ ಕಟ್ಟಿದ್ದ ಲಾಟೀನೆಂಬುದು ಅವರಿಗೆ ಸ್ವಲ್ಪ ಹೊತ್ತಿನಲ್ಲೇ ಗೋಚರವಾಯಿತು. ಆದರೆ ಗಾಡಿಯಲ್ಲಿ ಯಾರಾದರೂ ಇರುವರೇ ಎಂಬುದು ಕಾಣುತ್ತಿರಲಿಲ್ಲ. ಅದರ ಹಿಂದೆಯೇ ಇನ್ನೆರಡು ಗಾಡಿಗಳೂ ಗಡಗಡ ಶಬ್ದ ಮಾಡುತ್ತಾ ಬರುತ್ತಿದ್ದುವು. ಹಿಂದಿನ ಗಾಡಿಯಲ್ಲಿ ಒಬ್ಬ ಹಳ್ಳಿಗ, ತನ್ನ ಪೈಪನ್ನು ಹಚ್ಚುತ್ತಿದ್ದವನು. ಸ್ಪಷ್ಟವಾಗಿ ಕಾಣಿಸಿದ. ಗಾಡಿಗಳು ಪಕ್ಕದಲ್ಲೇ ಹಾದು ಹೋದುವು. ಆಮೇಲೆ ಬೇರೇನೂ ಶಬ್ದವಿಲ್ಲ. ತಮ್ಮ ಮುಂದೆ ಸುಮಾರು ಇಪ್ಪತ್ತು ಹೆಜ್ಜೆಯಾಚೆ ನಿಧಾನವಾಗಿ ಹೋಗುತ್ತಿದ್ದ ಸಾರೋಟಿನ ಶಬ್ದ ಮಾತ್ರ ಕೇಳುತ್ತಿತ್ತು. ಸೇತುವೆಯು ಕ್ರಮೇಣ ಆಚೆಯ ದಡದ ಮಟ್ಟಕ್ಕೆ ಇಳಿಯಿತು. ಈ ರಸ್ತೆ ಸಾಲುಮರಗಳ ನಡುವೆ ಕತ್ತಲಲ್ಲಿ ಬೆರೆತುಕೊಂಡಿದ್ದು ಕಾಣಿಸಿತು. ಎರಡೂ ಕಡೆ ಹುಲ್ಲುಗಾವಲುಗಳು – ಆಳವಾದ ಕಮರಿಗಳಂತೆ ಕಾಣುತ್ತಿದ್ದುವು.

ಬಹಳ ಹೊತ್ತು ಮೌನವಾಗಿದ್ದ ಅನಂತರ ಫ್ರಾನ್ಸ್ ಇದ್ದಕ್ಕಿದ್ದಂತೆ "ಸರಿ, ಇದೇ ಕೊನೆಯ ಸಾರಿ" ಎಂದ.

"ಏನು?" ಎಂದು ಎಮ್ಮಾ ಕಳವಳದಿಂದ ಕೇಳಿದಳು.

"ನಾವು ಜತೆಯಲ್ಲಿರೋದು. ನೀನು ಆತನೊಂದಿಗೇ ಇರು. ನಾನು ನಿನಗೆ ಅಂತಿಮ ವಿದಾಯ ಹೇಳ್ತೇನೆ."

"ನೀನು ನಿಜಕ್ಕೂ ಹಾಗೆ ಹೇಳ್ತಿದ್ದೀಯಾ?"

"ಖಂಡಿತವಾಗಿ."

"ಈಗ ನೋಡು, ನಾವು ಜತೆಗಿರೋ ಅಲ್ಪಸ್ವಲ್ಪ ಹೊತ್ತನ್ನೂ ಹಾಳು ಮಾಡೋದು ಯಾವಾಗಲೂ ನೀನೇ, ನಾನಂತೂ ಅಲ್ಲ."

"ಸರಿ, ಸರಿ. ನೀನು ಹೇಳೋದು ಸರಿ. ಬಾ, ಹಿಂದಕ್ಕೆ ಹೋಗೋಣ ಸಾರೋಟಿನಲ್ಲಿ."

ಆಕೆ ಅವನನ್ನು ಹತ್ತಿರಕ್ಕೆ ಸೆಳೆದುಕೊಂಡು ಮುತ್ತಿಟ್ಟಳು. "ಇದೇ ರಸ್ತೆಯಲ್ಲೇ ನಾವು ಮುಂದೆ ಹೋದರೆ, ಎಲ್ಲಿಗೆ ಸೇರ್‍ತೇವೆ?"

"ಪ್ರಾಗ್‌ಗೆ, ಪ್ರಿಯೆ."

ಆಕೆ ನಸುನಗುತ್ತಾ ಉತ್ತರಿಸಿದಳು : "ಸರಿ, ನಾವು ಅಷ್ಟು ದೂರ ಹೋಗೋದು ಬೇಡ. ನೀನು ಒಪ್ಪಿದರೆ ಇನ್ನು ಸ್ವಲ್ಪ ಮುಂದೆ ಹೋಗೋಣ."

"ಏಯ್, ಚಾಲಕ!" ಫ್ರಾನ್ಸ್ ಕೂಗಿದ.

ಸಾರೋಟು ಮುಂದೆ ಹೋಗುತ್ತಲೇ ಇತ್ತು. ಫ್ರಾನ್ಸ್ ಅದರ ಹಿಂದೆಯೇ ಓಡಿದ. ಚಾಲಕ

ನಿದ್ರೆ ಹೋಗುತ್ತಿದ್ದುದನ್ನು ಈಗ ಅವನು ಕಂಡ, ಸಾಕಷ್ಟು ಜೋರಾಗಿ ಕೂಗಿದ ಮೇಲೆ ಅವನನ್ನೆಬ್ಬಿಸಲು ಸಾಧ್ಯವಾಯಿತು.

"ಈ ನೇರ ರಸ್ತೆಯಲ್ಲಿ ಇನ್ನಷ್ಟು ದೂರ ಸಾರೋಟಿನಲ್ಲಿ ಹೋಗ್ಬೇಕು. ನಾನು ಹೇಳಿದ್ದು ತಿಳಿಯಿತೇ?"

"ಹೂಂ, ಸರ್ ; ಒಳ್ಳೇದು ಸರ್."

ಇಬ್ಬರೂ ಸಾರೋಟಿನಲ್ಲಿ ಕೂತರು. ಚಾಲಕ ಕುದುರೆಗಳ ಮೇಲೆ ಚಾವಟಿಯನ್ನಾಡಿಸಿದ, ಅವು ಮಣ್ಣು ರಸ್ತೆಯಲ್ಲಿ ವೇಗವಾಗಿ ಓಡಿದುವು. ಸಾರೋಟು ಅವರನ್ನು ಇತ್ತಿಂದತ್ತ ಎತ್ತಿ ಹಾಕುತ್ತಿದ್ದರೂ ಒಳಗಿದ್ದ ಜತೆ ಪರಸ್ಪರ ಗಾಢವಾದ ಆಲಿಂಗನದಲ್ಲಿದ್ದರು.

ಅವನ ತುಟಿಗೆ ತುಟಿ ತಾಕುತ್ತಿದ್ದಂತೆ ಎಮ್ಮಾ "ಇದು ಪರಮಾನಂದವಲ್ಲವೇ?" ಎಂದು ಪಿಸುನುಡಿದಳು.

ಆ ಗಳಿಗೆಯಲ್ಲಿ ಸಾರೋಟು ಗಾಳಿಯಲ್ಲಿ ಹಾರಿದಂತೆ ಅವಳಿಗೆನ್ನಿಸಿತು. ನನ್ನನ್ನು ಹೊರಗೆಸೆದಂತಾಯಿತು; ಏನಾದರೂ ಆಸರೆಯನ್ನು ಹಿಡಿಯಲು ಪ್ರಯತ್ನಿಸಿದಳು – ಆದರೆ ಕೈಗಳು ಗಾಳಿಯನ್ನು ಬಗೆದುವು ಅಷ್ಟೇ. ಆ ಗಳಿಗೆಯಲ್ಲಿ ತಾನು ಅಪಾರ ವೇಗದಲ್ಲಿ ಗಿರಗಿರನೆ ಸುತ್ತುತ್ತಿರುವುದಾಗಿ ಅವಳಿಗೆ ಭಾಸವಾಗಿ, ಕಣ್ಣು ಮುಚ್ಚಿಕೊಳ್ಳಲೇಬೇಕೆನಿಸಿತು. ಅನಂತರ ನೆಲದ ಮೇಲೆ ತಾನು ಬಿದ್ದಿರುವುದಾಗಿ, ಈ ಪ್ರಪಂಚದಿಂದಲೇ ದೂರವಾಗಿ ತಾನು ಏಕಾಕಿನಿಯಾಗಿದ್ದಂತೆ ಮತ್ತು ತನ್ನನ್ನು ಭೀಕರವಾದ ಗಾಢ ಮೌನ ಆವರಿಸಿಕೊಂಡಂತೆ ಅವಳಿಗೆ ತೋರಿತು. ಸ್ವಲ್ಪ ಹೊತ್ತಿನ ಬಳಿಕ ಕೆಲವು ಸದ್ದುಗಳು ಅವಳ ಕಿವಿಗೆ ಬಿದ್ದುವು – ಅವಳ ಹತ್ತಿರದಲ್ಲಿ ಕುದುರೆಗಳು ನೆಲವನ್ನು ಕೆರೆಯುವ ಹಾಗೂ ಮೃದುವಾಗಿ ಕೆನೆಯುವ ಸದ್ದು. ಆದರೆ ಏನೂ ಕಾಣುತ್ತಿರಲಿಲ್ಲ. ಈಗ ಅತ್ಯುಗ್ರ ಭೀತಿ ಅವಳನ್ನು ಆವರಿಸಿತು; ಅವಳು ಜೋರಾಗಿ ಕಿರಿಚಿಕೊಂಡಳು; ಆದರೆ ಅವಳ ದನಿಯೇ ಅವಳಿಗೆ ಕೇಳಲಿಲ್ಲ – ಭೀತಿ ಇನ್ನೂ ಹೆಚ್ಚಾಯಿತು. ಥಟ್ಟನೆ ಅವಳಿಗೆ ನಡೆದ ಸಂಗತಿ ಏನೆಂದು ಸ್ಪಷ್ಟವಾಗಿ ತಿಳಿಯಿತು : ಸಾರೋಟು ಯಾವುದಕ್ಕೋ, ಪ್ರಾಯಶಃ ಮೈಲಿಗಲ್ಲಿಗೆ, ಬಡಿದು ತಲೆಕೆಳಗಾಗಿ ಉರುಳಿತ್ತು–ತಾವಿಬ್ಬರೂ ಹೊರಕ್ಕೆಸೆಯಲ್ಪಟ್ಟಿದ್ದರು. ಆದರೆ ಫ್ರಾನ್ಸ್ ಎಲ್ಲಿ? ಅವನ ಹೆಸರು ಹಿಡಿದು ಅವಳು ಕೂಗಿದಳು. ಈಗ ಅವಳಿಗೆ ತನ್ನ ದನಿ ಕೇಳಿಸಿತು – ಬಹಳ ತೆಳುವಾಗಿ. ಆದರೆ ಉತ್ತರ ಬರಲಿಲ್ಲ. ಅವಳು ಏಳಲು ಯತ್ನಿಸಿದಳು. ಕುಳಿತುಕೊಳ್ಳಲು ಅವಳಿಂದಾಯಿತು, ಅವಳು ಎರಡು ಕೈಗಳನ್ನೂ ಮುಂದೆ ಚಾಚಿದಾಗ, ತನ್ನ ಪಕ್ಕದಲ್ಲಿ ಮಾನವ ದೇಹವೊಂದಿರುವುದು ತಿಳಿಯಿತು. ಈಗ ಅವಳ ಕಣ್ಣುಗಳು ಕತ್ತಲಿಗೆ ಹೊಂದಿಕೊಂಡಿದ್ದು ಹೆಚ್ಚು ಸ್ಪಷ್ಟವಾಗಿ ನೋಡಲು ಸಾಧ್ಯವಾಯಿತು. ಫ್ರಾನ್ಸ್ ನೆಲದ ಮೇಲೆ ನಿಶ್ಚಲನಾಗಿ ಬಿದ್ದಿದ್ದ. ಅವನ ಮುಖವನ್ನು ಅವಳು ತನ್ನ ಕೈಗಳಿಂದ ಮುಟ್ಟಿದಳು, ಅದರ ಮೇಲೆ ಬಿಸಿಯಾದ ತೇವವಾದುದೇನೋ ಹರಿಯುತ್ತಿದ್ದುದು ಕೈಗಳಿಗೆ ಅನುಭವವಾಯಿತು. ರಕ್ತ ! ಫ್ರಾನ್ಸ್ ಗಾಯಗೊಂಡು. ಜ್ಞಾನ ತಪ್ಪಿ ಬಿದ್ದಿದ್ದಾನೆ. ಚಾಲಕ? ಅವನೆಲ್ಲಿ? ಅವನನ್ನೂ ಅವಳು ಕೂಗಿ ಕರೆದಳು. ಉತ್ತರವಿಲ್ಲ. ನೆಲದ ಮೇಲೆ ಇನ್ನೂ ಅವಳು ಕುಳಿತೇ ಇದ್ದಳು. ತನಗೇನೂ ಅಗಿಲ್ಲವೆಂದುಕೊಂಡಳು. ಮೈಮೇಲೆಲ್ಲಾ ಅಲ್ಪಸ್ವಲ್ಪ ನೋವು ಆಗುತ್ತಿತ್ತು.

"ಫ್ರಾನ್ಸ್!" ಅವಳು ಮತ್ತೆ ಕೂಗಿದಳು.

ಹತ್ತಿರದಿಂದ ಬೇರೊಂದು ದನಿ ಕೇಳಿಸಿತು.

"ನೀವೆಲ್ಲಿದ್ದೀರಿ, ಒಡತಿ? ಆತನೆಲ್ಲಿದ್ದಾನೆ? ಏನೂ ಆಗಿಲ್ಲವಲ್ಲ? ಒಂದು ನಿಮಿಷ ತಾಳಿ. ಒಡನೆ, ದೀಪಗಳಲ್ಲೊಂದನ್ನು ಹಚ್ಚೇನೆ. ಸ್ವಲ್ಪ ಸರಿಯಾಗಿ ನೋಡಬಹುದು. ಈ ಕುದುರೆಗಳಿಗೆ ಯಾವ ಭೂತ ಹೊಕ್ಕಿದೆಯೋ ಈವತ್ತು, ಗೊತ್ತಿಲ್ಲ. ನನ್ನದೇನೂ ತಪ್ಪಿಲ್ಲ – ನನ್ನ ಜೀವದ ಮೇಲಾಣೆ."

ನೋವಿದ್ದರೂ ಕೂಡ ಎಮ್ಮಾ ಈ ವೇಳೆಗೆ ಎದ್ದು ಕುಳಿತಿದ್ದಳು. ಚಾಲಕನಿಗೆ ಪೆಟ್ಟು ಬಿದ್ದಿಲ್ಲವೆಂದು ತಿಳಿದು ಅವಳಿಗೆ ಒಂದು ಬಗೆಯ ಸಮಾಧಾನವಾಯಿತು. ಅವನು ದೀಪವನ್ನು ತೆರೆದು, ಬೆಂಕಿಯ ಕಡ್ಡಿಯನ್ನು ಗೀರಿದ ಶಬ್ದ ಕೇಳಿಸಿತು. ಅಪಾರ ಭೀತಿಯಲ್ಲಿ ಅವಳು ಬೆಳಕಿಗಾಗಿ ಕಾದಳು. ಫ್ರಾನ್ಸ್ ನೆಲದ ಮೇಲೆ ಮೈ ಚಾಚಿ ಬಿದ್ದಿದ್ದ – ಮತ್ತೆ ಅವನನ್ನು ಮುಟ್ಟಲು ಅವಳಿಗೆ ಧೈರ್ಯ ಸಾಲದಾಯಿತು.

ಆ ಪಕ್ಕದಿಂದ ಬೆಳಕಿನ ಕಿರಣವೊಂದು ಕಾಣಿಸಿತು. ಅವಳಿಗೆ ಆಶ್ಚರ್ಯ–ಸಾರೋಟು ಪೂರ್ತಾ ತಲೆಕೆಳಗಾಗಿರಲಿಲ್ಲ, ಚಕ್ರಗಳಲ್ಲೊಂದು ಕಳಚಿಕೊಂಡಿತ್ತೆಂಬ ಹಾಗೆ ದೊಡ್ಡ ಮೋರಿಗೆ ಅಡ್ಡವಾಗಿ ಬಿದ್ದಿತ್ತು. ಕುದುರೆಗಳು ಸ್ತಬ್ಧವಾಗಿ ನಿಂತಿದ್ದುವು. ದೀಪ ಹತ್ತಿರ ಹತ್ತಿರ ಬಂದಿತು; ಬೆಳಕು ಮೈಲಿಗಲ್ಲಿನ ಮೇಲೆ. ಕಲ್ಲಿನ ಗುಡ್ಡೆಯ ಮೇಲೆ, ಅನಂತರ ಫ್ರಾನ್ಸ್‌ನ ಕಾಲು, ದೇಹ ಮತ್ತು ಅವನ ಮುಖದ ಕಡೆಗೆ ನಿಧಾನವಾಗಿ ಸರಿಯಿತು. ಕೊನೆಗೆ ಅವನ ಮುಖದ ಮೇಲೆ ನಿಂತಿತು. ಚಾಲಕ ದೀಪವನ್ನು ಫ್ರಾನ್ಸ್‌ನ ತಲೆಯ ಪಕ್ಕದಲ್ಲಿ ನೆಲದ ಮೇಲಿಟ್ಟಿದ್ದ. ಎಮ್ಮಾ ಬಗ್ಗಿ. ಅವನ ಮುಖ ನೋಡಿದಾಗ ಅವಳ ಹೃದಯದ ಬಡಿತವೇ ನಿಂತಂತಾಯಿತು. ಅವನ ಮುಖ ಬಿಳಚಿಕೊಂಡಿತ್ತು, ಕಣ್ಣುಗಳು ಅರ್ಧ ತೆರೆದಿದ್ದವು, ಅವುಗಳ ಬಿಳಿಭಾಗ ಮಾತ್ರ ಕಾಣುತ್ತಿತ್ತು. ಬಲಗಡೆಯ ಕಣ್ಣಿನ ಪಕ್ಕದ ಕಪೋಲದಿಂದ ಸಣ್ಣ ಝರಿಯಂತೆ ರಕ್ತ ಹರಿಯುತ್ತಿತ್ತು. ಅದು ಕೆನ್ನೆಯ ಮೇಲೆ ಹರಿದು ಕಾಲರಿನೊಳಗೆ ಇಳಿದು ಹೋಗಿತ್ತು. ಹಲ್ಲುಗಳು ಕೆಳದುಟಿಯನ್ನು ಬಲವಾಗಿ ಕಚ್ಚಿಕೊಂಡಿದ್ದವು.

"ಇದು ಅಸಾಧ್ಯ!" ಎಮ್ಮಾ ತನಗೆ ತಾನೇ ಅಂದುಕೊಂಡಳು.

ಚಾಲಕನೂ ಮಂಡಿಯೂರಿ ಫ್ರಾನ್ಸ್‌ನ ಮುಖವನ್ನೇ ನೋಡುತ್ತಾ ಕುಳಿತ. ಆಮೇಲೆ ತನ್ನ ಎರಡು ಕೈಗಳಲ್ಲೂ ಅವನ ತಲೆಯನ್ನು ಹಿಡಿದುಕೊಂಡು ಮೇಲಕ್ಕೆತ್ತಿದ.

"ಏನು ಮಾಡ್ತಿದ್ದಿ?" ಎಂದು ಎಮ್ಮಾ ಕಿರಿಚಿಕೊಂಡಳು. ತಾನಾಗಿ ಮೇಲೇರುವಂತೆ ತೋರುತ್ತಿದ್ದ ತಲೆಯಿಂದ ದೂರ ಹಿಮ್ಮೆಟ್ಟಿದಳು.

"ಭೀಕರ ಅಪಘಾತದಂತೆ ಕಾಣ್ತದೆ, ಒಡತಿ."

"ಅದು ನಿಜವಲ್ಲ. ನಿಜವಾಗಿರಲಾರದು. ನಿನಗೇನಾದರೂ ಆಯಿತೇನು? ಮತ್ತೆ ನನಗೆ....." ಎಮ್ಮಾ ಕೂಗಿಕೊಂಡಳು.

ಚಾಲಕ ಪ್ರಜ್ಞೆತಪ್ಪಿದ ಮನುಷ್ಯನ ತಲೆಯನ್ನು ಮೆತ್ತಗೆ ಎಮ್ಮಾಳ ತೊಡೆಯ ಮೇಲಿಟ್ಟ. ಅವಳು ನಡುಗಿದಳು.

"ಯಾರಾದರೂ ಬಂದರೆ ಸಾಕು... ಆ ಹಳ್ಳಿಗರು ಒಂದು ಕಾಲು ಗಂಟೆ ಮುಂಚಿತವಾಗಿ ಬಂದಿದ್ದರೆ..."

ಎಮ್ಮಾಳ ತುಟಿಗಳು ಕಂಪಿಸುತ್ತಿದ್ದವು. "ಈಗೇನು ಮಾಡೋಣ?" ಎಂದು ಅವಳು ಕೇಳಿದಳು.

"ಆ ಸಾರೋಟು ಮುರೀದೇ ಇದ್ದಿದ್ದರೆ... ಆದರೆ ಈಗ ಈಕಡೆ ಯಾರಾದರೂ ಬರೋ ತನಕ ನಾವು ಕಾಯಬೇಕು."

ಅವನು ಮಾತನಾಡುತ್ತಲೇ ಇದ್ದ, ಆದರೆ ಎಮ್ಮಾ ಏನನ್ನೂ ಕೇಳಿಸಿಕೊಳ್ಳುತ್ತಿರಲಿಲ್ಲ. ಅವಳು ತನ್ನ ಮನಸ್ಸನ್ನು ಸ್ಥಿಮಿತಕ್ಕೆ ತಂದುಕೊಂಡಿದ್ದು, ಈಗೇನು ಮಾಡಬೇಕೆಂದು ಗೊತ್ತುಮಾಡಿಕೊಂಡಿದ್ದಳು.

"ಇಲ್ಲಿ ಹತ್ತಿರದ ಮನೆಗೆ ಎಷ್ಟು ದೂರ?"

"ಬಹಳ ದೂರವಿಲ್ಲ, ಒಡತಿ. ಫ್ರಾನ್ಟ್ಸ್ ಯೋಜಫ್‌ಸ್ಲಾಣ್ಡ್ ಸನಿಹದಲ್ಲೇ ಇದ್ದೇವೆ ಈಗ. ಬೆಳಕಿದ್ದಿದ್ದರೆ ಮನೆಗಳೂ ಕಾಣುತ್ತಿದ್ದುವು. ಕೇವಲ ಐದು ನಿಮಿಷದ ದೂರ ಅಷ್ಟೇ."

"ಸರಿ, ನೀನು ಹೋಗಿ ಯಾರನ್ನಾದರೂ ನೆರವಿಗೆ ಕರೆದುಕೊಂಡು ಬಾ. ನಾನಿಲ್ಲೇ ಇರ್ತೇನೆ."

"ಒಳ್ಳೆಯದು, ಒಡತಿ. ಆದರೆ ಇಲ್ಲಿ ನಿಮ್ಮೊಂದಿಗೆ ಇರೋದೇ ವಾಸಿ ಅಂತ ನನ್ನ ಭಾವನೆ. ಯಾರಾದರೂ ಈ ಕಡೆಗೆ ಬಂದೇ ಬರ್ತಾರೆ – ತುಂಬಾ ಹೊತ್ತಾಗೋದಿಲ್ಲ."

"ಆಗ ಕಾಲ ಮೀರಿ ಹೋಗಬಹುದು. ಡಾಕ್ಟರ್ ಬೇಕಲ್ಲ ಈಗ."

ನಿಶ್ಚಲನಾಗಿದ್ದ ಮನುಷ್ಯನ ಮುಖವನ್ನು ನೋಡಿದ ಚಾಲಕ; ಬಳಿಕ ತಲೆಯಾಡಿಸುತ್ತ ಎಮ್ಮಾಳ ಕಡೆ ದಿಟ್ಟಿಸಿದ.

"ನಿನಗೆ ಅದು ತಿಳಿಯೋದಿಲ್ಲ – ನನಗೂ ಅಷ್ಟೇ" ಎಂದಳು ಎಮ್ಮಾ ಬಿರುಸಾಗಿ.

"ನಿಜ, ಒಡತಿ... ಆದರೆ ಫ್ರಾನ್ಟ್ಸ್ ಯೋಜಫ್‌ಸ್ಲಾಣ್ಡ್‌ನಲ್ಲಿ ಡಾಕ್ಟರನ್ನೆಲ್ಲಿ ಹುಡುಕಲಿ?"

"ಅಲ್ಲಿಂದ ಯಾರಾದರೂ ನಗರಕ್ಕೆ ಹೋಗಬಹುದು – ಮತ್ತೆ –"

"ನಿಮಗೆ ಗೊತ್ತೇ, ಒಡತಿ; ಪ್ರಾಯಶಃ ಅಲ್ಲಿ ಟೆಲಿಫೋನುಗಳಿರಬಹುದು. ಅಲ್ಲಿಂದ ಆಂಬುಲೆನ್ಸ್‌ಅನ್ನು ಕರೀಬಹುದು."

"ಹೌದು, ಅದೇ ಸರಿಯಾದದ್ದು. ಆದರೆ ಬೇಗ ಹೋಗು ಮತ್ತೆ! ನೆರವಾಗುವವರನ್ನು ಕರೆದುಕೊಂಡು ಬಾ – ಈ ಕ್ಷಣ ಹೊರಡು, ಯಾಕೆ, ಏನು ಮಾಡ್ತಿದ್ದೀ?"

ಚಾಲಕ ಅವಳ ತೊಡೆಯ ಮೇಲಿದ್ದ ಮುಖವನ್ನೇ ನೋಡುತ್ತಿದ್ದ.

"ಆಂಬುಲೆನ್ಸ್ ! ಡಾಕ್ಟರು ! ಅವರಿಂದ ಉಪಯೋಗವಾಗೋ ಕಾಲ ಮೀರಿ ಹೋಗಿದೆ!"

"ಓ ದಯವಿಟ್ಟು ಹೋಗು! ದೇವರಾಣೆ ಈಗಲೇ ಹೋಗು!"

"ನಾನೇನೋ ಹೋಗ್ತೇನೆ. ಆದರೆ ಇಲ್ಲಿ ಕತ್ತಲಲ್ಲಿ ಹೆದರಿಕೊಳ್ಳಬೇಡಿ."

ಅವನು ವೇಗವಾಗಿ ನಡೆದು ಹೋದ. ಆ ಕತ್ತಲು ರಸ್ತೆಯಲ್ಲಿ ಎಮ್ಮಾ ಒಬ್ಬಳೇ ಆ ಜಡ ದೇಹದೊಂದಿಗೆ ಉಳಿದುಕೊಂಡಳು.

ಇದು ಸಾಧ್ಯವೇ ಇಲ್ಲ – ಈ ಭಾವನೆ ಅವಳ ಮನಸ್ಸಿನಲ್ಲಿ ಮತ್ತೆ ಮತ್ತೆ ಬರುತ್ತಲೇ ಇತ್ತು. ತನ್ನ ಹತ್ತಿರದಲ್ಲೇ ಯಾರೋ ಉಸಿರಾಡುತ್ತಿರುವರೆಂದು ಇದ್ದಕ್ಕಿದ್ದಂತೆ ಅವಳಿಗೆ ತೋರಿತು. ಅವಳು ಬಗ್ಗಿ, ಬಿಳಿಚಿಕೊಂಡ ತುಟಿಗಳ ಕಡೆ ನೋಡಿದಳು. ಇಲ್ಲ, ಅವುಗಳಿಂದೇನೂ ಉಸಿರು ಬರುತ್ತಿಲ್ಲ. ಕಪೋಲಗಳ ಮತ್ತು ಕೆನ್ನೆಯ ಮೇಲೆ ಇದ್ದ ರಕ್ತ ಈಗ ಒಣಗಿತ್ತು. ಕಣ್ಣುಗಳ ಕಡೆ ನೋಡಿ ಅವಳು ಗಡಗಡ ನಡುಗಿದಳು. ಇದೇ ಸಾವು! ಅವಳ ತೊಡೆಯ ಮೇಲೊಬ್ಬ ಸತ್ತ ವ್ಯಕ್ತಿ! ನಡುಗುವ ಕೈಗಳಲ್ಲಿ ಅವಳು ತಲೆಯನ್ನು ಹಿಡಿದುಕೊಂಡು ಮೇಲೆತ್ತಿ ನೆಲದಲ್ಲಿ ಅದನ್ನಿಟ್ಟಳು. ಏಕಾಕಿತನದ ತೀವ್ರ ಭಾವನೆ ಈಗ ಅವಳನ್ನು ಮುತ್ತಿತು. ಚಾಲಕನನ್ನು ತಾನೇಕೆ ಕಳಿಸಿದೆ? ಎಂತಹ ಮೂರ್ಖ ತನ! ಈ ಸಾರ್ವಜನಿಕ ರಸ್ತೆಯಲ್ಲಿ ಹೆಣದ ಜತೆಗೆ ತಾನೇನು ಮಾಡಬೇಕು? ಯಾರಾದರೂ ಒಬ್ಬರು ಬಂದರೆ... ಯಾರಾದರೂ ಜನರು ಬಂದರೆ ತಾನೇನು ಮಾಡಬೇಕು? ಸತ್ತವನ ಕಡೆಗೆ ಅವಳು ಮತ್ತೊಮ್ಮೆ ನೋಡಿದಳು. ದೀಪದ ಬೆಳಕು

ವಿಶ್ವಾಸಪೂರಿತವಾಗಿ, ಸಹಾನುಭೂತಿಯುಳ್ಳದ್ದಾಗಿ ತೋರಿತು – ಅದಕ್ಕಾಗಿ ಅವಳು ಕೃತಜ್ಞಳಾಗಿರಬೇಕು. ಒಂದೇ ಸಮನೆ ಬಹಳ ಹೊತ್ತು ಅದರ ಕಡೆಗೇ ನೋಡುತ್ತಿದ್ದುದರಿಂದ ಅವಳ ಕಣ್ಣುಗಳ ರೆಪ್ಪೆಗಳು ಸಹಜವಾಗಿಯೇ ಹೊಡೆದುಕೊಳ್ಳಲಾರಂಭವಾಯಿತು. ಸುತ್ತಲಿನ ಎಲ್ಲವೂ ಅವಳ ಸುತ್ತ ನರ್ತಿಸುವಂತೆ ತೋರಿತು. ಥಟ್ಟನೆ ಎಚ್ಚರಿಕೆಯಾದಂತೆ ಭಾವ ಸ್ಫುರಿಸಿತು. ಅವಳು ಚಂಗನೆ ಎದ್ದಳು! ಅವನೊಂದಿಗೆ ತಾನು ಅಲ್ಲಿ ಯಾರ ಕಣ್ಣಿಗೂ ಬೀಳಕೂಡದು! ಮತ್ತೆ ತಾನು ಯಾತಕ್ಕೆ ಕಾಯಬೇಕು?

ದೂರದಲ್ಲಿ ಆಗಲೇ ದನಿಗಳು ಕೇಳಿಬಂದುವು.

"ಇಷ್ಟು ಬೇಗ?" ಎಂದುಕೊಂಡು ಅವಳು ಭಯದಲ್ಲೇ ಆಲಿಸಿದಳು. ಸೇತುವೆಯ ಕಡೆಯಿಂದ ಆ ದನಿಗಳು ಬರುತ್ತಿದ್ದುವು. ಸಾರೋಟಿನ ಚಾಲಕ ಕರೆತರಲು ಹೋದವರಲ್ಲ ಅವರು. ಅವರು ಯಾರೇ ಆಗಲಿ, ದೀಪವನ್ನು ಖಂಡಿತ ಗಮನಿಸುವರು – ಅದಾಗಕೂಡದು – ತಾನಿಲ್ಲಿರುವುದು ಪತ್ತೆಯಾಗಿಬಿಡುತ್ತದೆ!

ಅವಳು ದೀಪವನ್ನು ಒದ್ದು ಉರುಳಿಸಿದಳು. ಬೆಳಕು ನಂದಿಹೋಯಿತು. ಈಗ ಪೂರ್ತಿ ಕತ್ತಲಲ್ಲಿದ್ದಳು ಅವಳು. ಅವನನ್ನು ಮತ್ತೆ ನೋಡಲಿಲ್ಲ. ದನಿಗಳು ಹತ್ತಿರ ಹತ್ತಿರವಾದುವು, ಬಿಳಿಯ ಕಲ್ಲುಗಳ ಗುಡ್ಡೆ ಮಾತ್ರ ಕಾಣುತ್ತಿತ್ತು. ಅವಳ ದೇಹವೆಲ್ಲ ಈಗ ಕಂಪಿಸತೊಡಗಿತು. ಅಲ್ಲಿರುವುದು ಗೊತ್ತಾಗಕೂಡದು – ಅದೇ ಬಹು ಮುಖ್ಯ ! ತಾನು ಪ್ರಣಯ ವ್ಯವಹಾರದಲ್ಲಿ ತೊಡಗಿದ್ದೆನೆಂಬುದು ಯಾರಿಗಾದರೂ ಗೊತ್ತಾಗಿಬಿಟ್ಟರೆ ಎಲ್ಲವೂ ನಾಶವಾದಂತೆ...

ಆದರೆ ಆ ಜನರು ಅವಳನ್ನು ಹಾದು ಮುಂದೆ ಹೋದರು... ಮತ್ತೆ ಈಗ... ತಾನು ಪೋಲೀಸ್ ಸ್ಟೇಷನ್ನಿಗೆ ಹೋಗಬೇಕಾಗುತ್ತದೆ... ಎಲ್ಲರಿಗೂ ವಿಷಯ ಗೊತ್ತಾಗಿ ಹೋಗುತ್ತದೆ... ಮತ್ತೆ ತನ್ನ ಗಂಡ – ತನ್ನ ಮಗು!

ತಾನು ಇದುವರೆಗೂ ನೆಲದಲ್ಲಿ ಬೇರೂರಿದವಳಂತೆ ಅಲ್ಲಿಯೇ ನಿಂತಿದ್ದುದು ಈಗ ಅವಳಿಗೆ ಅರಿವಾಯಿತು. ಅಲ್ಲಿಂದ ಹೊರಟು ಹೋಗಬೇಕು, ಇಲ್ಲವಾದರೆ ತನ್ನ ಮೇಲೆ ಆಪತ್ತನ್ನು ತಾನೇ ತಂದುಕೊಂಡಂತಾಗುವುದು, ಅಷ್ಟೇ, ಎಂದುಕೊಂಡು ಅವಳು ಒಂದು ಹೆಜ್ಜೆ ಮುಂದಿಟ್ಟಳು. ಕೆಲವೇ ಕ್ಷಣಗಳಲ್ಲಿ ರಸ್ತೆಯ ಮಧ್ಯಕ್ಕೆ ಬಂದಳು. ಮುಂದೆ ನೋಡಿದಾಗ, ಉದ್ದನೆಯ ಬೂದು ರಸ್ತೆ ಮಸಕು ಮಸಕಾಗಿ ಕಾಣಿಸಿತು. ಅಲ್ಲಿ – ಅಲ್ಲಿದೆ ನಗರ. ಅದು ಕಾಣದಿದ್ದರೂ, ಆಕಡೆಗಿರುವುದು ಅವಳಿಗೆ ಗೊತ್ತು. ಅವಳು ಮತ್ತೊಮ್ಮೆ ಹಿಂದಕ್ಕೆ ತಿರುಗಿದಳು – ಕುದುರೆಗಳನ್ನೂ ಸಾರೋಟನ್ನೂ ನೋಡಿದಳು; ಬಹಳ ಕಷ್ಟಪಟ್ಟು ನೋಡಿದಾಗ ನೆಲದ ಮೇಲೆ ಚಾಚಿದ್ದ ದೇಹದ ಆಕೃತಿಯಂತೆ ಏನೋ ಕಾಣಿಸುತ್ತಿತ್ತು... ಆಕೆ ತನ್ನೆಲ್ಲ ಶಕ್ತಿಯನ್ನೂ ಉಪಯೋಗಿಸಿಕೊಂಡು ಅಲ್ಲಿಂದ ಬಲವಂತವಾಗಿ ಕಾಲು ಕಿತ್ತಳು. ನೆಲ ತುಂಬಾ ಒದ್ದೆಯಾಗಿದ್ದು ಕೆಸರಿನಲ್ಲಿ ಅವಳ ಷೂಗಳು ಸಿಕ್ಕಿಕೊಳ್ಳುತ್ತಿದ್ದುವು. ಈಗ ಅವಳು ಬೇಗ ಬೇಗ ನಡೆದಳು, ಓಡಿದಳು – ಬೆಳಕಿನ ನಡುವೆ, ಸದ್ದು ಗದ್ದಲ ಮತ್ತು ಜನರ ನಡುವೆ ಸೇರಲು! ರಸ್ತೆ ಅವಳ ಕಡೆಗೆ ಓಡಿಬರುವಂತೆ ತೋರಿತು, ಜಾರಿ ಬೀಳದಂತೆ ತನ್ನ ಉದ್ದನೆಯ ಲಂಗವನ್ನು ಆಕೆ ಸ್ವಲ್ಪ ಮೇಲೆತ್ತಿ ಹಿಡಿದುಕೊಂಡಳು. ಗಾಳಿ ಅವಳ ಹಿಂದುಗಡೆಯಿಂದ ಬೀಸುತ್ತಿದ್ದು, ಅವಳನ್ನು ಮುಂದಕ್ಕೆ ದೂಡುತ್ತಿದೆಯೆನ್ನುವಂತೆ ತೋರಿತು. ಈಗಾಗಲೇ ಆ ಜಾಗಕ್ಕೆ ಜೀವಂತ ವ್ಯಕ್ತಿಗಳು ಬಂದು, ತನಗಾಗಿ ಹುಡುಕುತ್ತಿದ್ದಾರೆ. ಅವರಿಂದ ತಪ್ಪಿಸಿಕೊಳ್ಳಲು ತಾನು ದೂರ ಓಡಿಹೋಗುತ್ತಿದ್ದೇನೆಂಬುದು ಅವಳಿಗೆ ನೆನಪಾಯಿತು. ಅವರೇನೆಂದುಕೊಳ್ಳುತ್ತಾರೆ? ಆದರೆ ಸಾರೋಟಿನಲ್ಲಿ

ಆತನೊಂದಿಗೆ ಇದ್ದ ಹೆಂಗಸು ಯಾರೆಂಬುದನ್ನು ಯಾರೂ ಊಹಿಸಲಸಾಧ್ಯ. ಚಾಲಕನಿಗೆ ಅವಳು ಅಪರಿಚಿತೆ, ಮತ್ತೆ ಅವಳನ್ನು ಕಂಡರೂ ಗುರುತಿಸಲು ಅವನಿಗೆ ಸಾಧ್ಯವೇ ಆಗಲಾರದು. ತಾನು ಅಲ್ಲಿ ನಿಲ್ಲದುದೇ ವಿವೇಕ – ಅಲ್ಲಿಂದ ಹೊರಟುಬಿಟ್ಟದ್ದೇನೂ ತಪ್ಪಲ್ಲ. ತಾನು ಮಾಡುತ್ತಿರುವುದು ಸರಿಯೆಂದು ಫ್ರಾನ್ಸ್ ಕೂಡ ಹೇಳಿಬಿಡುತ್ತಿದ್ದ.

ರಸ್ತೆಯ ತುದಿಯಲ್ಲಿ ರೈಲಿನ ಸೇತುವೆಯ ಕೆಳಗೆ ಕಾಣಿಸಿದ ನಗರದ ದೀಪಗಳ ಕಡೆಗೆ ಆಕೆ ಬೇಗ ಬೇಗ ನಡೆದಳು. ಈ ಜನಶೂನ್ಯ ರಸ್ತೆಯೊಂದನ್ನು ದಾಟಿಬಿಟ್ಟರೆ ಸಾಕು, ತಾನು ಅಪಾಯದಿಂದ ಪಾರಾಗಿ ನೆಮ್ಮದಿಯಿಂದಿರಬಹುದು. ದೂರದಲ್ಲಿ ಕೀರಲು ಸಿಳ್ಳಿನ ಸದ್ದು ಕೇಳಿಸಿತು; ಸದ್ದು ಹತ್ತಿರ ಹತ್ತಿರ ಬಂದು ತಾರಕಕ್ಕೇರಿತು. ದೊಡ್ಡ ಗಾಡಿ ಪಕ್ಕದಲ್ಲೇ ವೇಗವಾಗಿ ಹಾದು ಹೋಯಿತು. ತನಗರಿವಲ್ಲದೆಯೇ ಅವಳು ನಿಂತುಬಿಟ್ಟು ಅದು ಹೋಗುವುದನ್ನೇ ಗಮನಿಸಿದಳು. ಅದು ವೈದ್ಯಕೀಯ ವಾಹನ – ಅದೆಲ್ಲಿಗೆ ಹೋಗುತ್ತೆಂಬುದೂ ಅವಳಿಗೆ ಗೊತ್ತು. "ಎಷ್ಟು ಬೇಗ!" ಎಂದುಕೊಂಡಳು. ಇಂದ್ರಜಾಲದಂತೆ !....ಒಂದು ಕ್ಷಣ ತನ್ನ ಬದುಕಿನಲ್ಲೇ ಎಂದೂ ಅನುಭವಿಸದಂತಹ ತೀವ್ರ ನಾಚಿಕೆ ಅವಳನ್ನು ಕಾಡಿತು. ತಾನು ಹೇಡಿಯಾಗಿ ವರ್ತಿಸಿದೆನೆಂದು ಅವಳಿಗೆ ಗೊತ್ತು. ಸಿಳ್ಳಿನ ಶಬ್ದ ದೂರಕ್ಕೆ ಹೋಗುತ್ತಾ ಸಣ್ಣದಾದಂತೆ, ಸಂತೋಷಾತಿರೇಕ ಅವಳನ್ನು ತುಂಬಿಕೊಂಡಿತು. ಅವಳು ವೇಗವಾಗಿ ಮುನ್ನಡೆದಳು. ಜನ ಆಕೆಯ ಎದುರಿಗೆ ಬರುತ್ತಿದ್ದರು. ಆದರೆ ಈಗ ಅವಳಿಗೇನೂ ಹೆದರಿಕೆಯೇ ಇರಲಿಲ್ಲ – ಅಪಾಯದ ಗಳಿಗೆ ಮುಗಿದುಹೋಗಿತ್ತು. ನಗರದ ಸದ್ದುಗದ್ದಲ ಹೆಚ್ಚು ಹೆಚ್ಚಾಗಿ ಕಿವಿಗೆ ಬೀಳುತ್ತಿತ್ತು, ದೀಪಗಳ ಬೆಳಕೂ ಹೆಚ್ಚಾಗಿತ್ತು. ಪ್ರೇಟರ್‌ಷ್ಟ್ರಾಸಿನ ಇಕ್ಕೆಲಗಳ ಮನೆಗಳೂ ಈಗ ಅವಳಿಗೆ ಕಾಣಿಸಿದುವು. ಅಲ್ಲಿನ ಜನಸಂದಣಿಯು ತನ್ನನ್ನು ನಿರೀಕ್ಷಿಸುತ್ತಿದ್ದು, ಅದರಲ್ಲಿ ಬೆರೆತು ಯಾವ ಕುರುಹೂ ಉಳಿಯದಂತೆ ತಾನು ಮಾಯವಾಗಬಹುದೆಂದು ಅವಳಿಗೆ ತೋರಿತು. ರಸ್ತೆಯ ಬದಿಯ ದೀಪದ ಕೆಳಗೆ ಬಂದಾಗ ತನ್ನ ಗಡಿಯಾರದಲ್ಲಿ ಗಂಟೆ ನೋಡುವಷ್ಟು ಅವಳು ಸಮಾಧಾನ ತಾಳಿದ್ದಳು. ಒಂಭತ್ತು ಗಂಟೆಗೆ ಹತ್ತು ನಿಮಿಷವಿತ್ತು. ತನ್ನದೇನೂ ತಪ್ಪಿಲ್ಲವೆನ್ನುವಂತೆ, ಪೂರ್ತಿಯಾಗಿ ತಾನು ಕ್ಷಮಿಸಲ್ಪಟ್ಟಿದ್ದೇನೆ ಎಂಬ ಭಾವನೆ ಅವಳಲ್ಲಿತ್ತು. ತಾನೊಬ್ಬ ಹೆಂಗಸು – ಒಂದು ಮಗು ಮತ್ತು ಗಂಡ ತನಗಿದ್ದಾರೆ. ತಾನು ಮಾಡಿದುದು ಸರಿ; ಅದು ತನ್ನ ಕರ್ತವ್ಯ! ಅಲ್ಲಿಯೇ ನಿಂತಿದ್ದರೂ ತನ್ನ ರಹಸ್ಯ ಹೊರಬರುತ್ತಿತ್ತು – ಇನ್ನು ಆ ಪತ್ರಿಕೆಗಳು ! ತನಗೆ ಸಂಪೂರ್ಣ ಬಹಿಷ್ಕಾರದ ಶಿಕ್ಷೆಯಾಗುತ್ತಿತ್ತು...! ಹಲವು ರಸ್ತೆಗಳು ಕೂಡುವ ತೆಗೆತೋಫ್ ಸ್ಮಾರಕ ಅದೋ ಅಲ್ಲಿ. ಹೆಚ್ಚು ಜನ ಓಡಾಡುತ್ತಿರಲಿಲ್ಲ – ಆದರೆ ತನ್ನ ಸುತ್ತ ಇಡೀ ನಗರದ ಜನರೆಲ್ಲ ಗಿರಗಿರನೆ ಸುತ್ತುತ್ತಿದ್ದಾರೆಂದು ಅವಳಿಗೆನ್ನಿಸಿತು. ಸಾಕಷ್ಟು ಹೊತ್ತಿದೆ – ತನ್ನ ಗಂಡ ಹತ್ತು ಗಂಟೆಗೆ ಮೊದಲು ಮನೆಗೆ ಬರುವುದಿಲ್ಲ – ತಾನು ಬಟ್ಟೆ ಬದಲಾಯಿಸುವುದಕ್ಕೂ ಹೊತ್ತಿದೆ ! ಅವಳು ತನ್ನ ಬಟ್ಟೆಯನ್ನು ಈಗ ನೋಡಿಕೊಂಡಳು ; ಪೂರ್ತಾ ಕೆಸರು ಮೆತ್ತಿಕೊಂಡಿತ್ತು. ತನ್ನ ಸೇವಕಿಗೆ ಏನು ಹೇಳಬಹುದು? ಬೆಳಗಿನ ಪತ್ರಿಕೆಗಳಲ್ಲಿ ಈ ಅಪಘಾತದ ಎಲ್ಲ ವಿವರಗಳೂ ಪ್ರಕವಾಗುತ್ತವೆಂದು ಅವಳಿಗೆ ಈಗ ತೋಚಿತು. ಅಪಘಾತವಾದಾಗ ಅವನ ಜತೆಯಲ್ಲಿ ಸಾರೋಟಿನಲ್ಲಿ ಒಬ್ಬ ಹೆಂಗಸಿದ್ದಳೆಂದೂ, ಅವಳು ಆಮೇಲೆ ಸಿಗದಂತೆ ತಪ್ಪಿಸಿಕೊಂಡಳೆಂದೂ ಪತ್ರಿಕೆಗಳಲ್ಲಿ ಬರುತ್ತದೆ. ಈ ಯೋಚನೆ ಬಂದೊಡನೆ ಅವಳು ಮತ್ತೆ ನಡುಗಿದಳು – ಅವಿವೇಕದ ಕೆಲಸವಾಯಿತಲ್ಲ – ತನ್ನ ಹೇಡಿತನವೂ ನಿಷ್ಪ್ರಯೋಜಕವಾಯಿತಲ್ಲ ಎನ್ನಿಸಿತು. ಆದರೆ ಮನೆಯ ಬೀಗದ ಕೈ ತನ್ನ ಬಳಿಯೇ ಇದೆ –

ಆದ್ದರಿಂದ ಬಾಗಿಲು ತೆರೆಯಲು ಗಂಟೆಯೊತ್ತಿ ಸೇವಕಿಯನ್ನು ಕರೆಯಬೇಕಾಗಿಲ್ಲ. ನಿಶ್ಶಬ್ದವಾಗಿದ್ದು ಬಿಟ್ಟರೆ, ಯಾರಿಗೂ ತನ್ನ ಸುಳಿವೂ ಸಿಗುವುದಿಲ್ಲ. ಹೀಗೆಂದುಕೊಂಡು ಅವಳು ದಾರಿಯಲ್ಲಿ ಸಿಕ್ಕಿದ ಒಂದು ಕುದುರೆಗಾಡಿಯನ್ನೇರಿದಳು. ಚಾಲಕನಿಗೆ ತನ್ನ ವಿಳಾಸವನ್ನು ಇನ್ನೇನು ಕೊಡುವುದರಲ್ಲಿದ್ದಳು. ಅದು ಅವಿವೇಕವಾಗುತ್ತದೆಂಬ ಭಾವನೆ ಬಂದು, ಆ ಗಳಿಗೆಯಲ್ಲಿ ತೋಚಿದ ಯಾವುದೋ ಒಂದು ರಸ್ತೆಯ ಹೆಸರನ್ನು ಅವನಿಗೆ ಹೇಳಿದಳು. ಅವಳಲ್ಲಿ ಈಗಿದ್ದುದು ಒಂದೇ ಯೋಚನೆ – ನೆಮ್ಮದಿಯಾಗಿ ಮನೆ ಸೇರಿಕೊಳ್ಳಬೇಕು. ಉಳಿದುದರಿಂದ ಏನೇನೂ ವ್ಯತ್ಯಾಸವಾಗುವುದಿಲ್ಲ. ತಾನೇನೂ ಹೃದಯಹೀನಳಲ್ಲ. ಮುಂದೆ ಜೀವನದಲ್ಲಿ ತನಗೆ ಅನುಮಾನಗಳು ಬಂದು ಕಾಡುವುದು ಖಚಿತ, ಆ ಅನುಮಾನಗಳೇ ತನ್ನನ್ನು ಹಾಳುಮಾಡಬಹುದು. ಆದರೆ ಈಗ ಒಂದೇ ಆಶಯ – ಮನೆಗೆ ತಲಪಬೇಕು, ತೇವವಿಲ್ಲದ ಕಣ್ಣಿನೊಂದಿಗೆ ತನ್ನ ಮಗು ಮತ್ತು ಗಂಡನ ಜತೆ ಮೇಜಿನ ಬಳಿ ಕುಳಿತುಕೊಳ್ಳಬೇಕು – ಅಷ್ಟೇ ಸಾಕು. ನಗರದ ಒಳಭಾಗದಲ್ಲಿ ಕುದುರೆ ಬಂಡಿ ಹೋಗುತ್ತಿತ್ತು. ರಿಂಗ್ ವೃತ್ತದ ಬಳಿಯ ಕಿರುರಸ್ತೆಯೊಂದರಲ್ಲಿ ಬಂಡಿಯನ್ನು ನಿಲ್ಲಿಸಿ, ಇಳಿದು, ಅಷ್ಟು ದೂರದ ತಿರುವಿನ ಕಡೆಗೆ ಧಾವಿಸಿ, ಬೇರೆ ರಸ್ತೆಯಲ್ಲಿ ಅವಳು ಮತ್ತೊಂದು ಬಂಡಿಗೆ ಹತ್ತಿದಳು. ಈ ಸಾರಿ ತನ್ನ ಸರಿಯಾದ ವಿಳಾಸವನ್ನೇ ಚಾಲಕನಿಗೆ ಹೇಳಿದಳು. ಈಗ ಯೋಚಿಸುವಷ್ಟು ಶಕ್ತಿ ಅವಳಲ್ಲಿ ಉಳಿದಿರಲಿಲ್ಲ. ಅವಳು ಕಣ್ಣು ಮುಚ್ಚಿಕೊಂಡಳು. ಬಂಡಿ ಕೊಂಚ ಅಲುಗಾಡಿತು – ಮೊದಲಿನಂತೆಯೇ ಬಂಡಿಯಿಂದ ಹೊರಕ್ಕೆಸೆಯಲ್ಪಡಬಹುದೆಂದು ಅವಳು ಭೀತಿಯಿಂದ ಜೋರಾಗಿ ಕಿರಿಚಿಕೊಂಡಳು. ಬಂಡಿ ಅವಳ ಮನೆಯ ಮುಂದೆ ಬಂದು ನಿಂತಿತು. ಅವಳು ಆತುರಾತುರವಾಗಿ ಇಳಿದು, ಬೇಗ ಬೇಗ ಕಳ್ಳಹೆಜ್ಜೆ ಹಾಕಿ ಕಾವಲುಗಾರನ ಕಣ್ಣಿಗೆ ಬೀಳದಂತೆ ಅವನ ಬಿಡದಿಯ ಕಿಟಿಕಿಯನ್ನು ದಾಟಿದಳು. ಓಡುತ್ತಾ ಮಹಡಿಯ ಮೆಟ್ಟಲುಗಳನ್ನೇರಿ, ಶಬ್ದವಾಗದಂತೆ ಮೆತ್ತಗೆ ಬಾಗಿಲು ತೆರೆದಳು...ಹಾಲಿನಿಂದ ಮಲಗುವ ಕೋಣೆಗೆ...ಅಬ್ಬಾ ಆಯಿತು! ಅವಳು ದೀಪವನ್ನು ಹತ್ತಿಸಿ, ಕೆಸರು ಮೆತ್ತಿದ್ದ ಬಟ್ಟೆಗಳನ್ನು ಚಕಚಕನೆ ಕಿತ್ತು ಕಳಚಿ, ಬೀರುವಿನಲ್ಲಿ ಬಚ್ಚಿಟ್ಟಳು. ರಾತ್ರಿಯೆಲ್ಲ ಅವುಗಳು ಆರಿಕೊಳ್ಳುತ್ತವೆ – ಬೆಳಿಗ್ಗೆ ತಾನೇ ಅವುಗಳನ್ನು ಸ್ವಚ್ಛಗೊಳಿಸಿಕೊಂಡರಾಯಿತು. ಸರಿ, ಈಗ ಮುಖ ಮತ್ತು ಕೈಗಳನ್ನು ಚೆನ್ನಾಗಿ ತೊಳೆದುಕೊಂಡಳು, ರಾತ್ರಿ ತೊಡುವ ಗೌನನ್ನು ಧರಿಸಿದಳು.

ಆಗ ಹೊರಬಾಗಿಲ ಗಂಟೆಯ ಶಬ್ದವಾಯಿತು. ಸೇವಕಿಯು ಬಾಗಿಲಿನ ಕಡೆಗೆ ಹೋಗುವ ಸದ್ದು ಕೇಳಿಸಿತು. ಗಂಡನ ದನಿ ಕಿವಿಗೆ ಬಿತ್ತು, ಛತ್ರಿಗಳ ಸ್ಟಾಂಡಿನಲ್ಲಿ ಆತನ ಕೋಲು ಇಟ್ಟ ಕಟಕಟ ಶಬ್ದವೂ ತೇಲಿ ಬಂತು. ತಾನು ಗಟ್ಟಿಯಾಗಿರಬೇಕು, ಇಲ್ಲದಿದ್ದರೆ ಎಲ್ಲವೂ ವ್ಯರ್ಥ ವಾಗುತ್ತದೆ ಎಂದುಕೊಂಡಳು ಅವಳು. ಊಟದ ಮನೆಗೆ ಬೇಗ ನಡೆದುಬಂದು, ಆ ಕಡೆಯಿಂದ ಗಂಡ ಒಳಕ್ಕೆ ಕಾಲಿಟ್ಟಾಗಲೇ ಈ ಕಡೆಯಿಂದ ಅವಳೂ ಒಳಕ್ಕೆ ಬಂದಳು.

"ಆಗಲೇ ಮನೆಗೆ ಬಂದುಬಿಟ್ಟಿದ್ದೀ?" ಆತ ಕೇಳಿದ.

"ಓಹೋ – ಅಗಲೇ ಸುಮಾರು ಹೊತ್ತಾಯಿತು," ಅವಳೆಂದಳು.

"ನೀನು ಬಂದುದನ್ನು ಸೇವಕಿ ಕಾಣಲಿಲ್ಲವಂತೆ."

ತನ್ನ ಪ್ರಯತ್ನವಿಲ್ಲದೆಯೇ ಅವಳು ನಸುನಕ್ಕಳು – ಆದರೆ ಆ ನಗೆಯಿಂದ ತುಂಬಾ ಸುಸ್ತಾದಂತೆನಿಸಿತು. ಆತ ಅವಳ ಹಣೆಯ ಮೇಲೆ ಮುತ್ತಿಟ್ಟ.

ಅವರ ಚಿಕ್ಕ ಮಗ ಬಹಳ ಹೊತ್ತಿನಿಂದ ಮೇಜಿನ ಬಳಿ ಕಾದಿದ್ದ. ಅವನ ಪುಸ್ತಕ ತಟ್ಟೆಯ

ಮೇಲೆ ತೆರೆದು ಬಿದ್ದಿದ್ದು, ಅದರ ಮೇಲೆ ತಲೆಯಿಟ್ಟು ಆತ ನಿದ್ರೆಹೋಗಿದ್ದ. ಮಗನ ಪಕ್ಕದಲ್ಲಿ ಅವಳು ಕುಳಿತಳು – ಎದುರಿಗೆ ಗಂಡ ಕುಳಿತ, ಪತ್ರಿಕೆಯೊಂದನ್ನು ಕೈಗೆತ್ತಿಕೊಂಡು ಅದರ ಮೇಲೆ ಕಣ್ಣಾಡಿಸಿ ಆ ಕಡೆಗಿಟ್ಟ.

"ಉಳಿದವರಿನ್ನೂ ಸಭೆಯಲ್ಲೇ ಇದ್ದಾರೆ, ಚರ್ಚಿಸುತ್ತಾ" ಎಂದ.

"ಏನು?"

ಆತ ಸಭೆಯ ವಿಷಯವನ್ನು ಅವಳಿಗೆ ಹೇಳಲಾರಂಭಿಸಿದ. ಎಮ್ಮಾ ಕೇಳುತ್ತಿರುವಂತೆ ನಟಿಸುತ್ತಾ, ಆಗಾಗ ತಲೆಯಾಡಿಸುತ್ತಿದ್ದಳು.

ಆದರೆ ಅವಳಿಗೇನೂ ಕೇಳಿಸಲಿಲ್ಲ. ಆತ ಏನು ಮಾತನಾಡುತ್ತಿದ್ದನೆಂಬುದೂ ಆಕೆಗೆ ತಿಳಿಯಲಿಲ್ಲ. ಭಯಂಕರ ಆಪತ್ತಿನಿಂದ ಅತ್ಯಂತ ವಿಸ್ಮಯಕರವಾಗಿ ತಪ್ಪಿಸಿಕೊಂಡು ಬಂದಿದ್ದ ನೆಮ್ಮದಿಯ ಭಾವನೆ ಅವಳಿಗೆ. ಗಂಡ ಮಾತನಾಡುತ್ತಲೇ ಇದ್ದಂತೆ, ಮಗನ ಹತ್ತಿರಕ್ಕೆ ಅವಳು ಕುರ್ಚಿಯನ್ನೆಳೆದುಕೊಂಡಳು. ಅವನ ತಲೆಯನ್ನು ತನ್ನ ಎದೆಗೆ ಅನಿಸಿಕೊಂಡಳು. ಈಗ ವಿಪರೀತ ದಣಿವು ಅವಳನ್ನು ಆವರಿಸಿತು – ತನ್ನನ್ನು ಇನ್ನು ಸಾವರಿಸಿಕೊಳ್ಳಲಾಗಲಿಲ್ಲ – ನಿದ್ರೆ ತನ್ನನ್ನು ಮುತ್ತುತ್ತಿದೆ ಎನಿಸಿತು – ಅವಳು ಕಣ್ಣುಗಳನ್ನು ಮುಚ್ಚಿಕೊಂಡಳು.

ಅಲ್ಲಿ ಗುಂಡಿಯೊಳಗಿಂದ ಎದ್ದಾಗಿನಿಂದ ತೋಚದಿದ್ದ ಯೋಚನೆ ಇದ್ದಕ್ಕಿದ್ದಂತೆ ಅವಳ ಮನಸ್ಸಿನಲ್ಲಿ ಮಿಂಚಿತು – ಇಷ್ಟಕ್ಕೂ ಅವನು ಸತ್ತಿಲ್ಲದಿದ್ದರೆ! ಅವನು ಡಾಕ್ಟರುಗಳ ಬಳಿ "ನನ್ನ ಜತೆಗೊಬ್ಬ ಹೆಂಗಸಿದ್ದಳು, ಅವಳೂ ಹೊರಕ್ಕೆಸೆಯಲ್ಪಟ್ಟಿರಬೇಕು" ಎಂದು ಹೇಳಿದ್ದರೆ? ಆಗ ಏನು?

ಪ್ರೊಫೆಸರ್ ಅವಳ ಕಡೆ ನೋಡುತ್ತಾ ಆತಂಕದಿಂದ "ಏನಾಯಿತು?" ಎಂದ.

"ಏನು – ಏನು – ಏನು ವಿಷಯ !"

"ಅದೇ ನಿನಗೆ ಏನಾಗಿದೆ?"

"ಏನೂ ಇಲ್ಲ !" ಅವಳು ಮಗನನ್ನು ಗಟ್ಟಿಯಾಗಿ ಎದೆಗೆ ಅವಚಿಕೊಂಡಳು.

ಪ್ರೊಫೆಸರ್ ಅವಳ ಕಡೆಗೇ ಬಹಳ ಹೊತ್ತು ದಿಟ್ಟಿಸಿದ, ಮೌನವಾಗಿ.

"ನೀನು ಹಾಗೆಯೇ ತೂಕಡಿಸಿದೆ. ಇದ್ದಕ್ಕಿದ್ದಂತೆ ಕೂಗಿಕೊಂಡೆ, ಗೊತ್ತೇನು?" ಎಂದ.

"...ನಿಜವಾಗಿ?"

"ಹೂಂ, ಕೆಟ್ಟ ಕನಸು ಬಿದ್ದವಳಂತೆ. ಕನಸು ಕಾಣುತ್ತಿದ್ದೆಯೇನು?"

"ನಿಜವಾಗಿ ನನಗೆ ಗೊತ್ತಿಲ್ಲ..."

ಕನ್ನಡಿಯಲ್ಲಿ ತನ್ನ ರೂಪ ವಿಕಾರವಾಗಿ ನಗುತ್ತಿದ್ದುದನ್ನು ಅವಳು ನೋಡಿದಳು. ಮುಖ ಸುಕ್ಕುಗಟ್ಟಿತ್ತು. ಅದು ತಾನೇ ಎಂದು ಗೊತ್ತಿದ್ದೂ ಆಕೆ ಗಾಬರಿಯಲ್ಲಿ ಅದರ ಬಳಿಯಿಂದ ಹಿಮ್ಮೆಟ್ಟಿದಳು. ಮುಖ ಸೆಟೆದುಕೊಂಡಿತ್ತು – ತುಟಿಗಳನ್ನು ಅಲ್ಲಾಡಿಸಲೂ ಆಗುತ್ತಿರಲಿಲ್ಲ – ಕೂಗಿಕೊಳ್ಳಲು ಪ್ರಯತ್ನಿಸಿದಳು. ಆಗ ತನ್ನ ಭುಜದ ಮೇಲೆ ಎರಡು ಕೈಗಳನ್ನಿಟ್ಟಂತೆ ಭಾಸ ವಾಯಿತು. ತನಗೂ ಕನ್ನಡಿಗೂ ಮಧ್ಯೆ ತನ್ನ ಗಂಡನ ಮುಖ ಅಡ್ಡ ಬಂದಿದ್ದು ಅರಿವಾಯಿತು; ಆತನ ಕಣ್ಣುಗಳು, ಪ್ರಶ್ನಿಸುವಂತೆ, ಬೆದರಿಸುವಂತೆ ಅವಳ ಕಣ್ಣುಗಳನ್ನು ಚುಚ್ಚಿದುವು. ಈ ಪರೀಕ್ಷೆಯಲ್ಲಿ ತಾನು ಗೆಲ್ಲದಿದ್ದರೆ ಸರ್ವನಾಶವೆಂದು ಅವಳಿಗೆ ಗೊತ್ತಿತ್ತು. ತನ್ನ ಶಕ್ತಿ ಮತ್ತೆ ಬರುತ್ತಿದೆಯೆಂದು ಅವಳಿಗೆನ್ನಿಸಿತು; ಈಗ ಅವಳಿಗೆ ತನ್ನ ಮೇಲೆ ಸಂಪೂರ್ಣ ಹಿಡಿತವಿತ್ತು. ಈ ಅಪೂರ್ವ ಗಳಿಗೆಯನ್ನು ಉಪಯೋಗಿಸಿಕೊಳ್ಳಬೇಕು ಎಂದೂ ಗೊತ್ತು. ತನ್ನ ಗಂಡನ ಕೈಗಳನ್ನು ತನ್ನ ಭುಜಗಳಿಂದ ಸರಿಸಿ. ಆತನನ್ನು ಅವಳ

ಹತ್ತಿರಕ್ಕೆಳೆದುಕೊಂಡಳು. ಖುಷಿಯಾಗಿ, ಮಮತೆಯ ಮಾರ್ದವತೆಯಲ್ಲಿ ಆತನ ಕಡೆಗೆ ನೋಡಿದಳು.

ತನ್ನ ಗಂಡನ ತುಟಿಗಳು ತನ್ನ ಹಣೆಯ ಮೇಲೆ ಒತ್ತಿದಾಗ ಅವಳು ಯೋಚಿಸಿದಳು: "ಖಂಡಿತ ಕೆಟ್ಟ ಕನಸು, ಅವನು ಸತ್ತೇ ಇರಬೇಕು. ...ಸತ್ತವರು ಮೂಕರು."

"ಹಾಗೇಕೆ ಹೇಳಿದೆ?" ಎಂದು ಇದ್ದಕ್ಕಿದ್ದಂತೆ ತನ್ನ ಗಂಡ ಕೇಳುತ್ತಿದ್ದುದು ಅವಳ ಕಿವಿಗೆ ಬಿತ್ತು.

"ನಾನೇನು ಹೇಳಿದೆ?" ಇಡೀ ಕತೆಯನ್ನು ತಾನು ಗಟ್ಟಿಯಾಗಿ ಗಳಹಿದ್ದಂತೆ ಈಗ ಅವಳಿಗೆ ತೋರಿತು. ಆತನ ಗಡುಸು ನೋಟಕ್ಕೆ ತತ್ತರಿಸುತ್ತಾ ಅವಳು ಮತ್ತೆ ಕೇಳಿದಳು – "ನಾನೇನು ಹೇಳಿದೆ?"

"ಸತ್ತವರು ಮೂಕರು." ನಿಧಾನವಾಗಿ ಬಿಡಿಸಿ ಬಿಡಿಸಿ ಆತ ಪುನರುಚ್ಚರಿಸಿದ.

"ಹೌದು...." ಅವಳೆಂದಳು. "ಹೌದು..."

ಇನ್ನು ಆತನಿಂದ ತಾನೇನನ್ನೂ ಬಚ್ಚಿಡಲು ಸಾಧ್ಯವಿಲ್ಲವೆಂಬುದನ್ನು ಆತನ ಕಣ್ಣಿನಲ್ಲಿ ಅವಳು ಕಂಡುಕೊಂಡಳು. ಅವರು ಬಹಳ ಹೊತ್ತು ಪರಸ್ಪರ ದಿಟ್ಟಿಸುತ್ತಲೇ ಇದ್ದರು.

"ಮಗುವನ್ನು ಮಲಗಿಸಿ ಬಾ. ನೀನು ನನಗೆ ಏನೋ ಹೇಳಬೇಕಾಗಿದೆಯಲ್ಲ." ಎಂದ ಆತ.

"ಹೌದು" ಎಂದು ಆಕೆ ಉತ್ತರಿಸಿದಳು.

ಎಷ್ಟೋ ವರ್ಷಗಳಿಂದ ತಾನು ವಂಚಿಸುತ್ತಿದ್ದ ಈ ಮನುಷ್ಯನಿಗೆ, ಇನ್ನು ಕೆಲವು ನಿಮಿಷಗಳಲ್ಲೇ ಪೂರ್ತಾ ಸತ್ಯವನ್ನು ತಾನು ಹೇಳಲಿದ್ದೇನೆಂದು ಅವಳಿಗೆ ಅರಿವಾಯಿತು.

ಮತ್ತೆ, ಮಗುವನ್ನು ಕರೆದುಕೊಂಡು ನಿಧಾನವಾಗಿ ಬಾಗಿಲನ್ನು ದಾಟಿ ಹೋಗುತ್ತಾ, ತನ್ನ ಗಂಡನ ನೋಟ ತನ್ನ ಮೇಲೆ ಇದೆಯೆಂಬುದನ್ನು ಅರಿತಂತೆ, ಅವಳನ್ನು ಒಂದು ಬಗೆಯ ನೆಮ್ಮದಿ ಆವರಿಸಿಕೊಂಡಿತು – ಎಲ್ಲವೂ ಸರಿ ಹೋಗುತ್ತದೆ ಎಂಬ ನೆಮ್ಮದಿ... ❍

○ ಷ್ಟೆಫಾನ್ ತ್ಸ್ವಾಇಗ್

ಚಂದ್ರ ಕಿರಣದ ಓಣಿ

ಚಂಡಮಾರುತದ ದೆಸೆಯಿಂದ ಹಡಗು ತಡವಾಗಿ, ಫ್ರೆಂಚ್ ತೀರದ ಬಂದರು ತಲಪುವ ವೇಳೆಗೆ ಸಂಜೆ ಬಹಳ ಹೊತ್ತಾಗಿತ್ತು. ನನ್ನ ಮುಂದಿನ ಪ್ರಯಾಣದ ರೈಲು ತಪ್ಪಿ ಹೋಗಿ, ಇನ್ನು ಇಪ್ಪತ್ನಾಲ್ಕು ಗಂಟೆಗಳು ನನಗೆ ಬಿಡುವಾಗಿತ್ತು. ಈ ಅಪರಿಚಿತ ಬಂದರಿನಲ್ಲಿ ಸಿಕ್ಕಿಕೊಂಡಿದ್ದ ನಾನು ಹೇಗೆ ಕಾಲ ಕಳೆಯಲಿ? ಹೆಚ್ಚಿಗೆ ಮಾಡುವಂಥದೇನೂ ಕಾಣಲಿಲ್ಲ. ಅನುಮಾನಾಸ್ಪದ ತಂಗುದಾಣ ಒಂದರಿಂದ ವಿಷಾದರಾಗದ ನೃತ್ಯ ಸಂಗೀತ ಹೊರ ಸೂಸುತ್ತಿತ್ತು – ಅದು ಅಷ್ಟೇನೂ ಆಕರ್ಷಕವಾದ ಸ್ಥಳವಲ್ಲವೆಂದು ನನಗೆನ್ನಿಸಿತು. ನನ್ನ ಸಹ-ಪ್ರಯಾಣಿಕರೊಂದಿಗೆ ಕಾಡು ಹರಟೆ ಹೊಡೆಯುವುದೊಂದೇ ಬೇರೆ ಮಾರ್ಗ. ಮೂರನೆಯ ದರ್ಜೆಯ ಒಂದು ಹೋಟೆಲಿನಲ್ಲಿ ನಾವು ಇಳಿದುಕೊಂಡಿದ್ದೆವು. ಅದರ ಊಟದ ಕೋಣೆಯಲ್ಲಿ ಸುಟ್ಟ ಕೊಬ್ಬು ಹಾಗೂ ಹೊಗೆಸೊಪ್ಪಿನ ವಾಸನೆ ಗಾಢವಾಗಿ ತುಂಬಿತ್ತು. ಸರಿಯಾದ ಉಸ್ತುವಾರಿಯಿಲ್ಲದ ಕಚಡಾ ಜಾಗ ಅದು. ಹಲವಾರು ದಿನಗಳಿಂದ ನಾನು ಶುದ್ಧವಾದ ಸಾಗರದ ತಂಗಾಳಿಯನ್ನು ಅನುಭವಿಸಿದ್ದೆ. ನನ್ನ ತುಟಿಗಳು ಸಾಗರದ ನೊರೆಯ ಉಪ್ಪು ಸಿಹಿಯನ್ನು ಸವಿದಿದ್ದುವು – ಅಂತೆಯೇ ಈ ಹೋಟೆಲಿನ ಹೊಲಸು ಹೆಚ್ಚು ಅಸಹನೀಯ ವಾಯಿತು. ಅದ್ದರಿಂದ ಅಲ್ಲಿಂದ ಹೊರಟು ಸ್ಥಳೀಯ ವಾದ್ಯವೃಂದದ ಕಾರ್ಯಕ್ರಮವಿದ್ದ ಊರಿನ ಚೌಕದ ಕಡೆಗೆ ವಿಸ್ತಾರವಾದ ಮುಖ್ಯ ರಸ್ತೆಯಲ್ಲಿ ನಿಧಾನವಾಗಿ ಅಲೆಯುತ್ತಾ ಹೋಗುವುದೆಂದು ನಾನು ತೀರ್ಮಾನಿಸಿದೆ. ತಮ್ಮ ಕೆಲಸಗಳನ್ನು ಮುಗಿಸಿ ಸ್ನಾನ ಮಾಡಿ, ಉಡುಪನ್ನು ಬ್ರಷ್ ಮಾಡಿಕೊಂಡು, ಹಳೆಯ ಕಾಲದ ಮನೆಯ ಬೆಂಕಿಯ ಪಕ್ಕದಲ್ಲಿ ಹಿತವಾದ ಊಟ ಮುಗಿಸಿ ಆರಾಮವಾಗಿ ಅಡ್ಡಾಡುತ್ತಿದ್ದ ಊರಿನ ಜನರ ಸಂದಣಿಯಲ್ಲಿ ಮುಂದೆ ಮುಂದೆ ತೇಲಿ ಹೋಗುವುದೂ ಒಂದು ಸಂತಸ. ಸ್ವಲ್ಪ ಹೊತ್ತಿನಲ್ಲೇ ಈ ಜನರ ನೂಕಾಟ ಮತ್ತು ಅರ್ಥವಿಲ್ಲದ ನಗೆಯಿಂದ ನನಗೆ ತುಂಬಾ ಜಿಗುಪ್ಸೆಯಾಯಿತು. ಅವರ ಮಧ್ಯದಲ್ಲಿ ನಾನು ಅನ್ಯನಾಗಿದ್ದು ಅವರೆಲ್ಲ ನನ್ನ ಕಡೆಗೇ ಬಾಯಿಬಿಟ್ಟುಕೊಂಡು ದಿಟ್ಟಿಸುತ್ತಿದ್ದುದು ನನ್ನನ್ನು ರೇಗಿಸಿತು.

ಇಷ್ಟೊಂದು ಜನ ಗುರುತಿಲ್ಲದವರ ದೈಹಿಕ ನಿಕಟತೆ ನನಗೆ ತುಂಬಾ ಅಸಹ್ಯವೆನಿಸಿತು.

ನಮ್ಮ ಹಡಗಿನ ಪ್ರಯಾಣವೇನೂ ಪ್ರಶಾಂತವಾಗಿರಲಿಲ್ಲ, ಸಾಗರದ ನೀರಿನ ಏರಿಳಿತ ಇನ್ನೂ ನನ್ನ ರಕ್ತನಾಳಗಳಲ್ಲಿ ಉಳಿದುಕೊಂಡಿತ್ತು. ಕಾಲಿನಡಿಯಲ್ಲಿ ನೆಲ ಉಬ್ಬುವಂತೆ, ಹೊರಳುವಂತೆ ತೋರುತ್ತಿತ್ತು. ಇಡೀ ರಸ್ತೆ ಮತ್ತು ಆಕಾಶ ಗಿರಗಿಟ್ಟಲೆಯಂತೆ ತೂರಾಡುತ್ತಿದ್ದುವು. ನನಗೆ ತಲೆ ಸುತ್ತುಬಂದಂತಾಗಿ ಅಲ್ಲಿಂದ ಹೇಗಾದರೂ ತಪ್ಪಿಸಿಕೊಳ್ಳಲು, ತಲೆಯನ್ನು ಕೆಳಕ್ಕೆ ಬಾಗಿಸಿಕೊಂಡು ಜಾರಿಕೊಂಡೆ – ಪಕ್ಕದ ರಸ್ತೆಯ ಹೆಸರನ್ನು ಅರಿಯುವ ತೊಂದರೆಯನ್ನೂ ತೆಗೆದುಕೊಳ್ಳದೆ ಆ ಕಡೆ ಥಕ್ಕನೆ ನುಗ್ಗಿದೆ. ಈ ರಸ್ತೆ ಇನ್ನೂ ಕಿರಿದಾದ ಹಾದಿಗೆ ಕರೆದೊಯ್ದಿತು. ಆ ಜಾಗದಲ್ಲಿ ಜನಸಂದಣಿಯ ಗಲಾಟೆ ಹಾಗೂ ಸಂಗೀತಗಳ ಶಬ್ದ ಕೇಳಿಸದಷ್ಟು ತೆಳುವಾಗಿ ಹೋಗಿದ್ದುವು. ರಕ್ತನಾಳಗಳ ಬೇರೆ ಬೇರೆ ಶಾಖೆಗಳಂತೆ ಒಂದು ರಸ್ತೆಯಿಂದ ಇನ್ನೊಂದು ರಸ್ತೆ ಕವಲೊಡೆಯುತ್ತಿತ್ತು. ಮುಖ್ಯ ಚೌಕ ಅರ್ಕ್ ದೀಪಗಳಿಂದ ಪ್ರಖರವಾದ ಬೆಳಕು, ಪಡೆದಿತ್ತು. ಅಲ್ಲಿಂದ ದೂರ ಹೋದಂತೆ ರಸ್ತೆಗಳಲ್ಲಿ ಅಷ್ಟು ಬೆಳಕಿರಲಿಲ್ಲ. ಚೌಕದ ಪ್ರಖರವಾದ ಬೆಳಕು ಈಗ ನನ್ನ ಕಣ್ಣುಗಳನ್ನು ಕುಕ್ಕುತ್ತಿರಲಿಲ್ಲವಾದ್ದರಿಂದ ಆಕಾಶದ ನಕ್ಷತ್ರಗಳನ್ನು ಸ್ಪಷ್ಟವಾಗಿ ಕಾಣಬಹುದಾಗಿತ್ತು. ನಾನು ಮೇಲೆ ನೋಡಿದಾಗ ಆಕಾಶದಲ್ಲಿ ನಕ್ಷತ್ರಗಳ ನಡುವಣ ಜಾಗ ಎಷ್ಟು ಕಪ್ಪಾಗಿ ಕಾಣುತ್ತಿತ್ತು!

ಇದು 'ನಾವಿಕರ ನಗರ'ವೇ ಇರಬೇಕು. ಬಂದರಿಗೆ ಹತ್ತಿರದಲ್ಲಿತ್ತು. ಕೊಳೆಯುವ ಮೀನು, ಜೊಂಡು ಮತ್ತು ಡಾಂಬರುಗಳ ದುರ್ವಾಸನೆ ನನ್ನ ಮೂಗಿಗೆ ಬಡಿಯುತ್ತಿತ್ತು. ಸರಿಯಾಗಿ ಗಾಳಿಯಾಡದೆ ಮನೆಗಳಲ್ಲಿ ಗಾಳಿ ನಿಶ್ಚಲವಾಗಿದ್ದು, ಬಿರುಸಾದ ಸಮುದ್ರದ ಸ್ವಚ್ಛ ಗಾಳಿ ಬಂದು ಅದನ್ನು ಕೊಂಡೊಯ್ಯುವವರೆಗೆ ಅಂಥ ಮನೆಗಳು ಬೀರುವ ಹೇಳಲಾರದ ಕೆಟ್ಟ ವಾಸನೆಯೂ ಮೂಗಿಗೆ ತಾಕುತ್ತಿತ್ತು. ಈ ಓಣಿಗಳಲ್ಲಿ ಇನ್ನೂ ತಂಗಿದ್ದ ಮುಚ್ಚಂಜೆಯ ಬೆಳಕು ನನ್ನ ಮನಸ್ಸಿಗೆ ಹಿತವಾಗಿತ್ತು. ಏಕಾಂಗಿಯಾಗಿರುವುದರಲ್ಲಿ ಸುಖವಿತ್ತು. ಈಗ ಹೆಜ್ಜೆ ನಿಧಾನವಾಗಿಟ್ಟು, ಈ ಕಿರಿದಾದ ಓಣಿಗಳನ್ನು ನಾನು ಗಮನಿಸಲಾರಂಭಿಸಿದೆ. ಈ ಓಣಿಗಳು ಒಂದೊಂದೂ ಭಿನ್ನವಾಗಿದ್ದು ಒಂದೆಡೆ ವಿಲಾಸಮಯವಾಗಿಯೂ ಮತ್ತೊಂದೆಡೆ ಪ್ರಶಾಂತ ವಾಗಿಯೂ ಇದ್ದವು. ಆದರೆ ಎಲ್ಲವೂ ಕತ್ತಲಲ್ಲಿದ್ದುವು. ಮನೆಗಳ ಆಳದಲ್ಲಿ ಎಲ್ಲಿಂದಲೋ ಚಿಮ್ಮಿ ಬಂದ, ಸ್ಪಷ್ಟವಾದ ಮೂಲ ತಿಳಿಯದ, ಸಂಗೀತದ ಅಲೆಗಳು ಮತ್ತು ಮೃದುವಾದ ಪಿಸುಮಾತುಗಳು ಈ ಎಡೆಯನ್ನು ತುಂಬಿದ್ದುವು. ಬಾಗಿಲುಗಳು, ಕಿಟಿಕಿಗಳು ಬಿಗಿಯಾಗಿ ಮುಚ್ಚಿದ್ದುವು. ಅಲ್ಲಲ್ಲಿ ಮನೆಯ ಮುಂಭಾಗದಲ್ಲಿ ತೂಗಾಡುತ್ತಿದ್ದ ಹಳದಿ ಅಥವಾ ಕೆಂಪು ಲಾಟೀನುಗಳಷ್ಟು ಮಾತ್ರವೇ ಅಲ್ಲಿದ್ದ ಬೆಳಕು.

ಅಪರಿಚಿತ ಪಟ್ಟಣಗಳ ಇಂತಹ ಮನೆಗಳ ಬಗ್ಗೆ ನನಗೆ ವಿಶೇಷ ಒಲವು. ಇವು ಕಾಮದ ಕೀಳು ಮಾರಾಟ ಕೇಂದ್ರಗಳು. ಸಮುದ್ರದಲ್ಲಿ ಯಾನ ಮಾಡುವ ನಾವಿಕರಿಗೆ ಆಮಿಷಗಳು ಇಲ್ಲಿ ತುಂಬಿವೆ. ತಮ್ಮ ಕನಸುಗಳನ್ನು ನೆಲದ ಮೇಲೆ ಒಂದು ಗಂಟೆಯಲ್ಲೇ ನನಸಾಗಿಸಿಕೊಳ್ಳುವ ಆಸೆಯಿಂದ ಈ ನಾವಿಕರು ಇಲ್ಲಿಗೆ ಒಂದು ರಾತ್ರಿಯ ಸುಖಕ್ಕಾಗಿ ಬಂದಿಳಿಯುತ್ತಾರೆ. ಪಟ್ಟಣದಲ್ಲಿ ಕಡಿಮೆ 'ಗೌರವಾನ್ವಿತ' ಪ್ರದೇಶಗಳಲ್ಲಿ ಕಣ್ಣಿಗೆ ಸುಲಭವಾಗಿ ಬೀಳದಂತಹ ಜಾಗಗಳಲ್ಲಿ ಇಂತಹ ಮನೆಗಳು ಹುದುಗಿಕೊಂಡಿರಬೇಕಾಗಿದೆ. ಯಾಕೆಂದರೆ, ಅಚ್ಚುಕಟ್ಟಾದ ಮತ್ತು ಸೊಗಸಾಗಿ ಕಟ್ಟಿದ ದೊಡ್ಡವರ ಮನೆಗಳಲ್ಲಿ ನೂರಾರು ತೆರೆಗಳು ಹಿಂದೆ ಅಡಗಿ ನಡೆಯುವ ಕತೆಗಳನ್ನು ಇಲ್ಲಿ ಸ್ಪಷ್ಟವಾಗಿ ನೇರವಾಗಿ ಕಾಣಬಹುದು. ಕಿರಿದಾದ ಕೋಣೆಗಳಲ್ಲಿ

ನರ್ತಿಸುವ ಜೊತೆಗಳು ಕಿಕ್ಕಿರಿದು ತುಂಬಿರುತ್ತಾರೆ; ಚಿತ್ರಮಂದಿರಗಳಿಗೆ ಅಶ್ಲೀಲ ಭಿತ್ತಿಪತ್ರಗಳು ಜನರನ್ನು ಸೆಳೆಯುತ್ತವೆ; ಚೌಕಾಕಾರದ ದೀಪಗಳು ಬಾಗಿಲಲ್ಲಿ ಮಿಣುಕುತ್ತಾ ಹಾದು ಹೋಗುವವರನ್ನು ಸ್ಪಷ್ಟವಾಗಿ ಒಳಕ್ಕೆ ಕರೆಯುತ್ತವೆ. ಮದ್ಯಪಾನದ ಕಟ್ಟೆಗಳ ಕೆಂಪು ತೆರೆಗಳ ಹಿಂದಿನ ಕಿಟಿಕಿಗಳೊಳಗಿನಿಂದ ಕುಡಿದು ಮತ್ತೇರಿದವರ ಕೂಗಾಟ ಕೇಳುತ್ತದೆ. ಇಲ್ಲಿ ಪರಸ್ಪರ ಭೇಟಿಯಾದಾಗ ನಾವಿಕರು ಹಲ್ಲು ಕಿರಿಯುತ್ತಾರೆ; ಅವರ ಕಣ್ಣುಗಳು ನಿರೀಕ್ಷೆಯ ತೀವ್ರ ಆಸೆಯನ್ನು ಚೆಲ್ಲುತ್ತವೆ – ಇಲ್ಲಿ ಹೆಣ್ಣು ಮತ್ತು ಜೂಜು, ಕುಡಿತ ಮತ್ತು ಕುಣಿತಗಳು ಅವರಿಗೆ ದೊರಕುತ್ತವೆ – ಹೊಲಸು ಅಥವಾ ಅಪಾಯಕಾರಿ ಸಾಹಸವೂ ಉಂಟು. ಆದರೆ ಈ ಎಲ್ಲ ಆಕರ್ಷಣೆಗಳನ್ನೂ ಎಚ್ಚರಿಕೆಯಿಂದ ಹಾಕಿದ ದಪ್ಪ ತೆರೆಗಳ ಹಿಂದೆ ಹುದುಗಿಸಿಡಲಾಗಿದೆ. ಅವುಗಳನ್ನು ಕಾಣಬೇಕಾದರೆ ಒಳಕ್ಕೆ ಹೋಗಬೇಕು, ರಹಸ್ಯತೆಯು ಆಕರ್ಷಣೆಯನ್ನು ಹೆಚ್ಚಿಸುತ್ತದೆ. ಇಂತಹ ರಸ್ತೆಗಳೂ ಓಣಿಗಳೂ ಹ್ಯಾಂಬರ್ಗ್‌ನಲ್ಲಿ ಮತ್ತು ಕೊಲಂಬೋವಿನಲ್ಲಿ, ಹವಾನಾದಲ್ಲಿ ಮತ್ತು ಲಿವರ್‌ಪೂಲಿನಲ್ಲಿಯೂ ಇವೆ. ಹಣವಂತರು ಸೇರುವ ವಿಸ್ತಾರವಾದ ತೋಟಗಳು, ರಸ್ತೆಗಳು ಆ ಪಟ್ಟಣಗಳಲ್ಲಿಯೂ ಇಲ್ಲಿಯಂತೆಯೇ ಇವೆ – ಬದುಕಿನ ಬಾಹ್ಯ ರೂಪದಲ್ಲಿ ಮೇಲಿನ ಸ್ತರದವರಿಗೂ ಕೆಳಗಿನ ಮಜಲಿನವರಿಗೂ ಎಲ್ಲ ಕಡೆಯಲ್ಲಿಯೂ ನಿಕಟ ಹೋಲಿಕೆಯಿದೆ. ಈ ಅವ್ಯವಸ್ಥೆಯ ರಸ್ತೆಗಳು ಹಿಡಿತವಿಲ್ಲದ ಇಂದ್ರಿಯಗಳ ಜಗತ್ತಿನ ವಿಚಿತ್ರ ಉಳಿಕೆಗಳೆನ್ನಬಹುದು – ಈ ಜಗತ್ತಿನಲ್ಲಿ ಸ್ವಲ್ಪವೂ ಎಗ್ಗಿಲ್ಲದೆ ಮೃಗತನದಿಂದ ಕಾಮವನ್ನು ತೀರಿಸಿಕೊಳ್ಳಬಹುದು; ಇವು ಕಾಮದ ಕಪ್ಪು ಕಾಡುಗಳು. ನಮ್ಮ ಮೂಲ ಪ್ರವೃತ್ತಿಯ ಪ್ರಾಣಿ ಜೀವನದ ಅಭಿವ್ಯಕ್ತಿಯಿಂದ ತುಂಬಿರುವುವು; ಅವು ಯಾವುದನ್ನು ಪ್ರದರ್ಶಿಸುತ್ತವೋ ಅವುಗಳಿಂದ ಪ್ರಚೋದನೆಯನ್ನುಂಟುಮಾಡುತ್ತವೆ, ಬಚ್ಚಿಟ್ಟುದರ ಸೂಚನೆಯಿಂದಲೇ ಆಕರ್ಷಣೆಯನ್ನು ಕೆರಳಿಸುತ್ತವೆ. ಅವು ನಮ್ಮ ಕನಸುಗಳಲ್ಲಿ ಸದಾ ಕಾಡುತ್ತಿರುತ್ತವೆ.

ಈ ಚಕ್ರವ್ಯೂಹದಲ್ಲಿ ನಾನು ಸಿಕ್ಕಿಹಾಕಿಕೊಂಡಿದ್ದೇನೆಂಬ ಆತಂಕದ ಭಾವನೆ ನನ್ನಲ್ಲಿ ಪ್ರಬಲವಾಯಿತು. ಕಾಲುಹಾದಿಯ ಕಲ್ಲುಗಳ ಮೇಲೆ ತಮ್ಮ ಕತ್ತಿಗಳಿಂದ ಖಣಖಣ ಶಬ್ದ ಮಾಡುತ್ತ ನಿಧಾನವಾಗಿ ಹೋಗುತ್ತಿದ್ದ ಒಂದಿಬ್ಬರು ರಾವುತರನ್ನು ನಾನು ಆಕಸ್ಮಾತ್ ಹಿಂಬಾಲಿಸ ಬೇಕಾಯಿತು. ಆ ರಾವುತರು ಗತ್ತಿನಿಂದ ಮುನ್ನಡೆದಾಗ, ದಾರಿಯಲ್ಲಿನ ಮದ್ಯದಂಗಡಿಯೊಳಗೆ ಕಂಡಾಪಟ್ಟೆ ಕುಡಿಯುತ್ತಿದ್ದ ಹೆಂಗಸರು ಕೆಲವರು ಅಶ್ಲೀಲ ಹಾಸ್ಯದ ಮಾತುಗಳನ್ನು ಕೂಗಿಕೊಂಡರು. ಹುಚ್ಚುನಗೆ ಮೇಲೇರಿತು. ಕಿಟಿಕಿಯ ಗಾಜಿನ ಮೇಲೆ ಬೆರಳಿನಿಂದ ಒಂದು ಹೊಡೆತ. ಒಳಗಿಂದ ಬಿರುಸಾದ ಮಾತು – ಆಮೇಲೆ ಈ ರಾವುತರು ಒಳಕ್ಕೆ ಹೋದರು. ಸ್ವಲ್ಪ ವೇಳೆಯಲ್ಲೇ ಈ ಹೊಲಸು ಹಾಸ್ಯ ಕಡಿಮೆಯಾಗಿ, ನನಗೆ ಅದರ ಸುಳಿವೂ ಕೇಳದಷ್ಟು ತೆಳುವಾಯಿತು. ನನ್ನ ಸುತ್ತ ಮೌನವಾವರಿಸಿತು. ಕೆಲವು ಕಿಟಿಕಿಗಳಲ್ಲಿ ನಸು ಬೆಳಕು ಕಾಣಿಸಿಕೊಂಡಿತು – ಮಂಜಿನ ತೆರೆಯ ಮೂಲಕ ಚಂದ್ರನ ಕಿರಣ ನೀರು ನೀರಾಗಿ ತೇಲಿಬಂತು. ಈ ಸ್ತಬ್ಧತೆಯನ್ನು ನಾನು ಪೂರ್ಣವಾಗಿ ಹೀರಿಕೊಂಡೆ. ಇದರ ಹಿಂದೆ ರಹಸ್ಯ, ಕಾಮ ಮತ್ತು ಅಪಾಯಗಳ ಒಂದು ವಿಶ್ವವೇ ಹೊಂಚು ಹಾಕುತ್ತಿದ್ದು ಅದು ಅಸ್ವಾಭಾವಿಕ ಸ್ತಬ್ಧತೆಯಾಗಿತ್ತು. ಆ ಮೌನವೊಂದು ಸುಳ್ಳು – ಒಂದು ಇಡೀ ಪ್ರಪಂಚದ ಒಟ್ಟು ಹೊಲಸನ್ನೆಲ್ಲ ಅದು ಮುಚ್ಚಿತ್ತು! ನಾನು ಕಿವಿಗೊಟ್ಟು ನಿಂತೆ, ಶೂನ್ಯದೊಳಕ್ಕೆ ದಿಟ್ಟಿಸುತ್ತ. ಪಟ್ಟಣ, ರಸ್ತೆ, ಅದರ ಹೆಸರು ಅಷ್ಟೇ ಅಲ್ಲ, ನನ್ನ ಹೆಸರು ಕೂಡ ನನ್ನ ಪ್ರಜ್ಞೆಯಿಂದ ಮಾಯವಾದವು. ನಾನು ಲಂಗರು ಕಡಿದ ದೋಣಿಯಂತೆ ತೇಲಿ ಹೋಗುತ್ತಿದ್ದೆ. ಯಾವುದೋ ಪವಾಡದಲ್ಲಿ ನನ್ನ

ದೇಹವು ಯಾರೋ ಅಪರಿಚಿತನ ಹಿಡಿತಕ್ಕೆ ಸಿಕ್ಕಿಕೊಂಡಿತ್ತು. ಇಲ್ಲಿ ನನಗೆ ಯಾವ ಕೆಲಸವೂ ಇರಲಿಲ್ಲ. ನಾನೀ ಜಾಗಕ್ಕೆ ಬಂದಿರಲು ಏನೂ ಕಾರಣವಿರಲಿಲ್ಲ. ಸುತ್ತಲಿನ ಪರಿಸರಕ್ಕೂ ನನಗೂ ಯಾವ ಸಂಬಂಧವೂ ಇರಲಿಲ್ಲ – ಆದರೂ ಎಲ್ಲ ದಿಕ್ಕಿನಲ್ಲಿಯೂ ನನ್ನ ಮೇಲೆ ದಾಳಿ ನಡೆಸುತ್ತಿದ್ದ ತಳಮಳದ ಬದುಕಿನ ಬಗ್ಗೆ ತೀವ್ರ ಪ್ರಜ್ಞೆ ನನಗಿತ್ತು. ಅದು ನನ್ನ ಧಮನಿಗಳಲ್ಲಿ ನನ್ನ ರಕ್ತವೇ ಎಂಬಂತೆ ಹರಿಯುತ್ತಿತ್ತು. ಅಲ್ಲಿ ಆಗುತ್ತಿದ್ದುದೆಂದೂ ನನ್ನ ಸಲುವಾಗಿ ಆಗುತ್ತಿರಲಿಲ್ಲ. ಆದರೂ ಎಲ್ಲವೂ ನನಗೆ ಸಂಬಂಧಪಟ್ಟುವೇ! ನಾನಿದರಲ್ಲಿ ಭಾಗಿಯಾಗಿಲ್ಲವೆಂಬ ಅವರ್ಣನೀಯ ಸಂತಸದ ಭಾವನೆಯ ಜತೆಗೆ ನನ್ನ ಬದುಕಿನ ಅಂತರಾಳಕ್ಕೂ ಹೋಗುವಂತಹ ವಿಶಿಷ್ಟ ಅನುಭವ ಬರಲಿದೆಯೆಂಬ ನಂಬಿಕೆಯೂ ನನ್ನಲ್ಲಿ ಮೂಡಿದುವು. ಇಂಥ ಭಾವನೆ ನನ್ನಲ್ಲಿ ಮೂಡಿದಾಗಲೆಲ್ಲ ಸುಪ್ತ ಪ್ರಜ್ಞೆಯ ಜತೆಯಲ್ಲಿ ಬೆರೆಯುವುದರಿಂದ ಉಂಟಾಗುವ ಆನಂದ ನನ್ನನ್ನು ಸಂಪೂರ್ಣ ಆವರಿಸಿಕೊಳ್ಳುತ್ತದೆ.

ಶೂನ್ಯಕ್ಕೆ ಕಿವಿಗೊಟ್ಟು, ಹೀಗೆ ಏನನ್ನೋ ನಿರೀಕ್ಷಿಸುತ್ತಾ ನಾನು ನಿಂತಿದ್ದಾಗ, ದೂರದಿಂದ ಒಂದು ದನಿ, ಮಧ್ಯದಲ್ಲಿದ್ದ ಗೋಡೆಗಳಿಂದ ತೆಳುಗೊಂಡು, ಆದರೆ ಸ್ಪಷ್ಟವಾಗಿ ಜರ್ಮನ್‌ನಲ್ಲಿ ಹಾಡುವುದು ಕೇಳಿಸಿತು. ನಿಜಕ್ಕೂ ಸರಳವಾದ ರಾಗ: ವೇಬರ್‌ನ 'ಫ್ರೇಯಿಷುಟ್ಸ್'ನಿಂದ "ಷೋನೆರ್, ಗ್ರೋವ್ನೇರ್, ಯುಂಗ್ ಫೇರ್ನ್‌ಕ್ರಾಂಸ್". ಹೆಂಗಸಿನ ದನಿ. ಸರಿಯಾಗಿ ಸಂಗೀತ ಶಿಕ್ಷಣವಿಲ್ಲದುದು. ಆದರೆ ಜರ್ಮನ್, ಖಂಡಿತವಾಗಿಯೂ. ಹೌದು, ಜರ್ಮನ್, ಇಷ್ಟೊಂದು ದೂರದ ಮೂಲೆಯಲ್ಲಿ ನಮ್ಮ ಭಾಷೆಯನ್ನು ಕೇಳುವುದೆಂದರೆ ಆಶ್ಚರ್ಯ. ಅದೇ ಸಮಯದಲ್ಲಿ ಸೌಹಾರ್ದಮಯವೂ ಹಿತಕರವೂ ಹೌದು. ಹಾಡನ್ನು ಕೆಟ್ಟದಾಗಿಯೇ ಹಾಡಿದ್ದರೂ ಕೂಡ, ನನ್ನ ಹುಟ್ಟು ನಾಡಿನ ಸಂದೇಶ ಅದರಲ್ಲಿತ್ತು. ಇಲ್ಲಿ ಜರ್ಮನ್ ಮಾತನಾಡುವವರು ಯಾರು? ಈ ಸರಳ ಪಲ್ಲವಿಯನ್ನು ಗಂಯ್ಗುಡುವಂತೆ ಭಾವಪರವಶರಾಗಬಲ್ಲವರಾರು? ಮನೆಯಿಂದ ಮನೆಗೆ ಸೂಕ್ಷ್ಮವಾಗಿ ಕಿವಿಗೊಟ್ಟು, ಕೊನೆಗೆ ಒಂದು ಮನೆಯ ಹತ್ತಿರ ಬಂದೆ. ಕಿಟಿಕಿಗಳಲ್ಲೊಂದರಲ್ಲಿ ಮಂದ ಬೆಳಕು ಇಣುಕುತ್ತಿತ್ತು. ತೆರೆಯ ಮೇಲೆ ಕೈಯ ನೆರಳೊಂದು ಕೆತ್ತಿದಂತೆ ಬಿದ್ದಿತ್ತು. ಎಲ್ಲ ಬಾಗಿಲುಗಳು ಬಂದಾಗಿದ್ದುವು. ಆದರೆ ಪ್ರತಿಯೊಂದು ಹೊಸಲು ಮತ್ತು ಇಟ್ಟಿಗೆಯ ಮೇಲೂ ಒಳಕ್ಕೆ ಬರುವಂತೆ ಕರೆಯಿದ್ದುದನ್ನು ಅರಿಯಬಹುದಾಗಿತ್ತು. ನಾನು ಆ ದನಿಯ ಹತ್ತಿರ ಹತ್ತಿರ ಬಂದೆ. ಇದೇ ಆ ಮನೆ! ನಾನು ಒಂದು ಗಳಿಗೆ ಹಿಂಜರಿದೆ. ಅನಂತರ ಹೊರಗಿನ ಗಾಳಿ ನುಗ್ಗದಿರಲೆಂದು ಹಾಕಿದ್ದ ಪರದೆಯನ್ನು ಸರಿಸಿ, ಬಾಗಿಲಿಗೆ ಭುಜಕೊಟ್ಟು ಜೋರಾಗಿ ನೂಕಿದೆ. ಹೊಸಲ ಬಳಿಯೇ ಒಬ್ಬನನ್ನು ಎದುರಾದೆ. ತೂಗುದೀಪದ ಬೆಳಕಿನಲ್ಲಿ ಮುಖ ಕೆಂಪಾಗಿ ಉಗ್ರ ಕೋಪದಿಂದ ವಿವರ್ಣವಾಗಿತ್ತು. ನನ್ನನ್ನು ಕಂಡು ಸಿಡುಕಿನಲ್ಲಿ ಮುಖ ಸಿಂಡರಿಸಿಕೊಂಡು, ಕ್ಷಮೆಯಿರಲೆಂದು ಗೊಣಗಿ, ಓಣಿಯೊಳಕ್ಕೆ ಅವನು ನುಗ್ಗಿ ಹೋದ. "ವಿಚಿತ್ರ ಗಿರಾಕಿ" ಎಂದುಕೊಂಡೆ ನಾನು, ಅವನ ಕಡೆಯೇ ನೋಡುತ್ತಾ. ಈ ನಡುವೆ ದನಿ ಹಾಡುತ್ತಲೇ ಇತ್ತು; ಮೊದಲಿಗಿಂತಲೂ ಸ್ಪಷ್ಟವಾಗಿ ಎಂದು ನನಗೆ ತೋರಿತು. ನಾನು ಧೈರ್ಯವಾಗಿ ಒಳಗೆ ಕಾಲಿಟ್ಟೆ.

ಚೂರಿಯಲ್ಲಿ ಕತ್ತರಿಸಿದಂತೆ, ಹಾಡು ಚಕ್ಕನೆ ನಿಂತುಹೋಯಿತು. ನಾನು ಯಾವುದನ್ನೋ ನಾಶಮಾಡಿಬಿಟ್ಟೆನೆಂಬ ಭಾವನೆ ಬರುವಂತೆ ಭಯಂಕರ ಮೌನ ನನ್ನನ್ನು ಸುತ್ತುವರಿಯಿತು. ಸ್ವಲ್ಪ ಸ್ವಲ್ಪವಾಗಿ ನನ್ನ ಕಣ್ಣುಗಳು ಅಲ್ಲಿಯ ಮಂದ ಬೆಳಕಿಗೆ ಹೊಂದಿಕೊಂಡುವು. ಆ ಕೋಣೆ ಹೆಚ್ಚು ಪರಿಕರಗಳಿಲ್ಲದೆ ಸರಳವಾಗಿತ್ತು. ಒಂದು ಮೂಲೆಯಲ್ಲಿ ಮದ್ಯದ ಸಣ್ಣ ತಟ್ಟೆ, ಒಂದು

ಮೇಜು, ಒಂದೆರಡು ಕುರ್ಚಿಗಳು ಅಷ್ಟೆ. ಆ ಮನೆಯಲ್ಲಿ ಎಲ್ಲ ವ್ಯವಹಾರಗಳೂ ಹಿಂಭಾಗದಲ್ಲಿ ನಡೆಯುತ್ತಿದ್ದು, ಇದು ಕೇವಲ ನಿರೀಕ್ಷಣೆಯ ಕೋಣೆಯೆಂಬುದು ಸ್ಪಷ್ಟವಾಗಿತ್ತು. ಅಲ್ಲಿಯ ವ್ಯವಹಾರವೇನೆಂಬುದು ತಿಳಿಯುವುದೇನೂ ಕಷ್ಟವಾಗಿರಲಿಲ್ಲ – ಮನೆಯ ಮೊಗಸಾಲೆಯ ಉದ್ದಕ್ಕೂ ಬಾಗಿಲುಗಳಿದ್ದುವು – ಕೆಲವು ತೆರೆದುಕೊಂಡಿದ್ದು, ಮಲಗುವ ಕೋಣೆಗಳಿಗೊಯ್ಯುತ್ತಿದ್ದುವು. ಅಲ್ಲಿ ದಟ್ಟವಾದ ಮರಸುಗಳುಳ್ಳ ದೀಪದ ತೆಳು ಬೆಳಕಿನಲ್ಲಿ ಇಬ್ಬರು ಮಲಗುವಂತಹ ಹಾಸಿಗೆ ಮಂಚ ಕಾಣಬಹುದಿತ್ತು. ಇಂಥ ಒಂದು ಕೋಣೆಯಲ್ಲಿ ಒಬ್ಬ ಹುಡುಗಿ ಬೆಂಚಿನ ಮೇಲೆ ಕುಳಿತು ಮೇಜಿನ ಮೇಲೆ ಮೊಣಕೈ ಊರಿಕೊಂಡಿದ್ದಳು. ಅವಳು ತುಂಬಾ ಬಣ್ಣ ಬಳಿದುಕೊಂಡಿದ್ದು, ಬಹಳ ಸುಸ್ತಾದಂತೆ ಕಾಣುತ್ತಿದ್ದಳು. ಮದ್ಯದ ಕಟ್ಟೆಯ ಹಿಂದೆ ಕೆಂಚು ಮುಖ. ಧಡೂತಿ ದೇಹದ ಕೊಳಕಾದ ಹೆಂಗಸೊಬ್ಬಳು ನಿಂತಿದ್ದಳು. ಇನ್ನೊಬ್ಬಳು ಹುಡುಗಿ, ಸ್ವಲ್ಪ ಚಂದುಳ್ಳ ಹೆಣ್ಣು, ಅವಳ ಪಕ್ಕದಲ್ಲಿದ್ದಳು. ನಾನು ಶುಭ ಸಂಜೆಯೆಂದುದು ಅವರ ಗಮನಕ್ಕೆ ಬರದೆ ನೆಲದಲ್ಲಿ ಬಿದ್ದು ಸೊರಗಿದಂತಾಯಿತು – ಬಹುಕಾಲ ಅದಕ್ಕೆ ಯಾವ ಪತಿಕ್ರಿಯೆಯೂ ಬರಲೇ ಇಲ್ಲ. ಈ ಬರಡುಗಾಡಿನ ಮೌನದೊಳಕ್ಕೆ ನಾನು ಕಾಲಿಟ್ಟುದು ಭೂತದರ್ಶನದಂತಾಗಿತ್ತು, ಕೂಡಲೇ ಅಲ್ಲಿಂದ ಕಾಲ್ತೆಗೆಯಬೇಕೆನ್ನಿಸಿತು. ಆದರೆ ಅಲ್ಲಿಂದ ತಪ್ಪಿಸಿಕೊಳ್ಳಲು ಖಚಿತವಾದ ಕಾರಣ ಸಾಕಷ್ಟಿಲ್ಲದಿದ್ದುದರಿಂದ, ನಾನು ಮೇಜಿನ ಹತ್ತಿರ ಕುಳಿತು, ಅನಿವಾರ್ಯವನ್ನೆದುರಿಸಲು ಸಿದ್ಧನಾದೆ.

ಇದ್ದಕ್ಕಿದ್ದಂತೆ ತನ್ನ ಬದುಕಿನ ಧಂಧೆಯನ್ನು ನಡೆದು ಆ ಹುಡುಗಿ ಎದ್ದು ನನಗೆ ಕುಡಿಯಲು ಏನು ಬೇಕು ಎಂದು ಕೇಳಿದಳು. ಅವಳು ಫ್ರೆಂಚ್ ಪದಗಳನ್ನು ಗಂಟಲೊಳಗಿನಿಂದ ಉಚ್ಚಾರ ಮಾಡಿದ ರೀತಿಯಿಂದಲೇ ಆಕೆ ಜರ್ಮನಿಯಿಂದ ಬಂದವಳೆಂದು ನಾನು ಗುರುತಿಸಿಕೊಂಡೆ. ಬಳಿಕ ಬೀರ್ ತರಲು ಹೇಳಿದೆ. ಅವಳು ಅದನ್ನು ತೆಗೆದುಕೊಂಡು ಸೋಮಾರಿತನದಿಂದ ಕಾಲೆಳೆಯುತ್ತ ನನ್ನ ಹತ್ತಿರಕ್ಕೆ ತಂದಳು. ಅವಳ ಕಾಂತಿಗೆಟ್ಟ ಕಣ್ಣುಗಳಿಗಿಂತ ಇದೇ ಅವಳ ಅನಾದರವನ್ನು ಹೆಚ್ಚಾಗಿ ತೋರುತ್ತಿತ್ತು. ಇಂತಹ ಜಾಗಗಳ ಪದ್ಧತಿಯಂತೆ, ನನ್ನ ಲೋಟದ ಪಕ್ಕದಲ್ಲಿ ಮತ್ತೊಂದು ಲೋಟವನ್ನಿಟ್ಟು ಅದರ ಮುಂದೆ ಅವಳು ಕುಳಿತಳು. ತನ್ನ ಲೋಟವನ್ನು ಮೇಲೆತ್ತಿ ನನ್ನ ಕಡೆಗೆ ವಂದನೆಯಂತೆ ಮುಖವನ್ನು ಕೊಂಚ ಕೊಂಕಿಸಿದಳು. ಆದರೆ ಅವಳ ಕಣ್ಣುಗಳು ನನ್ನನ್ನು ಹಾದು, ನನ್ನಿಂದಾಚೆಗೆ ಎತ್ತಲೋ ನೋಡುತ್ತಿದ್ದವು. ಅವಳ ಮುಖ ಈಗ ಒಂದು ಮುಖವಾಡ ಮಾತ್ರವಾಗಿತ್ತು – ಒಳಗಿದ್ದ ಜ್ಯೋತಿ ಆರಿಹೋಗಿತ್ತು. ಅದರಲ್ಲಿ ಒಂದು ಬಗೆಯ ಒರಟು ತನದ ಅಂಶವಿತ್ತು. ಚರ್ಮ ಮತ್ತು ಮಾಂಸಖಂಡಗಳು ಜೋಲುತ್ತಿದ್ದುವು. ಕಣ್ಣೆವೆಗಳು ಭಾರವಾಗಿದ್ದುವು, ಕೂದಲು ಕೆದರಿತ್ತು ಹಾಗೂ ಬಾಯಿಯ ಎರಡು ಕಡೆಗಳಲ್ಲೂ ಎರಡು ಆಳವಾದ ಸುಕ್ಕುಗೆರೆಗಳು ಮೂಡಿದ್ದುವು. ಅವಳ ಉಡುಪು ಓರಣವಿಲ್ಲದೆ ಅಸ್ತವ್ಯಸ್ತವಾಗಿತ್ತು. ವಿಪರೀತ ಸಿಗರೇಟ್ ಸೇದುವಿಕೆ ಮತ್ತು ಬೀರ್ ಕುಡಿತದಿಂದ ಅವಳ ದನಿ ಗೊಗ್ಗರವಾಗಿತ್ತು. ಇಲ್ಲಿ ನಿಸ್ಸಂದೇಹವಾಗಿ ಸಾಯುವಷ್ಟು ಬೇಸರಗೊಂಡ ಒಬ್ಬ ಜೀವಿಯಿದ್ದಳು – ಆದರೆ ಬಹುಕಾಲದ ಅಭ್ಯಾಸಬಲದಿಂದ ಅವಳು ಹೇಗೋ ಜೀವಂತವಾಗಿ ಉಳಿದಿದ್ದಳು. ಕಸಿವಿಸಿ ಹಾಗೂ ಗಾಬರಿಯಿಂದ ಆಕೆಗೆ ನಾನು ಒಂದು ಪ್ರಶ್ನೆ ಹಾಕಿದೆ. ನನ್ನ ಕಡೆಗೆ ನೋಡದೆಯೇ, ತುಟಿಯನ್ನು ಅಲುಗಿಸದೆಯೇ ಆಕೆ ಉತ್ತರಿಸಿದಳು. ನನ್ನ ಆಗಮನ ಅವರಿಗಿಷ್ಟವಿಲ್ಲವೆಂದು ನಾನು ಊಹಿಸಿಕೊಂಡೆ. ಮದ್ಯದ ಕಟ್ಟೆಯ ಹಿಂದಿನ ಹೆಂಗಸು ವಿಪರೀತ ದೊಡ್ಡದಾಗಿ ಆಕಳಿಸಿದಳು. ಚಿಕ್ಕ ಹುಡುಗಿ ಮೂಲೆಗೆ ಒರಗಿಕೊಂಡು – ನಾನು

ಅವಳನ್ನು ಕರೆಯುತ್ತೇನೆಂದು ನಿರೀಕ್ಷಿಸುವವಳಂತೆ. ನಾನು ಅಲ್ಲಿಂದ ತಪ್ಪಿಸಿಕೊಳ್ಳುವುದಿದ್ದರೆ, ಧಿಡೀರನೆ ತಪ್ಪಿಸಿಕೊಳ್ಳಬೇಕಾಗಿತ್ತು, ಆ ಕ್ಷಣದಲ್ಲಿ. ಆದರೆ ನನ್ನ ಅಂಗಾಂಗಗಳು ಸತುವಿನಂತೆ ಭಾರವಾಗಿ, ನಾನು ಅಲುಗಾಡದೆ, ಅಸಹ್ಯತೆ ಮತ್ತು ಕುತೂಹಲಗಳಿಂದ ಬಂಧಿತನಾಗಿ ಅಲ್ಲೇ ಕುಳಿತಿದ್ದೆ. ನಿಜ ಹೇಳುವುದಾದರೆ ಆ ನಿರಾಸಕ್ತಿ ನನ್ನನ್ನು ವಿಚಿತ್ರ ರೀತಿಯಲ್ಲಿ ಪ್ರಚೋದಿಸಿತ್ತು.

ನನ್ನ ಪಕ್ಕದಲ್ಲಿದ್ದ ಹುಡುಗಿ ಇದ್ದಕ್ಕಿದ್ದಂತೆ ಕೀರಲು ದನಿಯಲ್ಲಿ ಜೋರಾಗಿ ನಗಲಾರಂಭಿಸಿದಳು. ಅದೇ ಗಳಿಗೆಯಲ್ಲಿ ತೆರೆದ ಬಾಗಿಲಿಂದ ಒಳಬಂದ ತಣ್ಣನೆಯ ಗಾಳಿಯಲ್ಲಿ ದೀಪದ ಬೆಳಕು ನಡುಗಿತು.

ಈ ಹುಡುಗಿ ಜರ್ಮನ್ ಭಾಷೆಯಲ್ಲಿ ಎಂದಳು :

"ಅಂತೂ ಮತ್ತೆ ಬಂದೆಯಲ್ಲವೇ – ಮನೆಯ ಬಳಿ ನುಸುಳಿಕೊಂಡು, ಹಲ್ಕಾ ನಾಯಿಮಗನೆ! ಓಹ್, ಒಳಕ್ಕೆ ಬಾ – ನಾನು ನಿನಗೇನೂ ತೊಂದರೆ ಮಾಡೋದಿಲ್ಲ."

ಬಾಯಿಯಿಂದ ಬೆಂಕಿಯನ್ನುಗುಳುತ್ತಿರುವಂತೆ ತೋರುತ್ತಿದ್ದ ಅವಳನ್ನು ಮೊದಲು ನೋಡಿ, ಅನಂತರ ನಾನು ಬಾಗಿಲ ಕಡೆಗೆ ದೃಷ್ಟಿ ಬೀರಿದೆ. ನಾನು ಪ್ರವೇಶಿಸಿದಾಗ ಓಡಿಹೋಗಿದ್ದ ವ್ಯಕ್ತಿ ಒಳಕ್ಕೆ ನುಸುಳಿಕೊಂಡು ಬರುತ್ತಿದ್ದ. ಅವನು ಅತಿದೈನ್ಯದ ಪ್ರಾಣಿ, ಭಿಕ್ಷುಕನಂತೆ ಕೈಯಲ್ಲಿ ತನ್ನ ಹ್ಯಾಟನ್ನು ಹಿಡಿದುಕೊಂಡಿದ್ದ. ತನ್ನನ್ನು ಎದುರಿಸಿದ ಮಾತುಗಳ ಮಳೆಯಲ್ಲಿ ನಡುಗುತ್ತಿದ್ದ, ಅರ್ಥವಿಲ್ಲದ ನಗುವಿನ ಪ್ರವಾಹದಲ್ಲಿ ಚಡಪಡಿಸುತ್ತಿದ್ದ – ಜತೆಗೆ ಮದ್ಯದ ಕಟ್ಟೆಯ ಹಿಂದೆ, ಅಲ್ಲಿಯ ಯಜಮಾನಿಯು ಅವಳ ಬಳಿಯಿದ್ದ ಹುಡುಗಿಯೊಂದಿಗೆ ಪಿಸುನುಡಿಯುತ್ತಿದ್ದ ರೀತಿಯಿಂದ ಇನ್ನೂ ಒದ್ದಾಟಕ್ಕೆ ಸಿಕ್ಕಿಬಿದ್ದ.

ನನ್ನ ಪಕ್ಕದಲ್ಲಿದ್ದ ಯುವತಿ ಅಬ್ಬರಿಸಿದಳು :

"ಹೋಗಿ ಅಲ್ಲಿ ಫ್ರಾನ್ಸ್‌ವಾಳ ಪಕ್ಕದಲ್ಲಿ ಕುಳಿತುಕೊ – ನನಗೊಬ್ಬ ಸಭ್ಯ ಗಿರಾಕಿ ಬಂದಿರೋದು ಕಾಣೋದಿಲ್ಲವೇ?"

ಅವಳು ಸಂಪೂರ್ಣವಾಗಿ ಜರ್ಮನ್ ಭಾಷೆಯಲ್ಲಿಯೇ ಅವನೊಂದಿಗೆ ಮಾತನಾಡಿದ್ದಳು. ಧಡೂತಿ ಹೆಂಗಸೂ ಚಿಕ್ಕ ಹುಡುಗಿಯೂ ಒಂದು ಮಾತು ಅರ್ಥವಾಗದಿದ್ದರೂ ಹೊಟ್ಟೆ ಹುಣ್ಣಾಗುವಂತೆ ನಗುತ್ತಲೇ ಇದ್ದರು. ಆ ಮನುಷ್ಯ ಪದೇ ಪದೇ ಬರುತ್ತಿದ್ದವನೇ ಆಗಿರಬೇಕು.

ಜರ್ಮನ್ ಯುವತಿ ಚಿಕ್ಕ ಹುಡುಗಿಯತ್ತ ನೋಡಿ ವ್ಯಂಗ್ಯವಾಗಿ ಕಿರಿಚಿದಳು :

"ಫ್ರಾನ್ಸ್‌ವಾ, ಇವನಿಗೊಂದು ಶಾಂಪೇನ್ ಸೀಸೆ ಕೊಡು – ಅತಿ ಹೆಚ್ಚಿನ ಬೆಲೆಯದು."

ತರುವಾಯ ಆ ವ್ಯಕ್ತಿಯ ಕಡೆಗೆ ತಿರುಗಿ ಹೇಳಿದಳು :

"ಮತ್ತೆ ನಿನಗೆ ಅದರ ಬೆಲೆ ಹೆಚ್ಚು ಅಂತ ಅನ್ನಿಸಿದರೆ, ಅಯ್ಯಾ ಪ್ರಾಣಿ, ನೀನು ಹೊರಗೆ ಹೋಗಿ ಅಲ್ಲೇ ಇದ್ದು ಬಿಡು ; ನಮಗೆ ತೊಂದರೆ ಕೊಡೋದಕ್ಕೆ ಪುನಃ ಬರಬೇಡ. ನನಗೆ ಗೊತ್ತಿದೆ, ಏನೂ ಖರ್ಚು ಮಾಡದೇ ನನ್ನನ್ನು ವಶಪಡಿಸಿಕೊಳ್ಳೋದು ನಿನ್ನ ಇಚ್ಛೆ – ಅಷ್ಟೇ ಅಲ್ಲ, ಏನೂ ಕೊಡದೆ ಏನೆಲ್ಲ ಸಿಕ್ತದೋ ಅದನ್ನೆಲ್ಲ ಕವರಿಕೊಳ್ಳೋದು ನಿನ್ನ ಉದ್ದೇಶ. ಥೂ, ನೀಚ ಮೃಗವೇ."

ಅವಳ ನಾಲಿಗೆಯ ಚಾವಟಿಯೇಟಿಗೆ ಆ ಎತ್ತರದ ದೇಹ ಕುಸಿದು ಹೋಯಿತು. ಏಟು ತಿಂದ ಕಂತ್ರಿ ನಾಯಿಯಂತೆ ಅವನು ಮೇಜಿನ ಬಳಿಗೆ ಕೊಂಚ ಕೊಂಚವೇ ಸರಿದು ಬಂದು, ಬಾಟಲಿನಿಂದ ಗ್ಲಾಸಿಗೆ ಮದ್ಯವನ್ನು ನಡುಗುವ ಕೈಗಳಿಂದ ಸುರುವಿದ. ತನ್ನನ್ನು ಬಯ್ಯುತ್ತಿದ್ದ ಗಯ್ಯಾಳಿಯನ್ನು ನೋಡಲು ಅವನಿಗೆ ಆಸೆಯಿದ್ದರೂ, ನೆಲದಿಂದ ಮೇಲಕ್ಕೆ ದೃಷ್ಟಿಯನ್ನೆತ್ತ

ಲಾರದೆ ನಿಂತ. ದೀಪದ ಬೆಳಕು ಅವನ ಮುಖದ ಮೇಲೆ ಬಿದ್ದಿತ್ತು. ಬತ್ತಿಹೋದ ಮುಖ, ಹಣೆಯ ಮೇಲೆ ಅಂಟಿಕೊಂಡಿದ್ದ ಬೆವರಿನಿಂದ ತೊಯ್ದ ನಾಲ್ಕಾರು ಕೂದಲುಗಳು ನನ್ನ ಕಣ್ಣಿಗೆ ಬಿದ್ದುವು. ಗಂಟುಗಳೆಲ್ಲ ಮುರಿದು ಹೋದಂತೆ, ಅವನ ಅಂಗಾಂಗಗಳೆಲ್ಲ ಸಡಿಲ ವಾಗಿದ್ದುವು. ಯಾವುದೇ ರೀತಿಯ ಶಕ್ತಿಯೂ ಇಲ್ಲದ ಕರುಣಾಜನಕ ವ್ಯಕ್ತಿಯಾಗಿದ್ದ ಆತ – ಆದರೂ ಒಂದು ರೀತಿಯ ಕೆಟ್ಟ ಧೈರ್ಯ ಮಾತ್ರ ಅವನಲ್ಲಿ ಕೊರೆಯಾಗಿರಲಿಲ್ಲ. ಅವನದ್ದೆಲ್ಲ ಅವ್ಯವಸ್ಥೆಯಾಗಿತ್ತು. ಒಂದು ಕ್ಷಣ ಅವನು ಮೇಲೆತ್ತಿದ್ದ ಕಣ್ಣುಗಳು ನೇರವಾಗಿ ನೋಡುತ್ತಿರಲಿಲ್ಲ – ಬದಲಿಗೆ ಮೋಸ ಮತ್ತು ದುಷ್ಟತನಗಳ ಛಾಯೆ ಅವುಗಳಲ್ಲಿ ತುಂಬಿ ತುಳುಕುತ್ತಿತ್ತು.

"ಅವನ ಬಗ್ಗೆ ಆತಂಕ ಬೇಡ" ಎಂದು ಆ ಯುವತಿ ತನ್ನ ಕಷ್ಟತರ ಫ್ರೆಂಚಿನಲ್ಲಿ ನನಗೆ ಹೇಳುತ್ತ ನಾನು ಅವನ ಬಗ್ಗೆ ಚಿಂತಿಸದೆ ಬೇರೆ ಕಡೆಗೆ ತಿರುಗುವಂತೆ ಒರಟಾಗಿ ನನ್ನ ತೋಳನ್ನು ಹಿಡಿದುಕೊಂಡಳು. "ಅವನದೂ ನನ್ನದೂ ಬಹಳ ಹಳೆಯ ಕತೆ. ಅದು ನಿನ್ನೆ ಮೊನ್ನೆ ಪ್ರಾರಂಭವಾದುದಲ್ಲ!" ಎನ್ನುತ್ತ ಕಚ್ಚುವುದಕ್ಕೆ ಸಿದ್ಧವಾದ ಹೆಣ್ಣು ನರಿಯಂತೆ ಹಲ್ಲುಕಿರಿದಳು. ಅನಂತರ ಅವನನ್ನು ನೋಡಿ ಗುರುಗುಟ್ಟಿದಳು :

"ಏ ಗುಳ್ಳೆ ನರಿ, ನಾನು ಹೇಳೋದಷ್ಟು ಕೇಳು. ನಿನ್ನ ಜತೆಯಲ್ಲಿ ಬರೋದಕ್ಕಿಂತ ನಾನು ಸಮುದ್ರದೊಳಕ್ಕೆ ನೆಗೆಯೋದೇ ಮೇಲು ಗೊತ್ತಾಯಿತೇ?"

ಈ ಚುಚ್ಚು ಮಾತಿಗೆ ಮದ್ಯದ ಕಟ್ಟೆಯ ಹಿಂದಿನಿಂದ ಜೋರಾದ ನಗೆಯ ಮೆಚ್ಚುಗೆ ದೊರಕಿತು. ಈ ಹುಚ್ಚಾಟವು ಪ್ರತಿದಿನವೂ ಮರುಕಳಿಸುತ್ತಿದ್ದಂತೆ ತೋರಿತು. ಆಗ ಇನ್ನೊಂದು ಅಸಹ್ಯ ಘಟನೆ ಜರಗಿತು. ಚಿಕ್ಕ ಹೆಣ್ಣು ತನ್ನ ತೋಳುಗಳನ್ನು ಅವನ ಸುತ್ತ ಪ್ರೀತಿಯಿಂದ ಬಳಸಿ. ಮೃದುವಾಗಿ ಅವನನ್ನು ನೇವರಿಸಿದಳು. ಅವಳ ಸ್ಪರ್ಶದಿಂದಲೇ ಅವನು ತತ್ತರಿಸಿದ, ಆತಂಕದಿಂದ, ದೈನ್ಯತೆಯಿಂದ ನನ್ನ ಕಡೆಗೆ ನೋಡಿದ. ಆ ಕ್ಷಣವೇ ನನ್ನ ಪಕ್ಕದಲ್ಲಿದ್ದವಳು ನಿದ್ರೆಯಿಂದ ಎಚ್ಚತ್ತವಳಂತೆ ತನ್ನ ಜಡತೆಯನ್ನು ಕಿತ್ತೊಗೆದು ಎದ್ದು ನಿಂತಳು. ಅವಳ ಮುಖ ಅತಿ ದ್ವೇಷದಿಂದ ವಿಕಾರಗೊಂಡಿತ್ತು, ಅವಳ ಕೈಗಳು ಬಲವಾಗಿ ನಡುಗುತ್ತಿದ್ದುವು – ಈ ದೃಶ್ಯವನ್ನು ಇನ್ನು ಸಹಿಸಲಾರದೆ ನಾನು ಮೇಜಿನ ಮೇಲಷ್ಟು ಹಣವನ್ನೆಸೆದು, ಹೊರಡಲು ಎದ್ದುನಿಂತೆ. ಅವಳು ನನ್ನನ್ನು ತಡೆದಳು:

"ಅವನಿಂದ ನಿನಗೆ ತೊಂದರೆಯಾದರೆ, ಆ ಹಂದಿಯನ್ನು ಹೊರಕ್ಕೆಸೆಯುತ್ತೇನೆ. ನಾನು ಹೇಳಿದಂತೆ ಅವನು ಮಾಡದೆ ವಿಧಿಯೇ ಇಲ್ಲ. ಬಾ, ಇನ್ನೊಂದು ಗ್ಲಾಸ್ ಜತೆಯಲ್ಲಿ ಕುಡಿಯೋಣ."

ಸೋಗಿನ ಆಸಕ್ತಿಯಿಂದ ಅವಳು ನನ್ನನ್ನು ತಬ್ಬಿಕೊಂಡಂತೆ ಮಾಡಿದಳು. ಆ ವ್ಯಕ್ತಿಯನ್ನು ಹಿಂಸಿಸಲು ಆಕೆ ಈ ನಾಟಕವನ್ನಾಡುತ್ತಿದ್ದಾಳೆಂದು ನನಗೆ ತಕ್ಷಣ ಗೊತ್ತಾಗಿ ಹೋಯಿತು. ಅವಳು ಕಣ್ಣಿನ ಅಂಚಿನಿಂದ ಅವನ ಕಡೆಗೇ ಆಗಾಗ ನೋಡುತ್ತಿದ್ದಳು. ನನಗೆ ಅವಳು ತೋರಿದ ಒಂದೊಂದು ಪ್ರೀತಿಯ ರೀತಿಯ ಫಲವಾಗಿ, ಕಾದ ಕಬ್ಬಿಣದ ಬರೆ ಬಿದ್ದವನಂತೆ ಆ ಬಡಪಾಯಿ ಪ್ರಾಣಿ ವಿಲವಿಲನೆ ಒದ್ದಾಡುವುದನ್ನು ಕಂಡು ನನಗೆ ಜಿಗುಪ್ಸೆ ಬಂದಿತು. ನನ್ನ ದೃಷ್ಟಿಯನ್ನು ಆತನಿಂದ ಕೀಳಲಾರದೆ ಹೋದೆ. ಅವನಲ್ಲಿ ಆಸೆ, ಅಸೂಯೆ ಮತ್ತು ರೌದ್ರಕೋಪಗಳ ಬಿರುಗಾಳಿ ಹೇಗೆ ಮಾಡಿಕೊಳ್ಳುತ್ತಿದೆಯೆಂಬುದು ಸ್ಪಷ್ಟವಾಗಿ ನಾನು ಜಿಲ್ಲೆಂದು ನಡುಗಿದೆ. ಆದರೆ ಪ್ರತಿ ಸಾರಿ ಆ ಹುಡುಗಿ ಅವನ ಕಡೆ ನೋಡಿದಾಗಲೂ ಅವನು ಹೆದರಿಕೆಯಿಂದ ಬಗ್ಗಿಬಿಡುತ್ತಿದ್ದ. ಅವಳು ಇನ್ನೂ ಬಿಗಿಯಾಗಿ ನನ್ನನ್ನು ತಬ್ಬಿದಾಗ, ಈ ದುಷ್ಟನಾಟಕದಿಂದ

ತನಗೆ ದೊರಕುತ್ತಿದ್ದ ಅಪಾರ ಆನಂದದಲ್ಲಿ ಅವಳ ಮೈ ಕಂಪಿಸುತ್ತಿದ್ದುದು ನನಗೆ ಅನುಭವವಾಯಿತು, ಅವಳ ಸ್ನಾನವಿಲ್ಲದ ಮೈಚರ್ಮ ಮತ್ತು ಕೀಳು ದರ್ಜೆಯ ಅಗ್ಗದ ಪೌಡರುಗಳ ದುರ್ವಾಸನೆ ವಾಕರಿಕೆ ತರುವಂತಿತ್ತು; ಅವಳನ್ನು ದೂರವಿಡಲೆಂದು ನನ್ನ ಪರ್ಸಿನಿಂದ ಒಂದು ಸಿಗಾರನ್ನು ನಾನು ಹೊರ ತೆಗೆದೆ, ಅದನ್ನು ನಾನು ಹಚ್ಚುವುದರೊಳಗೇ ಅವಳು ಅವನತ್ತ ಕಿರಿಚಿದಳು.

"ಏಯ್, ನೀನು, ಬೆಂಕಿ ತಾ – ಹೂಂ ಬೇಗ!"

ಆ ಮನುಷ್ಯ ನನ್ನ ಸೇವೆ ಮಾಡಲು ಅವಕಾಶಕೊಟ್ಟು ಅವಳ ತಂತ್ರದಲ್ಲಿ ಭಾಗಿಯಾಗಲು ನನಗಿಷ್ಟವಿರಲಿಲ್ಲ. ಆದ್ದರಿಂದ ನಾನು ಸಾಧ್ಯವಾದಷ್ಟು ಬೇಗ ಬೆಂಕಿಕಡ್ಡಿಯನ್ನು ಹೊರತೆಗೆಯಲು ಯತ್ನಿಸಿದೆ. ಆದರೆ ಅವಳ ಆಜ್ಞೆ ಆ ಬಡಪಾಯಿಯನ್ನು ಹೊಡೆದೆಬ್ಬಿಸಿತು, ಬೆಂಕಿ ಹಚ್ಚಲು ಅಗತ್ಯವಾದ ಉಪಕರಣಗಳೊಂದಿಗೆ ಆತ ಮೇಜಿನ ಬಳಿಗೆ ಧಾವಿಸಿದ. ನಾವು ಪರಸ್ಪರ ನೋಡಿದೆವು – ಅವನ ಕಣ್ಣುಗಳಲ್ಲಿ ನರಕದಾಳದ ಅಪಮಾನದ ಜತೆಗೆ ಧೈರ್ಯಹೀನ ಕಹಿಯೂ ನನಗೆ ಕಾಣಿಸಿತು. ಆ ನೋಟ ನನ್ನಲ್ಲಿ ಸಹಾನುಭೂತಿಯ ತಂತಿಯನ್ನು ಮೀಟಿತು. ಅವನ ಅಪಮಾನದ ಬಗ್ಗೆ ಸಹಾನುಭೂತಿಯಿಂದ ನಾನು ಜರ್ಮನ್ ಭಾಷೆಯಲ್ಲಿ ಹೇಳಿದೆ :

"ವಂದನೆಗಳು, ಸ್ವಾಮಿ, ನೀವು ತೊಂದರೆ ತೆಗೆದುಕೊಳ್ಳಬೇಕಾಗಿರಲಿಲ್ಲ."

ಆತನ ಕಡೆಗೆ ನಾನು ನನ್ನ ಕೈಯನ್ನು ಚಾಚಿದೆ. ಒಂದು ಗಳಿಗೆ ಆತ ಹಿಂಜರಿದ, ಆಮೇಲೆ ಅವನ ಮೂಳೆ ಹಂದರದ ಕೈಗಳು ನನ್ನ ಬೆರಳುಗಳನ್ನು ಭದ್ರವಾಗಿ ಅಮುಕಿದುವು. ನನ್ನನ್ನು ನೋಡಿದ ಕ್ಷಣದಲ್ಲಿ ಅವನ ಕಣ್ಣಿನಲ್ಲಿ ಕೃತಜ್ಞತೆ ಮಿಂಚಿತು – ಆದರೆ ಮರುಗಳಿಗೆಯಲ್ಲೇ ತನ್ನ ಊದಿಕೊಂಡಿದ್ದ ಕಣ್ಣೆವೆಯನ್ನು ಆತ ನೆಲದ ಕಡೆ ತಿರುಗಿಸಿಬಿಟ್ಟ. ಅವನನ್ನು ನಮ್ಮೊಂದಿಗೆ ಕುಳಿತುಕೊಳ್ಳಲು ಕರೆಯುವಂತೆ ಪ್ರತಿಭಟನೆಯ ಭಾವನೆ ನನ್ನನ್ನು ಪ್ರಚೋದಿಸಿತು. ಪ್ರಾಯಶಃ ನಾನು ಆ ರೀತಿಯ ಸಂಜ್ಞೆ ಮಾಡಿದ್ದೆನೋ ಏನೋ, ನನ್ನ ಬಾಯಿಂದ ಆ ಮಾತುಗಳು ಹೊರಡುವ ಮೊದಲೇ ಅವಳು ಕರ್ಕಶವಾಗಿ ಗರ್ಜಿಸಿದಳು :

"ನಿನ್ನ ಜಾಗಕ್ಕೆ ಹೋಗು, ಮೃಗವೇ, ತಕ್ಷಣ – ಇಲ್ಲಿ ಮತ್ತೆ ಬಂದು ತೊಂದರೆ ಕೊಡಬೇಡ."

ಅವಳ ದಬ್ಬಾಳಿಕೆಯ ದನಿ ಮತ್ತು ಇಡೀ ನಡತೆಯಿಂದ ನನಗೆ ಅಸಹನೀಯ ವಾಕರಿಕೆ ಬರುತ್ತಿತ್ತು. ಈ ಜಿಗುಪ್ಸೆ ಹುಟ್ಟಿಸುವ ಹೇಸಿಗೆಯ ಸೂಳೆಯ ಬಗ್ಗೆ. ಈ ಬುದ್ಧಿಹೀನ ಹೆಣ್ಣಿನ ಬಗ್ಗೆ, ಈ ಅಗ್ಗದ ಸೆಂಟು ಪೌಡರುಗಳ, ಸಿಗರೇಟ್ ಹೊಗೆಯ ಮತ್ತು ಬೀರಿನ ಪೊರಿಯ ಬಗ್ಗೆ ನಾನೇಕೆ ಒದ್ದಾಡಲಿ? ಸ್ವಚ್ಛ ಗಾಳಿಗಾಗಿ ಹಾತೊರೆಯುತ್ತಿದ್ದೆ. ಆದುದರಿಂದ ಹಣವನ್ನು ಅವಳ ಕಡೆಗೆ ನೂಕಿ ನಾನೆದ್ದುನಿಂತೆ. ಅವಳು ತನ್ನ ಚೆಲ್ಲಾಟದಿಂದ ನನ್ನನ್ನು ತಡೆಯಲು ಯತ್ನಿಸಿದಾಗ, ನಾನು ಬಾಗಿಲ ಕಡೆಗೆ ದೃಢವಾಗಿ ನಡೆದೆ. ಒಬ್ಬ ಸಹಮಾನವನಿಗೆ ಅಪಮಾನ ಮಾಡುವುದರಲ್ಲಿ ನಾನು ಭಾಗಿಯಾಗಲು ಸಾಧ್ಯವಿರಲಿಲ್ಲ. ಅವಳ ಚೆಲುವು ನನ್ನನ್ನು ಆಕರ್ಷಿಸಿಲ್ಲವೆಂಬುದನ್ನು ಸ್ಪಷ್ಟಪಡಿಸಿದೆ. ಅವಳ ಮುಖ ಮತ್ತು ಕೊರಳು ಕೋಪದಿಂದ ಕೆಂಪೇರಿದುವು, ಕ್ರೂರ ಮಾತುಗಳು ತುಟಿಯ ಮೇಲೆ ಕುಣಿದುವು; ಆದರೆ ಅವಳು ಒಂದು ಮಾತೂ ಆಡಲಿಲ್ಲ. ಅವಳು ಸುಮ್ಮನೆ ಅವನ ಕಡೆ ತಿರುಗಿ ಅರ್ಥಪೂರ್ಣವಾಗಿ ನೋಡಿದೊಡನೆ ಅವನು ಅವಳು ಬಾಯಲ್ಲಿ ಹೇಳದಿದ್ದ ಆಜ್ಞೆಯನ್ನು ಪರಿಪಾಲಿಸಲು ತಕ್ಷಣ ಹೊರಟ. ಅವನ ಜೇಬಿನೊಳಕ್ಕೆ ಕೈಗಳು ಅತ್ಯಂತ ವೇಗದಿಂದ ನುಗ್ಗಿ, ಒಂದು ಪರ್ಸನ್ನು ಹೊರಕ್ಕೆ ತಂದುವು. ಅವಳ ಜತೆ ಒಬ್ಬನೇ ಇರಲು ಆತನಿಗೆ ಅಪಾರ ಭಯವಿದ್ದಿರಬೇಕು. ಆ ಉದ್ವೇಗದಲ್ಲಿ

ಪರ್ಸನ್ನು ತೆರೆಯುವಾಗ ಅವನ ಕೈ ತಡವರಿಸಿತು. ಹಣವನ್ನು ಧಾರಾಳವಾಗಿ ಖರ್ಚುಮಾಡುವ ಅಭ್ಯಾಸ ಅನಿಗಿಲ್ಲವೆಂದು ನಾನು ಕೂಡಲೇ ಊಹಿಸಿದೆ. ತನ್ನ ಹಣವನ್ನು ಲಂಗುಲಗಾಮಿಲ್ಲದೆ ಎಸೆಯುವ ನಾವಿಕನ ಔದಾರ್ಯ ಪ್ರವೃತ್ತಿ ಅವನಿಗಿರಲಿಲ್ಲ. ಅವನು ಹಣವನ್ನು ಬಹಳ ಎಚ್ಚರಿಕೆಯಿಂದ ಎಣಿಸಿಟ್ಟು, ಅದನ್ನು ಕೊಡುವುದಕ್ಕೆ ಮುನ್ನ ಪ್ರತಿಯೊಂದು ನಾಣ್ಯವನ್ನೂ ಬೆರಳಿನಿಂದ ಪರೀಕ್ಷಿಸಿ ನೋಡುವ ವ್ಯಕ್ತಿ ಎಂಬುದು ಖಚಿತವಾಗಿತ್ತು – ಅವನೀಗ ಶಾಂಪೇನ್ ಮದ್ಯಕ್ಕೆ ಹಣ ಕೊಡಲು ಎಣಿಸಲಾರಂಭಿಸಿದುದೂ ಹಾಗೆಯೇ!

ಅವಳು ಅವನ ಹತ್ತಿರ ಬರುತ್ತ ಅವನನ್ನು ಮೂದಲಿಸಿದಳು:

"ನೋಡಿ, ಅವನ ಪ್ರೀತಿಪಾತ್ರ ಪೆನ್ನಿಗಳಲ್ಲಿ ಕೆಲವನ್ನು ಕಳೆದುಕೊಳ್ಳಬೇಕಲ್ಲ ಎಂದು ಹೇಗೆ ನಡುಗುತ್ತಿದ್ದಾನೆ. ಬಹು ನಿಧಾನವಾಯಿತು. ನೋಡಿಲ್ಲಿ–ನೋಡುತ್ತಿರು ನಾನು..."

ಭೀತಿಯಿಂದ ಅವನು ಹಿಂದಕ್ಕೆ ಸರಿದ. ಅವನು ಎಷ್ಟು ಹೆದರಿದ್ದನೆಂಬುದನ್ನು ಕಂಡು ಅವಳು ಭುಜ ಕುಣಿಸಿ, ಮುಖದಲ್ಲಿ ವರ್ಣಿಸಲಾಗದ ಜಿಗುಪ್ಸೆಯನ್ನು ತೋರುತ್ತ, ಅಪಹಾಸ್ಯದಿಂದ ನುಡಿದಳು :

"ನಿನ್ನಿಂದೇನನ್ನೂ ನಾನು ತೆಗೆದುಕೊಳ್ಳೋದಿಲ್ಲ. ನಿನ್ನ ಹಣದ ಮೇಲೆ ಉಗೀತೇನೆ. ಈ ಮೊದಲೇ ಅದನ್ನೆಲ್ಲ ಲೆಕ್ಕಮಾಡಿ ತಂದಿದ್ದೀಯೆ. ನನಗೆ ಗೊತ್ತು – ಒಂದು ಚಿಕ್ಕಾಸು ಕೂಡ ಪರ್ಸಿನಲ್ಲಿ ಹೆಚ್ಚಿರಲಾರದು. ಆದರೆ, ನಿನ್ನ ಒಳ ಅಂಗಿಯ ಅಂಚಿನೊಳಕ್ಕೆ ಹುಷಾರಿನಿಂದ ಹೊಲಿದಿರುವ ಕಾಗದದ ವಿಷಯವೇನು?"

ಹೀಗತೆಂದು ಅವಳು ಅವನ ಎದೆಯ ಮೇಲೆ ಕುಟ್ಟಿದಳು.

ಅವನಿಗೆ ಎದೆಯ ಚಳುಕ ಬಂದಂತೆ ಕೈಯನ್ನು ಪಕ್ಕಕ್ಕೆ ಅದುಮಿ ಹಿಡಿದುಕೊಂಡ. ಎದೆ ಮುಟ್ಟಿಕೊಂಡ ಅನಂತರ ಅವಳ ಮಾತಿಗೆ ಬೂದಿಯಂತೆ ಬಿಳಿಚಿಕೊಂಡಿದ್ದ ಅವನ ಮುಖ ಈಗ ಮೊದಲ ಬಣ್ಣಕ್ಕೆ ಬಂದಿತು. ಅವನ ಕೈ ಕೆಳಗಿಳಿಯಿತು.

"ಜಿಪುಣ" ಎಂದು ಕಿರಿಚಿದಳು ಅವಳು.

ಆ ಮಾತು ಕೇಳಿ ಆ ಸಂತ್ರಸ್ತ ಹಿಂದಿರುಗಿ, ತನ್ನ ಕೈಯಲ್ಲಿದ್ದ ಪರ್ಸನ್ನು ಅದರೊಳಗಿದ್ದ ಹಣವನ್ನೂ ಚಿಕ್ಕ ಹುಡುಗಿಯ ಉಡಿಯಲ್ಲೆಸೆದು, ಅದು ಬೆಂಕಿ ಬಿದ್ದ ಜಾಗವೆನ್ನುವಂತೆ ಅಲ್ಲಿಂದ ಹೊರಗೆ ಓಡಿಬಿಟ್ಟ. ಮೊದಲು ಆ ಹುಡುಗಿ ಗಾಬರಿಯಿಂದ ಅರಚಿಕೊಂಡಳು, ಅನಂತರ ಅವನು ಮಾಡಿದುದನ್ನು ತಿಳಿದು ಅವಳು ಕರ್ಕಶ ದನಿಯಲ್ಲಿ ಅಲೆಯಲೆಯಾಗಿ ನಗಲಾರಂಭಿಸಿದಳು.

ಆ ಹೆಂಗಸು ಒಂದು ಕ್ಷಣ ಸೆಟೆದು ನಿಂತಿದ್ದಳು, ಅವಳ ಕಣ್ಣುಗಳು ಉಗ್ರ ಕೋಪದಲ್ಲಿ ಕಿಡಿಗಾರುತ್ತಿದ್ದುವು. ಅನಂತರ ಅವಳು ರೆಪ್ಪೆಗಳನ್ನು ಮುಚ್ಚಿಕೊಂಡಳು – ಅವಳ ದೇಹ ಕುಸಿಯಿತು. ಈಗ ಅವಳು ಮುದಿಯಾದಂತೆ, ವಿಪರೀತ ಸುಸ್ತಾದಂತೆ ಕಾಣಿಸಿಕೊಂಡಳು. ನನ್ನ ಮುಂದೆ ಇದ್ದುದು ಹತಾಶೆಯಿಂದ ಕುಗ್ಗಿದ ದೀನ ವ್ಯಕ್ತಿ!

"ಅಲ್ಲಿ ಹೊರಗೆ ಅವನು ತನ್ನ ಕಳೆದುಹೋದ ಹಣಕ್ಕಾಗಿ ಅಳೋದು ಖಂಡಿತ. ಪೊಲೀಸ್ ಸ್ಟೇಷನ್ನಿಗೆ ಹೋಗಿ, ನಾವು ಅದನ್ನು ಕದ್ದೆವೆಂದು ಹೇಳಲೂಬಹುದು. ನಾಳೆ ಇಲ್ಲಿಗೆ ಮತ್ತೆ ಬಂದೇ ಬರ್‍ತಾನೆ. ಆದರೆ ನನ್ನನ್ನು ಅವನು ಪಡೆಯೋದಿಲ್ಲ, ಇಲ್ಲ, ಪಡೆಯೋದೇ ಇಲ್ಲ. ನನಗೆ ಯಾರು ಹಣಕೊಟ್ಟರೂ ನನ್ನನ್ನು ಒಪ್ಪಿಸಿಕೊಳ್ತೇನೆ – ಆದರೆ ಎಂದಿಗೂ ಅವನಿಗಲ್ಲ."

ಬಳಿಕ ಅವಳು ಮದ್ಯದ ಕಟ್ಟೆಗೆ ಹೋಗಿ ಒಂದು ಲೋಟದಷ್ಟು ಶುದ್ಧ ಬ್ರಾಂಡಿಯನ್ನು ಗಟಗಟನೆ ಕುಡಿದುಬಿಟ್ಟಳು. ಅವಳ ಕಣ್ಣಲ್ಲಿ ಕೇಡಿಗತನ ಇನ್ನೂ ಹೊಳೆಯುತ್ತಿತ್ತು. ಆದರೆ ಈಗ ಅದು ಕಣ್ಣೀರಿನ ತೆರೆಯ ಹಿಂದೆ ಹೊಳೆಯುವಂತೆ ಮಂಕಾಗಿತ್ತು. ಅವಳನ್ನು ನೋಡುತ್ತಾ ನನ್ನ ಸಿಟ್ಟು ಏರಿತು, ಅವಳ ಬಗ್ಗೆ ನನ್ನ ಹೃದಯದಲ್ಲಿ ಯಾವ ಅನುಕಂಪವೂ ಇರಲಿಲ್ಲ.

ನಾನು ಹೊರಡುತ್ತಾ "ಶುಭರಾತ್ರಿ" ಎಂದೆ.

ನನ್ನ ಕಡೆಗೆ ನೋಡದೆಯೇ ಆಕೆ "ಹೋಗಿ ಬಾ" ಎಂದಳು. ನಾನು ಬೀದಿಗಿಳಿದಂತೆ ನನ್ನ ಹಿಂದೆ ಕೀರಲು ದನಿಯ ಕುಚೋದ್ಯದ ನಗೆ ಕೇಳಿಸಿಕೊಂಡಿತು.

ಓಣಿಯೊಳಕ್ಕೆ ನಾನು ಕಾಲಿಟ್ಟಂತೆ, ಈಗ ಮೊದಲಿಗಿಂತ ಕತ್ತಲೆ ಹೆಚ್ಚಿದೆ ಎಂದು ತೋರಿತು. ನಕ್ಷತ್ರಗಳಿಲ್ಲದ ಆಕಾಶ ಮತ್ತು ಇರುಳು ಹೆಪ್ಪುಗವಿದಿದ್ದವು. ಬಹುಬೇಗ ತೆಳುವಾದ ಚಂದ್ರ ಕಾಣಿಸಿಕೊಂಡು ಮನಸ್ಸಿಗೆ ಅಪಾರ ಆಹ್ಲಾದವನ್ನೂ ಸಮಾಧಾನವನ್ನೂ ತಂದುಕೊಟ್ಟ. ನೀಳವಾಗಿ ಉಸಿರು ತೆಗೆದುಕೊಂಡಂತೆ ಭಯಾನಕತೆ ನನ್ನನ್ನು ಬಿಟ್ಟು ಓಡಿತು. ಮಾನವರ ಪ್ರಾರಬ್ಧಗಳ ವಿಸ್ಮಯಕರ ಸಿಕ್ಕುಗಂಟನ್ನು ಈಗ ಮತ್ತೆ ಸವಿಯಬಲ್ಲೆ ಎನಿಸಿತು. ನನ್ನ ಮನಸ್ಸಿನಲ್ಲಿ ಒಂದು ಬಗೆಯ ಬ್ರಹ್ಮಾನಂದ – ಕಣ್ಣೀರನ್ನು ತರುವಂತಹುದು – ತುಂಬಿತ್ತು – ಪ್ರತಿಯೊಂದು ಕಿಟಕಿಯ ಹಿಂದೆಯೂ ವಿಧಿ ಕಾಯುತ್ತಿದೆ. ಪ್ರತಿ ಬಾಗಿಲು ತೆರೆದಾಗಲೂ, ಹೊಸ ಅನುಭವ ಬರಲು ಸಿದ್ಧವಾಗಿದೆ, ಅವುಗಳನ್ನು ಗಮನಿಸಲು ಇಚ್ಛಿಸುವವರಿಗೆ ಈ ಜಗತ್ತಿನಲ್ಲಿ ಅಪಾರ ಸಂಖ್ಯೆಯ ಘಟನೆಗಳು ಸದಾ ಆಗುತ್ತಾ ತೆರೆದಿರುತ್ತವೆ – ಅತಿ ಕೀಳು ಗುಡಿಸಲು ಕೂಡ ಹೊಸಹುಟ್ಟು ಪಡೆದ ಬದುಕಿನಿಂದ ತುಂಬಿರುತ್ತದೆ – ಸಗಣಿಯೊಳಗೆ ಕ್ರಿಮಿಗಳು ತುಂಬಿ ನಾಳೆ ಹೊಳೆಯುವ ಚಿಟ್ಟೆಗಳಾಗುವಂತೆ! ಈ ಯೋಚನೆ ಬಂದು ನನಗೆ ಮಹದಾನಂದವಾಯಿತು.

ಆ ಕಹಿಯಾದ ಭೇಟಿ ಕೂಡ ಈಗ ಅಸಹ್ಯವೆನಿಸಲಿಲ್ಲ. ಬದಲಾಗಿ, ನನ್ನ ಮನಸ್ಸಿನಲ್ಲಿ ಅದು ಉಂಟುಮಾಡಿದ್ದ ಕುತೂಹಲವು ಸಡಿಲಗೊಂಡು ಈಗ ಆಲಸ್ಯದ ಸ್ವಾಗತಾರ್ಹ ಸಂವೇದನೆಯಾಗಿ ಮಾರ್ಪಟ್ಟಿತ್ತು. ಈ ವಿಶಿಷ್ಟ ಅನುಭವವನ್ನು ಕನಸನ್ನಾಗಿಸಿಕೊಳ್ಳುವುದೇ ನನ್ನ ಏಕೈಕ ಇಚ್ಛೆಯಾಗಿತ್ತು. ಹೋಟೆಲಿಗೆ ಹಿಂತಿರುಗಲು ಯಾವ ದಿಕ್ಕಿನಲ್ಲಿ ಹೋಗಬೇಕೆಂದು ಕೊಂಡು ನಾನು ಓಣಿಯ ಆ ಕಡೆ ಈ ಕಡೆ ದೃಷ್ಟಿಹಾಯಿಸಿದೆ. ನನ್ನ ಮುಂದೆ ಒಂದು ನೆರಳು ಬಿತ್ತು.

ನನ್ನ ಮಾತೃಭಾಷೆಯಲ್ಲಿ ಪರಿಚಿತವಾದ ಒಂದು ಒರಲುವ ದನಿ ನನ್ನೊಡನೆ ಕೇಳಿತು :

'ಕ್ಷಮಿಸಿ, ಸ್ವಾಮಿ. ಈ ಚಕ್ರವ್ಯೂಹದಿಂದ ನಿಮಗೆ ದಾರಿ ಕಾಣೋದು ಕೊಂಚ ಕಷ್ಟವಾಗ ಬಹುದು. ನಾನು ನಿಮಗೆ ಮಾರ್ಗದರ್ಶಿಯಾಗಲೇ ಸ್ವಾಮಿ? ನಿಮ್ಮ ಹೋಟೆಲು ಯಾವುದು ಸ್ವಾಮೀ ?"

ನಾನು ಆ ವ್ಯಕ್ತಿಗೆ ಅದರ ಹೆಸರು ಹೇಳಿದೆ.

"ಸರಿ, ಸ್ವಾಮಿ, ನನಗದು ಗೊತ್ತು, ಸ್ವಾಮಿ. ನಾನು ನಿಮ್ಮೊಂದಿಗೆ ಬರೋದಕ್ಕೆ ನಿಮ್ಮ ಅನುಮತಿಯಿದೆಯೇ ಸ್ವಾಮಿ ?" ಎಂದು ಕ್ಷಮೆ ಬೇಡುವವನಂತೆ ಆತ ಕೇಳಿಕೊಂಡ.

ನನ್ನ ಮೈಯೆಲ್ಲ ಜಿಲ್ಲೆಂದಿತು. ಈ ತೆವಳುವ ನೆರಳಿನಂತಹ ಪ್ರಾಣಿ ನನ್ನ ಪಕ್ಕದಲ್ಲಿ ನಡೆಯುವುದು, ಕೇವಲ ಕಾಲುಚೀಲ ಹಾಕಿಕೊಂಡಂತೆ ಸದ್ದಿಲ್ಲದೆ ಜತೆಗೆ ಬರುವುದು ನನಗೆ ಅಹಸನೀಯವೆನಿಸಿತು. ನಾವಿಕರ ವಾಡಿಕೆಯ ನೆಲೆಯಾದ ಈ ಓಣಿಗಳ ವಿಷಣ್ಣ ಕತ್ತಲೆಯ ಅರಿವು, ಮತ್ತು ನನ್ನ ಈಚಿನ ಅನುಭವದ ನೆನಪುಗಳು ಎಲ್ಲವೂ ಅನೈಚ್ಛಿಕವಾಗಿಯೇ ಒಂದು

ಬಗೆಯ ಗೊಂದಲದ ಚಿಂತನೆಯಲ್ಲಿ ಮುಳುಗಿ ಹೋದುವು. ನನ್ನ ಜತೆ ಬಂದ ಈತನ ಕಣ್ಣುಗಳಲ್ಲಿ ಇನ್ನೂ ದೈನ್ಯಭಾವವಿತ್ತು. ಅವನ ತುಟಿಗಳಿನ್ನೂ ಉದ್ವಿಗ್ನವಾಗಿ ತುಡಿಯುತ್ತಿದ್ದವು. ಅವನಿಗೆ ಮಾತಾಡಬೇಕೆನ್ನಿಸಿದೆ ಎಂದು ನನಗೆ ಗೊತ್ತು. ಆ ಮನುಷ್ಯನಲ್ಲಿ ನಿಜವಾದ ಆಸಕ್ತಿ ವಹಿಸಲು, ಈಗ ನನ್ನನ್ನು ಆವರಿಸಿದ ಮಾನಸಿಕ ಜಡತೆಯನ್ನು ಕೊಡವಿ ಹಾಕಿ ಎಚ್ಚರಗೊಳ್ಳಲು ನನಗೆ ಇಷ್ಟವಿರಲಿಲ್ಲ. ಆತ ಕ್ಯಾಕರಿಸಿದ, ಅವನ ಗಂಟಲಲ್ಲೆ ಮಾತುಗಳು ಸಿಕ್ಕಿಕೊಂಡವು. ಆದರೆ ಅವನ ಸಹಾಯಕ್ಕೆ ಹೋಗದಿರುವುದರಲ್ಲೇ ಒಂದು ಬಗೆಯ ಕ್ರೂರ ಸುಖವಾಯಿತು ನನಗೆ. ಆ ಭಯಂಕರ ಹೆಂಗಸಿನ ನೆನಪಿಂದ ಉಂಟಾದ ಜಿಗುಪ್ಸೆ ನನ್ನೊಳಗೆಲ್ಲ ದುರ್ಗಂಧದಂತೆ ಹರಡಿತು. ಆದ್ದರಿಂದ ಆ ಮನುಷ್ಯನ ಅಪಮಾನ ಭಾವನೆ, ವಿವರಣೆ ನೀಡುವ ಅವನ ಆಂತರಿಕ ಅಗತ್ಯದೊಂದಿಗೆ ತಾಕಲಾಡುತ್ತಿದ್ದುದು ನನಗೆ ಸಂತೋಷವೆನಿಸಿತು. ಇಲ್ಲ, ನಾನು ಆತನಿಗೆ ನೆರವಾಗಲಿಲ್ಲ; ಬದಲಿಗೆ ನಮ್ಮಿಬ್ಬರ ನಡುವೆ ದಟ್ಟವಾದ ಮೌನದ ಕಪ್ಪು ತೆರೆ ಭಯಂಕರವಾಗಿ ಉಳಿಯುವಂತೆ ಮಾಡಿತು. ಅವನ ಹೆಜ್ಜೆಯ ಸಪ್ಪಳ ಹಗುರ ಮತ್ತು ವಯಸ್ಸಾದವನದು – ನನ್ನದಾದರೋ ಬಲವಾಗಿ ಯೌವನದ ಶಕ್ತಿಯಿಂದ ಜೋರಾಗಿ ಕೇಳುತ್ತಿತ್ತು. ಅವನ ಮತ್ತು ನನ್ನ ಆತ್ಮಗಳ ನಡುವಣ ಬಿಕ್ಕಟ್ಟು ಕ್ಷಣಕ್ಷಣಕ್ಕೂ ಹೆಚ್ಚಾಯಿತು. ಉಚ್ಚರಿಸದಿದ್ದ ಮಾತುಗಳಿಂದ ಮೌನ ಉದ್ವೇಗಕಾರಿಯಾಯಿತು. ಕೊನೆಗೆ ವಿಪರೀತ ಸೆಳೆತಕ್ಕೆ ಸಿಕ್ಕಿದ ತಂತಿ ಕತ್ತರಿಸಿತು. ಅವನು ಒಮ್ಮೆಗೇ ಉದ್ಗರಿಸಿದ:

"ನೀವು – ನೀವು ಇದೇತಾನೇ ಒಂದು ವಿಚಿತ್ರ ಘಟನೆ ನೋಡಿದಿರಿ, ಸ್ವಾಮಿ, ನೀವು ದಯೆಯಿಟ್ಟು ನನ್ನನ್ನು ಕ್ಷಮಿಸಬೇಕು ಸ್ವಾಮಿ, ನಾನು ಆ ವಿಷಯ ಪ್ರಸ್ತಾಪಿಸಿದರೆ...ಅದು ಬಹಳ ವಿಚಿತ್ರ ಅಂತ ನಿಮಗೆ ತೋರಿರಬಹುದು ಸ್ವಾಮಿ, ಮತ್ತು ನಾನೊಂದು ಹಾಸ್ಯಾಸ್ಪದ ಹುಚ್ಚ ಅಂತ ನಿಮಗೆ ಅನಿಸಿರಬಹುದು. ಆದರೆ ನೋಡಿ, ಸ್ವಾಮಿ, ಆ ಹೆಂಗಸು...ಸರಿ, ಅವಳು..."

ಮತ್ತೆ ಮಾತು ಅಡಚಿ ನಿಂತಿತು. ಗಂಟಲು ಗೊರ ಗೊರ ಎಂದಿತು, ಆಮೇಲೆ ಬಹಳ ಸಣ್ಣ ದನಿಯಲ್ಲಿ ಅವನು, ಬಹು ಆತುರವಾಗಿ "ಅವಳು ನನ್ನ ಹೆಂಡತಿ ಸ್ವಾಮಿ" ಎಂದು ಒದರಿದ.

ನನ್ನ ಮುಖದಲ್ಲಿ ವಿಸ್ಮಯ ಕಾಣಿಸಿರಬೇಕು – ಏಕೆಂದರೆ ಅವನು ಕ್ಷಮೆ ಬೇಡುವವನಂತೆ ಆತುರಾತುರವಾಗಿ ಮಾತು ಮುಂದುವರಿಸಿದ :

"ಹಾಗೆಂದರೆ, ಸ್ವಾಮಿ, ಆಕೆ ನನ್ನ ಹೆಂಡತಿಯಾಗಿದ್ದಳು, ಐದು – ಅಲ್ಲ ನಾಲ್ಕು ವರ್ಷ ಹಿಂದೆ–ಹೆಸೂಅ ಪ್ರದೇಶದ ಗರತ್ಸಹಾಇಮ್‌ನಲ್ಲಿ – ಅಲ್ಲಿ ನನ್ನ ಮನೆಯಿದೆ. ದಯೆವಿಟ್ಟು, ಸ್ವಾಮಿ ನೀವು ಅವಳ ಬಗ್ಗೆ ಕೆಟ್ಟ ಭಾವನೆ ಇಟ್ಟುಕೊಳ್ಳಬಾರದು. ಅವಳು ಹೀಗಾಗಿರೋದಕ್ಕೆ ಪ್ರಾಯಶಃ ನನ್ನದೇ ತಪ್ಪು. ಅವಳು ಯಾವಾಗಲೂ ಹೀಗೆ ಇರಲಿಲ್ಲ. ಆದರೆ ನಾನು...ನಾನು ಅವಳನ್ನು ಕೀಟಲೆ ಮಾಡಿದೆ, ಕಾಡಿದೆ. ನೋಡಿ, ಸ್ವಾಮಿ, ಆಕೆ ಕಡು ಬಡತನದಲ್ಲಿದ್ದರೂ ನಾನು ಅವಳನ್ನು ಮದುವೆಯಾದೆ. ಅವಳಿಗೆ ಆಗ ಬೆನ್ನಮೇಲೊಂದು ಒಳಕುಪ್ಪಸವೂ ಇರಲಿಲ್ಲ–ಏನೂ ಇಲ್ಲ–ಏನೇನೂ ಇಲ್ಲ. ಆದರೆ ನಾನಾದರೋ ಶ್ರೀಮಂತನಾಗಿದ್ದೆ ಅಥವಾ ಒಳ್ಳೆಯ ಸ್ಥಿತಿಯಲ್ಲಿದ್ದೆ. ಅಂತೂ ಆ ಕಾಲದಲ್ಲಿ ಸಾಕಷ್ಟು ಆಸ್ತಿಯಿತ್ತು ನನಗೆ...ನಾನು ಆಗ...ಪ್ರಾಯಶಃ...ಅವಳು ಹೇಳುವುದು ಸರಿ...ಸ್ವಲ್ಪ ಮಿತವ್ಯಯಿಯಾಗಿದ್ದೆ...ಹೌದು, ನಮ್ಮ ಈ ದೊಡ್ಡ ದುರಂತವಾಗುವ ಮೊದಲೂ ನಾನು ಮಿತವ್ಯಯಿಯಾಗಿದ್ದೆ. ಆದರೆ ನೋಡಿ, ಸ್ವಾಮಿ, ನನ್ನ ತಾಯಿ ತಂದೆಯರೂ ಹಾಗೆಯೇ ಇದ್ದವರು–ನಮ್ಮ ಮನೆತನವೇ ಸ್ವಲ್ಪಮಟ್ಟಿಗೆ ಜಿಪುಣತನದ್ದು. ಅಷ್ಟೇ ಅಲ್ಲದೆ ನಾನು ಸಂಪಾದಿಸಿದ ಪ್ರತಿ ಚಿಕ್ಕಾಸಿಗೂ ಬಹಳ ಕಷ್ಟಪಟ್ಟು

ದುಡಿಯುತ್ತಿದ್ದೆ. ಅವಳಿಗೆ ಚೆಂದದ ವಸ್ತುಗಳ ಮೇಲೆ ಆಸೆ, ಆದರೆ ಬಡವಳಾದುದರಿಂದ, ನಾನು ಕೊಟ್ಟುದಲ್ಲದೆ ಅವಳಿಗೆ ಬೇರೇನೂ ಇರಲಿಲ್ಲ. ಆಗಾಗ ಇದನ್ನು ನಾನು ಅವಳಿಗೆ ನೆನಪಿಸುತ್ತಲೇ ಇದ್ದೆ. ಓ, ಅದು ನನ್ನ ತಪ್ಪೆಂದು ನಾನು ಬಲ್ಲೆ...ಈ ಆಘಾತವಾದ ನಂತರ ನಾನು ಅದನ್ನು ಅರಿತುಕೊಳ್ಳಲು ಆಗಿದೆ...ಅವಳು ಸ್ವಾಭಿಮಾನವುಳ್ಳವಳು–ತುಂಬಾ ಸ್ವಾಭಿಮಾನಿ. ನೀವೀ ಸಂಜೆ ನೋಡಿದಿರಲ್ಲ, ಸ್ವಾಮಿ, ಆ ಪ್ರವೃತ್ತಿಯೇ ಅವಳಿಗೆ ಸಹಜವಾದ ಪ್ರವೃತ್ತಿ ಅಂತ ತಪ್ಪು ತಿಳಿಯಬೇಡಿ. ಸ್ವಾಮಿ–ತದ್ವಿರುದ್ಧವಾಗಿ, ಅದೆಲ್ಲ ಬರಿಯ ಸೋಗು, ಸ್ವಾಮಿ. ನನ್ನನ್ನು ನೋಯಿಸೋದಕ್ಕಾಗಿ, ನನಗೆ ಚಿತ್ರಹಿಂಸೆ ಕೊಡೋದಕ್ಕಾಗಿ ಅವಳು ತನ್ನನ್ನೇ ಗಾಸಿಗೊಳಿಸುತ್ತಿದ್ದಾಳೆ – ತನ್ನ ಈಚಿನ ಜೀವನದ ರೀತಿ, ತನ್ನ ನಡವಳಿಕೆಗಳ ಬಗ್ಗೆ ಅವಳಿಗೇ ಅಪಮಾನವೆನ್ನಿಸಿರುವುದೇ ಅದಕ್ಕೆ ಕಾರಣ. ಪ್ರಾಯಶಃ ಅವಳು ಕೀಳು ಹಾದಿಗಿಳಿದಿರಬಹುದು, ಸ್ವಾಮಿ. ಆದರೆ ನಾನದನ್ನು...ಆದರೆ ನಾನದನ್ನು ಒಪ್ಪೋದೇ ಇಲ್ಲ...ಯಾಕೆಂದರೆ ಅವಳು ಎಷ್ಟು ಒಳ್ಳೆಯವಳು – ಬಹಳ ಒಳ್ಳೆಯವಳಾಗಿದ್ದಳು ಅನ್ನೋದು ನನ್ನ ನೆನಪಿನಲ್ಲಿದೆ, ಸ್ವಾಮಿ."

ಅವನ ಉದ್ರೇಕ ಏರಿ, ಮಾತು ಮತ್ತು ನಡೆ ಎರಡನ್ನೂ ತಡೆ ಹಾಕಿ ನಿಲ್ಲಿಸಿತು – ಆತ ಕಣ್ಣೊರೆಸಿಕೊಂಡ. ನನಗೆ ಇಷ್ಟವಿಲ್ಲದಿದ್ದರೂ ಅವನ ಕಡೆಗೆ ನೋಡಿದೆ, ಅವನೀಗ ಅಪಹಾಸ್ಯಕ್ಕೆ ತಕ್ಕ ವ್ಯಕ್ತಿಯಾಗಿ ತೋರಲಿಲ್ಲ – ಪದೇ ಪದೇ ಅವನು ದೈನ್ಯದಿಂದ 'ಸ್ವಾಮಿ, ಸ್ವಾಮಿ' ಎನ್ನುತ್ತಿದ್ದುದೂ ನನಗೆ ಅಸಹ್ಯವೆನಿಸಲಿಲ್ಲ. ತನ್ನ ವಿವರಣೆಗೆ ಸರಿಯಾದ ಮಾತುಗಳನ್ನು ಹುಡುಕುವುದರಲ್ಲಿ ಅವನು ತೊಡಗಿಸಿದ್ದ ಶಕ್ತಿಯಿಂದಾಗಿ ಅವನ ಮುಖದ ಚಹರೆಯೇ ಬದಲಾಯಿಸಿ ಹೋಗಿತ್ತು. ನಾವು ಮತ್ತೆ ಮುಂದೆ ಹೆಜ್ಜೆ ಹಾಕಿದೆವು. ಅವನು ನೆಲದ ಮೇಲೆ ತನ್ನ ಕತೆ ಅಚ್ಚಾಗಿದೆಯೋ ಎನ್ನುವಂತೆ ಅಧೋಮುಖಿಯಾಗಿ ಕೆಳಗೆ ನೋಡುತ್ತಾ ನಡೆದ. ಭಾರವಾಗಿ ನಿಟ್ಟುಸಿರು ಬಿಟ್ಟ ಅವನ ಮಾತನಾಡಿದಾಗ, ಅವನಿಂದ ನಿರೀಕ್ಷಿಸಿದ ಗೊಣಗು ದನಿಗೆ ಬದಲಾಗಿ ಅವನ ಧ್ವನಿ ಮಾಧುರ್ಯವನ್ನು ತಳೆದಿತ್ತು.

"ಹೌದು, ಸ್ವಾಮಿ, ಅವಳು ಒಳ್ಳೆಯವಳಾಗಿದ್ದಳು. ನನ್ನ ಬಗ್ಗೆ ಅವಳಿಗೆ ತುಂಬಾ ಮಮತೆಯೂ ಇತ್ತು. ತನ್ನ ಕೀಳು ಸ್ಥಿತಿಯಿಂದ ಅವಳನ್ನು ಮೇಲೆತ್ತಿದ್ದಕ್ಕಾಗಿ ತುಂಬಾ ಕೃತಜ್ಞಳೂ ಆಗಿದ್ದಳು. ಅವಳು ಎಷ್ಟು ಕೃತಜ್ಞಳಾಗಿದ್ದಳೆಂಬುದು ನನಗೆ ತಿಳಿದಿತ್ತು... ಆದರೆ ಅವಳು ಹಾಗೆ ಹೇಳೋದನ್ನು ಕೇಳಬೇಕು ಅಂತ ನನ್ನ ಇಚ್ಛೆ....ಯಾವಾಗಲೂ, ಮತ್ತೆ ಮತ್ತೆ ಯಾವಾಗಲೂ...ಅವಳ ಕೃತಜ್ಞತೆಯನ್ನು ಮಾತುಗಳಲ್ಲಿ ಎಷ್ಟು ಬಾರಿ ಕೇಳಿದರೂ ಸಾಲದು... ನೋಡಿ ಸ್ವಾಮಿ, ನಾವು ನಿಜವಾಗಿರೋದಕ್ಕಿಂತಲೂ ಹೆಚ್ಚು ಉತ್ತಮರು ಅಂತ ನಮ್ಮ ಬಗ್ಗೆ ಬೇರೆಯವರು ಯೋಚಿಸುತ್ತಾರೆ ಅನ್ನೋದು ತುಂಬಾ ಆನಂದ, ಸ್ವಾಮಿ. ಆ ಕೆಲವೇ ಮಾತುಗಳನ್ನು, ಸದಾಕಾಲವೂ ಅವಳು ಪುನರುಚ್ಚರಿಸಿಕೊಂಡಿರುತ್ತಿದ್ದರೆ, ಅದಕ್ಕಾಗಿ ನನ್ನೆಲ್ಲ ಹಣವನ್ನು ಸಂತೋಷವಾಗಿ ಕೊಟ್ಟುಬಿಡುತ್ತಿದ್ದೆ... ಆದರೆ ಅವಳಿಗೆ ಸಾಕಷ್ಟು ಸ್ವಾಭಿಮಾನವಿತ್ತಲ್ಲ? ಅದರಿಂದ ಮತ್ತೆ ಮತ್ತೆ ನನ್ನ ಋಣವನ್ನು ಒಪ್ಪಿಕೊಳ್ಳುವುದು ಅವಳಿಗೆ ಹೆಚ್ಚು ಹೆಚ್ಚು ತ್ರಾಸದಾಯಕವಾಯಿತು. ಅದರಲ್ಲಿಯೂ ನಾನು ಆ ವಿಷಯದಲ್ಲಿ ನನ್ನ ಹಕ್ಕು ಚಲಾಯಿಸಿ, ನಾನು ಕೇಳಬಯಸುತ್ತಿದ್ದ ಆ ಮಾತುಗಳನ್ನು ಅವಳು ಆಡಲೇಬೇಕೆಂದು ಸ್ಪಷ್ಟವಾಗಿ ಅಪ್ಪಣೆ ಮಾಡಿದಾಗಲಂತೂ....ಅನಂತರ ಅವಳಿಗೇನು ಬೇಕಾದರೂ ನನ್ನನ್ನೇ ಕೇಳಬೇಕೆಂದು ಒತ್ತಾಯ ಮಾಡಿದೆ, ಸ್ವಾಮಿ – ಒಂದು ಚೂರು ರಿಬ್ಬನ್ನಾಗಲಿ, ಒಂದು ಬಟ್ಟೆಯಾಗಲಿ!.... ಹೀಗೆ ಮೂರು ವರ್ಷ ನಾನು ಅವಳನ್ನು ಹಿಂಸೆ ಮಾಡಿದೆ. ಕಾಲಕಳೆದಂತೆ ಅಳ ಸಂತ್ರಸ್ತೆ,

ಹೆಚ್ಚಾಯಿತು. ನನ್ನ ಮಾತನ್ನು ನಂಬಿ ಸ್ವಾಮಿ. ನಾನು ಅವಳನ್ನು ಬಹಳ ಗಾಢವಾಗಿ ಪ್ರೇಮಿಸುತ್ತಿದ್ದುದೇ ಇದಕ್ಕೆಲ್ಲ ಕಾರಣ. ಅವಳ ಸ್ವಾಭಿಮಾದನ ರೀತಿಯೂ ನನಗೆ ತುಂಬಾ ಇಷ್ಟವಾಗಿತ್ತು. ಅದರೂ ಅವಳನ್ನು ದೈನ್ಯಕ್ಕಿಳಿಸುವುದೂ ನನ್ನ ಇಚ್ಛೆಯಾಗಿತ್ತು. ಓಹ್ ನಾನೆಂತಹ ಮೂರ್ಖನಾಗಿದ್ದೆ! ಅವಳೊಂದು ಹ್ಯಾಟನ್ನೋ ಅವಳಿಗೆ ಚೆನ್ನಾಗಿ ಕಾಣಿಸಿದ ಒಂದು ಸಣ್ಣ ವಸ್ತುವನ್ನೋ ಕೇಳಿದಾಗ ನಾನು ಅಸಮಾಧಾನಗೊಂಡಂತೆ ನೋಡುತ್ತಿದ್ದೆ. ಆದರೆ ನಿಜವಾಗಿ ಅವಳ ಆಸೆಯನ್ನು ಪೂರೈಸುವ ಅವಕಾಶ ಸಿಕ್ಕಿತಲ್ಲ ಎಂದು ಏಳನೆಯ ಸ್ವರ್ಗದ ಸುಖದಲ್ಲಿ ತೇಲುತ್ತಿದ್ದೆ – ಆದರೆ ಅದೇ ಗಳಿಗೆಯಲ್ಲೇ ಅವಳು ದೀನತೆಯಿಂದ ಬೇಡಿಕೊಳ್ಳಲೆಂದೂ ಆಶಿಸುತ್ತಿದ್ದೆ. ಆ ಕಾಲದಲ್ಲಿ, ಸ್ವಾಮಿ, ಆಕೆ ನನಗೆಷ್ಟು ಪ್ರಿಯಳೆಂಬುದನ್ನು ಅರಿತಿರಲಿಲ್ಲ..."

ಮತ್ತೆ ಅವನು ಮಾತು ನಿಲ್ಲಿಸಿದ, ಪಕ್ಕದಿಂದ ಪಕ್ಕಕ್ಕೆ ತೂರಾಡಿದ. ನಾನಿರುವುದನ್ನೇ ಮರೆತು, ಯಾವುದೋ ಮಂತ್ರಮುಗ್ಧ ಸ್ಥಿತಿಯಲ್ಲಿರುವಂತೆ ತನ್ನಷ್ಟಕ್ಕೆ ತಾನು ಮಾತನಾಡಿಕೊಂಡು ನಡೆದ.

"ನಾನು ಅವಳನ್ನು ಎಷ್ಟು ಗಾಢವಾಗಿ ಪ್ರೇಮಿಸುತ್ತಿದ್ದೆನೆಂದು ಕಂಡುಕೊಂಡುದು ಆ ದಿನ – ಆ ಶಾಪಗ್ರಸ್ತ ದಿನ – ತನ್ನ ತಾಯಿಯನ್ನು ಯಾವುದೋ ತೊಂದರೆಯಿಂದ ಬಿಡಿಸಲು ಅವಳು ನನ್ನಿಂದ ಸ್ವಲ್ಪ ಹಣ ಸಹಾಯ ಕೋರಿದಳು. ನಾನು ಸಾಧ್ಯವಿಲ್ಲವೆಂದೆ – ಅದು ಲೆಕ್ಕಕ್ಕೆ ಬಾರದಷ್ಟು ಕಡಿಮೆ ಹಣ... ನಾನು ಅದಕ್ಕಾಗಿಯೇ ಅಷ್ಟು ಹಣವನ್ನು ತೆಗೆದೂ ಇಟ್ಟಿದ್ದೆ...ಆದರೆ ಅವಳು ಮತ್ತೆ ಕೇಳಲಿ ಅಂತ ನಾನು ಬಯಸಿದೆ...ಆಮೇಲೆ, ನಾನು ಮನೆಗೆ ಹಿಂದಿರುಗಿದಾಗ ಮೇಜಿನ ಮೇಲೊಂದ ಕಾಗದ ಸಿಕ್ಕಿತು – ಅವಳು ಹೊರಟು ಹೋಗಿದ್ದಾಳೆಂದು ಗೊತ್ತಾಯಿತು...ಅವಳು ಬರೆದಿದ್ದುದು ಇಷ್ಟೇ: "ನಿನ್ನ ಹೊಲಸು ಹಣವನ್ನು ನೀನೇ ಇಟ್ಟುಕೋ, ಇನ್ನೊಂದು ಚಿಕ್ಕಾಸನ್ನೂ ನಿನ್ನಿಂದ ನಾನು ಎಂದಿಗೂ ಕೇಳುವುದಿಲ್ಲ" ಅದಷ್ಟೇ– ಮತ್ತೇನೂ ಇಲ್ಲ. ಮೂರು ದಿನ ಮೂರು ರಾತ್ರಿ ನಾನು ತಲೆಕೆಟ್ಟವನಾಗಿಬಿಟ್ಟೆ – ನದಿಯ ತಳದಲ್ಲೆಲ್ಲಾ ಹುಡುಕಿಸಿದೆ, ಕಾಡಿನಲ್ಲೆಲ್ಲಾ ಹುಡುಕಿಸಿದೆ. ಅವಳೆಲ್ಲಿದ್ದಾಳೆಂದು ಕಂಡುಹಿಡಿಯುವ ಆಸೆ, ನಂಬಿಕೆಯಲ್ಲಿ ಅಧಿಕಾರಿಗಳಿಗೆ ನೂರಾರು ಹಣ ಕೊಟ್ಟೆ. ನನ್ನ ನೆರೆಹೊರೆಯವರಲ್ಲಿ ನನ್ನ ಸಂಕಟವನ್ನು ಹೇಳಿಕೊಂಡೆ – ಆದರೆ ಅವರೆಲ್ಲ ತಾತ್ಸಾರದಿಂದ ನನ್ನನ್ನು ಗೇಲಿಮಾಡಿದರು. ಯಾವ ಚಿಹ್ನೆಯೂ ಇಲ್ಲ – ಏನೇನೂ ಕುರುಹಿಲ್ಲ. ಎಷ್ಟೋ ತಿಂಗಳುಗಳ ಅನಂತರ, ಯಾರೋ ಅವಳನ್ನು ರೈಲಿನಲ್ಲಿ, ಸೈನಿಕನೊಬ್ಬನ ಜತೆಯಲ್ಲಿ ಕಂಡಿದ್ದರೆಂದು ತಿಳಿಯಿತು... ಅದು ಬರ್ಲಿನ್‌ಗೆ ಹೋಗುವ ರೈಲು. ಆ ದಿನವೇ ನನ್ನ ವ್ಯವಹಾರಗಳನ್ನೆಲ್ಲ ಬದಿಗೊತ್ತಿ ನಾನು ಬರ್ಲಿನ್‌ಗೆ ಓಡಿಹೋದೆ. ಇದರಿಂದ ನನಗೆ ಲಕ್ಷಾಂತರದಷ್ಟು ನಷ್ಟವಾಯಿತು. ನಾನಿಲ್ಲಿದುದರಿಂದ ನನ್ನ ರೈತರು, ಆಳುಗಳು, ನನ್ನ ಪಾರುಪತ್ಯಗಾರ, ನನ್ನ... ಓಹ್, ಎಲ್ಲರೂ ಲಾಭ ಪಡೆದುಕೊಂಡರು, ತಮಗಿಷ್ಟ ಬಂದಷ್ಟು ಗಿಟ್ಟಿಸಿದರು. ಆದರೆ ಖಂಡಿತ ಹೇಳ್ತೇನೆ ನಾನು ಈ ನಷ್ಟದ ಬಗ್ಗೆ ಚಿಂತಿಸಲೇ ಇಲ್ಲ... ಒಂದು ವಾರ ಬರ್ಲಿನ್ನಿನಲ್ಲಿದ್ದೆ.... ಮತ್ತೆ, ಕೊನೆಗೆ ಅವಳನ್ನು ಪತ್ತೆಮಾಡಿದೆ."

ಒಂದು ಸ್ವಲ್ಪ ಹೊತ್ತು ಏದುಸಿರುಬಿಟ್ಟು ಆತ ಮುಂದುವರಿಸಿದ:

"ನಿಜವಾಗಿ ಹೇಳ್ತೇನೆ, ಸ್ವಾಮಿ. ನಾನು ಒಂದು ಕೆಟ್ಟ ಮಾತನ್ನೂ ಅವಳಿಗೆ ಆಡಲಿಲ್ಲ... ನಾನು ಗೋಳಾಡಿದೆ... ಅವಳ ಕಾಲ ಬಳಿ ಮಂಡಿಯೂರಿ ಬೇಡಿಕೊಂಡೆ... ಅವಳಿಗೇನು ಬೇಕಾದರೂ ಕೊಡಲೊಪ್ಪಿದೆ... ನನ್ನ ಸರ್ವಸ್ವಕ್ಕೂ ಅವಳೇ ಇನ್ನು ಮೇಲೆ ಯಜಮಾನಿ ಎಂದೆ – ಯಾಕೆಂದರೆ ಅವಳಿಲ್ಲದೆ ನಾನು ಬದುಕುವುದೇ ಅಸಾಧ್ಯವೆಂದು ನನಗೆ ಮನವರಿಕೆ

ಯಾಗಿತ್ತು... ಅವಳ ತಲೆಯಲ್ಲಿನ ಪ್ರತಿಯೊಂದು ಕೂದಲೆಳೆ, ಅವಳ ಬಾಯಿ, ಅವಳ ಮೈ, ಅವಳ ಸಣ್ಣಪುಟ್ಟ ಎಲ್ಲವನ್ನೂ ನಾನು ಪ್ರೇಮಿಸುತ್ತಿದ್ದೆ. ಅವಳಿದ್ದ ಮನೆಯೊಡತಿಗೆ ತುಂಬಾ ಲಂಚ ಕೊಟ್ಟೆ. (ಆ ಒಡತಿ ಸೂಳೆಗಾರಿಕೆಯ ತಲೆಹಿಡುಕಿ – ಬಿಳಿ ಹೆಣ್ಣುಗಳ ಮಾರಾಟಗಾತಿಯೆಂದು ಆಮೇಲೆ ನನಗೆ ತಿಳಿಯಿತು.) ಹಾಗೆ ಲೀಸೆಯನ್ನು ಒಬ್ಬಳನ್ನೇ ಭೇಟಿ ಮಾಡಲು ಅವಕಾಶ ಸಿಕ್ಕಿತು. ಅವಳ ಮುಖ ಸೀಮೆಸುಣ್ಣದಂತಾಗಿತ್ತು: ಆದರೆ ಅವಳು ನನ್ನ ಮಾತನ್ನು ಕಿವಿಗೊಟ್ಟು ಆಲಿಸಿದಳು. ಓ, ಸ್ವಾಮಿ, ನಿಜವಾಗಿ ಸಂತೋಷದಿಂದ, ನನ್ನನ್ನು ಕಂಡು ಸಂತೋಷದಿಂದ ಅವಳು ಆಲಿಸಿದಳೆಂದು ನನ್ನ ನಂಬಿಕೆ. ಆದರೆ ಅಲ್ಲಿಂದ ಅವಳನ್ನು ಕರೆದೊಯ್ಯಲು ಸಲ್ಲಿಸಬೇಕಾದ ಹಣದ ಮಾತು ಬಂದಾಗ–ಎಷ್ಟಾದರೂ ನಾವು ಇಂಥ ವ್ಯವಹಾರಗಳ ಬಗ್ಗೆ ಮಾತಾಡಲೇಬೇಕಿತ್ತಲ್ಲ ಸ್ವಾಮಿ – ಅವಳು ತನ್ನ ಪ್ರಿಯಕರನನ್ನು ಅಲ್ಲಿಗೆ ಕರೆದಳು. ಅವರಿಬ್ಬರೂ ನನ್ನನ್ನು ಹಂಗಿಸಿ ಹಂಗಿಸಿ ನಕ್ಕರು. ಅಲ್ಲಿಂದ ಓಡುವಂತೆ ಮಾಡಿದರು. ಆದರೂ ಅವಳ ಮೇಲೆ ನಾನು ನಿಗಾ ಇಟ್ಟುಕೊಂಡಿದ್ದೆ, ಸ್ವಾಮಿ ; ಪ್ರತಿದಿನವೂ ಅದೇ ಉದ್ದೇಶಕ್ಕಾಗಿ ಆ ಮನೆಗೆ ಹೋಗುತ್ತಿದ್ದೆ. ಅಲ್ಲಿ ವಾಸಿಸುತ್ತಿದ್ದ ಇತರರು ಆ ನಾಯಿ ಅವಳನ್ನು ಬಿಟ್ಟು ಓಡಿಹೋದನೆಂದೂ, ಅವಳಿಗೀಗ ಏನೇನೂ ಇಲ್ಲದ ನಿರ್ಗತಿ ಎಂದೂ ಹೇಳಿದರು. ನಾನು ಮತ್ತೆ ಅವಳನ್ನು ಹುಡುಕಿಕೊಂಡು ಹೋದೆ. ಸ್ವಾಮಿ; ಆದರೆ ನಾನು ಕೊಟ್ಟ ನೋಟುಗಳನ್ನೆಲ್ಲ ಅವಳು ಹರಿದೆಸೆದಳು. ಆನಂತರ ನಾನವಳನ್ನು ಕಾಣಲು ಹೋದಾಗ. ಅವಳು ಹೊರಟು ಹೋಗಿದ್ದಳು. ಓಹ್, ನಾನು ಅವಳನ್ನು ಹುಡುಕೋದಕ್ಕೆ ಎಷ್ಟೆಷ್ಟು ಪ್ರಯತ್ನ ಮಾಡಿದೆ ಅನ್ನೋದು ನಿಮಗೆ ತಿಳೀಲಾರದು, ಸ್ವಾಮಿ. ಒಂದು ವರ್ಷ ಕಾಲ ಅವಳನ್ನೇ ಹಿಂಬಾಲಿಸಿದ – ಇಲ್ಲೊಬ್ಬನಿಗೆ, ಅಲ್ಲೊಬ್ಬನಿಗೆ ಹಣ ತೆತ್ತು. ಕೊನೆಗೊಮ್ಮೆ ಅವಳು ಅರ್ಜೆಂಟೀನಾಕ್ಕೆ ಹೋಗಿದ್ದಾಳೆ ಅಂತ ಕಂಡುಹಿಡಿದೆ. ಮತ್ತೆ... ಮತ್ತೆ... ಅವಳು ಅಲ್ಲಿ... ಒಂದು... ವೇಶ್ಯಾ ಗೃಹದಲ್ಲಿ..."

ಮತ್ತೊಮ್ಮೆ ಅವನು ಮಾತು ನಿಲ್ಲಿಸಿದ – ಕೊನೆಯ ಮಾತುಗಳು ಗಂಟಲಿನಲ್ಲಿ ಸಿಕ್ಕಿಹಾಕಿಕೊಂಡಂತೆ ತೋರುತ್ತಿತ್ತು. ಅವನು ಪುನಃ ಮಾತು ಪ್ರಾರಂಭಿಸಿದಾಗ ಅವನ ದನಿ ವಿಷಣ್ಣವಾಗಿತ್ತು.

"ಮೊದಲು ಮೊದಲು ನನ್ನ ಕಿವಿಯನ್ನೇ ನಾನು ನಂಬಲಿಲ್ಲ... ಆಮೇಲೆ ನಾನು ಆಳವಾಗಿ ಚಿಂತಿಸಿದೆ–ನನ್ನದೇ ತಪ್ಪು ನಾ... ನಾನು ಮಾತ್ರವೇ ತಪ್ಪಿತಸ್ಥ – ಏಕೆಂದರೆ ಅವಳನ್ನು ನಾನು ಅಪಮಾನಕ್ಕೆ ಗುರಿ ಮಾಡಿದ್ದೆ. ಏನೂ ಮಾಡಲೆಂದು ಯೋಚಿಸಿದೆ. ಅಲ್ಲಿ ನಮ್ಮ ದೇಶದ ಪ್ರತಿನಿಧಿಗೆ ನನ್ನ ಲಾಯರಿಂದ ಪತ್ರ ಬರೆಸಿದೆ. ನಾನು ಹಣ ಕಳಿಸಿದೆ. ಆದರೆ ಆ ಹಣ ಯಾರಿಂದ ಬಂತು ಅನ್ನೋದನ್ನು ಅವಳಿಗೆ ತಿಳಿಸಬಾರದು ಅಂತ ಬರೆದಿದ್ದೆ. ಅವಳನ್ನು ಜರ್ಮನಿಗೆ ವಾಪಸ್ಸು ಕರೆತರಲು ಆ ಹಣ ಸಮೃದ್ಧಿಯಾಯಿತು. ನನ್ನ ಈ ಯೋಜನೆ ಕಾರ್ಯಗತವಾಯಿತೆಂದು ಬಹುಬೇಗ ತಂತಿ ಸಮಾಚಾರ ನನಗೆ ಮುಟ್ಟಿತು – ಆಮ್‌ಸ್ಟರ್‌ಡಾಮಿಗೆ ಇಂತಹ ದಿನ ಹಡಗು ಬರುವುದೆಂದೂ ಸುದ್ದಿ ಬಂದಿತು. ಸರಿ, ನನಗೆ ಅವಳನ್ನು ಕಾಣುವ ಕಾತರ ಎಷ್ಟು ಅಪಾರವಾಗಿತ್ತೆಂದರೆ, ಅಲ್ಲಿಗೆ ಮೂರು ದಿನ ಮುಂಚೆಯೇ ಹೋಗಿಬಿಟ್ಟೆ. ದೂರದಲ್ಲಿ ಹಡಗಿನ ಹೊಗೆ ಕಾಣುತ್ತಿದ್ದಂತೆಯೇ, ಹಡಗು ನಿಧಾನವಾಗಿ ಬಂದರಿಗೆ ಬಂದು ಹಡಗುಕಟ್ಟೆಯಲ್ಲಿ ತಂಗುವ ತನಕ ಕೂಡ ನನಗೆ ಕಾಯೋದು ಅಸಾಧ್ಯವೆನ್ನಿಸಿತ್ತು. ಬೇರೆ ಪ್ರಯಾಣಿಕರೆಲ್ಲರ ಹಿಂದೆ ಅವಳು ಬರುತ್ತಿದ್ದುದು ಕಾಣಿಸಿತು.

ಪ್ರಸಾಧನದ ಅತಿಯಲ್ಲಿ ಅವಳನ್ನು ಗುರುತಿಸಲೇ ಆಗಲಿಲ್ಲ ಮೊದಲು. ನಾನು ಅವಳಿಗಾಗಿ ಕಾದಿದ್ದುದನ್ನು ಕಂಡೊಡನೆ ಅವಳ ಮುಖ ರಂಗಿನ ಹಿಂದೆ ಕೂಡ ಬಿಳಿಚಿ ಕೊಂಡಿತು. ಅವಳು ತತ್ತರಿಸಿಬಿಟ್ಟಳು–ಇಬ್ಬರು ನಾವಿಕರು ಅವಳನ್ನು ಹಿಡಿದುಕೊಳ್ಳಬೇಕಾಯಿತು. ಅವಳು ನೆಲದ ಮೇಲೆ ಕಾಲಿಟ್ಟೊಡನೆ, ನಾನು ಅವಳ ಪಕ್ಕದಲ್ಲಿದ್ದೆ. ನನಗೆ ಮಾತೇ ಆಡಲಾಗಲಿಲ್ಲ – ಗಂಟಲು ಒಣಗಿಹೋಯಿತು. ಅವಳು ಏನೂ ಹೇಳಲಿಲ್ಲ, ನನ್ನ ಕಡೆ ನೋಡಲೂ ಇಲ್ಲ. ಅವಳ ಸಾಮಾನನ್ನು ಹೊತ್ತು ತರುವಂತೆ ನಾನು ಕೂಲಿಯಾಳಿಗೆ ಸೂಚಿಸಿದೆ. ನಾವು ಹೋಟೆಲಿನ ಕಡೆಗೆ ಹೊರಟೆವು. ಥಟ್ಟನೆ ಅವಳು ನನ್ನ ಕಡೆಗೆ ತಿರುಗಿ – ಓ, ಸ್ವಾಮಿ, ನೀವು ಆಗ ಅವಳ ದನಿ ಕೇಳಬೇಕಾಗಿತ್ತು; ಅದರಲ್ಲಿ ಅಷ್ಟೊಂದು ದುಗುಡ ತುಂಬಿತ್ತು. ನನ್ನ ಹೃದಯ ಬಿರಿಯುತ್ತದೆ ಎಂದುಕೊಂಡುಬಿಟ್ಟೆ ನಾನು – ವಿಷಾದದ ದನಿಯಲ್ಲಿ ಎಂದಳು :

'ಇಷ್ಟೆಲ್ಲ ಆದ ಮೇಲೂ ನೀನು ನನ್ನನ್ನು ನಿನ್ನ ಹೆಂಡತಿಯಾಗಿ ಕರೆದುಕೊಳ್ತೀಯಾ?'

"ನಾನು ಭದ್ರವಾಗಿ ಅವಳ ಕೈಗಳನ್ನು ಹಿಡಿದುಕೊಳ್ಳಲು ಮಾತ್ರ ಆಯಿತು... ಅವಳು ತೀವ್ರವಾಗಿ ಕಂಪಿಸಿದಳು, ಮತ್ತೆ ಮಾತಾಡಲಿಲ್ಲ. ಇನ್ನು ಎಲ್ಲ ಸರಿಹೋಗುವುದೆಂದು ನನಗೆ ತೋರಿತು. ಆಹ್. ಸ್ವಾಮಿ, ಆಗ ನಾನೆಷ್ಟು ಸುಖಿ! ನಾವು ಕೋಣೆಗೆ ಬಂದಾಗ ನಾನು ಆನಂದದಿಂದ ನರ್ತಿಸಿದೆ; ಅವಳ ಕಾಲ ಮುಂದೆ ಕುಳಿತು ಹುಚ್ಚುಹುಚ್ಚಾಗಿ ತೊದಲಿದೆ. ಅಂತೂ ನನ್ನ ಮಾತುಗಳು ವಿಚಿತ್ರವಾಗಿದ್ದಿರಬೇಕು – ಅವಳು ಕಣ್ಣೀರಿನ ಮೂಲಕ ನಸುನಕ್ಕು ನನ್ನ ತಲೆಗೂದಲನ್ನು ನೇವರಿಸಿದಳು – ಅರೆಮನಸ್ಸಿನಿಂದ, ನಿಜ. ಅವಳ ಈ ಪ್ರೀತಿ ನನಗೆ ಒಳ್ಳೆಯದೆನಿಸಿತು, ನನ್ನ ಹೃದಯ ಉಕ್ಕಿತು. ನಾನು ಮಹಡಿಯಿಂದ ಇಳಿದು ನಮ್ಮ ಊಟಕ್ಕೆ ಸಿದ್ಧಪಡಿಸಲು ಹೇಳಿದೆ. ನಾನದನ್ನು ನಮ್ಮ ಮದುವೆಯ ಭೋಜನ ಅಂತ ಕೂಡ ಕರೆದೆ. ಅವಳ ಉಡುಪು ಬದಲಾಯಿಸಲು ಅವಳಿಗೆ ನೆರವಾದೆ. ಇಬ್ಬರೂ ಕೆಳಕ್ಕಿಳಿದು ಹೋದೆವು, ಸಂತೋಷವಾಗಿ ಸೊಗಸಾದ ಊಟವನ್ನು ಸವಿದೆವು – ಆನಂದದ ಊಟ, ಸ್ವಾಮಿ. ಅವಳು ಚಿಕ್ಕ ಮಗುವಿನ ಹಾಗೆ ಪ್ರೀತಿ ವಿಶ್ವಾಸಗಳಿಂದ ತುಂಬಿದ್ದಳು. ನಮ್ಮ ಮನೆಯ ವಿಷಯ ಮತ್ತು ನಾವು ಹೊಸದಾಗಿ ಜೀವನ ಪ್ರಾರಂಭಿಸುತ್ತೇವೆ ಮುಂತಾಗಿ ಮಾತನಾಡಿದಳು...ಆಗ..."

ಈಗ ಆತನ ದನಿ ಕರ್ಕಶವಾಯಿತು. ಯಾರನ್ನೋ ಕತ್ತು ಹಿಸುಕುವಂತೆ ಅವನ ಕೈ ಬಿಗಿಯಾಯಿತು.

"ಆಮೇಲೆ...ಊಟ ಬಡಿಸಿದ ಪರಿಚಾರಕ...ನೀಚ, ಹಲ್ಕಾ ನಾಯಿ...ನಾನು ತುಂಬಾ ನಗುತ್ತಿದ್ದುದರಿಂದ, ಎಳೆ ಹುಡುಗನಂತೆ ವರ್ತಿಸುತ್ತಿದ್ದುದರಿಂದ ನಾನು ಕುಡಿತದ ಅಮಲಿನಲ್ಲಿದ್ದೆ ಎಂದು ತಿಳಿದುಕೊಂಡ. ನಾನು ತುಂಬಾ ಆನಂದವಾಗಿದ್ದೆ – ಅಮಿತಾನಂದದಲ್ಲಿದ್ದೆ – ಸರಿ, ನಾನು ಬಿಲ್ಲಿನ ಹಣ ಕೊಟ್ಟೆ, ಅವನು ನಾನು ಕುಡಿತದ ಮತ್ತಿನಲ್ಲಿದ್ದೇನೆಂದು ತಿಳಿದು ಚಿಲ್ಲರೆ ಹಿಂದಕ್ಕೆ ಕೊಡುವಾಗ ಇಪ್ಪತ್ತು ಫ್ರಾಂಕುಗಳಷ್ಟು ದಗಾ ಹಾಕಿದ. ನಾನು ಅವನನ್ನು ಹಿಂದಕ್ಕೆ ಕರೆದು, ಬಾಕಿಯನ್ನು ಕೊಡುವಂತೆ ದಬಾಯಿಸಿದೆ. ಅವನು ಪೆಚ್ಚಾಗಿ ಹಣವನ್ನು ನನ್ನ ತಟ್ಟೆಯ ಬಳಿ ಇಟ್ಟ...ಆಗ...ಇದ್ದಕ್ಕಿದ್ದಂತೆ...ಲೀಸೆ ಜೋರಾಗಿ ನಗಲಾರಂಭಿಸಿದಳು. ನಾನು ಕಕ್ಕಾಬಿಕ್ಕಿಯಾಗಿ ಅವಳನ್ನೇ ದಿಟ್ಟಿಸಿದೆ....ಅವಳ ಮುಖ ಪೂರ್ತಾ ಬದಲಾಗಿಹೋಗಿತ್ತು... ಅದರಲ್ಲಿ ಜಿಗುಪ್ಸೆ, ಕಾಠಿಣ್ಯ, ಸಿಟ್ಟು ತುಂಬಿತ್ತು. 'ಎಂದಿನಂತೆಯೇ... ನಮ್ಮ ಮದುವೆಯ ಹಬ್ಬದೂಟದ ನಂತರ ಕೂಡ' ಎಂದಳು ನಿರ್ಭಾವದಿಂದ–ಆದರೆ ಅವಳ ದನಿಯಲ್ಲಿ ಕರುಣೆ ಸೂಸುತ್ತಿತ್ತು. ಅಷ್ಟು ನಿಖರವಾಗಿದ್ದೆನಲ್ಲ ಎಂದು ನನ್ನನ್ನು ನಾನೇ ಶಪಿಸಿಕೊಂಡೆ... ಆದರೆ

ನಗೆಯಲ್ಲಿ ಆ ವಿಷಯವನ್ನು ತೇಲಿಬಿಡಲು ಪ್ರಯತ್ನಿಸಿದೆ...ಅವಳ ಸುಖ ಸಂತೋಷ ಮಾಯವಾಗಿತ್ತು.... ಅದು ಸತ್ತು ಹಾಳಾಗಿಹೋಗಿತ್ತು... ತನಗೆ ಬೇರೆ ಕೋಣೆ ಬೇಕೆಂದು ಅವಳು ಒತ್ತಾಯಿಸಿದಳು... ಅವಳು ಕೇಳಿದ್ದನ್ನೆಲ್ಲ ಕೊಡುವ ಸ್ಥಿತಿಯಲ್ಲಿದ್ದೆ ನಾನು... ರಾತ್ರಿಯಲ್ಲಿ ಏಕಾಂಗಿಯಾಗಿ ನಿದ್ರೆಯಿಲ್ಲದೆ ಹೊರಳಾಡಿದೆ... ಬೆಳಿಗ್ಗೆ ಅವಳಿಗೆ ಏನು ಕೊಡುಗೆ ನೀಡಬೇಕೆಂದು ಯೋಚಿಸುತ್ತಿದ್ದೆ. ಒಂದು ಸುಂದರವಾದ ಬಹುಮಾನ, ನಾನು ಜಿಪುಣನಲ್ಲವೆಂದು ಅವಳಿಗೆ ತೋರಿಸಿಕೊಡಲು... ಅವಳ ಮಟ್ಟಿಗಾದರೂ ಜಿಪುಣನಲ್ಲವೆಂದು ತೋರಿಸಲು! ಬೆಳಿಗ್ಗೆ ಬೇಗನೆದ್ದು ಪೇಟೆಯ ಕಡೆಗೆ ಹೋದೆ... ಒಂದು ಸುಂದರ ಬಳೆಯನ್ನು ಕೊಂಡುತಂದೆ... ಅದನ್ನು ತೆಗೆದುಕೊಂಡು ಅವಳ ಕೋಣೆಗೆ ಹೋದೆ... ಆದರೆ ಅವಳು ಅಲ್ಲಿರಲಿಲ್ಲ... ಹೊರಟುಹೋಗಿದ್ದಳು... ಹಿಂದೆ ಹೊರಟು ಹೋದಂತೆಯೇ ! ಚೀಟಿಯೇನಾದರೂ ಇದೆಯೇ ಎಂದು ಹುಡುಕಿದೆ – ಅದಿಲ್ಲದಿರಲಿ ಎಂದು ಮನಸ್ಸಿನಲ್ಲೇ ಪ್ರಾರ್ಥಿಸುತ್ತಾ... ಅನಿವಾರ್ಯ ಅದು ಇದ್ದೇ ಇರುವುದೆಂದೂ ನನಗೆ ಗೊತ್ತಿತ್ತು... ಅದೋ ಅಲ್ಲೇ ಇತ್ತು, ಕನ್ನಡಿ ಮೇಜಿನ ಮೇಲೆ...ಅದರ ಮೇಲೆ ಅತುರಾತುರವಾಗಿ ಗೀಚಿತ್ತು..."

ಆತ ಮುಂದುವರಿಸಲೋ ಬೇಡವೋ ಎಂದು ಅನುಮಾನಿಸಿ ಮಾತು ನಿಲ್ಲಿಸಿದ. ನಾನು ನಿಶ್ಚಲನಾಗಿ ನಿಂತೆ, ಅವನ ಸಂತ್ರಸ್ತ ಮುಖವನ್ನೇ ನೋಡುತ್ತಾ. ಬಳಿಕ ತಲೆಯನ್ನು ತಗ್ಗಿಸಿ ಅವನು ಗೊಗ್ಗರ ದನಿಯಲ್ಲಿ ಪಿಸು ನುಡಿದ ;

"ಅವಳು ಬರೆದಿದ್ದುದು – 'ನನ್ನನ್ನು ನನ್ನ ಪಾಡಿಗೆ ಬಿಟ್ಟುಬಿಡು. ನಿನ್ನನ್ನು ಕಂಡರೆ ನನಗೆ ತೀವ್ರ ಜಿಗುಪ್ಸೆ.' "

ನಾವು ನಡೆಯುತ್ತಾ ಬಂದರಿನ ಹತ್ತಿರಕ್ಕೆ ಬಂದಿದ್ದೆವು. ದೂರದಲ್ಲಿ ಅಂಟ್ಲಾಂಟಿಕ್ ಸಾಗರದ ಅಲೆಗಳ ಗರ್ಜನೆ ಮೌನವನ್ನು ಮುರಿಯುತ್ತಿತ್ತು. ದೈತ್ಯಾಕಾರದ ಪ್ರಾಣಿಗಳ ಕಣ್ಣಿನಂತೆ, ದೀಪಗಳು ಬೆಳಗುತ್ತಿದ್ದ ಹಡಗುಗಳು ಕಟ್ಟೆಯ ಬಳಿ ಓಲಾಡುತ್ತಿದ್ದುವು. ದೂರದಿಂದ ಒಂದು ಹಾಡು ನನ್ನ ಕಡೆಗೆ ತೇಲಿ ಬಂತು. ಯಾವುದೂ ಸ್ಪಷ್ಟವಾಗಿರಲಿಲ್ಲ. ಎಲ್ಲವೂ ಇದೇ ಎನ್ನಿಸಿತೇ ಹೊರತು, ಯಾವುದೂ ಗೋಚರಿಸುತ್ತಿರಲಿಲ್ಲ. ಪಟ್ಟಣವು ನಿದ್ರಿಸುತ್ತಿತ್ತು. ಒಂದು ಅಪಾರ ಕನಸು ಕಾಣುತ್ತ. ನನ್ನ ಪಕ್ಕದಲ್ಲಿದ್ದ ಈ ಮನುಷ್ಯನ ಭೂತಾಕಾರದ ನೆರಳು, ಮಿನುಗುತ್ತಿದ್ದ, ದೀಪದ ಬೆಳಕಿನಲ್ಲಿ ಅಗಾಧವಾಗಿ ಬೆಳೆಯುತ್ತಾ ಮತ್ತೆ ಸಣ್ಣದಾಗುತ್ತ ಪುಟ್ಟ ಆಕಾರಕ್ಕೆ ಇಳಿಯುತ್ತಿದ್ದುದು ಸ್ಫುಟವಾಗಿ ಕಾಣುತ್ತಿತ್ತು. ನನಗೆ ಮಾತನಾಡುವುದಾಗಲಿ, ಸಮಾಧಾನ ಹೇಳುವುದಾಗಲಿ, ಪ್ರಶ್ನೆ ಕೇಳುವುದಾಗಲಿ ಬೇಕಾಗಿರಲಿಲ್ಲ. ಭಾರವಾಗಿ ಒತ್ತಡ ಬೀರುವಂತೆ ಮೌನ ನನ್ನ ಮೇಲೆ ಹೇರಿಕೊಂಡಿತ್ತು. ಅವನು ಇದ್ದಕ್ಕಿದ್ದಂತೆ ನನ್ನ ತೋಳನ್ನು ಬಿಗಿಯಾಗಿ ಹಿಡಿದುಕೊಂಡು ನಡುಗುವ ದನಿಯಲ್ಲಿ ಪುನಃ ಮಾತನಾಡಲಾರಂಭಿಸಿದ.

"ಆದರೆ ನಾನು ಅವಳಿಲ್ಲದೆ ಈ ಊರನ್ನು ಬಿಡೋದಿಲ್ಲ ಅಂತ ತೀರ್ಮಾನಿಸಿದ್ದೇನೆ... ಹಲವಾರು ತಿಂಗಳ ಹುಡುಕಾಟದ ಅನಂತರ ಅವಳನ್ನು ಪತ್ತೆ ಹಚ್ಚಿದ್ದೇನೆ... ನನಗೆ ನೀಡುತ್ತಿರುವ ಅಪಾರ ಹಿಂಸೆಗೆ ನಾನೇನೂ ಬಾಗೋದಿಲ್ಲ... ನಿಮ್ಮನ್ನು ಬೇಡಿಕೊಳ್ತೇನೆ, ಸ್ವಾಮಿ. ಅವಳೊಂದಿಗೆ ನನ್ನ ಪರವಾಗಿ ಎರಡು ಮಾತಾಡಿ ನೀವು...ನಾನು ಮಾತನಾಡಿದರೆ ಅವಳು ಕೇಳೋದಿಲ್ಲ ಅಂತಾಳೆ...ಅವಳು ನನ್ನೊಂದಿಗೆ ಬರುವಂತೆ ಮಾಡಬೇಕು... ಓ, ಅವಳು ಬರಲೇಬೇಕು ಅಂತ ಅವಳಿಗೆ ನೀವಾದರೂ ಹೇಳಬಾರದೇ, ಸ್ವಾಮಿ? ದಯವಿಟ್ಟು ಪ್ರಯತ್ನಿಸಿ, ಸ್ವಾಮಿ... ನಾನು ಹೀಗೇ ಜೀವಿಸಿರಲಾರೆ. ಬೇರೆ ಜನರು ಅಲ್ಲಿ ಒಳಕ್ಕೆ

ಹೋಗೋದನ್ನು ನೋಡಿ ಸಹಿಸಲಾರೆ. ಅವಳು ತನ್ನನ್ನು ಅವರಿಗೆ ಒಪ್ಪಿಸಿಕೊಳ್ತಾಳೆ ಅಂತ ತಿಳಿದೂ, ನಾನಿಲ್ಲಿ ರಸ್ತೆಯಲ್ಲಿ ಅವರು ನಗುತ್ತಾ ಅಮಲಿನಲ್ಲಿ ಹೊರಬರೋದನ್ನು ಕಾಯುತ್ತಾ ನಿಂತಿರೋದು ಇನ್ನು ಅಸಾಧ್ಯ. ಇಲ್ಲಿ ನೆರೆಹೊರೆಯವರೆಲ್ಲರಿಗೂ ನಾನು ಗೊತ್ತು, ಈ ರಸ್ತೆಯಂಚಿನಲ್ಲಿ ನಾನು ಕಾದಿರೋದನ್ನು ಕಂಡು ಎಲ್ಲರೂ ಅಪಹಾಸ್ಯ ಮಾಡ್ತಾರೆ...ನನಗೆ ಹುಚ್ಚು ಹಿಡಿದು ಬಿಡ್ತದೆ. ಆದರೆ ತಪ್ಪದೆ ನಾನಿಲ್ಲಿ ಕಾದಿರಲೇಬೇಕು... ಓ, ದಯೆಯಿಟ್ಟು ನೀವು ಅವಳೊಂದಿಗೆ ಮಾತನಾಡಿ ಅಂತ ಬೇಡಿಕೊಳ್ತೇನೆ, ಸ್ವಾಮಿ...ನೀವು ಹೊರಗಿನವರು, ನನಗೆ ಗೊತ್ತು. ಆದರೆ ದೇವರಾಣೆ ಸ್ವಾಮಿ, ನನ್ನ ಸಲುವಾಗಿ ಆಕೆಯೊಂದಿಗೆ ಮಾತಾಡಿ. ಈ ಪರದೇಶದಲ್ಲಿ ಅವಳ ದೇಶದವರೇ ಆದವರು ಅವಳ ಮೇಲೆ ಪ್ರಭಾವ ಬೀರಬಹುದು."

ಆ ಮನುಷ್ಯನ ಕಂಪಿಸುವ ಹಿಡಿತದಿಂದ ನಾನು ತೋಳನ್ನು ಬಿಡಿಸಿಕೊಳ್ಳಬೇಕೆಂದುಕೊಂಡೆ. ಜಿಗುಪ್ಸೆ ಮತ್ತು ಅಸಹ್ಯ ಅವನ ಬಗ್ಗೆ ಇದ್ದ ನನ್ನ ಸಹಾನುಭೂತಿಯನ್ನೆಲ್ಲ ಓಡಿಸಿದುವು. ನಾನು ಬಿಡಿಸಿಕೊಂಡು ಹೋಗಲು ಪ್ರಯತ್ನಿಸುತ್ತಿರುವುದು ತಿಳಿಯುತ್ತಲೇ, ಅವನು ರಸ್ತೆಯ ಮಧ್ಯದಲ್ಲೇ ನೆಲಕ್ಕೆ ಮಂಡಿಯೂರಿ, ನನ್ನ ಕಾಲುಗಳನ್ನು ಬಿಗಿಯಾಗಿ ಹಿಡಿದುಕೊಂಡುಬಿಟ್ಟ.

"ನಾನು ಕಾಲಿಗೆ ಬಿದ್ದು ಕೇಳಿಕೊಳ್ತೇನೆ, ಸ್ವಾಮಿ, ಆಕೆಯೊಂದಿಗೆ ಮಾತಾಡಿ; ಆಡಲೇಬೇಕು. ಆಡಲೇಬೇಕು – ಇಲ್ಲದಿದ್ದರೆ ಏನಾದರು ಅನಾಹುತ ಆಗ್ತದೆ. ಅವಳನ್ನು ಪತ್ತೆ ಮಾಡೋದರಲ್ಲೇ ನನ್ನ ಸಂಪತ್ತೆಲ್ಲ ಹಾಳಾಯಿತು. ಅವಳನ್ನು ಇಲ್ಲಿ ನಾನು ಖಂಡಿತ ಬಿಡೋದಿಲ್ಲ – ಜೀವಂತವಾಗಿ! ನಾನೊಂದು ಚಾಕು ಕೊಂಡಿದ್ದೇನೆ – ಹೌದು, ಸ್ವಾಮಿ, ಒಂದು ಚಾಕು ನನ್ನ ಬಳಿ ಇದೆ. ಅವಳನ್ನಿಲ್ಲಿರೋದಕ್ಕೆ ನಾನು ಬಿಡೋದಿಲ್ಲ – ಜೀವಂತವಾಗಂತೂ ಅಲ್ಲ. ನನಗೆ ಅದನ್ನು ಸಹಿಸೋದಕ್ಕೆ ಸಾಧ್ಯವೇ ಇಲ್ಲ, ಓ, ಆಕೆಯೊಂದಿಗೆ ಮಾತಾಡಿ ಸ್ವಾಮಿ, ನಾನು ಬೇಡಿಕೊಳ್ತೇನೆ, ಪ್ರಾರ್ಥಿಸ್ತೇನೆ, ಆಕೆಯೊಂದಿಗೆ ಮಾತನಾಡಿ..."

ಆತ ಹುಚ್ಚು ಹತ್ತಿದವನಂತೆ ನನ್ನ ಮುಂದೆ ಹೊರಳಾಡಿದ. ಆ ಗಳಿಗೆಯಲ್ಲಿ ಇಬ್ಬರು ಪೊಲೀಸರು ಆ ರಸ್ತೆಗೆ ತಿರುಗಿದರು. ಅವನನ್ನು ನಾನು ಬಿರುಸಾಗಿ ಮೇಲೆಳೆದು ನಿಲ್ಲಿಸಿದೆ. ಅವನು ಬೆಪ್ಪಾಗಿ ಒಂದು ಸಾರಿ ನನ್ನ ಮುಖ ನೋಡಿದ. ತಕ್ಷಣವೇ ಬದಲಾಯಿಸಿದ ದನಿಯಲ್ಲಿ "ಬಲಗಡೆಯ ಮೊದಲ ತಿರುವಿನಲ್ಲಿ ಹೋಗಿ, ಹೋಟೆಲು ಅಲ್ಲಿಂದ ಅರ್ಧ ದೂರದಲ್ಲಿದೆ" ಎಂದ.

ಮತ್ತೊಂದು ಸಾರಿ ಆತ ನನ್ನನ್ನೇ ನೋಡಿದ. ಅವನ ಕಣ್ಣಾಲಿಗಳು ಬಿಳಿಯ ಶೂನ್ಯಕ್ಕೆ ಕರಗಿಹೋದಂತೆ ತೋರಿತು. ತಕ್ಷಣ ಅವನು ಅಲ್ಲಿಂದ ಮಾಯವಾದ.

ನಾನು ನಡುಗುತ್ತಿದ್ದೆ – ಅಂಗಿಯನ್ನು ಬಿಗಿಯಾಗಿ ಎಳೆದುಕೊಂಡೆ. ನನಗೆ ತುಂಬಾ ಸುಸ್ತಾಗಿತ್ತು. ಪೂರ್ತಾ ಕಪ್ಪಾದ, ಯಾವುದೇ ಭಾವಗಳೂ ಇಲ್ಲದ ನಿದ್ರೆ–ಒಂದು ರೀತಿಯ ಅಮಲಿನ ನಿದ್ರೆ ನನ್ನನ್ನು ಆವರಿಸಿತು. ನಾನು ವಿಚಾರ ಮಾಡಬೇಕೆಂದುಕೊಂಡಿದ್ದೆ, ಮನಸ್ಸಿನಲ್ಲಿ ಆ ಘಟನೆಗಳನ್ನೆಲ್ಲ ತಿರುವಿಹಾಕಬೇಕೆಂದುಕೊಂಡಿದ್ದೆ – ಆದರೆ ನಿದ್ರೆ ಬಲವತ್ತರವಾಗಿತ್ತು, ಅದನ್ನು ಮುಂದೂಡುವಂತಿರಲಿಲ್ಲ. ನಾನು ಹೋಟೆಲಿಗೆ ಹೋಗಿ, ಹಾಸಿಗೆಯ ಮೇಲೆ ಬಿದ್ದುಕೊಂಡೆ, ಪಶುವಿನಂತೆ ನಿದ್ರೆ ಹೋದೆ.

ಬೆಳಿಗ್ಗೆ ಕನಸನ್ನೂ ನನಸನ್ನೂ ಬೇರ್ಪಡಿಸುವುದು ಕಷ್ಟವಾಗಿತ್ತು. ಹಾಗೆ ಕಂಡುಹಿಡಿಯುವ ಪ್ರಯತ್ನ ಮಾಡಬೇಡವೆಂದು ನನ್ನೊಳಗೆ ಯಾವುದೋ ಪ್ರಬಲವಾಗಿ ಒತ್ತಾಯಿಸುತ್ತಿತ್ತು. ನಾನು ಯಾವುದೋ ಅರಿಯದ ಊರಿನಲ್ಲಿ ಅನ್ಯನಾಗಿದ್ದು, ತಡವಾಗಿ ಎದ್ದೆ; ತನ್ನ ಭಿತ್ತಿ

ಚಿತ್ರಗಳಿಗೆ ಪ್ರಸಿದ್ಧವಾಗಿದ್ದ ಒಂದು ಇಗರ್ಜಿಗೆ ಹೋದೆ. ಆದರೆ ಆ ದೃಶ್ಯಗಳಿಗೆಲ್ಲ ನನ್ನ ಕಣ್ಣು ಕುರುಡಾಗಿತ್ತು. ನನ್ನ ಮನಸ್ಸಿನ ಮುಂದೆ ಹಿಂದಿನ ರಾತ್ರಿಯ ವಿಶಿಷ್ಟ ಅನುಭವ ಜೀವಂತವಾಗಿ ನಿಂತಿತು, ನನಗರಿವಿಲ್ಲದೆಯೇ ನನ್ನ ಕಾಲುಗಳು ಆ ಓಣಿ ಮತ್ತು ಮನೆಯ ಕಡೆಗೆ ಹೊರಟುವು. ಆದರೆ ಇಂತಹ ಜಾಗಗಳು ರಾತ್ರಿಯಾಗುವ ತನಕ ಜೀವ ಪಡೆಯುವುದೇ ಇಲ್ಲ. ಹಗಲು ಹೊತ್ತಿನಲ್ಲಿ ಅವು ನಿರ್ಭಾವದ ಮಂಕು ಮುಖವಾಡ ಧರಿಸಿರುತ್ತವೆ– ಅವುಗಳನ್ನು ಬಲ್ಲವರು ಮಾತ್ರವೇ ಅವುಗಳನ್ನು ಬಿಡಿಯಾಗಿ ಗುರುತಿಸಬಲ್ಲರು. ಬೇಸರ ಹಾಗೂ ನಿರಾಶೆಗಳಿಂದ ನಾನು ಹೋಟೆಲಿಗೆ ಹಿಂದಿರುಗಿದೆ. ತಲೆಕೆಟ್ಟಾಗಿನ ಕನಸುಗಳ ತುಣುಕುಗಳೋ, ನನಸಿನ ನೆನಪೋ – ಅನೇಕ ಚಿತ್ರಗಳು ನನ್ನನ್ನು ಬೆನ್ನು ಹತ್ತಿದ್ದುವು.

ಆ ರಾತ್ರಿ ಒಂಬತ್ತು ಗಂಟೆಗೆ ನನ್ನ ರೈಲು ಹೊರಡುವುದಿತ್ತು. ಹೊರಟುಹೋಗಲು ನನಗೆ ದುಃಖವಾಗುತ್ತಿತ್ತು. ಕೂಲಿಯಾಳು ನನ್ನ ಪೆಟ್ಟಿಗೆಗಳನ್ನು ಸ್ಟೇಷನ್ನಿಗೆ ಒಯ್ಯುತ್ತಿದ್ದ. ದಾರಿಯಲ್ಲಿ ರಸ್ತೆಗಳು ಕೂಡುವ ಒಂದು ಕಡೆ ಆ ಮನೆಯ ಕಡೆ ಹೋಗುವ ರಸ್ತೆಯನ್ನು ನಾನು ಗುರುತಿಸಿದೆ. ಒಂದು ನಿಮಿಷ ಕಾಯಬೇಕೆಂದು ಆಳಿಗೆ ಹೇಳಿ, ನನ್ನ ಹಿಂದಿನ ರಾತ್ರಿಯ ವಿಶಿಷ್ಟಾನುಭವದ ಜಾಗವನ್ನು ಕೊನೆಯಲ್ಲಿ ಒಂದು ಬಾರಿ ನೋಡಿಬರಲು ಹೊರಟೆ – ಕೂಲಿಯಾಳು ಏನೋ ಬಲ್ಲವನಂತೆ ವ್ಯಂಗ್ಯವಾಗಿ ಹಲ್ಲುಕಿರಿದ.

ಹೌದು. ಅದೇ ಅಲ್ಲಿದೆ – ನಿನ್ನೆ ರಾತ್ರಿಯಂತೆಯೇ ಕತ್ತಲಲ್ಲಿ, ಕಿಟಿಕಿಯ ಗಾಜುಗಳ ಮೇಲೆ ಚಂದ್ರಕಿರಣ ಬೆಳಗುತ್ತಿದೆ, ಬಾಗಿಲು ಎದ್ದು ಕಾಣುತ್ತಿದೆ. ನಾನು ಹತ್ತಿರ ನಡೆದಂತೆ, ನೆರಳಿನಿಂದ ಒಂದು ವ್ಯಕ್ತಿ ಹೊರಬಿತ್ತು. ಅಲ್ಲಿ ಹೊಸಿಲ ಬಳಿ ನಡುಗುತ್ತ ನಿಂತಿದ್ದ ಆ ಜರ್ಮನ್ ವ್ಯಕ್ತಿಯನ್ನು ನಾನು ಗುರುತಿಸಿದೆ. ಬರುವಂತೆ ಅವನು ನನಗೆ ಸಂಜ್ಞೆ ಮಾಡಿದ. ಆದರೆ ಭಯಾನಕತೆ ಹಾಗೂ ಭೀತಿಯಿಂದ ನಾನು ಅಲ್ಲಿಂದ ಕಾಲುಕಿತ್ತೆ. ತಡಮಾಡಿಕೊಂಡು ರೈಲನ್ನು ತಪ್ಪಿಸಿಕೊಳ್ಳಲು ನನಗೆ ಇಷ್ಟವಿರಲಿಲ್ಲ.

ಮೂಲೆಯಲ್ಲಿ ಮತ್ತೊಮ್ಮೆ ನೋಡಲು ನಾನು ತಿರುಗಿದೆ. ಆ ಬಡಪಾಯಿಯ ಮೇಲೆ ದೃಷ್ಟಿ ಬಿದ್ದಾಗ, ಅವನು ಜಿಗಿದು ನಿಂತು ಬಾಗಿಲ ಬಳಿ ಹೋದ. ಬಾಗಿಲನ್ನು ದೂಡಿ ತೆರೆದ – ಅವನ ಕೈಯಲ್ಲಿ ಲೋಹದ ತುಂಡೊಂದು ಮಿಂಚಿ ಹೊಳೆಯಿತು. ಅದೇನು ಹಣವೋ ಅಥವಾ ಚಾಕುವಿನ ಅಲುಗೋ ಹಾಗೆ ಘಾತಕವಾಗಿ ಆ ಚಂದ್ರಕಿರಣಗಳಲ್ಲಿ ಹೊಳೆಯುತ್ತಿದ್ದುದು?

ವಿಶೇಷ ಕೃತಜ್ಞತೆ

ಈ ಸಂಪುಟದ ಕಥೆಗಳ ಆಯ್ಕೆಗಾಗಿ ಆಕರ ಸಾಮಗ್ರಿ ದೊರಕಿಸುವ ಕಾರ್ಯದಲ್ಲಿ ನೆರವು ನೀಡಿದ

- ನವದೆಹಲಿಯ ಶ್ರೀ ಶಾ. ಬಾಲುರಾವ್ (ಕೇಂದ್ರ ಸಾಹಿತ್ಯ ಅಕಾಡೆಮಿ)
- ಬೆಂಗಳೂರಿನ ಶ್ರೀ ಡಿ.ಆರ್. ನಾಗರಾಜ್
- ಅಡ್ಡೂರು ಶಿವಶಂಕರರಾವ್
- ಇಂಡಿಯನ್ ಇನ್‌ಸ್ಟಿಟ್ಯೂಟ್ ಆಫ್ ವರ್ಲ್ಡ್ ಕಲ್ಚರ್, ಬೆಂಗಳೂರು
- ಸ್ವೀಡಿಶ್ ಲಿಟರರಿ ಇನ್‌ಸ್ಟಿಟ್ಯೂಟ್, ಸ್ಟಾಕ್‌ಹೋಮ್
- ನವದೆಹಲಿಯ ಇಟಾಲಿಯನ್ ರಾಯಭಾರಿ ಕಚೇರಿ

ಅಂಕಿತನಾಮಗಳ ಸರಿಯಾದ ಉಚ್ಚಾರ ತಿಳಿಯಲು ಸಹಾಯ ಮಾಡಿದ

- ಡಾ. ಪಿ. ದಾಸ್‌ಗುಪ್ತ, ಸೆಂಟರ್ ಆಫ್ ಅಡ್ವಾನ್ಸ್‌ಡ ಸ್ಟಡೀಸ್ ಇನ್ ಲಿಂಗ್ವಿಸ್ಟಿಕ್ಸ್, ಪುಣೆ

ಸಂಪುಟದ ಮೂಲ ಆಂಗ್ಲರೂಪದ ಬೆರಳಚ್ಚು ಪ್ರತಿಗಳ ತಯಾರಿಕೆ ಮತ್ತಿತರ ಸಂಪಾದಕೀಯ ನೆರವಿಗಾಗಿ

- ಕುಮಾರಿ ಸೀಮಂತಿನೀ ನಿರಂಜನ

ಇವರಿಗೆಲ್ಲ ನಾವು ವಿಶೇಷವಾಗಿ ಕೃತಜ್ಞರು.

ವಿಶ್ವಕಥಾಕೋಶ

ಸಂಪುಟ - ೧೫

ಡೇಗೆ ಹಕ್ಕಿ

ಲೇಖಕರ ಪರಿಚಯ

ಡೇಗೆ ಹಕ್ಕಿ

ಜೊವಾನ್ನಿ ಬೊಕ್ಕಾಚ್ಚೊ (1313–1375)

ಸಣ್ಣ ಕಥೆಗಾರ ಮತ್ತು ಕವಿ. ಏಳನೆಯ ವಯಸ್ಸಿನಲ್ಲಿ ಬರವಣಿಗೆ ಆರಂಭ. ಅಧಿಕಾರಿಯಾಗಿ ಉತ್ಸಾಹಿ ಪ್ರವಾಸಿ. ಸಹಜೀವಿಗಳ ನಡೆನುಡಿ ಬಗ್ಗೆ ತೀವ್ರ ಗಮನ. 'ಡೆಕಾಮೆರಾನ್' ಎಂಬ ಈತನ ನೂರು ಕಥೆಗಳ ಸಂಗ್ರಹ ಇಟಲಿಯ ಅನಂತರದ ಕಥೆ ಕಾದಂಬರಿಗಳಿಗೆ ಬುನಾದಿ. ಸಂಭಾಷಣಾ ಚಾತುರ್ಯಕ್ಕೆ ಹೆಸರುವಾಸಿ. ವಿಜ್ಞಾನದಲ್ಲೂ ಆಸಕ್ತ. ಪೆತ್ರಾರ್ಕ್, ದಾಂತೆ ಹಾಗೂ ಬೊಕ್ಕಾಚ್ಚೊ – ಈ ಮೂವರ ವಿಪುಲ ಸಾಹಿತ್ಯ ಸೃಷ್ಟಿಯಿಂದ ಇಟಲಿಯ ನವೋದಯ ಸಾಹಿತ್ಯಕ್ಕೆ ಭದ್ರ ಅಡಿಪಾಯ.

ಜ್ಯೋತಿಷಿ ಮತ್ತು ಕತ್ತೆ

ಓರ್ತೆನ್ಸಿಓ ಲಾಂದೊ (ಸು. 1512–1553)

ಇಟಲಿಯ ಮಾನವತಾವಾದಿ ಬರಹಗಾರ. ಪ್ರಾಚೀನ ಸಾಹಿತ್ಯದ ಅಧ್ಯಯನದಲ್ಲಿ ಬಹಳ ಆಸಕ್ತಿ. ಥಾಮಸ್ ಮೂರ್‌ನ 'ಉಟೋಪಿಯ'ವನ್ನು ಇಟಾಲಿಯನ್ ಭಾಷೆಗೆ ಅನುವಾದಿಸಿದ. ಹಲವು ಕೃತಿಗಳ ಲೇಖಕ.

ಪೈಥಾಗೊರಾಸನ ಪ್ರಮೇಯ

ಎನ್‌ರಿಕೊ ಕಾಸ್ತೆಲೂನ್ವೊವೊ (1839–1915)

ಇಟಲಿಯ ಪ್ರಸಿದ್ಧ ಲೇಖಕರಲ್ಲೊಬ್ಬ. ಇಟಲಿಯ ಏಕೀಕರಣ ಹೋರಾಟದಲ್ಲಿ ಸಕ್ರಿಯ ಪಾತ್ರ ವಹಿಸಿದ್ದ. 1872ರಲ್ಲಿ 'ಆಂಟ್ಸ್ ನೋಟ್‌ಬುಕ್' ಕೃತಿ ಪ್ರಕಟವಾಗಿ ಸಾಹಿತ್ಯಾಸಕ್ತರ ಗಮನ ಸೆಳೆಯಿತು. ವಿವಿಧ ಭಾಷೆಗಳಿಗೆ ಕೃತಿಗಳು ಅನುವಾದಗೊಂಡಿವೆ.

ಚಿನ್ನಿ

ಲುಯಿಜಿ ಪಿರಾಂದೆಲ್ಲೊ (1867–1936)

ಸಣ್ಣ ಕಥೆಗಾರ, ನಾಟಕಕಾರ, ಕಾದಂಬರಿಕಾರ. ಸಿಸಿಲಿಯಲ್ಲಿ ಸಿರಿವಂತ

ಕುಟುಂಬದಲ್ಲಿ ಜನನ. ಬಾಲ್ಯದಲ್ಲಿ ಕಿನ್ನರಕಥೆಗಳು, ಜನಪದ ಕಥೆಗಳಿಂದ ಪ್ರಭಾವಿತ. ಅನಂತರ ರೋಮ್ ವಿಶ್ವವಿದ್ಯಾಲಯದಲ್ಲಿ ಶಿಕ್ಷಣ. ಸಿಸಿಲಿಯ ಆಡುನುಡಿಯ ಬಗ್ಗೆ ಪ್ರಬಂಧ ರಚಿಸಿ ಡಾಕ್ಟರೇಟ್ ಪಡೆಯುವ ಸಲುವಾಗಿ ಜರ್ಮನಿಗೆ ಪ್ರಯಾಣ. ಕಾದಂಬರಿಗಳಲ್ಲದೆ, ನೂರಾರು ಸಣ್ಣಕಥೆಗಳು, ನಲವತ್ತು ನಾಟಕಗಳ ರಚನೆ. ರಂಗಭೂಮಿಯಲ್ಲೂ ತೀವ್ರ ಆಸಕ್ತಿ. ಮರಣಕ್ಕೆ ಎರಡು ವರ್ಷಗಳ ಮುಂಚೆ ನೊಬೆಲ್ ಪ್ರಶಸ್ತಿ.

ಲೂಲುವಿನ ವಿಜಯ

ಮಾತಿಲುದೆ ಸೆರಒ (1856–1927)

ಕಾದಂಬರಿಕಾರ್ತಿ, ಸಣ್ಣ ಕಥೆಗಾರ್ತಿ ಮತ್ತು ಪತ್ರಕರ್ತೆ. ಗ್ರೀಸ್‌ನಲ್ಲಿ ಜನನ. ಕೆಲಕಾಲ ಶಾಲಾಶಿಕ್ಷಕಿಯಾಗಿ ಕೆಲಸ. ಹಿಂದಿನ ಪೀಳಿಗೆಯ ಬರಹಗಾರ್ತಿಯರಲ್ಲಿ ಗಣ್ಯ ಸ್ಥಾನ. ಫ್ರಾನ್ಸ್‌ನ ಬರಹಗಾರ ಜೋಲಾ ಅವರ ಅನುವರ್ತಿಯಾಗಿ ಸಾಹಿತ್ಯ ಜೀವನದ ಆರಂಭ. ಜನಜೀವನದ ಸೂಕ್ಷ್ಮಗ್ರಹಿಕೆಯ ವಿವರಗಳು ಕಥೆ, ಕಾದಂಬರಿಗಳಿಗೆ ಜೀವ ತುಂಬಿದವು. ದಿನಪತ್ರಿಕೆಯೊಂದರ ಸ್ಥಾಪಕ ಸಂಪಾದಕಿಯಾಗಿ ಯಶಸ್ಸು. ಅದರ ಒತ್ತಡದ ನಡುವೆಯೂ ಸೃಜನಶೀಲತೆ ಬಿಡದೆ ಕೃತಿಗಳ ರಚನೆ.

ನನ್ನ ಸಾವಿನ ಕಥೆ

ಲಾಉರೊ ದೆ ಬೋಸಿಸ್ (1901–1931)

ಸಣ್ಣ ಕಥೆಗಾರ, ಗೀತನಾಟಕಕಾರ. ವೈಮಾನಿಕ ಚಾಲಕ ಕೂಡ. 1928ರ ಒಲಿಂಪಿಕ್ ಕ್ರೀಡೆಗಳ ಕಲಾಸ್ಪರ್ಧೆಗಳಲ್ಲಿ ರಜತ ಪದಕ ಗೆದ್ದಿದ್ದ. ಫ್ಯಾಸಿಸಂನ ಕಟ್ಟಾ ವಿರೋಧಿ. ಮುಸೊಲನಿಯ ಸರ್ವಾಧಿಕಾರದ ವಿರುದ್ಧ ಹೋರಾಟಗಾರನಾಗಿ ವಿಮಾನ ದಾಳಿಗೆ ತುತ್ತಾದ.

ಗುಪ್ತ ದಾಳಿ

ಬೆಪ್ಪೆ ಫೆನೋಲ್ಯೊ (1922–1963)

ಇಟಲಿಯ ಬರಹಗಾರ. ಅಲ್ಲಿನ ಗ್ರಾಮೀಣ ಜನಜೀವನದ ಸಂಘರ್ಷಗಳೇ ಬಹುಪಾಲು ಬರಹಗಳ ವಸ್ತು. 1954ರಲ್ಲಿ ನೀಳ್ಗತೆ 'ಲಾ ಮಲೋರ' ಪ್ರಕಟವಾಯಿತು. ಅವನ ಅತ್ಯುತ್ತಮ ಕೃತಿ ಎಂದು ಹೆಸರಾಗಿರುವ 'ಜಾನಿ ದಿ ಪಾರ್ಟಿಸಾನ್' ಸೇರಿ ಕೆಲವು ಕೃತಿಗಳು ಮರಣೋತ್ತರವಾಗಿ ಪ್ರಕಟ.

ಸ್ಟೆಪ್‌ಫೀಲ್ಡ್

ಹಾಇಮಿಟೊ ಫಾನ್ ಡೋಡ್‌ರರ್ (1896–1966)

ವಿಯೆನ್ನಾದ ಬಳಿ ಜನನ. ಸಣ್ಣ ಕಥೆಗಾರ, ಕಾದಂಬರಿಕಾರ ಮತ್ತು ಕವಿ. ಆಸ್ಟ್ರಿಯದ ಅತ್ಯಂತ ಗಣ್ಯ ಲೇಖಕರಲ್ಲೊಬ್ಬನೂ ಹೌದು. ಆರಂಭದಲ್ಲಿ ನಾಜಿವಾದದ ಸಹವಾಸ. ಯುದ್ಧಕೈದಿಯಾಗಿ ಕೆಲಕಾಲ ಸೈಬೀರಿಯದಲ್ಲಿ ಸೆರೆವಾಸ. ಆಗ ಬರಹಗಾರನಾಗಲು ನಿರ್ಧಾರ. ಇಂಗ್ಲಿಷ್‌ಗೆ ಮೂರು ಕಾದಂಬರಿಗಳ ಭಾಷಾಂತರ.

ಏಳನೆಯ ಬಾವಿ

ಫ್ರೆಡ್ ವಾಣ್ಡರ್ (1917–2006)

ಸಣ್ಣ ಕಥೆಗಾರ. ಪತ್ರಕರ್ತನಾಗಿ ಕೆಲಕಾಲ ಜೀವನ. ಗಿರಣಿ ಉದ್ಯೋಗ ಕಳೆದುಕೊಂಡು ಲಕ್ಷಾಂತರ ನಿರುದ್ಯೋಗಿಗಳಲ್ಲಿ ಒಬ್ಬನಾಗಿ ಇಟಲಿ, ಸ್ವಿಟ್ಜರ್ಲೆಂಡ್ ಹಾಗೂ ಫ್ರಾನ್ಸ್‌ಗಳಲ್ಲಿ ಸಂಚಾರ. ಕೃಷಿಭೂಮಿಗಳಲ್ಲಿ, ಕಸ್ಬೆಗಳಲ್ಲಿ, ಕಟ್ಟಡ ನಿರ್ಮಾಣದಲ್ಲಿ, ಹೋಟೆಲ್ ಮಾಣಿಯಾಗಿ, ನಕ್ಷೆಗಾರನಾಗಿ, ಛಾಯಾಚಿತ್ರಕಾರನಾಗಿ ಹಲವು ವಿಧದ ಕೆಲಸ. ನಾಜಿಗಳ ಬುಕೆನ್‌ವಾಲ್ಡ್ ಚಿತ್ರಹಿಂಸಾ ಶಿಬಿರದಿಂದ ಉಳಿದು ಬಂದವನೊಬ್ಬ. 1945ರಲ್ಲಿ ವಿಮೋಚನೆಯ ನಂತರ ಆಸ್ಟ್ರಿಯ ಕಮ್ಯುನಿಸ್ಟ್ ಪಕ್ಷದ ಸದಸ್ಯ. ಕೊನೆಗೆ ವಿಯೆನ್ನಾದಲ್ಲಿ ವಾಸ. ಸಾಹಿತ್ಯ ಕೃತಿಗಳಿಗೆ ಹಲವು ಪ್ರಶಸ್ತಿ.

ಕ್ರಾಂಬಾಂಬೂಲಿ

ಮಾರಿ ಫಾನ್ ಎಬ್‌ನರ್–ಎಶನ್‌ಬಾಖ್ (1830–1916)

ಕಾವ್ಯ, ಸಣ್ಣಕಥೆ, ಕಾದಂಬರಿ, ನಾಟಕ ಹೀಗೆ ಬಹು ಪ್ರಕಾರಗಳಲ್ಲಿ ಸಾಹಿತ್ಯ ರಚನೆ ಮಾಡಿದ ಗಣ್ಯ ಲೇಖಕಿ. ತಾನು ಜನಿಸಿದ ಜಮೀನ್ದಾರಿ ವರ್ಗ ಮತ್ತು ಮೊರಾವಿಯದ ರೈತವರ್ಗಕ್ಕೆ ಸಂಬಂಧಿಸಿದ ವಸ್ತುಗಳನ್ನಾಯ್ದು ಕಥೆಗಳ ರಚನೆ. ಮನಶ್ಶಾಸ್ತ್ರೀಯ ವಸ್ತುಗಳ ಕಾದಂಬರಿಗಳಿಗೂ ಖ್ಯಾತ. ಕಟ್ಟಾ ಕ್ಯಾಥಲಿಕ್, ಸಂಪ್ರದಾಯಬದ್ಧೆ. ಆದರೂ ತನ್ನ ವರ್ಗದ ಬಗ್ಗೆ ವಿಮರ್ಶಾ ದೃಷ್ಟಿ. 1880ರ ಕಾಲದ ಕಥೆ, ಕಾದಂಬರಿ ಲೇಖಕರಲ್ಲಿ ದೊಡ್ಡ ಹೆಸರು.

ಸತ್ತವರು ಮೂಕರು

ಆರ್ಟುಅರ್ ಶ್ನಿತ್‌ಸ್ಲರ್ (1862–1931)

ವಿಯೆನ್ನಾದಲ್ಲಿ ಜನನ. ಸಣ್ಣಕಥೆಗಾರ, ನಾಟಕಕಾರ. ವೈದ್ಯನಾಗಿ ವೃತ್ತಿ ಜೀವನದ ಆರಂಭ. ಅನಂತರ ಬರವಣಿಗೆಗೆ ಬದಲಾವಣೆ. ಕೃತಿಗಳಲ್ಲಿ

ಲೈಂಗಿಕತೆ ಹೆಚ್ಚೆಂದು ವಿವಾದಕ್ಕೆ ಗುರಿ. ಸಾಹಿತ್ಯ ಚಳವಳಿಯ ನೇತಾರ. ಕಿರುಕಾದಂಬರಿ, ಏಕಾಂಕ ನಾಟಕಗಳ ರಚನೆಗೆ ಪ್ರಸಿದ್ಧ. ❍

ಚಂದ್ರ ಕಿರಣದ ಓಣಿ

ಷ್ಟೆಫಾನ್ ತ್ಸ್ವಾಇಗ್ (1881–1942)

ಕಥೆಗಾರ, ಕಾದಂಬರಿಗಾರ, ಪ್ರಬಂಧಕಾರ. ಜೀವನ ಚರಿತ್ರೆಕಾರ. ಇಪ್ಪತ್ತನೆಯ ಶತಮಾನದ ಆರಂಭದ ದಶಕಗಳಲ್ಲಿ ವಿಶ್ವ ಪ್ರಸಿದ್ಧ ಲೇಖಕ. ಸರಳವಾದ, ಪರಿಣಾಮಕಾರಿ ಶೈಲಿಯ ಬರವಣಿಗೆಗೆ ಖ್ಯಾತಿ. 1933ರಲ್ಲಿ ನಾಜಿಗಳಿಂದಾಗಿ ಆಸ್ಟ್ರಿಯಕ್ಕೆ ಪಲಾಯನ. ದೇಶಗಳಲ್ಲಿ ಸುತ್ತಾಡಿ ಕೊನೆಗೆ ಬ್ರೆಜಿಲ್‌ನಲ್ಲಿ ವಸತಿ. 1942ರಲ್ಲಿ ಪತ್ನಿಯೊಂದಿಗೆ ಆತ್ಮಹತ್ಯೆ. ❍

ಈ ಸಂಪುಟದ ಅನುವಾದಕರು

ಎಸ್. ಅನಂತನಾರಾಯಣ (1925–1992)

ಮೈಸೂರಿನಲ್ಲಿ ಜನನ. ಮಹಾರಾಜ ಕಾಲೇಜಿನಲ್ಲಿ ವಿದ್ಯಾರ್ಥಿಯಾಗಿದ್ದಾಗ 1942ರ ಆಗಸ್ಟ್ ಚಳವಳಿಯಲ್ಲಿ ವಿದ್ಯಾರ್ಥಿ ನಾಯಕನಾಗಿ ಸೆರೆವಾಸ. ಅಲ್ಲಿ ಮಾರ್ಕ್ಸ್‌ವಾದದ ಅಧ್ಯಯನ. ವಿದ್ಯಾರ್ಥಿ ದೆಸೆಯಲ್ಲಿಯೇ ಬೀಡಿ ಕಾರ್ಮಿಕರ ಸಂಘಗಳಲ್ಲಿ ಮುಖ್ಯ ಪಾತ್ರ. 1944ರಲ್ಲಿ 'ಬಾಡದ ಹೂವು' ಕವಿತೆಗೆ ಬಿಎಂಶ್ರೀ ರಜತೋತ್ಸವ ಚಿನ್ನದ ಪದಕ. 1945ರಲ್ಲಿ ಸ್ವಲ್ಪಕಾಲ 'ವಿಶ್ವ ಕರ್ನಾಟಕ'ದಲ್ಲಿ ಉಪಸಂಪಾದಕ. ಸ್ವಲ್ಪಕಾಲ ಮೈಸೂರು ವಿಶ್ವವಿದ್ಯಾನಿಲಯದ ಲಲಿತಕಲೆಗಳ ಕಾಲೇಜಿನಲ್ಲಿ ನಾಟಕಶಾಸ್ತ್ರ ವಿಭಾಗದ ಮುಖ್ಯಸ್ಥ. ನಂತರ ಮಹಾರಾಜ ಕಾಲೇಜಿನಲ್ಲಿ ಇಂಗ್ಲಿಷ್ ಪ್ರಾಧ್ಯಾಪಕ. ಆರು ಕಾದಂಬರಿಗಳು, ಐದು ನಾಟಕಗಳು, ಮೂರು ಸಣ್ಣ ಕಥಾಸಂಗ್ರಹಗಳ ಪ್ರಕಟಣೆ. ಮಕ್ಕಳ ಸಾಹಿತ್ಯ, ವಿಮರ್ಶೆ, ಅನುವಾದ, ಕಾವ್ಯ ಹೀಗೆ ಹಲವು ಪ್ರಕಾರಗಳಲ್ಲಿ ರಚನೆ. 'ಹೊಸಗನ್ನಡ ಕವಿತೆಯ ಮೇಲೆ ಇಂಗ್ಲಿಷ್ ಕಾವ್ಯದ ಪ್ರಭಾವ' ಎಂಬ ಇವರ ಮಹಾಪ್ರಬಂಧ ಕನ್ನಡದ ಅತ್ಯುತ್ತಮ ಸಂಶೋಧನಾ ಕೃತಿಗಳಲ್ಲಿ ಒಂದು. ❍

ವಿಶ್ವಕಥಾಕೋಶ

೨೫ ಸಂಪುಟಗಳು – ಪ್ರಧಾನ ಸಂಪಾದಕರು : ನಿರಂಜನ

ಧರಣಿಮಂಡಲ ಮಧ್ಯದೊಳಗೆ : 22 ಕನ್ನಡ ಕಥೆಗಳು

ಆಫ್ರಿಕದ ಹಾಡು : ಆಫ್ರಿಕ ಖಂಡದ ಕಥೆಗಳು – ಅನು : ಸಿ. ಸೀತಾರಾಮ್

ಕಾಡಿನಲ್ಲಿ ಬೆಳದಿಂಗಳು : ವಿಯೆಟ್ನಾಮ್ ಕಥೆಗಳು – ಅನು : ಸಿ.ಪಿ. ರವಿಕುಮಾರ್

ಚೆಲುವು : ಮಂಗೋಲಿಯ, ಚೀನ, ಜಪಾನ್, ಕೊರಿಯ ಕಥೆಗಳು – ಅನು : ಜಿ. ಎಸ್. ಸದಾಶಿವ

ಸುಭಾಷಿಣಿ : ಭಾರತ, ನೆರೆಹೊರೆ ಕಥೆಗಳು – ಅನು : 23 ಅನುವಾದಕರು

ವಿಚಿತ್ರ ಕಕ್ಷಿದಾರ : ಇಂಗ್ಲೆಂಡ್ ಕಥೆಗಳು – ಅನು : ಎನ್. ಎಸ್. ರಾಮಚಂದ್ರಯ್ಯ, ಎಸ್. ಆರ್. ಭಟ್

ಮಂಜುಹೂವಿನ ಮದುವಣಿಗ : ಹಂಗೆರಿ, ರುಮಾನಿಯ ಕಥೆಗಳು –
ಅನು : ಕೆ. ಎಸ್. ನಾರಾಯಣಸ್ವಾಮಿ

ಬೂದುಬಣ್ಣದ ಕಾಂಗರೂ : ಆಸ್ಟ್ರೇಲಿಯ, ನ್ಯೂಜಿಲೆಂಡ್ ಕಥೆಗಳು –
ಅನು : ಪಾ. ಸಂಜೀವ ಬೋಳಾರ

ಹೆಜ್ಜೆಗುರುತು : ರಷ್ಯ, ನೆರೆಹೊರೆ ಕಥೆಗಳು – ಅನು : ಕೆ. ಎಸ್. ನಿಸಾರ್ ಅಹಮದ್

ಅರಬಿ : ಐರ್‌ಲೆಂಡ್, ವೇಲ್ಸ್, ಸ್ಕಾಟ್‌ಲೆಂಡ್ ಕಥೆಗಳು – ಅನು : ಶಾ. ಬಾಲು ರಾವ್

ನೆತ್ತರು ದೆವ್ವ: ಚೆಕೊಸ್ಲೊವಾಕಿಯ, ಪೋಲೆಂಡ್ ಕಥೆಗಳು – ಅನು : ಎಚ್. ಕೆ. ರಾಮಚಂದ್ರಮೂರ್ತಿ

ಬಾವಿಕಟ್ಟೆಯ ಬಳಿ : ಯುಗೊಸ್ಲಾವಿಯ, ಆಲ್ಬೇನಿಯ, ಬಲ್ಗೇರಿಯ ಕಥೆಗಳು –
ಅನು : ಜಿ. ಶ್ರೀನಿವಾಸರಾಜು

ಅದೃಷ್ಟ: ಅಮೆರಿಕ, ಕೆನಡ, ಮೆಕ್ಸಿಕೊ ಕಥೆಗಳು – ಅನು : ವೀಣಾ ಶಾಂತೇಶ್ವರ

ಸಜ್ಜನನ ಸಾವು : ಐಸ್‌ಲೆಂಡ್, ಡೆನ್‌ಮಾರ್ಕ್, ನಾರ್ವೆ, ಸ್ವೀಡನ್, ಫಿನ್‌ಲೆಂಡ್ ಕಥೆಗಳು –
ಅನು : ಕ. ನಂ. ನಾಗರಾಜು

ಡೇಗೆ ಹಕ್ಕಿ : ಇಟಲಿ, ಆಸ್ಟ್ರಿಯ ಕಥೆಗಳು – ಅನು : ಎಸ್. ಅನಂತನಾರಾಯಣ

ಅವಸಾನ : ಗ್ರೀಸ್, ಸೈಪ್ರಸ್, ಟರ್ಕಿ ಕಥೆಗಳು – ಅನು : ಎ. ಈಶ್ವರಯ್ಯ

ತಾತನ ಹುಟ್ಟುಹಬ್ಬ: ಹಾಲೆಂಡ್, ಬೆಲ್ಜಿಯಮ್, ಸ್ವಿಟ್ಜರ್‌ಲೆಂಡ್ ಕಥೆಗಳು –
ಅನು : ಸಿ. ಎಚ್. ಪ್ರಹ್ಲಾದ್‌ರಾವ್

ಬಾಲ ಮೇಧಾವಿ : ಜರ್ಮನಿ ಕಥೆಗಳು – ಅನು : ಎಚ್. ಎಸ್. ರಾಘವೇಂದ್ರರಾವ್

ಇಬ್ಬರು ಗೆಳೆಯರು : ಸ್ಪೇನ್, ಪೋರ್ಚುಗಲ್ ಕಥೆಗಳು – ಅನು : ಕೆ. ವಿ. ನಾರಾಯಣ

ಅಬಿಂದಾ – ಸಯಿದ್ : ಇಂಡೊನೇಷ್ಯ, ಫಿಲಿಪ್ಪೀನ್ಸ್, ಮಲಯ, ಸಿಂಗಾಪುರ,
ಥಾಯ್‌ಲೆಂಡ್ ಕಥೆಗಳು – ಅನು : ಎಸ್ಸಾರ್ಕೆ

ನಿಗೂಢ ಸೌಧ : ಫ್ರಾನ್ಸ್ ಕಥೆಗಳು – ಅನು : ಬಸವರಾಜ ನಾಯ್ಕರ

ಬೆಳಗಾಗುವ ಮುನ್ನ : ಕ್ಯೂಬಾ, ಜಮೇಯಿಕ ಕಥೆಗಳು – ಅನು : ಶ್ರೀಕಾಂತ

ಮರಳುಗಾಡಿನ ಮದುವೆ : ಪಶ್ಚಿಮ ಏಷ್ಯ ಕಥೆಗಳು – ಅನು : ವಾಸುದೇವ

ಕಿವುಡು ವನದೇವತೆ : ದಕ್ಷಿಣ ಅಮೆರಿಕ ಕಥೆಗಳು – ಅನು : ಈಶ್ವರಚಂದ್ರ

ಸಾವಿಲ್ಲದವರು : ಪಂಚ ಮಹಾಕಾವ್ಯಗಳಿಂದ ಆಯ್ದ ಕಥೆಗಳು –
ನಿರೂಪಣೆ : ಸಿ. ಕೆ. ನಾಗರಾಜ ರಾವ್

ನವಕರ್ನಾಟಕ ಪ್ರಕಟಣೆಗಳು

ಸಾಹಿತ್ಯ ಚರಿತ್ರೆ, ಸಂಕೀರ್ಣ, ವಿಮರ್ಶೆ

ಕನ್ನಡ ಸಾಹಿತ್ಯ. ಚಾರಿತ್ರಿಕ ಬೆಳವಣಿಗೆ. ಸಂಪುಟ 1

– ಪ್ರಾಚೀನ ಸಾಹಿತ್ಯ (2ನೇ ಮುದ್ರಣ)   ಡಾ|| ಸಿ. ವೀರಣ್ಣ   250.00

ಕನ್ನಡ ಸಾಹಿತ್ಯ. ಚಾರಿತ್ರಿಕ ಬೆಳವಣಿಗೆ – ಸಂಪುಟ 2

– ಮಧ್ಯಕಾಲೀನ ಸಾಹಿತ್ಯ   ಡಾ|| ಸಿ. ವೀರಣ್ಣ   300.00

ಎಸ್. ಎಲ್. ಭೈರಪ್ಪನವರ ಕಾದಂಬರಿಗಳೊಂದಿಗೆ ಧರ್ಮ–ಕರ್ಮ ಜಿಜ್ಞಾಸೆ

         ಡಾ|| ಕೆ. ಎಲ್. ಗೋಪಾಲಕೃಷ್ಣಯ್ಯ   125.00

ಪರಕಾಯ (ಲೇಖನ ಸಂಕಲನ)   ಡಾ|| ರಾಮಲಿಂಗಪ್ಪ ಟಿ. ಬೇಗೂರು   90.00

ನವಕರ್ನಾಟಕ ಸಾಹಿತ್ಯ ಸಂಪದ

(ಕೇಂದ್ರ ಸಾಹಿತ್ಯ ಅಕಾಡೆಮಿ ಪ್ರಶಸ್ತಿ ಪುರಸ್ಕೃತ ಕನ್ನಡ ಲೇಖಕರ ಬದುಕು–ಬರೆಹ ಮಾಲೆ)

◆ ಮೊದಲನೇ ಕಂತಿನ ಪುಸ್ತಕಗಳು

ಕುವೆಂಪು (3ನೇ ಮುದ್ರಣ)	ಡಾ|| ಪ್ರಧಾನ್ ಗುರುದತ್ತ	60.00
ರಂ. ಶ್ರೀ. ಮುಗಳಿ (2ನೇ ಮುದ್ರಣ)	ಡಾ|| ತಾಳ್ತಜೆ ವಸಂತಕುಮಾರ	60.00
ದ. ರಾ. ಬೇಂದ್ರೆ (3ನೇ ಮುದ್ರಣ)	ಎನ್ಕೆ. ಕುಲಕರ್ಣಿ	60.00
ಶಿವರಾಮ ಕಾರಂತ (3ನೇ ಮುದ್ರಣ)	ಮಾಲಿನಿ ಮಲ್ಯ	60.00
ವಿ. ಕೃ. ಗೋಕಾಕ (2ನೇ ಮುದ್ರಣ)	ಡಾ|| 'ಜೀವಿ' ಕುಲಕರ್ಣಿ	60.00
ದೇವುಡು (2ನೇ ಮುದ್ರಣ)	ಡಾ|| ಸಿ. ಎಸ್. ಶಿವಕುಮಾರಸ್ವಾಮಿ	60.00
ಬಿ. ಪುಟ್ಟಸ್ವಾಮಯ್ಯ (2ನೇ ಮುದ್ರಣ)	ಡಾ|| ಕೃಷ್ಣಮೂರ್ತಿ ಹನೂರು	60.00
ಡಿ. ವಿ. ಗುಂಡಪ್ಪ (2ನೇ ಮುದ್ರಣ)	ಡಿ. ಆರ್. ವೆಂಕಟರಮಣನ್	60.00
ಎ. ಎನ್. ಮೂರ್ತಿರಾವ್ (2ನೇ ಮುದ್ರಣ)	ಡಾ|| ಪಿ. ಶಾಂತಾರಾಮ ಪ್ರಭು	60.00
ಚದುರಂಗ (2ನೇ ಮುದ್ರಣ)	ಡಾ|| ಎಂ. ಎಸ್. ವೇದಾ	60.00
ವ್ಯಾಸರಾಯ ಬಲ್ಲಾಳ (2ನೇ ಮುದ್ರಣ)	ಡಾ|| ಡಿ. ವಿಜಯಲಕ್ಷ್ಮಿ	60.00
ಚಂದ್ರಶೇಖರ ಕಂಬಾರ (2ನೇ ಮುದ್ರಣ)	ಡಾ|| ಬಸವರಾಜ ಮಲಶೆಟ್ಟಿ	60.00

◆ ಎರಡನೇ ಕಂತಿನ ಪುಸ್ತಕಗಳು

ಬಿ. ಜಿ. ಎಲ್. ಸ್ವಾಮಿ (2ನೇ ಮುದ್ರಣ)	ಡಾ|| ಮುಳುಕುಂಟೆ ರಮೇಶ್	60.00
ರಾ. ಶಿ. (2ನೇ ಮುದ್ರಣ)	ಡಾ|| ಎಚ್. ಎಸ್. ಗೋಪಾಲ ರಾವ್	60.00
ದೇವನೂರ ಮಹಾದೇವ (2ನೇ ಮುದ್ರಣ)	ಎನ್. ಪಿ. ಶಂಕರನಾರಾಯಣ ರಾವ್	60.00
ಪು. ತಿ. ನ. (2ನೇ ಮುದ್ರಣ)	ಡಾ|| ಪ್ರಭುಶಂಕರ	60.00
ಶ್ರೀನಿವಾಸ (ಮಾಸ್ತಿ ವೆಂಕಟೇಶ ಅಯ್ಯಂಗಾರ್) (2ನೇ ಮು.)	ಪ್ರೊ|| ಜಿ. ಎಸ್. ಸಿದ್ಧಲಿಂಗಯ್ಯ	60.00
ತ. ರಾ. ಸು. (2ನೇ ಮುದ್ರಣ)	ನಾ. ಪ್ರಭಾಕರ	60.00
ಪೂರ್ಣಚಂದ್ರ ತೇಜಸ್ವಿ (3ನೇ ಮುದ್ರಣ)	ಡಾ|| ಎಚ್. ಎಂ. ಮಹೇಶ್ವರಯ್ಯ	60.00
ಹಾ. ಮಾ. ನಾಯಕ (2ನೇ ಮುದ್ರಣ)	ಡಾ|| ಪ್ರಧಾನ್ ಗುರುದತ್ತ	60.00
ಚಿದಾನಂದಮೂರ್ತಿ (2ನೇ ಮುದ್ರಣ)	ಡಾ|| ಸಂಗಮೇಶ ಸವದತ್ತಿಮಠ	60.00

ಗಿರೀಶ್ ಕಾರ್ನಾಡ್ (3ನೇ ಮುದ್ರಣ)	*ಡಾ॥ ಮೀರಾ ಮೂರ್ತಿ*	**60.00**
ಯಶವಂತ ಚಿತ್ತಾಲ (2ನೇ ಮುದ್ರಣ)	*ಡಾ॥ ಕೆ. ಎಲ್. ಗೋಪಾಲಕೃಷ್ಣಯ್ಯ*	**60.00**
ಕೆ. ಎಸ್. ನರಸಿಂಹಸ್ವಾಮಿ (2ನೇ ಮುದ್ರಣ)	*ಡಾ॥ ರಾಮೇಗೌಡ*	**60.00**

♦ ಮೂರನೇ ಕಂತಿನ ಪುಸ್ತಕಗಳು

ಶಾಂತಿನಾಥ ದೇಸಾಯಿ (2ನೇ ಮುದ್ರಣ)	*ಡಾ॥ ಪ್ರೀತಿ ಶುಭಚಂದ್ರ*	**60.00**
ಎಸ್. ಎಲ್. ಭೈರಪ್ಪ (2ನೇ ಮುದ್ರಣ)	*ದೇಶ ಕುಲಕರ್ಣಿ*	**60.00**
ಪಿ. ಲಂಕೇಶ್ (2ನೇ ಮುದ್ರಣ)	*ಡಾ॥ ಹಾಲತಿ ಸೋಮಶೇಖರ್*	**60.00**
ಎ. ಆರ್. ಕೃಷ್ಣಶಾಸ್ತ್ರಿ (2ನೇ ಮುದ್ರಣ)	*ಬಿ. ವಿ. ಶ್ರೀಧರ*	**60.00**
ಕೀರ್ತಿನಾಥ ಕುರ್ತಕೋಟಿ (2ನೇ ಮುದ್ರಣ)	*ಡಾ॥ ಕೃಷ್ಣಮೂರ್ತಿ ಚಂದರ್*	**60.00**
ಗೋಪಾಲಕೃಷ್ಣ ಅಡಿಗ (2ನೇ ಮುದ್ರಣ)	*ಬಾಲಸುಬ್ರಹ್ಮಣ್ಯ ಕಂಜರ್ಪಣೆ*	**60.00**
ವಿ. ಸೀತಾರಾಮಯ್ಯ (2ನೇ ಮುದ್ರಣ)	*ಪ್ರೊ॥ ಎಂ. ರಾಮಚಂದ್ರ*	**60.00**
ಎಲ್. ಎಸ್. ಶೇಷಗಿರಿ ರಾವ್ (2ನೇ ಮುದ್ರಣ)	*ಡಾ॥ ಪಿ. ವಿ. ನಾರಾಯಣ*	**60.00**
ಎಚ್. ತಿಪ್ಪೇರುದ್ರಸ್ವಾಮಿ (2ನೇ ಮುದ್ರಣ)	*ಡಾ॥ ಎನ್. ಎಸ್. ತಾರಾನಾಥ*	**60.00**
ಎಸ್. ವಿ. ರಂಗಣ್ಣ (2ನೇ ಮುದ್ರಣ)	*ಡಾ॥ ಸಿ. ಪಿ. ಕೃಷ್ಣಕುಮಾರ್*	**60.00**
ಗೊರೂರು ರಾಮಸ್ವಾಮಿ ಅಯ್ಯಂಗಾರ್ (2ನೇ ಮುದ್ರಣ)	*ಡಾ॥ ಪ್ರಧಾನ್ ಗುರುದತ್ತ*	**60.00**
ಬಿ. ಸಿ. ರಾಮಚಂದ್ರ ಶರ್ಮ (2ನೇ ಮುದ್ರಣ)	*ಲಿಂಗದೇವರು ಹಳೆಮನೆ*	**60.00**

♦ ನಾಲ್ಕನೇ ಕಂತಿನ ಪುಸ್ತಕಗಳು

ಕೆ.ವಿ.ಸುಬ್ಬಣ್ಣ	*ಡಾ॥ ನಾ. ದಾಮೋದರ ಶೆಟ್ಟಿ*	**60.00**
ಶ್ರೀರಂಗ	*ಡಾ॥ ಬಿ. ಎನ್. ಸುಮಿತ್ರಾಬಾಯಿ*	**60.00**
ಜಿ. ಎಸ್. ಆಮೂರ	*ಬಾಲಸುಬ್ರಹ್ಮಣ್ಯ ಕಂಜರ್ಪಣೆ*	**60.00**
ಡಿ. ಆರ್. ನಾಗರಾಜ	*ಡಾ॥ ಚಂದ್ರಶೇಖರ ನಂಗಲಿ*	**60.00**
ಚೆನ್ನವೀರ ಕಣವಿ	*ಡಾ॥ ಗುರುಲಿಂಗ ಕಾಪಸೆ*	**60.00**
ಗೀತಾ ನಾಗಭೂಷಣ	*ಡಾ॥ ಎನ್. ಗಾಯತ್ರಿ*	**60.00**
ಶಂ. ಬಾ. ಜೋಶಿ	*ಪ್ರೊ॥ ಮಲ್ಲೇಪುರಂ ಜಿ. ವೆಂಕಟೇಶ*	**60.00**
ಶಂಕರ ಮೊಕಾಶಿ ಪುಣೇಕರ	*ಡಾ॥ ಜಿ. ಎನ್. ಉಪಾಧ್ಯ*	**60.00**

ವನಿತಾ ಚಿಂತನ ಮಾಲೆ

ನೂರಿ (ಕಾದಂಬರಿ)	*ಡಾ॥ ಜಾನಕಿ ಸುಂದರೇಶ್*	**140.00**
ಮಣ್ಣಿಂದ ಎದ್ದವರು (ಕಾದಂಬರಿ)	*ಕುಸುಮಾ ಶಾನುಭಾಗ*	**80.00**
ಶಕ್ತಿಧಾಮದ ಕಥೆಗಳು (ನೈಜ ಘಟನೆಗಳು)	*ಜಿ. ಎಸ್. ಜಯದೇವ*	**65.00**
ಆಲಾಹಳ ಹೆಣ್ಣುಮಕ್ಕಳು (ಕಾದಂಬರಿ)	*ಮಲಯಾಳಂ ಮೂಲ : ಸಾರಾ ಜೋಸೆಫ್ (ಅನು : ಪಾರ್ವತಿ ಜಿ. ಐತಾಳ್)*	**100.00**
ಸಂಗತಿ (ಆತ್ಮಕಥೆ)	*ತಮಿಳು ಮೂಲ : ಬಾಮ (ಅನು : ಎಸ್. ಫ್ಲೋಮಿನ್ ದಾಸ್)*	**65.00**
ಉಷೋದಯ (ಕಾದಂಬರಿ)	*ತೆಲುಗು ಮೂಲ : ಓಲ್ಗ (ಅನು : ಮಿಸ್ ಸಂಪತ್)*	**65.00**
ಬದುಕು ನಮ್ಮದು (ಆತ್ಮಕಥೆ)	*ಮರಾಠಿ ಮೂಲ : ಬೇಬಿತಾಯಿ ಕಾಂಬಳೆ (ಅನು : ಚಂದ್ರಕಾಂತ ಪೋಕಳೆ)*	**55.00**

ನೋವು ತುಂಬಿದ ಬದುಕು (ಆತ್ಮಕಥೆ) ಬಂಗಾಳಿ ಮೂಲ : ಬೇಬಿ ಹಾಲ್ದಾರ್ (ಅನು : ಜಿ. ಕುಮಾರಪ್ಪ) 90.00

ನಿರಕ್ಷರಿಯ ಆತ್ಮಕಥೆ (ಆತ್ಮಕಥೆ) ಹಿಂದಿ ಮೂಲ : ಸುಶೀಲಾ ರಾಯ್ (ಅನು : ಜಿ. ಕುಮಾರಪ್ಪ) 55.00

ಅಂತಿಮ ಜ್ವಾಲೆ (ಕಾದಂಬರಿ) ಹಿಂದಿ ಮೂಲ : ಹಿಮಾಂಶು ಜೋಶಿ (ಅನು : ಡಾ|| ಜೆ. ಎಸ್. ಕುಸುಮ ಗೀತ) 55.00

ಸೀತಾ ಕಾವ್ಯಕಥನ (ಕಾವ್ಯ) ಡಾ|| ಎಮ್. ಎನ್. ಕೇಶವರಾವ್ 45.00

ಅಮ್ಮನಿಗೆ ಹಜ್ ಬಯಕೆ (ಇಂಡೋನೇಶಿಯಾದ ದಿಟ್ಟ ಮಹಿಳೆಯರ ಸಹಜ ಕಥೆಗಳು) ಮೂಲ : ಅಸ್ಮಾ ನಾಡಿಯಾ (ಅನು : ಎಚ್. ಎನ್. ಗೀತಾ) 70.00

ಸೂಫಿ ಮಹಿಳೆಯರು ಫಕೀರ್ ಮುಹಮ್ಮದ್ ಕಟ್ಪಾಡಿ 60.00

ದೀಪಧಾರಿಣಿ (ಫ್ಲಾರೆನ್ಸ್ ನೈಟಿಂಗೇಲ್ ಬದುಕು-ಸಾಧನೆ) ಬಿ. ಜಿ. ಕುಸುಮಾ 40.00

ಬಿ. ರಂಗನಾಯಕಮ್ಮ (ಬದುಕು-ಸಾಧನೆ) ಪ್ರೊ|| ಬಿ. ಎಸ್. ಮಯೂರ 40.00

ಕಾಲುಹಾದಿಯ ಕೋಲ್ಮಿಂಚುಗಳು - ಮಹಿಳಾ ವಿಜ್ಞಾನಿಗಳು ನೇಮಿಚಂದ್ರ 75.00

ಹೋರಾಟದ ಹಾದಿಯಲ್ಲಿ ಧೀಮಂತ ಮಹಿಳೆಯರು ನೇಮಿಚಂದ್ರ 50.00

ಕಥಾಸಾಹಿತ್ಯ

♦ ಕಾದಂಬರಿ

ಯಾದ್ ವಶೇಮ್ (ನೂರು ಸಾವಿರ ಸಾವಿನ ನೆನಪು. 2ನೇ ಮುದ್ರಣ) ನೇಮಿಚಂದ್ರ 190.00

ಸರಕುಗಳು (2ನೇ ಮುದ್ರಣ) ಫಕೀರ್ ಮುಹಮ್ಮದ್ ಕಟ್ಪಾಡಿ 75.00

ಜೆಹಾದ್ (2ನೇ ಮುದ್ರಣ) ಬೊಳುವಾರು ಮಹಮದ್ ಕುಂಞಿ 95.00

ಕಾಫಿ ನಾಡಿನ ಕಿತ್ತಳೆ ಗಿರಿಮನೆ ಶಾಮರಾವ್ 110.00

ಜೇನು ಆಕಾಶದ ಅರಮನೆಯೊ... ಕ್ಷೀರಸಾಗರ 90.00

ಬೇಡಿ ಕಳಚಿತು ದೇಶ ಒಡೆಯಿತು (ಭಾರತ ಸ್ವಾತಂತ್ರ್ಯ ಸಂಗ್ರಾಮ ಕುರಿತ ರೋಮಾಂಚನಕಾರಿ ಬೃಹತ್ ಕಾದಂಬರಿ) ಕೋ. ಚೆನ್ನಬಸಪ್ಪ 600.00

ಹೇಮಂತಗಾನ (5ನೇ ಮುದ್ರಣ) ವ್ಯಾಸರಾಯ ಬಲ್ಲಾಳ 140.00

ತಿರುಗಿ ನರಜನ್ಮ ಮುದ್ದೂರು ಗೋಪಾಲಕೃಷ್ಣ ನಾಯಕ್ 70.00

ವಾರಾಣಸಿ ಮಲಯಾಳಂ ಮೂಲ : ಎಂ. ಟಿ. ವಾಸುದೇವನ್ ನಾಯರ್ (ಅನು : ಕೆ. ಎಸ್. ಕರುಣಾಕರನ್) 75.00

ಭಂಡಾರ ಭೋಗ ಮರಾಠಿ ಮೂಲ : ರಾಜನ್ ಗವಸ (ಅನು : ಚಂದ್ರಕಾಂತ ಪೋಕಳೆ) 80.00

ಮಯ್ಯಾದಾಸನ ವಾಡೆ ಹಿಂದಿ ಮೂಲ : ಭೀಷ್ಮ ಸಾಹನಿ (ಅನು : ದು. ನಿಂ. ಬೆಳಗಲಿ) 160.00

ತಮಸ್ (3ನೇ ಮುದ್ರಣ) ಹಿಂದಿ ಮೂಲ : ಭೀಷ್ಮ ಸಾಹನಿ (ಅನು : ಶಾರದಾ ಸ್ವಾಮಿ, ಡಾ|| ಎಸ್. ಎಂ. ರಾಮಚಂದ್ರ ಸ್ವಾಮಿ) 110.00

ವೋಲ್ಗಾ-ಗಂಗಾ (6ನೇ ಮುದ್ರಣ) ಹಿಂದಿ ಮೂಲ : ರಾಹುಲ ಸಾಂಕೃತ್ಯಾಯನ (ಅನು : ಬಿ. ಎಂ. ಶರ್ಮಾ) 160.00

ಕೊನೆಯ ಜಿಗಿತ ಹಿಂದಿ ಮೂಲ : ಶಿವಮೂರ್ತಿ (ಅನು : ಆರ್. ಪಿ. ಹೆಗಡೆ) 60.00

ಪುನರ್ಜನ್ಮ (ಸಂಕ್ಷಿಪ್ತ. 2ನೇ ಮುದ್ರಣ) ರಷ್ಯನ್ ಮೂಲ : ಲೆವ್ ಟಾಲ್‌ಸ್ಟಾಯ್ (ಇಂಗ್ಲಿಷ್‌ನಿಂದ ಕನ್ನಡಕ್ಕೆ : ವಿ. ವಿ. ಉಪಾಧ್ಯಾಯ) 55.00

ತಾಯಿ (5ನೇ ಮು.) ರಷ್ಯನ್ ಮೂಲ : ಮಕ್ಸೀಂ ಗೋರ್ಕಿ (ಇಂಗ್ಲಿಷ್‌ನಿಂದ ಕನ್ನಡಕ್ಕೆ : ನಿರಂಜನ) 120.00